ഗ്രീൻ ബുക്സ്

പാതയിലേക്ക് വീണ്ടും

ഏണസ്റ്റോ ചെ ഗുവേര

ലോകപ്രശസ്തനായ വിപ്ലവകാരി, ഗ്രന്ഥകാരൻ. 1928ൽ അർജന്റീനയിൽ ജനനം. വൈദ്യശാസ്ത്രത്തിൽ ബിരുദം നേടി. 1959ൽ വിപ്ലവത്തിന്റെ എരിതീയിലേക്കിറങ്ങി. ക്യൂബൻ ഏകാധിപതിയായ ബത്തീസ്തയെ നിഷ്കാസനം ചെയ്യാൻ ഫിദൽ കാസ്ട്രോയെ സഹായിച്ചു. 1961-65 കാലഘട്ടത്തിൽ ക്യൂബൻ മന്ത്രിസഭയിൽ അംഗമായിരുന്നു. 1967ൽ ബൊളീവിയയിൽ വെച്ച് വധിക്കപ്പെട്ടു. ചെയുടെ *ആഫ്രിക്കൻ സ്വപ്നം* എന്ന കൃതിയും ഗ്രീൻബുക്സ് മലയാളത്തിലേക്ക് പരിഭാഷപ്പെടുത്തിയിട്ടുണ്ട്.

രാജൻ തുവ്വാര: തൃശൂർ ജില്ലയിലെ എളവള്ളി സ്വദേശി. ഇപ്പോൾ ആരോഗ്യവകുപ്പ് ഉദ്യോഗസ്ഥൻ. വിലാസം: എളവള്ളി പി.ഒ., ചിറ്റാട്ടുകര വഴി, തൃശൂർ - 680 511

പാതയിലേക്ക് വീണ്ടും

യാത്രകൾ കാഴ്ചകൾ കത്തുകൾ

ഏണസ്റ്റോ ചെ ഗുവേര

മൊഴിമാറ്റം
രാജൻ തുവ്വാര

ഗ്രീൻ ബുക്സ്

green books private limited
little road, ayyanthole, thrissur- 680 003
ph: 0487-2361038
website: www.greenbooksindia.com
e-mail: info@greenbooksindia.com

back on the road
(a journey to central america)

(malayalam)
pathayilekku veendum
(travel/memories/letters)
by
ernesto guevara de la serna

translated by
rajan thuvvara

cover design : rajesh chalode

published by green books february 2004
reprinted april 2013
© 2000 by archivio personal del che
published by arrangement with
spearling & kupfer editori s.p.a, milano, italy
isi ringrazia gianni mina per avere reso possible la pubblicazione di questo libroî

printed in india
repro knowledgecast limited, thane

branches:
thrissur 0487-2422515
palakkad 0491-2546162
kannur 0497-2763038

isbn : 979-81-88582-28-9

---

no part of this publication may be reproduced, or transmitted in any form or by any means, without prior written permission of the publisher
₹160.00

GBPL/026/2004/X002

മുഖക്കുറി

അധിനിവേശം തകർത്തുതരിപ്പണമാക്കിയ
മഹത്തായ ഇങ്കാ സംസ്കാരത്തിന്റെ തിരുശേഷിപ്പുകൾക്കു
മുന്നിലിരുന്ന് *അമേരിക്കൻ ഇന്ത്യക്കാരാ ഉണരൂ,*
പഴയ ഭൂതകാലത്തെ കീഴടക്കൂ എന്ന യുവാവായ
ചെയുടെ ആഹ്വാനം ഈ കൃതിയിൽ മുഴങ്ങുന്നുണ്ട്.
ഏതാണ്ട് ഇതേ കാലഘട്ടത്തിൽ തന്നെയാണ്
മഹാകവിയായ നെരൂദ *മച്ചുപിച്ചുവിന്റെ ഉയരങ്ങളിൽ*
നിന്നുകൊണ്ട് തന്റെ പൗരാണികമായ പിൻമുറക്കാരനെ
അഭിമാനപൂർവ്വം അഭിസംബോധന ചെയ്യുന്നത്.
പിന്നീട് സാമ്രാജത്വം അരങ്ങേറ്റിയ ഒരു പട്ടാള
അട്ടിമറിയുടെ പുകപടലങ്ങളിൽ നെരൂദ എന്ന മഹാകവി
ഒരു ദുരൂഹമരണത്തിലേക്ക് നടന്നുപോവുകയും
അതിനെത്രയോ മുൻപുതന്നെ ചെ സാമ്രാജത്വവാദികളാൽ
വധിക്കപ്പെടുകയും ചെയ്തു. വീണ്ടും ലോകം ഒട്ടേറെ
മാറിമറിഞ്ഞു. പക്ഷേ ചെയും നെരൂദയും അമരന്മാരായി.
മർദ്ദിത ജനതയുടെ ധ്രുവനക്ഷത്രങ്ങളായി അവർ
ഇപ്പോഴും ചരിത്രത്തിലേക്ക് വഴികാട്ടുന്നു.

കൃഷ്ണദാസ്
മാനേജിങ് എഡിറ്റർ

ഉള്ളടക്കം

ജീവിതരേഖകൾ 8
ഗുവേരയുടെ രണ്ടാമൂഴം 9
ആമുഖം 11
അനുഭവസാക്ഷ്യം 19
യാത്രകൾ കാഴ്ചകൾ കത്തുകൾ 35
നദിഭീമന്റെ കരയിൽനിന്ന് 168
മച്ചു പിച്ചു എന്ന ശിലാപ്രഹേളിക 175
ഗ്വാട്ടിമാലയുടെ ത്രിശങ്കു 182

ജീവിതരേഖകൾ

- 1928 ജൂൺ 14ന് ജനനം.
- 1948ൽ ബ്യൂണസ് അയേഴ്സ് സർവ്വകലാശാലയിൽ വൈദ്യ ബിരുദത്തിനു ചേർന്നു.
- 1950ൽ താൽക്കാലികമായി കപ്പൽ ജോലിക്കാരനായി.
- 1953ൽ വൈദ്യബിരുദം നേടി.
  ആ വർഷം തന്നെ രണ്ടാം ലാറ്റിനമേരിക്കൻ പര്യടനം ആരംഭിച്ചു.
- 1954-56 കാലഘട്ടത്തിൽ മെക്സിക്കോയിലെ ഇൻസ്റ്റിറ്റ്യൂട്ട് ഓഫ് കാർഡിയോളജിയിൽ ഫിസിഷ്യനായി.
- 1955ൽ ഫിദൽ കാസ്ട്രോയെ കണ്ടുമുട്ടി.
- 1960ൽ റഷ്യൻ കമ്യൂണിസ്റ്റ് നേതാവായിരുന്ന മിഖോയെനെ കണ്ടുമുട്ടി.
- 1961ൽ വിപ്ലവാനന്തര ക്യൂബയിലെ വ്യവസായ മന്ത്രിയായി.
- 1965ൽ ആഫ്രിക്കൻ പര്യടനം ആരംഭിച്ചു.
- 1966ൽ ആർമി ഓഫ് നാഷണൽ ലിബറേഷൻ ഓഫ് ബൊളീവിയായുടെ നേതൃത്വം ഏറ്റെടുത്തു.
- 1967 ഒക്ടോബർ 8ന് യൂറോഹോളയിൽ നടന്ന പോരാട്ടത്തിൽ എതിരാളികളാൽ വധിക്കപ്പെട്ടു.

ഗുവേരയുടെ രണ്ടാമൂഴം

പാതയിലേക്കു വീണ്ടും എന്ന ഈ പുസ്തകം (യാത്രകൾ, കാഴ്ചകൾ, കത്തുകൾ) ഏണസ്റ്റോ ഗുവേര ദെ ലാ സെർനാ എന്ന ധൈഷണിക വ്യക്തിത്വത്തിന്റെ അകത്തേക്കു പ്രവേശിക്കുവാൻ നമ്മെ സഹായിക്കുന്ന എഴുതപ്പെട്ട പദസഞ്ചയമാണ്. എഴുതപ്പെട്ട വാക്കുകൾ എന്നും അദ്ദേഹത്തിന്റെ സന്തത സഹചാരിയാണ്. താൻ കടന്നുപോകുന്ന പ്രദേശങ്ങളെക്കുറിച്ചുള്ള, ആഴത്തിലുള്ള ധാരണകളും നർമ്മബോധവും കൂട്ടിപ്പിരിച്ചെടുത്ത വിവരണങ്ങൾ രസകരമാണ്. ഗുവേര എന്ന വ്യക്തി യുടെ ചിത്രത്തോടൊപ്പം അദ്ദേഹത്തിന്റെ ചിന്തകളും, പ്രവൃത്തികളും, ഭാവിയെക്കുറിച്ചുള്ള ആശങ്കകളും, മുൻവിധികളും അതിൽ പ്രതിഫലി ക്കുന്നു.

ലാറ്റിനമേരിക്കയിലൂടെയുള്ള ഗുവേരയുടെ ആദ്യയാത്രയുടെ (മോട്ടോർ സൈക്കിൾ ഡയറി) തുടർച്ചയായി ഈ കുറിപ്പുകളെ വായിക്കാം. അമേരിക്കാ വൻകരയുടെ ചക്രവാളങ്ങളിൽ തിരോധാനം ചെയ്ത മഹത്തായ ഇന്നലെകളുടെ ഒരു പ്രകടഭാവം.

ചെ ഒരു സമ്പൂർണ്ണ വിപ്ലവകാരിയായി മാറുന്നതിന് മുന്നോടിയായുള്ള അക്ഷര ചിത്രങ്ങളായി ഈ കുറിപ്പുകളെ വിലയിരുത്താം. ഒരുപക്ഷേ മോട്ടോർ സൈക്കിൾ ഡയറിയുടെ തൊട്ടുപുറകെത്തന്നെയായിരിക്കാം ഇവയും എഴുതപ്പെട്ടത്. എന്തുകൊണ്ടോ അതിന്റെ പുറകെത്തന്നെ ഈ കുറിപ്പുകൾ പ്രസിദ്ധീകരിക്കപ്പെട്ടില്ല. അതിനുപകരം മഹത്തായ ലാറ്റിനമേരിക്കൻ ചിത്രീകരണത്തിന്റെ ആധികാരികമായ കുറിപ്പുകളായി അവ വായനക്കാരുടെ മുന്നിൽ അവതരിക്കുന്നു; ഗുവേര കടന്നുപോയ സംഭവങ്ങളുടേയും പ്രദേശങ്ങളുടേയും നഖചിത്രങ്ങൾ.

വായനക്കാരനെ ഈ യാത്രികനോടൊപ്പം അനുധാവനം ചെയ്യിക്കു ന്നതിനും യാത്ര ആസ്വദിപ്പിക്കുന്നതിനുമാവശ്യമായ അടിക്കുറിപ്പുകളും കത്തുകളും ഇവിടെ നൽകിയിട്ടുണ്ട്. ഇരുപതാം നൂറ്റാണ്ടിലെ നിർണ്ണായ കമായ ചരിത്ര മുഹൂർത്തമെന്നു കരുതപ്പെടുന്ന ക്യൂബൻ വിപ്ലവത്തി ലേക്ക് അദ്ദേഹത്തെ ആകർഷിച്ച ഫിദൽ കാസ്ട്രോയുമായുള്ള അവിസ്മരണീയ സമാഗമം ചെറിയൊരു കുറിപ്പായി ഈ പുസ്തകത്തിൽ പ്രത്യക്ഷപ്പെടുന്നുണ്ട്.

തന്റെ ചുറ്റുപാടുകളെ ആഴത്തിൽ അപഗ്രഥിക്കുന്ന, എഴുത്തിനോട് എന്നും അഭിരമിക്കുന്ന ചെയുടെ മറ്റൊരു പ്രധാനപ്പെട്ട ആസക്തി യായിരുന്നു ഫോട്ടോഗ്രഫി. മുമ്പ് പ്രസിദ്ധീകരിച്ചിരിക്കാൻ സാധ്യത യില്ലാത്ത ചില ചിത്രങ്ങൾ ഈ പുസ്തകത്തിൽ ചേർത്തിട്ടുണ്ട്. തന്റെ ചുറ്റുമുള്ള പ്രകൃതിയേയും ജീവികളേയും എന്നും ചിത്രീകരിക്കാൻ ആവേശം കൊണ്ടിരുന്ന ചെഗുവേരയുടെ അഭിലാഷത്തെ സാധൂകരി ക്കുന്നതിനാണ് പ്രസ്തുത ചിത്രങ്ങൾ ഇവിടെ ചേർത്തിരിക്കുന്നത്.

ഇതുവരെ എഴുതപ്പെട്ടിട്ടുള്ള അസാധാരണമായ ഡയറിക്കുറിപ്പു കളിൽ (യാത്രാക്കുറിപ്പുകൾ) എന്തുകൊണ്ടും ശ്രദ്ധേയമായ ഈ കുറിപ്പുകൾ മലയാളത്തിലെ പ്രബുദ്ധരായ വായനക്കാർക്ക് മുന്നിൽ സാദരം സമർപ്പിക്കുന്നു.

രാജൻ തുവ്വാര

അവലംബം: ആർക്കൈവോ പേഴ്സനൽ ദെൽചെ

■

ആമുഖം

വൈദ്യശാസ്ത്രത്തിൽ ബിരുദധാരിയായ 25കാരനായ ഏണസ്റ്റോ ഗുവേര, 1953 ജൂലായ് ഏഴിന് ബൊളീവിയായും ആൻഡീസ് പർവ്വത നിരകളും ലക്ഷ്യമാക്കിയുള്ള ഒരു യാത്രയുടെ ആരംഭം കുറിച്ചുകൊണ്ട് ബ്യൂണസ് അയേഴ്സിലെ ബെൽഗ്രാനോ റെയിൽവേ സ്റ്റേഷനിൽ നിന്നും ഒരു തീവണ്ടിയുടെ രണ്ടാം ക്ലാസ് കമ്പാർട്ട്മെന്റിലേക്ക് കയറി. ഗുവേരയുടെ കുടുംബാംഗങ്ങളും സുഹൃത്തുക്കളും കണ്ണീരോടെ അദ്ദേഹത്തിനു യാത്രാമൊഴി ചൊല്ലി കൈവീശി. അടുത്ത ആറ് വർഷത്തേക്ക് അച്ഛനും അമ്മക്കും ഏണസ്റ്റോയെ കാണാൻ സാധിക്കുകയില്ല. 1959 ജനുവരിയിൽ ക്യൂബൻ വിപ്ലവത്തിനു പിന്നാലെ തങ്ങളുടെ മകനെ കാണാൻ അവർ ഹവാനയിലെത്തി. അതിനകം, അലഞ്ഞുതിരിഞ്ഞു നടന്നിരുന്ന അവരുടെ മകൻ ഒരു ഗറില്ലാ പോരാളിയെന്ന നിലയിൽ ഫിദൽ കാസ്ട്രോയോടൊപ്പം ക്യൂബയുടെ സൈദ്ധാന്തികവും രാഷ്ട്രീയവുമായ വിപ്ലവത്തിനു കാരണക്കാരനായിക്കഴിഞ്ഞിരുന്നു. ലോകമെങ്ങും 'ചെ'ഗുവേര എന്ന പേര് വളരെ ജനപ്രിയമായിക്കഴിഞ്ഞിരുന്നു. 1961ൽ സ്വന്തം ഇഷ്ടപ്രകാരം എന്നെന്നേക്കുമായി അർജന്റീനയിലേക്കു മടങ്ങും വരെ അദ്ദേഹം തന്റെ മാതൃരാജ്യമായ അർജന്റീന സന്ദർശിച്ചിട്ടില്ലായിരുന്നു.

ഗുവേര അർജന്റീന വിട്ട അതേമാസംതന്നെ കാസ്ട്രോയും ചരിത്രത്തിന്റെ ഏടുകളിൽ ഒരു സ്ഥാനം കണ്ടെത്തിക്കഴിഞ്ഞിരുന്നു. ഫുൽഗെൻസിയോ ബത്തീസ്ത എന്ന സ്വേച്ഛാധിപതിയുടെ കിരാതവാഴ്ചക്കെതിരായി, 1953 ജൂലായ് 26ന് കിഴക്കൻ ക്യൂബയിലെ സാന്റിയാഗോ നഗരത്തിലെ മൊങ്കാട സൈനിക ബാരക്കിനുനേരെ കാസ്ട്രോയുടെ നേതൃത്വത്തിൽ ഒളിപ്പോരാളികളുടെ ഒരു സംഘം ആക്രമണമഴിച്ചുവിട്ടു. ഭ്രൂണദശയിലായിരുന്ന തന്റെ വിപ്ലവ പ്രസ്ഥാനത്തിനുവേണ്ടി ആയുധം സംഭരിക്കുകയെന്ന ലക്ഷ്യമിട്ട് ആരംഭിച്ച ഈ ആക്രമണം കടുത്ത പരാജയമായി. കാസ്ട്രോയുടെ അറുപതോളം അനുയായികൾ കൊല്ലപ്പെട്ടു. കാസ്ട്രോ അറസ്റ്റ് ചെയ്യപ്പെട്ടു. പതിനഞ്ചു വർഷത്തെ കഠിനതടവിനു ശിക്ഷിക്കപ്പെട്ട അദ്ദേഹത്തെ പൈൻ ദ്വീപിലുള്ള കാരാഗൃഹത്തിലേക്കയച്ചു.

1955 മെയ് മാസത്തിൽ പൊതുമാപ്പ് ലഭിച്ച അദ്ദേഹം ജയിൽ മോചിതനായി. ക്യൂബ വിട്ട് മെക്സിക്കോയിൽ താമസമാക്കിയ ഫിദൽ കാസ്ട്രോ തന്റെ സായുധ വിപ്ലവത്തിനുള്ള ഒരുക്കം തുടങ്ങിയത് മെക്സിക്കോയിൽ വെച്ചായിരുന്നു. മെക്സിക്കോയിൽ വെച്ച് അലഞ്ഞു തിരിയുന്ന പരിപാടി അവസാനിപ്പിച്ച ഗുവേരയെ കാസ്ട്രോ കണ്ടുമുട്ടി. ക്യൂബൻ വിപ്ലവത്തിന്റെ ബുദ്ധികേന്ദ്രമായ കാസ്ട്രോയെ ഗുവേര കണ്ടുമുട്ടിയത് വളരെ പ്രധാനപ്പെട്ട ഒരു രാഷ്ട്രീയ സംഭവമായി മാറുകയായിരുന്നു. "ബുദ്ധിമാനായ ഒരു യുവാവ്, നല്ല നിശ്ചയദാർഢ്യമുള്ളവൻ ഞങ്ങളുടെ സമാഗമം നന്നായിരുന്നുവെന്ന് എനിക്കു തോന്നുന്നു." ഗുവേരയും കാസ്ട്രോയും തമ്മിലുള്ള സമാഗമവും തുടർന്നുള്ള അവരുടെ സൗഹൃദവും സഹകരണവും ഇരുപതാം നൂറ്റാണ്ടിലെ ലാറ്റിനമേരിക്കൻ രാഷ്ട്രീയത്തിൽ നാടകീയ പ്രാധാന്യമുള്ള സംഭവങ്ങളായി.

1953ലെ യാത്ര ആരംഭിക്കുമ്പോൾ ഗുവേരക്ക് കാസ്ട്രോയെപ്പോലെ പ്രത്യക്ഷമായ രാഷ്ട്രീയ മോഹങ്ങളൊന്നുമില്ലായിരുന്നു. തന്റെ അടുത്ത സുഹൃത്തും സഹചാരിയുമായ ആൽബർട്ടോ ഗ്രനാഡോയുമായി ചേർന്ന് ഒരു വർഷം മുമ്പ് നടത്തിയ മോട്ടോർ സൈക്കിൾ യാത്രക്ക് അനുബന്ധമായ മറ്റൊരു യാത്രയായിരുന്നു അത്. (ആൽബർട്ടോ ഗ്രനാഡോയുടെ അനുഭവസാക്ഷ്യം ഈ പുസ്തകത്തിന്റെ മുഖവുരയാണ്) ഈ രണ്ടാമത്തെ യാത്രയിൽ, രാഷ്ട്രീയ താൽപര്യങ്ങളോ, ബന്ധങ്ങളോ ഇല്ലാത്ത കാർലോസ് ഫെറർ എന്ന ബാല്യകാല സുഹൃത്തായിരുന്നു യാത്രാരംഭത്തിലെ അദ്ദേഹത്തിന്റെ സഹയാത്രികൻ. തന്റെ യാത്രയുടെ ഉദ്ദേശ്യത്തെക്കുറിച്ചോ ലക്ഷ്യത്തെക്കുറിച്ചോ വ്യക്തമായ യാതൊരു ധാരണയുമില്ലാതിരുന്ന ഗുവേരക്ക്, വെനിസ്വേലയിലെ ഒരു കുഷ്ഠരോഗാശുപത്രിയിൽ സേവനമനുഷ്ഠിച്ചിരുന്ന ഗ്രനാഡോയോടൊപ്പം ചേരാൻ ഉദ്ദേശ്യമില്ലായിരുന്നു, യൂറോപ്പിലൂടെയോ ഇന്ത്യയിലൂടെയോ ഒരു യാത്ര സംഘടിപ്പിക്കുകയെന്ന മോഹവും അവർക്കുണ്ടായിരുന്നു (അർജന്റീനയിലെ മധ്യവർഗ്ഗത്തിന്റെ പൊതുവായ ഒരു മോഹമായിരുന്നു അത്). വളരെക്കുറച്ച് പണം മാത്രമേ അദ്ദേഹത്തിന്റെ കൈയിലുണ്ടായിരുന്നുള്ളൂ. പക്ഷേ അദ്ദേഹം സന്ദർശിക്കാനുദ്ദേശിച്ചിരുന്ന പല രാജ്യങ്ങളിലേയും പ്രമുഖ വ്യക്തികളെ പരിചയപ്പെടുത്തുന്ന കത്തുകൾ അദ്ദേഹത്തിന്റെ പക്കലുണ്ടായിരുന്നു. പല സഞ്ചാരികളും ചെയ്യാറുള്ളതുപോലെ, ലേഖനങ്ങളെഴുതിയും ഫോട്ടോയെടുത്തും, ഒരു സ്വതന്ത്ര പത്രപ്രവർത്തകനായി അദ്ദേഹം തന്റെ സഞ്ചാര ജീവിതം ആസ്വദിച്ചു. ഒരു സഞ്ചാരിയെന്നതിലുപരി, 1960ൽ വിപ്ലവാനന്തര ക്യൂബയുടെ വിദേശകാര്യമന്ത്രിയായപ്പോൾ അദ്ദേഹത്തിന്റെ ഒരു മോഹം സഫലീകരിക്കപ്പെടുകയായിരുന്നു. അതോടൊപ്പം അർജന്റീനയിൽനിന്നും അകന്നുപോകുവാനുള്ള ഒരാഗ്രഹവും അദ്ദേഹത്തിനുണ്ടായി. അർജന്റീനയിലെ പുരോഗമന മധ്യവർഗ്ഗത്തിൽപ്പെട്ട ആളുകളെപ്പോലെ, ഗുവേരക്കും

രാഷ്ട്രീയത്തിലും സംസ്കാരത്തിലുമുള്ള വേരുകൾ ആഴത്തിലുള്ളവയായിരുന്നില്ല. (പക്ഷേ അവസാനം വരേയും യെർബാമേറ്റിനോട്[1] അദ്ദേഹത്തിന് വല്ലാത്ത ആർത്തിയായിരുന്നു.) ഗുവേര ഒരിക്കലും സങ്കുചിത മനഃസ്ഥിതിക്കാരനായ അർജന്റൈൻ ദേശീയവാദിയായിരുന്നില്ല, സാൻമാർട്ടിനെപ്പോലുള്ള അർജന്റീനയുടെ രാഷ്ട്രപിതാക്കളോട് അദ്ദേഹമൊരിക്കലും അമിതമായ താൽപര്യം കാണിച്ചില്ല. ഏകദേശം അതേ സമയത്ത് അവസാനത്തോടടുത്തു കൊണ്ടിരുന്ന കേണൽ യുവാൻ പെറോണിന്റെ ജനപ്രിയ പരീക്ഷണം (പോപ്പുലിസ്റ്റ് എക്സ്പിരിമെന്റ്) ഒരുതരത്തിലും ഗുവേരയെ സ്പർശിച്ചില്ല. തുടക്കത്തിൽ തന്നെ അദ്ദേഹത്തിന്റെ രാഷ്ട്രീയത്തിന് ലാറ്റിനമേരിക്കനും അന്താരാഷ്ട്രീയവുമായ കാഴ്ചപ്പാടാണുണ്ടായിരുന്നത്. യാത്രാനുഭവങ്ങളിലൂടെ ആ കാഴ്ചപ്പാടിന്റെ തീവ്രത വർദ്ധിക്കുകയായിരുന്നു. ഇന്നത്തെ സഞ്ചാരികളെപ്പോലെ ഗുവേരയും തുടക്കത്തിൽ ആൻഡിസ് പർവ്വതനിരകളുമായി അനുരക്തനായി. കൊളമ്പിയൻ സംസ്കാരം, ബ്യൂണസ് അയേഴ്സു പോലുള്ള യൂറോപ്യൻ മാതൃകയിലുള്ള നഗരങ്ങളിൽനിന്നും വ്യത്യസ്തമായ സംസ്കാരം, ആളുകൾ, ചരിത്രാവശിഷ്ടങ്ങൾ എന്നിവയായിരുന്നു അദ്ദേഹം ആൻഡീസിനോട് ആകർഷിക്കപ്പെടാനുള്ള കാരണങ്ങൾ. പക്ഷേ ആ യാത്രാനുഭവങ്ങൾ അദ്ദേഹത്തെ തികച്ചും വ്യത്യസ്തമായ മറ്റൊരു തലത്തിലേക്കെത്തിച്ചിരുന്നു: ലാറ്റിനമേരിക്കയിലെ സാധാരണക്കാരന്റെ ജീവിതാവസ്ഥയുടെ പരുക്കൻ യാഥാർത്ഥ്യങ്ങളിലേക്കും, അവരുടെ ആ ദുരവസ്ഥ മാറ്റിയെടുക്കുന്നതിലേക്കും അദ്ദേഹത്തിന്റെ ശ്രദ്ധ തിരിഞ്ഞു. രണ്ടുവർഷത്തെ ഈ യാത്രകൊണ്ട് അദ്ദേഹത്തിന്റെ വീക്ഷണത്തിൽ വലിയ മാറ്റങ്ങൾ വന്നു കഴിഞ്ഞിരുന്നു. നിസ്സംഗനായ വിരക്തനായ ഒരു നിരീക്ഷകനിൽനിന്നും പൂർണ്ണസ്ഥായിയിലെത്തിയ ഒരു വിപ്ലവകാരിയായി ചെഗുവേര മാറിക്കഴിഞ്ഞിരുന്നു. ലോകത്തെ മാറ്റിമറിക്കാൻ കെല്പുള്ള ഒരു വിപ്ലവ പ്രസ്ഥാനത്തെക്കുറിച്ചായിരുന്നു അദ്ദേഹം അപ്പോൾ ആലോചിച്ചുകൊണ്ടിരുന്നത്.

1950 മുതലുള്ള തന്റെ യാത്രയോടുകൂടി തന്നെ, കൃത്യമായല്ലെങ്കിലും ഡയറിക്കുറിപ്പുകളെഴുതുന്ന ശീലം ഗുവേര സ്വായത്തമാക്കിയിരുന്നു. പിന്നീട് ക്യൂബയിലും കോംഗോയിലും വെച്ച് നടന്ന തന്റെ പ്രവർത്തനങ്ങളെക്കുറിച്ച് കൂടുതൽ വ്യക്തമായ ഡയറിക്കുറിപ്പുകളാണ് രേഖപ്പെടുത്തിയിരുന്നത്. 1953 മുതൽ 56 വരെയുള്ള ഈ ഡയറിക്കുറിപ്പുകൾ ഭാഗികമായെങ്കിലും ചുരുക്കിയെഴുതിയതാണ്. പക്ഷേ ഗ്വാട്ടിമാലയിലേയും മെക്സിക്കോയിലേയും യാത്രാനുഭവങ്ങളെക്കുറിച്ചുള്ള കുറിപ്പുകളിൽ യാതൊരു മാറ്റവും വരുത്തിയിട്ടില്ല. ഗുവേരയുടെ മരണശേഷം അദ്ദേഹത്തിന്റെ ഭാര്യ (ഹിൽദാ) ഗാദിയാ ആണ് ആ

1. ഒരു തരം പാനീയം. പരാഗ്വൻ ചായ

കൈയ്യെഴുത്തു പ്രതി വീണ്ടും പകർത്തി എഴുതിയത്. ഹവാനയിൽ വെച്ച് ഈ ഡയറിക്കുറിപ്പുകൾ പ്രസിദ്ധീകരിക്കുന്നതിനു മുമ്പു തന്നെ ഗുവേരയുടെ ജീവചരിത്രകാരനായ ജോൺ ലി ആൻഡേഴ്സനെ ഈ കയ്യെഴുത്തു പ്രതികളെല്ലാം കാണിച്ചിരുന്നു. അവ ഒട്ടും ചുരുക്കിയെഴുതപ്പെടാത്തവയായിരുന്നുവെങ്കിലും ലൈംഗികാനുഭവങ്ങൾ വിവരിക്കുന്ന ഭാഗങ്ങൾ തന്റെ ഭർത്താവിന്റെ പ്രതിഛായക്ക് മങ്ങലേല്പിക്കാതിരിക്കുന്നതിനായി ഹിൽദാ ഒഴിവാക്കിയിരുന്നുവെന്ന് ആൻഡേഴ്സൻ പറയുന്നു. ആ ഡയറിക്കുറിപ്പുകൾക്കനുബന്ധമായി ആ യാത്രക്കിടയിൽ ഗുവേര തന്റെ വീട്ടിലേക്കും (കൂടുതലായും തന്റെ അമ്മ സീലിയാക്ക്) സുഹൃത്തുക്കൾക്കും (അതിലേറെയും തന്റെ പഴയ കാമുകിയും വൈദ്യശാസ്ത്ര വിദ്യാർത്ഥിനിയുമായ ബെർത്താ ടിറ്റാ ഇൻഫാന്റേക്കായിരുന്നു) എഴുതിയ സ്വകാര്യകത്തുകളും ഇതോടൊപ്പം ചേർത്തിട്ടുണ്ട്.

ബ്യൂണസ് അയേഴ്സിൽ നിന്നുള്ള ആ രണ്ട് സഞ്ചാരികൾ ബൊളീവിയൻ അതിർത്തിയായ ലാ ക്വിയാക്കയിലൂടെ കടന്നു. ഗുവേര വിപ്ലവത്തിന്റെ ഒളിപ്പോർ മാതൃക ആരംഭിക്കുന്നതും, 1967ൽ അദ്ദേഹം വധിക്കപ്പെടുന്നതും ഇവിടെനിന്നും ഏകദേശം 20 കിലോമീറ്റർ അപ്പുറത്തു വെച്ചായിരുന്നു. ഉയർന്ന പ്രദേശമായ ആൾട്ടി പ്ലാനോയിലേക്ക് തണുപ്പ് സഹിച്ചുകൊണ്ട് അവർ യാത്ര ചെയ്തു, ലാ പാസിൽ നിരവധി ആഴ്ചകൾ താമസിച്ചു, യുംഗാസ് പ്രദേശവും, അടുത്തയിടെ ദേശസാൽക്കരിക്കപ്പെട്ട വോൾഫ്രാം ഖനികളും സന്ദർശിച്ചു. ബൊളീവിയായിൽനിന്നും അവർ നേരെ പോയത് പെറുവിലേക്കാണ്. റ്റി റ്റിക്കാക്കാ തടാകത്തിലൂടെ ആ പ്രദേശത്തിന്റെ വശ്യമായ പ്രകൃതി ഭംഗിയാസ്വദിച്ചുകൊണ്ട് പൂണോ വരെയുള്ള ആ യാത്ര വളരെ ശ്രദ്ധേയമായ ഒന്നാണ്. അവിടെനിന്നും തീവണ്ടി മാർഗ്ഗം ആൻഡിസിലൂടെ കുസ്കോയിലെത്തി. കുസ്കോയിൽ നിന്നും അവർ മച്ചു പിച്ചു എന്ന ഇങ്കാകളുടെ ചരിത്ര സ്മാരകങ്ങളിലെത്തിച്ചേർന്നു.

ചരിത്രത്തോടും പുരാവസ്തു ഗവേഷണത്തോടും ഗുവേരക്ക് അടങ്ങാത്ത തൃഷ്ണയായിരുന്നു. അദ്ദേഹത്തിന്റെ യാത്രയുടെ അടുത്ത ലക്ഷ്യം എൽ സാൽവഡോറിലെ താസുമാളിലേയും, ഗ്വാട്ടിമാലയിലെ ക്വിറിഗ്വായിലേയും ചരിത്രാ വശിഷ്ടങ്ങളായിരുന്നു. ഹോണ്ടുറാസിലെ കോപാനിലേക്കെത്തിപ്പെടുവാനുള്ള ഒരു ശ്രമം അദ്ദേഹം നടത്തിനോക്കിയെങ്കിലും അദ്ദേഹത്തിന് അവിടേക്കുള്ള വിസ അനുവദിക്കപ്പെട്ടില്ല. ഗ്വാട്ടിമാലയിലെ പ്രതിവിപ്ലവം മൂലം ടിക്കാലിലേയും പിയേദ്രാസ് നെഗ്രാസിലേയും മഹത്തായ പിരമിഡുകൾ സന്ദർശിക്കുവാൻ അദ്ദേഹത്തിനു കഴിഞ്ഞില്ല. ഒടുവിൽ മെക്സിക്കോയിലെത്തിച്ചേർന്നപ്പോഴാണ്, ചരിത്രാവശിഷ്ടങ്ങൾ കാണുവാനും ഒയാക്സാക്കാ, പാലാങ്ക്വി, ചിചെൻ

ഇറ്റ്സാ ഉക്ത്മാൽ എന്നിവിടങ്ങളിലേക്ക് സഞ്ചരിക്കുവാനും അദ്ദേഹത്തിനു സാധിച്ചത്.

യാതൊരു പ്രത്യേക ലക്ഷ്യമോ ഉദ്ദേശ്യമോ ഇല്ലാതെ ആരംഭിച്ച ആ യാത്ര ഒരു വഴിത്തിരിവായി മാറുകയായിരുന്നു. താൻ കടന്നു പോകുന്ന രാജ്യങ്ങളിലെ രാഷ്ട്രീയ സംഭവവികാസങ്ങളെക്കുറിച്ച് ഗുവേര ബോധവാനായിരുന്നു. വേതന-തൊഴിൽ പരിഷ്കരണങ്ങൾക്കായി വിക്ടർ പാസ് ഐസ്റ്റെൻസറോയുടെ നേതൃത്വത്തിൽ മൂവ്മെന്റോ, നാഷണൽ റെവലൂസിയണാറിയോ എന്ന സംഘടന രൂപീകരിച്ചുകൊണ്ട് ടിൻ ഖനിത്തൊഴിലാളികളുമായി ചേർന്ന്, ഒരു വർഷം മുമ്പാണ് ബൊളീവിയായിൽ അടിസ്ഥാനപരമായ വിപ്ലവത്തിന് വഴിയൊരുക്കിയത്. പഴയ സൈന്യത്തെ പിരിച്ചു വിട്ടു. തകര ഖനി ഭീമന്മാരായ പാറ്റിനോ, ഹോച്ച് സിൽസ്, അറമായോ എന്നിവ ദേശസാൽക്കരിക്കപ്പെട്ടു. ഗുവേരയുടെ സന്ദർശനകാലത്ത് 1953ൽ, ദൂരവ്യാപകമായ പ്രതിഫലനമുണ്ടാക്കുന്ന ഒരു ഭൂപരിഷ്കരണ നിയമം പ്രഖ്യാപിക്കപ്പെട്ടു.

അവിടെ കണ്ട കാഴ്ചകളെല്ലാം ഗുവേരയെ അസ്വസ്ഥനാക്കി. അദ്ദേഹത്തിനു ബൊളീവിയായിലെ വിപ്ലവ നേതൃത്വത്തെക്കുറിച്ച് യാതൊരു മതിപ്പുമുണ്ടായിരുന്നില്ല. അവരുടെ അർപ്പണബോധത്തെക്കുറിച്ച് അദ്ദേഹം നിസ്സംഗത പുലർത്തി. ലാറ്റിനമേരിക്കയിലെ അമേരിക്കൻ പ്രാമാണ്യത്തിനും മേൽക്കോയ്മക്കുമെതിരായ ഒരു വിപ്ലവമല്ല അതെന്ന അദ്ദേഹത്തിന്റെ ഊഹം ശരിയായിരുന്നു. പഠനകാലത്ത് തന്റെ സുഹൃത്തും കമ്യൂണിസ്റ്റ് പാർട്ടി അംഗവുമായിരുന്ന ടിറ്റാ ഇൻഫാന്റെയുമായി നടത്തിയ കത്തിടപാടുകളിൽ ബൊളീവിയൻ ഭരണകൂടം നേരിടുന്ന രാഷ്ട്രീയ പ്രതിസന്ധികളെക്കുറിച്ച് അദ്ദേഹം വിശദീകരിക്കാറുണ്ടായിരുന്നു. വിപ്ലവത്തിലൂടെ നടക്കാൻ സാധ്യതയുള്ള ഒരു മാറ്റത്തെക്കുറിച്ച് ആലോചിച്ചുകൊണ്ടിരുന്ന സമയത്ത് ബൊളീവിയായിൽ നടക്കുന്ന സംഭവങ്ങൾ കണ്ട് അദ്ദേഹം നിരാശനായി. 1966ൽ, ബൊളീവിയായിൽ ഒളിപ്പോരിലൂടെ തന്റെ രാഷ്ട്രീയവിശ്വാസം നടപ്പാക്കാൻ ശ്രമിക്കുമ്പോഴും, 1952ലെ വിപ്ലവത്തെ അദ്ദേഹം തികഞ്ഞ അവജ്ഞയോടെയാണ് കണ്ടത്.

ആൻഡീസ് പ്രദേശത്തുകൂടെയുള്ള തന്റെ യാത്രക്കിടയിൽ, അർജന്റീനയിൽ നിന്നും നാടുകടത്തപ്പെട്ട ഇടതുപക്ഷ ചിന്താഗതിക്കാരായ ഒരുകൂട്ടം ചെറുപ്പക്കാരെ അദ്ദേഹം കണ്ടുമുട്ടി. മറ്റൊരു വിപ്ലവ പരീക്ഷണത്തെക്കുറിച്ച് അവരിൽനിന്നും അദ്ദേഹത്തിന് ചില വർത്തമാനങ്ങൾ ലഭിച്ചു - ഇത്തവണ അത് മദ്ധ്യ അമേരിക്കയെക്കുറിച്ചായിരുന്നു. ഗ്വാട്ടിമാലയിൽ കേണൽ ആൽഫ്രെഡോ അർബെൻസിന്റെ നേതൃത്വത്തിലുള്ള വിപ്ലവ സ്വഭാവമുള്ള സർക്കാറിനോട് ആ സുഹൃത്തുക്കൾക്ക് ആഭിമുഖ്യമുണ്ടായിരുന്നു. ബൊളീവിയായിൽ

അദ്ദേഹം കണ്ട വിപ്ലവ പരീക്ഷണത്തേക്കാൾ കൂടുതൽ അടിസ്ഥാന പരമായ സാധ്യതകളുള്ളതായിരുന്നു അത്.

ആവശ്യമായ പണം കൈയ്യിലുണ്ടായിരുന്നുവെങ്കിൽ ഗ്വാട്ടിമാല യായിരുന്നു അദ്ദേഹത്തിന്റെ അടുത്ത ലക്ഷ്യം. നർമ്മബോധമുള്ള അരാഷ്ട്രീയ സുഹൃത്ത് കലിക്കയുമായി വേർപിരിഞ്ഞ് (കലിക്ക സ്വയം വെനിസ്വേലയിലേക്ക് പോകാൻ തീരുമാനിക്കുകയായിരുന്നു) തന്റെ പുതിയൊരു സുഹൃത്തിനോടൊപ്പം ഗ്വയാക്വിലിൽനിന്നും പനാമ വരെ ഗുവേര കപ്പലിൽ യാത്ര ചെയ്തു. അവിടെനിന്നും കോസ്റ്ററിക്കാ, എൽ സാൽവഡോർ, ഹോണ്ടുറാസ് എന്നീ രാജ്യങ്ങളിലൂടെ കരമാർഗ്ഗം ഗ്വാട്ടിമാല സിറ്റിയിലെത്തി. അമേരിക്കയെ വിറളിപിടിപ്പിച്ച ആ വിപ്ലവ ത്തിന്റെ അവസാന ദശയിലായിരുന്നു അപ്പോൾ ഗ്വാട്ടിമാല. 1953ലെ ക്രിസ്മസിനു തലേന്നാണ് അദ്ദേഹം അവിടെ എത്തിയത്. ആറുമാസ ത്തിനുശേഷം 1954 ജൂണിൽ അമേരിക്കൻ ചാരസംഘടനയായ സി.ഐ. എയുടെ ഒത്താശയോടെ അർബെൻസ് ഭരണകൂടത്തിനെതിരായി നടന്ന പട്ടാള അട്ടിമറിയുടെ സമയത്തും ഗുവേര അവിടെയുണ്ടായിരുന്നു.

ഗ്വാട്ടിമാലയിലെ ആ ആറുമാസക്കാലത്തെ ജീവിതം ഗുവേരയുടെ ജീവിതത്തിലെ ഒരു പ്രധാന വഴിത്തിരിവായിരുന്നു. ഇടതുപക്ഷ പാർട്ടി കളും കമ്യൂണിസ്റ്റുകളും പിന്താങ്ങുന്ന വിപ്ലവ ഗന്ധമുള്ള ഒരു ഭരണ കൂടത്തെക്കുറിച്ചാണ് അദ്ദേഹം ചിന്തിച്ചിരുന്നത്. 1950ൽ കേണൽ അർബെൻസ് പ്രസിഡന്റായി തിരഞ്ഞെടുക്കപ്പെട്ടു. തന്റെ മുൻഗാമി യുവാൻ ജോസ് അറിവാലോ ചെയ്തുകൊണ്ടിരുന്ന പരിഷ്കരണ നടപടികൾ താനും തുടരുമെന്ന് അർബെൻസ് പ്രഖ്യാപിച്ചു. അറിവാ ലോയും അർബെൻസും കമ്യൂണിസ്റ്റുകളായിരുന്നില്ല, എന്തിന് സോഷ്യലിസ്റ്റുകൾ പോലുമായിരുന്നില്ല. പക്ഷേ അമേരിക്കൻ മേൽക്കോയ്മയോട് അവർ ദേശീയവും രാഷ്ട്രീയവുമായ വിരോധം പുലർത്തി. 1944ൽ അട്ടിമറിക്കപ്പെട്ട ജോർജ് ഉബിക്കോ എന്ന ഗ്വാട്ടിമാലൻ ഏകാധിപതിക്ക് അമേരിക്ക നൽകിയിരുന്ന പിന്തുണയായിരുന്നു അവരുടെ അമേരിക്കൻ വിരോധത്തിനുള്ള കാരണം.

കൊറിയൻ യുദ്ധത്തോടെ സംജാതമായ ശീതസമരത്തിന്റെ അന്തരീ ക്ഷത്തിൽ അമേരിക്ക കേണൽ അർബെൻസിനെതിരെ പരസ്യമായ അവിശ്വാസം പ്രകടിപ്പിച്ചു. 1947ലെ റയോ പ്രതിരോധ കരാറിനോടനു ബന്ധമായി ലാറ്റിനമേരിക്കയിൽ അമേരിക്കയുടെ സ്ഥാപിത താൽപര്യ ങ്ങളിൽ പങ്കുചേരാത്ത അർബെൻസിനെതിരെ അമേരിക്കൻ വിരോധം ശക്തിപൂണ്ടു. അമേരിക്ക ഗ്വാട്ടിമാലയുടെ മേൽ ആയുധ ഉപരോധമേർ പ്പെടുത്തിയതോടെ, കിഴക്കൻ യൂറോപ്യൻ രാജ്യങ്ങളിൽ നിന്നും ആയുധ ങ്ങൾ വാങ്ങുകയല്ലാതെ അവർക്ക് മറ്റൊരു ഗത്യന്തരവുമില്ലാതായി. 1952ൽ ഗ്വാട്ടിമാലൻ ഗവൺമെന്റ് പാസാക്കിയ ഭൂപരിഷ്കരണ നിയമം അമേരിക്ക

ക്കാർക്ക് മറ്റൊരു ദുരനുഭവമായി അമേരിക്കൻ സ്റ്റേറ്റ് സെക്രട്ടറിയായ ജോൺ ഫോസ്റ്റർ ഡള്ളസിനും സഹോദരൻ അലൻ ഡള്ളസിനും (സി.ഐ.എ. മേധാവി) സ്ഥാപിത താത്പര്യങ്ങളുള്ള യുനൈറ്റഡ് ഫ്രൂട്ട് കമ്പനിയുടെ അധീനതയിലുള്ള കൃഷി ചെയ്യാത്ത ഭൂമിയും ഈ നിയമത്തിന്റെ കീഴിലായി. അർബെൻസിനെ അട്ടിമറിക്കാനുള്ള നീക്കങ്ങൾക്ക് പ്രസിഡന്റ് ഐസനോവറുടെ അനുഗ്രഹാശിസ്സുകളുണ്ടായിരുന്നു.

ഗുവേരയുടെ ആ കാലത്തെ ഡയറിക്കുറിപ്പുകളിൽ അദ്ദേഹത്തിന്റെ ജോലിക്കു വേണ്ടിയുള്ള ശ്രമങ്ങളും ഉദ്യോഗസ്ഥ മേധാവിത്തത്തോടുള്ള വിരോധവുമാണ് ചിത്രീകരിച്ചിരിക്കുന്നതെങ്കിലും, ഗ്വാട്ടിമാലയിലെ അന്നത്തെ അവസ്ഥയെക്കുറിച്ചുള്ള ഒരു ചെറിയ ചിത്രവും അദ്ദേഹം നൽകുന്നുണ്ട്. അയഥാർത്ഥമെന്നു തോന്നാമെങ്കിലും മെസ്റ്റിസോസും[1] അമേരിന്ത്യന്മാരും രാജ്യം മുഴുവനും ഗവൺമെന്റിനോടൊപ്പമായിരുന്നു.

1960കളിലെ ക്യൂബയെപ്പോലെ, എഴുപതുകളിലെ ചിലിയെപ്പോലെ, എൺപതുകളിലെ നിക്കരാഗ്വയെപ്പോലെ, 1950കളുടെ തുടക്കത്തിൽ ഗ്വാട്ടിമാലയും ലാറ്റിനമേരിക്കൻ കമ്യൂണിസ്റ്റുകളുടെ കേന്ദ്രമായി മാറിയതിനാൽ, അതിക്രമിച്ചു കയറാനുള്ള അമേരിക്കക്കാരുടെ അവകാശത്തെ ഒരു തരത്തിൽ നിഷേധിക്കാനാവില്ല. രാത്രികളിൽ ലാറ്റിനമേരിക്കൻ രാജ്യങ്ങളിൽ നിന്നുള്ള കമ്യൂണിസ്റ്റുകൾ തമ്മിൽ രാഷ്ട്രീയ ചർച്ചകൾ അരങ്ങേറി, പൊതു ധാരണകളുണ്ടാക്കുന്നതിനായി അനുഭവങ്ങൾ പരസ്പരം പങ്കുവെച്ചു, പരസ്പര സഹായ വാഗ്ദാനങ്ങളുണ്ടായി. ചരിത്രത്തിലെ അപൂർവ്വ മുഹൂർത്തങ്ങളായിരുന്നു അവ. ഗുവേര ഇതിലെല്ലാം വളരെ സജീവമായി പങ്കെടുക്കുകയും, അതിലെ ഓരോരോ നിമിഷങ്ങൾ ആസ്വദിക്കുകയും ചെയ്തു. ആ യാത്രയിൽ, പെറൂവിയൻ ബുദ്ധിജീവിയും വിപ്ലവകാരിയുമായ ഹിൽദാ ഗാദിയാ എന്ന പെൺകുട്ടിയിൽ അദ്ദേഹം പുതിയൊരു കാമുകിയെ കണ്ടെത്തി. തന്റെ പഴയ കാമുകിയായ ടിറ്റാ ഇൻഫാന്റേയേക്കാൾ ഗുവേരക്കടുപ്പമുണ്ടായിരുന്നത് ഹിൽദായു മായിട്ടായിരുന്നു.

1954ൽ നടന്ന സി.ഐ.എ. അട്ടിമറി ഗുവേരയുടെ ആദ്യത്തെ വിപ്ലവ മോഹങ്ങൾ അവസാനിപ്പിച്ചു. വിദേശികളായ ഇടതുപക്ഷ പ്രവർത്തകരോടൊപ്പം ഗുവേരയും അർജന്റീനാ എംബസിയിൽ അഭയം പ്രാപിച്ചു. അവിടെനിന്നും മെക്സിക്കോയിലേക്കു പോകാനുള്ള അനുവാദം അദ്ദേഹത്തിനു ലഭിച്ചു. ഗ്വാട്ടിമാലയിൽ തനിക്കുണ്ടായ അനുഭവങ്ങളോ, അവിടെനിന്നും പഠിച്ച പാഠങ്ങളോ അദ്ദേഹം വിസ്മരിച്ചില്ല. ക്യൂബൻ വിപ്ലവത്തിന്റെ അടിസ്ഥാന തന്ത്രങ്ങളിൽ പ്രസ്തുത അനുഭവങ്ങളുടെ

---

1. യൂറോപ്യൻ-അമേരിന്ത്യൻ മിശ്രിത വംശജർ

സ്വാധീനം പ്രകടമായിരുന്നു. ആറു വർഷത്തിനുശേഷം ഹവാനയിലെ ഒരു സമ്മേളനത്തിൽവെച്ച് കേണൽ ആർബെൻസിനെ സ്വാഗതം ചെയ്തതോടൊപ്പം പ്രസ്തുത അനുഭവങ്ങളോടുള്ള തന്റെ നന്ദിയും അദ്ദേഹം പ്രകടിപ്പിച്ചു: "അന്നത്തെ ഗവൺമെന്റിന്റെ ബാലാരിഷ്ടതകളെക്കുറിച്ചു പഠിക്കാൻ അവിടത്തെ ജനാധിപത്യ വ്യവസ്ഥിതി ഞങ്ങൾക്ക് വ്യക്തമായൊരു ധാരണ നൽകിയിരുന്നു. അങ്ങനെ അന്നത്തെ അവസ്ഥയുടെ മൂലകാരണങ്ങളെക്കുറിച്ചു പഠിക്കാനും, ഭരണം അട്ടിമറിച്ച അധികാരി വർഗ്ഗത്തേയും അവരുടെ പിണിയാളുകളേയും ഒരൊറ്റ വെട്ടിനു തന്നെ ഉന്മൂലനം ചെയ്യാനും ഞങ്ങൾക്കു സാധിച്ചു."

മെക്സിക്കോയിൽ താമസമാക്കിയതോടെ ജീവിതവൃത്തിക്കായി ഒരു തൊഴിൽ കണ്ടുപിടിക്കാനുള്ള ശ്രമത്തിലായിരുന്ന അദ്ദേഹം, പുതിയ ചക്രവാളങ്ങൾ തേടുന്ന വെറുമൊരു സഞ്ചാരിയല്ലാതായിക്കഴിഞ്ഞിരുന്നു. അനുദിനം എണ്ണം വർദ്ധിച്ചു കൊണ്ടിരുന്ന ഒരു വിപ്ലവസംഘത്തോടൊപ്പം അദ്ദേഹം തന്റെ അവസാന ലക്ഷ്യത്തിനു തൊട്ടുമുമ്പുള്ള മറ്റൊരു ലക്ഷ്യത്തിലെത്തിക്കഴിഞ്ഞിരുന്നു. 1956ൽ വിപ്ലവശ്രമങ്ങൾക്കായി ക്യൂബയിലേക്കു തിരിച്ച ഗ്രാൻമ എന്ന കപ്പലിലെ വിപ്ലവകാരികൾക്കൊപ്പം അദ്ദേഹം ചേർന്നു. 1955ലെ വേനലിൽ കാസ്ട്രോയെ കണ്ടുമുട്ടിയപ്പോൾ തന്റെ വ്യക്തിപരമായ പ്രവർത്തനങ്ങളുടെ ഭാവി ക്യൂബൻ വിപ്ലവവുമായി ബന്ധിപ്പിക്കുവാൻ അദ്ദേഹത്തിന് യാതൊരു സന്ദേഹവുമില്ലായിരുന്നു. രണ്ട് വർഷം മുമ്പ് ബ്യൂണസ് അയേഴ്സിൽനിന്നും പുറപ്പെട്ട, ഏറെ അനുഭവജ്ഞാനമൊന്നുമില്ലാതിരുന്ന, തന്റെ ലക്ഷ്യത്തെക്കുറിച്ചോ ദൗത്യത്തെക്കുറിച്ചോ നിശ്ചയമില്ലാതിരുന്ന ആ യുവാവ് താൻ അന്വേഷിച്ചുകൊണ്ടിരുന്ന ആ പാത ഒടുവിൽ കണ്ടെത്തിക്കഴിഞ്ഞിരുന്നു.

റിച്ചാർഡ് ഗോട്ട്

■

അനുഭവസാക്ഷ്യം

തന്റെ പ്രവൃത്തികൊണ്ടും ജീവിതശൈലികൊണ്ടും സമൂഹത്തിന് മാതൃകയായി മാറിയ ഒരു മഹത്വ്യക്തിയുടെ പുസ്തകത്തിന് അവതാരിക(അനുഭവസാക്ഷ്യം)യെഴുതുകയെന്നത് അത്ര അനായാസമായ കാര്യമല്ല. യാഥാർത്ഥ്യത്തിനു നിരക്കാത്ത ഒരു മിത്തായി (myth) അദ്ദേഹത്തെ മാറ്റിമറിക്കാനുള്ള ഒരു ത്വര നമുക്കുണ്ടാകും എന്നതുതന്നെയാണ് ആ ഉദ്യമം ആയാസകരമാക്കുന്നത്.

അദ്ദേഹത്തിന്റെ സ്വപ്നസഞ്ചാരങ്ങളിൽ ഭാഗഭാക്കാകാനുള്ള അവസരം ലഭിച്ച ഒരു വ്യക്തി അവതാരിക എഴുതുമ്പോൾ, ആ ഉദ്യമം കുറച്ചുകൂടി സങ്കീർണ്ണമായിത്തീരുന്നു. ഒരു സാധാരണ മനുഷ്യനിൽ നിന്നും അദ്ദേഹത്തെ വ്യത്യസ്തനാക്കിയ, ധാർമ്മികവും ബൗദ്ധികവുമായ വൈശിഷ്ട്യങ്ങൾ അടുത്തു കാണാനും, അദ്ദേഹത്തിന്റെ സൗഹൃദം ആസ്വദിക്കാനും കഴിഞ്ഞ ഞങ്ങൾക്ക് അദ്ദേഹം ഒരു ഇതിഹാസമല്ലെന്നും 'മനുഷ്യ ജീവിതം' തന്നെയാണെന്നും പലപ്പോഴും സ്വയം ഓർമ്മിപ്പിക്കേണ്ടതായി വന്നു.

ഈ കാര്യങ്ങൾ മനസ്സിൽ വെച്ചുകൊണ്ടുതന്നെ – 1942 ഒക്ടോബർ മുതൽ ഞങ്ങൾ സുഹൃത്തുക്കളായിരുന്നു – ഗുവേരയുടെ രണ്ടാമത്തെ ലാറ്റിനമേരിക്കൻ യാത്രക്കുറിപ്പു കൾക്കുള്ള അവതാരിക എഴുതാനുള്ള ചുമതല ഞാൻ ഏറ്റെടുക്കുന്നു. വളരെ വിശദമായ ഈ വിവരണങ്ങൾ വായിക്കുന്ന വായനക്കാരൻ ഏണസ്റ്റോ ഗുവേര ദെ ലാ സെർനാ എന്ന പച്ചയായ മനുഷ്യനെ കണ്ടുമുട്ടുന്നു; അതോടൊപ്പം ഇരുപത്തിയഞ്ചുകാരന്റെ സാഹസങ്ങളും. കാർലോസ് ഫെററർ (കലിക്ക) എന്ന തന്റെ സഹചാരിയോടൊപ്പമുള്ള യാത്രയിൽ ആ വ്യക്തിത്വരൂപീകരണത്തിന്റെ തുടർച്ചകളും നാം കാണുന്നു: "യാത്രയുടെ കൃത്യമായ ഉദ്ദേശ്യമോ, ലക്ഷ്യമോ ദിശയോ അറിയാതെ അമേരിക്കൻ വൻകരയിലൂടെ സഞ്ചരിക്കുന്ന വ്യത്യസ്തമായ രണ്ട് വ്യക്തിത്വങ്ങൾ."

വെനിസ്വേല വിട്ട് ഗ്വാട്ടിമാലയെക്കുറിച്ച് കൂടുതൽ മനസ്സിലാക്കുവാനും അവിടത്തെ വിപ്ലവത്തിൽ ഭാഗഭാക്കാകാനുമുള്ള തീരുമാനമെടുക്കുന്നതോടെ ഗുവേരക്ക് സംഭവിക്കുന്ന മാറ്റം ശരിക്കും തൊട്ടറിയാവുന്ന

ഒന്നാണ്; തേടി നടന്നിരുന്ന പാത തന്നെയാണ് താൻ കണ്ടെത്തിയിരിക്കുന്നതെന്ന അദ്ദേഹത്തിന്റെ ദൃഢവിശ്വാസം നമുക്ക് മനസ്സിലാക്കാൻ കഴിയുന്നു.

തെക്കേ അമേരിക്കയിലൂടെ നടത്തിയ ആദ്യത്തെ യാത്ര. സാമൂഹ്യമായ ഉച്ച നീചത്വങ്ങളെക്കുറിച്ചും അവക്കെതിരെ പ്രതികരിക്കേണ്ടതിന്റെ പ്രാധാന്യത്തെക്കുറിച്ചുമുള്ള അദ്ദേഹത്തിന്റെ ധാരണകൾക്ക് ആഴം കൂട്ടിയെങ്കിൽ രണ്ടാമത്തെ യാത്ര അദ്ദേഹമാർജ്ജിച്ചു കഴിഞ്ഞിരുന്ന രാഷ്ട്രീയമായ ധാരണകളെ അരക്കിട്ടുറപ്പിക്കുന്നതോടൊപ്പം, ഒരു സമ്പൂർണ്ണ വിപ്ലവം നടപ്പാക്കുന്നതിനുവേണ്ടി സമരങ്ങൾ സംഘടിപ്പിക്കുന്ന കാര്യത്തിൽ ഒരു വിശദമായ പഠനം ആവശ്യമാണെന്ന കാര്യം കൂടി ഗുവേരയുടെ മനസ്സിൽ കരുപ്പിടിപ്പിച്ചു. തന്റെ കുടുംബത്തോടും സുഹൃത്തുക്കളോടുമുള്ള അദ്ദേഹത്തിന്റെ അന്നത്തെ യാത്രാമൊഴികളെ ഞാനിപ്പോഴും എന്റെ സ്മരണകളിലൂടെ നിരീക്ഷിക്കുന്നു. അദ്ദേഹത്തിന്റെ ആ യാത്രക്കുള്ള യഥാർത്ഥ കാരണം അവർക്കൊന്നും മനസ്സിലായിരുന്നില്ലെങ്കിലും ഒരു കുടുംബത്തിൽ നിന്നോ സമൂഹത്തിൽ നിന്നോ വിട ചൊല്ലി പുതിയ ചക്രവാളങ്ങൾ തേടിപ്പോകുന്ന ഒരു മനുഷ്യനു നൽകുന്ന ഔപചാരികമായ യാത്രയയപ്പു തന്നെ അവർ അദ്ദേഹത്തിന് നൽകി – സമൂഹത്തിൽ ആ കാലഘട്ടത്തിൽ നിലനിന്ന ചിട്ടകൾക്കും വർഗ്ഗനിയമങ്ങൾക്കും മുൻധാരണകൾക്കും വിരുദ്ധമായിരുന്നു ആ യാത്രയെങ്കിൽ കൂടി.

അർജന്റീനാ സൈന്യത്തിന്റെ ഫാറ്റിഗ് യൂണിഫോറമണിഞ്ഞ 'ചെ'യെ ഞാൻ മുന്നിൽ കാണുന്നു: ഇറുകിയ ട്രൗസറുകളും അപരിഷ്കൃതമായ ഷർട്ടും ലേസുകൾ കെട്ടിയിട്ടില്ലാത്ത ബൂട്ട്സും. (ആ ബൂർഷ്വാസിച്ചരട് കെട്ടാത്തത് ശ്രദ്ധക്കുറവുകൊണ്ടല്ല, ബാഹ്യമായ വേഷവും മോടിയും ഒട്ടും പ്രാധാന്യമുള്ളതല്ല എന്നു കാണിക്കാനാണ്.)

വിടർന്ന പുഞ്ചിരിയുമായി തീവണ്ടിയുടെ രണ്ടാം ക്ലാസ് കമ്പാർട്ട്മെന്റിൽ തൂങ്ങിക്കിടക്കുന്ന 'ചെ'യുടെ മുടി പതിവുപോലെ നന്നായി ക്രോപ്പ് ചെയ്തിട്ടുണ്ട്. ബ്യൂണസ് അയേഴ്സ് റയിൽവേ സ്റ്റേഷനിൽ നിന്നും യാത്ര തുടങ്ങുന്ന അദ്ദേഹം ചരിത്രത്തിലേക്ക് പ്രവേശിക്കുന്നു.

പ്രതിഭയും ശൈലിയുമുള്ള ഒരു സാഹിത്യകാരനും, ആഴമേറിയ വീക്ഷണമുള്ള ഒരു നിരീക്ഷകനും സംയോജിക്കുന്ന, വർണ്ണ വിഭ്രാമകമായ ഡയറിത്താളുകളിൽ ചരിത്രത്തിന്റെ രേഖപ്പെടുത്തലുകൾ ആരംഭിക്കുകയായിരുന്നു.

ബൊളീവിയായിലെ ബോൽസാ നെഗ്രാ ഖനികളെക്കുറിച്ചുള്ള രേഖീയമായ ഒരു വിവരണത്തിനുശേഷം കുറിപ്പുകൾ ഇങ്ങനെ തുടരുന്നു: "ആ ഖനികളിൽ തുടിപ്പുണ്ടായിരുന്നില്ല. ഭാരം ചുമക്കുന്ന തൊഴിലാളികളുടെ ഊർജത്തിന്റെ അഭാവം അവിടെ പ്രകടമായിരുന്നു.

അമേരിന്ത്യൻ ജനതയുടെ കാർഷിക പരിഷ്കാരങ്ങളുടെ ദിനമായ ആഗസ്റ്റ് രണ്ടിന് നടക്കുന്ന വിപ്ലവത്തിനു പിന്തുണ നൽകാനായി, ലാപാസിലേക്കു പോയിരിക്കുകയായിരുന്നു അവർ."

ഏണസ്റ്റോയുടെ മുഖമുദ്രയായിത്തീർന്ന ആ കാര്യങ്ങൾ ഈ വാക്കുകളിൽ പ്രകടമായിരുന്നു. ജീവിതത്തിൽ എല്ലാ മേഖലകളിലുമുള്ള ഒരാളുടെ പ്രസക്തി. അതേസമയം തന്നെ ഒരെഴുത്തുകാരന്റെ സൗന്ദര്യ ബോധത്തിലൂന്നിയുള്ള സംവേദന ശൈലി.

തന്റെ ചെറിയ യാത്രക്കിടയിൽ ഗുവേര ചെയ്തുതീർത്ത വൈവിദ്ധ്യ മാർന്ന കാര്യങ്ങളെക്കുറിച്ച് ഡയറിയിൽ രേഖപ്പെടുത്തപ്പെട്ട വിവരണ ങ്ങളാണ് നമ്മെ ആകർഷിക്കുന്ന മറ്റൊരു കാര്യം. ഉദാഹരണമായി ബ്യൂണസ് അയേഴ്സ് സർവ്വകലാശാലയിലെ അദ്ധ്യാപന സംവിധാന ത്തെക്കുറിച്ച് പ്രഭാഷണം നടത്തുന്ന ഏണസ്റ്റോ, പ്രശസ്ത സ്പാനിഷ് ഫിസിയോളജിസ്റ്റും, ഫ്രാങ്കോയുടെ ഭരണകാലത്ത് പീഡനമനുഭവിച്ച വ്യക്തിയുമായ പി സുനേറിനോട് ഗവേഷണത്തെക്കുറിച്ച് സംസാരി ക്കുന്നത് രസകരമായ വൈവിദ്ധ്യം തന്നെയാണ്. പല പ്രമുഖരുമായും ചർച്ചകളുടെ (അഭിപ്രായ വ്യത്യാസങ്ങളുടെ) ഒരു പരമ്പര തന്നെ ഏണസ്റ്റോ തീർക്കുകയുണ്ടായി. ഓരോ ചർച്ചകൾക്കുശേഷവും അദ്ദേഹം വിമർശനാത്മകമായ കണക്കു കൂട്ടലുകൾ നടത്തി. ഏകദേശം അരനൂറ്റാണ്ടുമുമ്പ് അദ്ദേഹത്തിൽ ഉരുത്തിരിഞ്ഞ അന്തർധാരകളെ ക്കുറിച്ചോർക്കുമ്പോൾ ഞങ്ങൾ അത്ഭുതപ്പെട്ടിട്ടുണ്ട്.

കോസ്റ്റോറിക്കയിൽ എത്തിയപ്പോൾ രാജ്യഭ്രഷ്ടരാക്കപ്പെട്ട പല വ്യക്തി കളേയും അദ്ദേഹം കണ്ടുമുട്ടി. അവരിൽ രണ്ടുപേർ അതിനുശേഷം അവരുടെ രാജ്യങ്ങളുടെ പ്രസിഡന്റുമാരായി അധികാരമേറ്റ് രാഷ്ട്രീയ പ്രാധാന്യം നേടിയവരായിരുന്നു. ഡൊമിനിക്കൻ റിപ്പബ്ലിക്കിൽ നിന്നുള്ള ജുവാൻ ബോഷുമായും[1] വെനിസ്വേലയിലെ റോമുലോ ബെന്റകോറു മായുമുള്ള ഗുവേരയുടെ ചർച്ചകളും സൗഹൃദവും അസാധാരണമാണ്. ഏറെ അറിയപ്പെടാത്ത, അധികം സംസാരപ്രിയനല്ലാത്ത ഈ യുവാവ് എങ്ങനെ ഇവർക്കു ചുറ്റുമുള്ള ഔദ്യോഗിക വലയം ഭേദിച്ച് ഇവരുടെ അടുത്തെത്തിച്ചേർന്നുവെന്നത് മറ്റൊരു അപൂർവ്വതയാണ്. ഇതിനൊക്കെ ഉത്തരം കണ്ടെത്തുക അനായാസമല്ല. പക്ഷേ അവരുമായി ഏണസ്റ്റോ നടത്തിയ ചർച്ചകളും, ആ ചർച്ചകളുടെ പ്രസക്തിയും ഒരു യാഥാർത്ഥ്യം തന്നെയായിരുന്നു. ചുരുക്കം വാക്കുകളിലൂടെ ബോഷിനെ ചിത്രീകരി ക്കുന്നതോടൊപ്പം, വെനിസ്വേലയുടെ ഭാവിയിലെ പ്രസിഡന്റ് എന്ന നില യിൽ ബെന്റാകോർ അമേരിക്കയുടെ മുന്നിൽ തന്റെ രാജ്യത്തിന്റെ സമ്പന്നമായ പാരമ്പര്യം അടിയറവെക്കുന്നതിനെക്കുറിച്ചും, ആസിയോൺ

1. പ്രസിദ്ധനായ ലാറ്റിനമേരിക്കൻ സാഹിത്യകാരൻ.

ഡെമോക്രാറ്റിക്കായുടെ മേധാവിയെന്ന നിലയിൽ തിരഞ്ഞെടുപ്പു യന്ത്രത്തിന്റെ ചുക്കാൻ പിടിക്കുന്നതും അദ്ദേഹം മുൻകൂട്ടിക്കാണുന്നു.

ഈ ഡയറിക്കുറിപ്പുകളിൽ ഊർജ്ജസ്വലതയുടേയോ ആഹ്ലാദത്തിന്റേയോ അസാന്നിദ്ധ്യമില്ല. ധാരാളം ആശയങ്ങളുള്ള ആ ചെറുപ്പക്കാരനിൽ ഊർജ്ജസ്വലത നിറഞ്ഞുനിൽക്കുന്നത് നമുക്ക് കാണാനാകുന്നു. സ്ത്രീകളുടെ സാന്നിദ്ധ്യം അയാൾക്ക് വൈകാരികതയുടെ തുടിപ്പുകൾ നൽകുന്നു. "നീഗ്രോ യുവതിക്ക്" അല്പം സ്നേഹവും സാന്ത്വനവും നൽകുന്നതോടൊപ്പം അദ്ദേഹം സ്വയം വഞ്ചിക്കുന്നില്ല. എല്ലാ സമാഗമങ്ങളേയും യഥാർത്ഥ വർണ്ണങ്ങളിൽ തന്നെ അദ്ദേഹം നോക്കിക്കാണുന്നു.

മെക്സിക്കോയിൽ എത്തിച്ചേർന്നതിനുശേഷമുള്ള ഡയറിക്കുറിപ്പുകൾ അദ്ദേഹത്തിന്റെ താത്പര്യങ്ങളുടെ വൈവിദ്ധ്യങ്ങളിലൂടെ അസാധാരണ പ്രാധാന്യം കൈവരിക്കുന്നു. അദ്ദേഹം മ്യൂസിയങ്ങൾ സന്ദർശിച്ചു ഒറോസകോ, റിവേര, തമായോ സെക്വീറോസ് എന്നിവരുടെ ചുമർ ചിത്രങ്ങൾ കണ്ടു; അസ്റ്റെക് പിരമിഡുകളിലൂടെ ചുറ്റി നടന്നു - പക്ഷേ അപ്പോഴും തന്റെ യഥാർത്ഥ ലക്ഷ്യം മറന്നില്ല. മെക്സിക്കൻ സംസ്കാരത്തിന്റെ വശ്യതകൾ ആസ്വദിക്കുമ്പോഴും താനൊരു "പ്രോളിറ്റേറിയൻ" ജീവിതം നയിക്കുമെന്ന് ഡയറിയിലെഴുതുന്ന ഏണസ്റ്റോയുടെ നിശ്ചയദാർഢ്യം ശ്രദ്ധേയമാണ്.

യുളീസസ് പെറ്റിറ്റ് മുറാറ്റും, അദ്ദേഹത്തിന്റെ ഭാര്യയും, ഹിൽദായും, പെദ്രോണയും, ബിയട്രീസ് ആന്റിയും നൽകുന്ന സഹായങ്ങൾ ബൂർഷ്വാ പാതയിലേക്കു പോകാൻ അദ്ദേഹത്തെ ഒരിക്കലും പ്രലോഭിപ്പിച്ചില്ല. "ആശകളുടേയും നിരാശകളുടേയും സാധാരണ ചങ്ങലകളിൽ" ബന്ധനസ്ഥമാക്കപ്പെട്ട ഒരു പ്രോളിറ്റേറിയൻ ജീവിതം തന്നെയാണ് അദ്ദേഹം തുടർന്നത്. അധികാരം പിടിച്ചെടുക്കുന്ന കാലത്തും ആ ജീവിതരീതി തന്നെയാണ് അദ്ദേഹം അനുഷ്ഠിച്ചത്. മെക്സിക്കോയിൽ വെച്ച് അർജന്റീനയിൽ നിന്നുള്ള രാഷ്ട്രീയ അഭയാർത്ഥികളുമായി ചർച്ച നടത്തുന്നതോടെ രാഷ്ട്രീയത്തോടുള്ള അദ്ദേഹത്തിന്റെ പുതിയ സമീപനം വ്യക്തമായി രൂപീകരിക്കപ്പെട്ടു. അർജന്റീനയിൽ പെറോണിനെ അട്ടിമറിച്ച് അധികാരത്തിലെത്തിയ ഗവൺമെന്റിന് പിന്തുണ പ്രഖ്യാപിച്ചു കൊണ്ട് കത്തെഴുതുവാൻ അവർ ആഗ്രഹിച്ചു. തൊഴിലാളി സംഘടനകളുടെ ജനാധിപത്യാവകാശങ്ങളിലും സാമ്പത്തികരംഗത്തെ നിയന്ത്രണങ്ങളുടെ കാര്യത്തിലും പുതിയ ഭരണകൂടത്തിന്റെ സമീപനം നോക്കിയിട്ടു മതി പിന്തുണ നൽകുന്ന കാര്യത്തിൽ തീരുമാനമെടുക്കാനെന്ന് ഏണസ്റ്റോ വാദിച്ചു.

പ്രോളിറ്റേറിയൻ ധാരണകൾക്കൊപ്പം അദ്ദേഹത്തിനുള്ളിലെ മാനവികതയും ഉയർന്നു നിൽക്കുന്നത് നമുക്ക് കാണാം. തണുത്തു വിറക്കുന്ന തൊഴിലാളികൾക്ക് തന്റെ ഓവർകോട്ട് ഊരിക്കൊടുക്കുന്നതും, തന്റെ

സുഹൃത്തായ എൽ പതോജാക്ക് ഗ്വാട്ടിമാലയിലുള്ള അമ്മയെ കാണാൻ പോകുന്നതിനായി വൈകാരികമായും സാമ്പത്തികമായും (150 പെസോ) സഹായം ചെയ്യുന്നതും ഈ മാനവീകതക്ക് നിദാനമാണ്.

ഈ കുറിപ്പുകളിലെ അവസാനത്തെ ഖണ്ഡികകൾ ഏണസ്റ്റോയുടെ ആദ്യത്തെ ഇരുപത്തിയഞ്ചു വർഷക്കാലയളവിലെ ജീവിതലക്ഷ്യത്തെ അടിവരയിടുന്നതാണ്. ഏണസ്റ്റോയുടെ ശാസ്ത്രത്തിലുള്ള അഭിരുചിയും താത്പര്യവും, സഞ്ചാരികൾക്കിടയിൽ അലഞ്ഞു നടക്കുന്നതും, സുഹൃത്തുക്കൾക്കൊപ്പം നടന്ന് പ്രകൃതിയേയും സംസ്കാരത്തേയും തൊട്ടറിയുന്നതും; ഒരു ശരിയായ വിപ്ലവത്തിൽ പങ്കെടുക്കേണ്ടതിന്റെ ആവശ്യവും; അലർജിയെക്കുറിച്ചുള്ള അദ്ദേഹത്തിന്റെ പഠനങ്ങളും ഗ്വാളാന്റോയിൽ വെച്ച് തന്റെ ഗവേഷണ പരപാടികളെക്കുറിച്ചുള്ള വിശദീകരണവും, വൈദ്യശാസ്ത്രരംഗത്ത് ഗവേഷണം നടത്താനുള്ള അദ്ദേഹത്തിന്റെ ആഗ്രഹവും ശ്രദ്ധേയമാണ്.

തന്റെ ഭാവിയെക്കുറിച്ചെഴുതുന്ന വേളയിൽ, കാരക്കാസിൽ വെച്ച് ഗ്രനാഡോസിനെ കണ്ടുമുട്ടുമെന്ന് രേഖപ്പെടുത്തുന്നു - അത്തരം ഒരു സാധ്യതയെക്കുറിച്ച് അദ്ദേഹം ചിന്തിക്കുമ്പോൾ അതിനപ്പുറത്തേക്ക് ഉറച്ച ഉദ്ദേശത്തിലേക്ക് ആ ചിന്ത കടന്നു ചെല്ലുന്നില്ല. 1952ൽ വീണ്ടും ആവർത്തിക്കാൻ സാധ്യതയില്ലാത്ത ചില യാത്രാ നിമിഷങ്ങൾ പങ്കുവെച്ച ഫസ്റ്ററിൽ നിന്നും വ്യത്യസ്തമാണ് അദ്ദേഹത്തിന്റെ ചിന്താ ശൈലിയും പെരുമാറ്റവും. യാത്രകൾക്കും ഗവേഷണങ്ങൾക്കുമുള്ള അദ്ദേഹത്തിന്റെ ത്വര ആർത്തിയോടെ കാണാനാവുമെങ്കിലും ഒരു ബൊഹീമിയന്റെ[1] പാതിയോ, വിപ്ലവകാരിയുടെ പാതിയോ, ശാസ്ത്രജ്ഞന്റെ പാതിയോ ആകാതിരിക്കാനുള്ള നിശ്ചയദാർഢ്യം ഏണസ്റ്റോയിൽ കാണാം. എല്ലാം ത്യജിച്ച് ആ മഹത്തായ, നിർണ്ണായകമായ തീരുമാനത്തിലേക്ക് കൂപ്പുകുത്തുകയായിരുന്നു അദ്ദേഹം.

ആഗസ്റ്റിന്റെ പാരുഷ്യത്തിനിടയിൽ ഫിദലിനെ കണ്ടുമുട്ടുന്നതും തനിക്കാവശ്യമായ ശക്തിയും പിന്തുണയും അയാളിൽ ദർശിക്കുന്നതും ജീവിതത്തിനിടയിൽ സംഭവിക്കുന്ന അപകടം പോലെയാണ്. മഹത്തായ ഒരു ചരിത്രസംഭവത്തിന്റെ നാന്ദിയായ ആ സമാഗമത്തെക്കുറിച്ച് വളരെ ചെറിയൊരു പരാമർശമേ ആ ഡയറിക്കുറിപ്പുകളിലുള്ളുവെങ്കിലും, മഹാനായ ജോസ് മാർട്ടിയുടെ വാക്കുകൾ ഉദ്ധരിച്ചുകൊണ്ട് ഗുവേരയുടെ ആ ചെറിയ പരാമർശത്തെ ഞാൻ ന്യായീകരിക്കാം: “ചില കാര്യങ്ങളെങ്കിലും നാം മൗനത്തിലേക്ക് തള്ളിയുപേക്ഷിക്കാറുണ്ട്....?”

ആൽബർട്ടോ ഗ്രനാഡോ, ഹവാന 1998

■

1. സമുദായാചാര ലംഘകൻ

USA
MEXICO
Gulf of Mexico
CUBA
Las Colorados
Chichén-Itzá
Uxmal
Campeche
Veracruz
Mexico City
León
Tuxpan
Puebla
Orizaba
Pacific Ocean
NICARAGUA
COSTA RICA
San José
PANAMA
COLOMBIA
Managua
San Salvador
Quiriguá
Progreso
Lake Atitlán
SCALE
0
500 miles

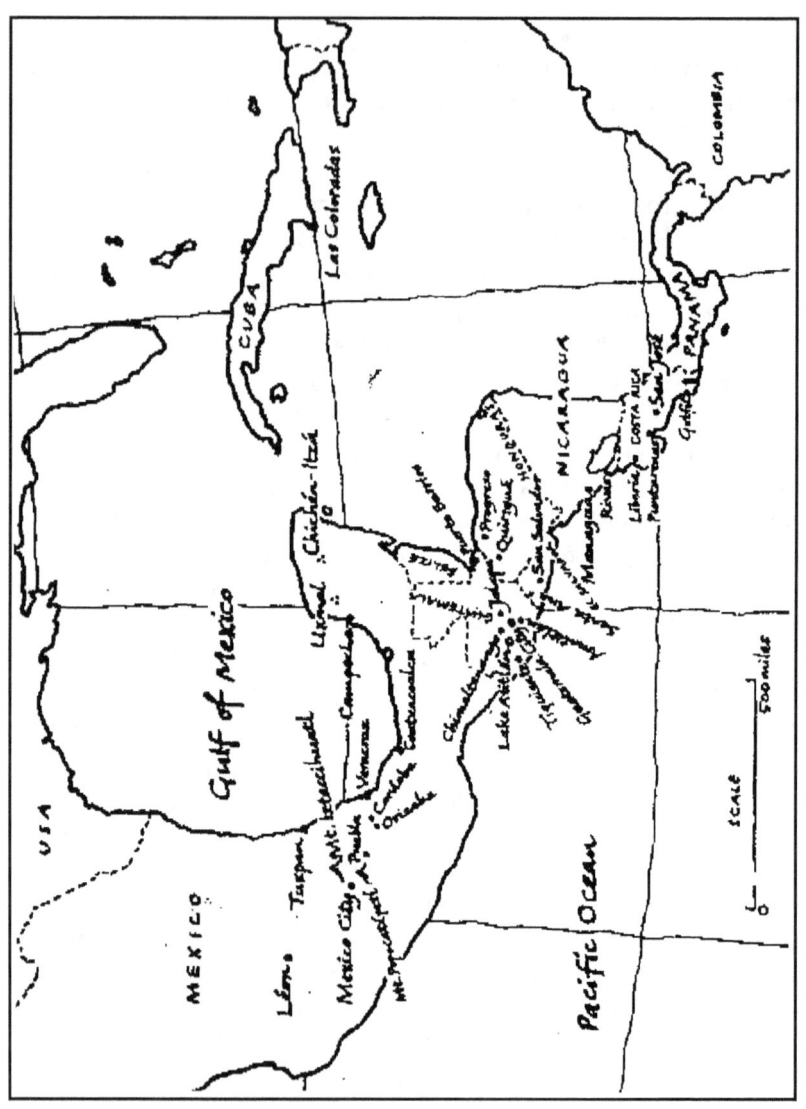

Panama City
Balboa
COLOMBIA
ECUADOR
Guayaquil
Porto Bolívar
Tumbés
PERU
BRAZIL
Lima
Machu Picchu
Cuzco
Lake Titicaca
Puno
BOLIVIA
Villazón
La Quiaca
CHILE
ARGENTINA
URUGUAY
Buenos Aires
SCALE
500 miles

ചെഗുവേരയുടെ യാത്രകൾ

അർജന്റീനിയൻ സുഹൃത്ത് എഡ്വാർഡോ ഗാർസിയക്കൊപ്പം ചെഗുവേര (ഇടത്ത്). ഈ നിയമ വിദ്യാർത്ഥിക്കൊപ്പമാണ് അദ്ദേഹം ഇക്വഡോർ, ഗ്വാട്ടിമാല എന്നിവിടങ്ങളിൽ സഞ്ചരിച്ചത്.

ചെ ഗ്വാട്ടിമാലയിൽ. റിക്കാർഡോ റോജോ, ലുസ്മില്ല ഒല്ലർ, എഡ്വാർഡോ ഗാർസിയ, ഹിൽദാ ഗാദിയ എന്നിവർക്കൊപ്പം.

മൗണ്ട് പോപ്പോകാറ്റ്പെൽ എന്ന അഗ്നിപർവ്വതം. അസെറ്റ്ക്സുകളുടെ ഈ പുകയുന്ന പർവ്വതം 1920ൽ പൊട്ടിത്തെറിച്ചു.

സുഹൃത്തുക്കളോടൊപ്പം മൗണ്ട് പോപ്പോകാറ്റ്പെൽ കീഴടക്കാനുള്ള ശ്രമത്തിൽ ചെ (വലത്ത്).

ചെ ഉയരങ്ങളെ കീഴടക്കുന്ന തന്റെ മഹത്തായ ദൗത്യത്തിനിടയിൽ.

കംപാഷെയിലെ കത്തീഡ്രൽ - തെരുവിൽ നിന്നുള്ളൊരു ദൃശ്യം.

ചെ കംപാഷെ കത്തീഡ്രലിന്റെ പശ്ചാത്തലത്തിൽ.

ചിചെൻ ഇറ്റ്സയിലെ വാനനിരീക്ഷണകേന്ദ്രം.

ഉക്സമലിലെ ഇഡോവിനോ ക്ഷേത്രം -
ചെയുടെ മകൻ ഏണസ്റ്റോ ഗുവേര മാർച്ച്
അടുത്തകാലത്ത് എടുത്ത ചിത്രം.

മെക്സിക്കോവാസത്തിനിടയിലെ രണ്ട് ചെ ചിത്രങ്ങൾ

ചെ (നടുവിൽ) റിയാനാഡോ ബെനിടെസ്, നാപ്പോൾഡ് ആൽബർട്ടോ ബയോ, യൂണിവേഴ്സോ സാഞ്ചസ് എന്നിവർക്കൊപ്പം *മിഗുൽ ഇ ഷൂൾഡ്സ്* ജയിലറക്കു മുൻപിൽ.

ചെ (മുൻവശത്ത്) സുഹൃത്തുക്കൾക്കൊപ്പം. *ഗ്രാൻമ* എന്നു പേരിട്ട ഈ സുഹൃദ്സംഘമാണ് പിന്നീട് ബത്തീസ്തയെ നിഷ്കാസിതനാക്കാനും ഫിദൽ കാസ്ട്രോയെ ജനനേതാവാക്കാനും മുൻകൈയെടുത്തത്.

ചെ (നടുവിൽ) സുഹൃത്തുക്കൾക്കൊപ്പം.

യാത്രകൾ കാഴ്ചകൾ കത്തുകൾ

ലാകിയാക്കയിലെ മൊട്ടക്കുന്നുകളിലൂടെ നടക്കുമ്പോൾ സൂര്യൻ ഞങ്ങൾക്കു പുറകിൽ മങ്ങി പ്രകാശിച്ചു. മുന്നോട്ട് നടക്കുന്നതിനിടയിൽ അടുത്തയിടെ സംഭവിച്ച കാര്യങ്ങളിലൂടെ എന്റെ മനസ്സ് സഞ്ചരിച്ചു: കുറേ മനുഷ്യരേയും അവർ പൊഴിച്ച കണ്ണീരിനേയും സാക്ഷിനിർത്തി ക്കൊണ്ടുള്ള എന്റെ പുറപ്പാട്; നല്ല വസ്ത്രങ്ങളും തുകൽ കോട്ടുകളും ധരിച്ചുകൊണ്ട് രണ്ടാം ക്ലാസ് തീവണ്ടിമുറിയിൽ കയറിയ ഞങ്ങൾക്കു നേരെ ആളുകൾ തൊടുത്തുവിട്ട അപരിചിതമായ നോട്ടം, ബാഗുമായി നിൽക്കുന്ന ഒരുകൂട്ടം മര്യാദക്കാരോട് നടത്തുന്ന യാത്ര പറച്ചിൽ എന്നി ങ്ങനെ. എന്റെ സഹായി(യുടെ പേര്) മാറിയിട്ടുണ്ട്: ആൽബർട്ടോക്കു[1] പകരം ഇപ്പോൾ കലിക്ക[2]യാണ്. പക്ഷേ യാത്ര പഴയതുപോലെത്തന്നെ; തങ്ങളുടെ അന്വേഷണത്തിന്റെ യഥാർത്ഥ ഉദ്ദേശ്യമോ, ലക്ഷ്യത്തിന്റെ യഥാർത്ഥ ദിശയോ അറിയാതെ അമേരിക്കൻ വൻകരയിലൂടെ നീങ്ങുന്ന രണ്ട് വ്യത്യസ്ത വ്യക്തിത്വങ്ങൾ.

മൊട്ടക്കുന്നുകൾക്കു ചുറ്റും പരന്നു കിടക്കുന്ന നരച്ച നിറമുള്ള മഞ്ഞ് ആ നാട്ടിൻപുറത്തിനു അസാധാരണമായ രൂപവും ഭാവവും നൽകുന്നു. ഞങ്ങളുടെ നേരെ വിപരീതദിശയിൽ ഒഴുകിക്കൊണ്ടിരിക്കുന്ന അരുവി അർജന്റീനയുടേയും ബൊളീവിയയുടേയും അതിര് വേർതിരിക്കുന്നു. ചെറിയ റെയിൽപാലത്തിനു കുറുകെ രണ്ട് പതാകകൾ മുഖത്തോടു മുഖം നിലകൊള്ളുന്നു. ബൊളീവിയൻ പതാക പുതിയതും വർണ്ണ പ്പകിട്ടുള്ളതുമാണെങ്കിൽ അർജന്റൈൻ പതാക. പ്രതീകാത്മകമായി ദാരിദ്ര്യം പ്രകടിപ്പിക്കുന്നതുപോലെ ഭംഗി കെട്ടതും നിറംമങ്ങിയതുമാണ്.

ഞങ്ങൾ ചില പോലീസുകാരുമായി സംസാരിച്ചു തുടങ്ങി. ഞങ്ങ ളുടെ ബാല്യകാലം ചെലവിട്ട ആൾട്ടാ ഗ്രാസിയാ എന്ന പട്ടണത്തിൽ നിന്നുള്ള ഒരു കൊർഡോബക്കാരനാണ് തങ്ങളുടെ ഒരു സഹപ്രവർത്ത കനെന്ന് അവർ പറയുന്നു. ബാല്യകാലത്ത് എന്റെ കളിക്കൂട്ടുകാര നായിരുന്ന ടിക്വി വിദോറയാണ് അയാൾ. അർജന്റീനയിലെ വടക്കു

1. ഗുവേരയുടെ സുഹൃത്ത് ആൽബർട്ടോ ഗ്രെനാഡോ.
2. ലാറ്റിനമേരിക്കയിലൂടെയുള്ള ആദ്യത്തെ യാത്രയിൽ സഹായിയായിരുന്ന കാർലോസ് ഫെറർ എന്ന കലിക്ക

കിഴക്കൻ മൂലയിൽ വെച്ചു സംഭവിച്ച അസാധാരണമായ ഒരു ബാല്യ കാലസ്മരണ. വിട്ടൊഴിയാത്ത തലവേദനയും ആസ്മയും യാത്ര പതുക്കെയാക്കാൻ എന്നെ നിർബന്ധിച്ചു കൊണ്ടിരുന്നു. ലാപാസിലേക്കു യാത്ര തിരിക്കുന്നതിനുമുമ്പായി അസാധാരണമാംവിധം മടുപ്പുള വാക്കുന്ന മൂന്ന് ദിനങ്ങൾ ഞങ്ങൾ കഴിച്ചുകൂട്ടി. രണ്ടാം ക്ലാസിലാണ് ഞങ്ങളുടെ യാത്രയെന്നു കണ്ടപ്പോൾ ആളുകൾക്ക് ഞങ്ങളുടെ യാത്രയോടുള്ള കൗതുകവും താൽപര്യവും നഷ്ടപ്പെട്ടു. പക്ഷേ എല്ലായിടത്തും പതിവുള്ളതുപോലെ ഇവിടേയും നല്ലൊരു വാർത്താ ശകലം കിട്ടുമെന്ന് അവർ പ്രതീക്ഷിച്ചു. അതായിരുന്നു അവർക്ക് ഏറെ പ്രധാനം.

അർജന്റീനയിലേയും ചിലിയിലേയും കസ്റ്റംസ് ഉദ്യോഗസ്ഥൻമാരുടെ പതിവ് പരിശോധനകൾക്കുശേഷം ഞങ്ങൾ ബൊളീവിയയിലെത്തി ച്ചേർന്നു.

വില്ല ജോൻ മുതൽ വരണ്ട മൊട്ടക്കുന്നുകളിലൂടെയും മലയിടുക്കു കളിലൂടെയുമാണ് തീവണ്ടി നിരങ്ങി നീങ്ങുന്നത്. പച്ച അവിടെ വിലക്കപ്പെട്ട നിറമാണ്.

വെടിയുപ്പിന്റെ സാന്നിദ്ധ്യമുള്ള ഊഷര സമതലങ്ങളിലെത്തുമ്പോൾ തീവണ്ടിയുടെ ആസക്തി വർദ്ധിക്കുന്നു. പക്ഷേ രാത്രി വീഴുന്നതോടെ പടിപടിയായി പടരുന്ന തണുപ്പിന്റെ പിടിയിൽ എല്ലാം നഷ്ടപ്പെടുന്നു. ഞങ്ങൾക്കിപ്പോൾ ഒരു കാബിൻ കിട്ടിയിരിക്കുന്നു, പക്ഷേ കൂടുതൽ കരിമ്പടങ്ങളും മറ്റ് സൗകര്യങ്ങളുമുണ്ടെങ്കിലും ഒരു നേരിയ കുളിര് ഞങ്ങളുടെ അസ്ഥികളിലേക്ക് പ്രവേശിക്കുന്നുണ്ട്.

പിറ്റേന്നു രാവിലെ നോക്കുമ്പോൾ ഞങ്ങളുടെ ബൂട്സുകൾ മരവിച്ചിരിക്കുന്നു. കാലിൽ അസ്വാസ്ഥ്യമുണ്ടാക്കുന്ന ഒരനുഭവം. കക്കൂസിൽ വെള്ളം കട്ടപിടിച്ചിരിക്കുന്നു. വെള്ളമെടുക്കാനുള്ള പാത്രങ്ങൾക്കകത്തു പോലും വെള്ളത്തിന്റെ അവസ്ഥ അതുതന്നെ.

ഞങ്ങളുടെ കഴുകാത്ത മുഖങ്ങളും തെറ്റിയ ചിട്ടകളും ഡൈനിങ്ങ് കാറിലേക്കു[1] നടക്കുന്ന ഞങ്ങൾക്ക് അല്പം അസ്വസ്ഥതയുണ്ടാക്കി. പക്ഷേ സഹയാത്രികരുടെ മുഖം കണ്ടപ്പോൾ ഞങ്ങൾക്ക് അല്പം ആശ്വാസം തോന്നി.

ഉച്ചതിരിഞ്ഞ് നാല് മണിക്ക് തീവണ്ടി ലാപാസ് ഗാപ്പിലെത്തുന്നു. നിമ്നോന്നതങ്ങളുള്ള ഒരു ഭൂപ്രദേശത്തിന്റെ പശ്ചാത്തലത്തിൽ പരന്നു കിടക്കുന്ന, ചെറിയതെങ്കിലും മനോഹരമായ നഗരത്തിന്റെ കാവൽ ക്കാരനായി നിതാന്ത ഹിമാവരണമണിഞ്ഞ് ഇല്ലിമാനി കൊടുമുടി തലയുയർത്തി നിൽക്കുന്നു. അവസാനത്തെ കുറച്ച് കിലോമീറ്ററുകൾ താണ്ടുവാൻ തീവണ്ടി ഒരു മണിക്കൂർ തികച്ചുമെടുത്തു. തീവണ്ടി

1. ഡൈനിങ്ങ് കാർ: തീവണ്ടിയിലെ ഭക്ഷണശാല.

വളഞ്ഞ് കീഴോട്ടിറങ്ങാൻ തുടങ്ങിയപ്പോൾ ലാപാസിന്റെ പാർശ്വത്തിലൂടെയാണ് ഞങ്ങൾ കടന്നു പോകുന്നതെന്ന് തോന്നി.

ഇന്നു ശനിയാഴ്ച വൈകുന്നേരമായതിനാൽ ഞങ്ങൾക്ക് സഹായത്തിനും പരിചയപ്പെടുന്നതിനുമായി ശുപാർശ ചെയ്തിരുന്നവരെ കണ്ടെത്തുക ബുദ്ധിമുട്ടായിരുന്നു. അതുകൊണ്ട് ഞങ്ങളുടെ യാത്രാക്ഷീണം മാറ്റുന്നതിനായി ആ സമയം വിനിയോഗിച്ചു.

പരിചയപ്പെടാനും സഹായത്തിനുമായി ശുപാർശ ചെയ്തിരുന്നവരെത്തേടി ഞായറാഴ്ച ഞങ്ങൾ പുറത്തിറങ്ങി. അർജന്റീനക്കാരായ ആളുകളുമായി ഞങ്ങൾ ബന്ധപ്പെട്ടു.

അമേരിക്കാ വൻകരയിലെ ഷാങ്ഹായ് ആണ് ലാപാസ്. വിവിധ ദേശക്കാരായ, വിവിധതരത്തിലുള്ള സാഹസികരായ ആളുകൾ. വർണ്ണശബളമായ സങ്കരവർഗ്ഗക്കാർക്കിടയിൽ, രാജ്യത്തെ അതിന്റെ ലക്ഷ്യത്തിലേക്കു നയിക്കുന്ന ഈ നഗരത്തിൽ അവർ തഴച്ചു വളരുന്നു. സുഖജീവിതം നയിക്കുന്ന പരിഷ്കാരികളായ ആളുകൾ, ഈയിടെയായി ഈ നഗരത്തിൽ സംഭവിക്കുന്ന കാര്യങ്ങളോർത്ത് നടുങ്ങി, അമേരിന്ത്യൻകാർക്കും സങ്കരവർഗ്ഗക്കാരായ മെസ്റ്റിസോകൾക്കും നൽകി വരുന്ന അമിത പ്രാധാന്യം കണ്ട് അവർ ശക്തിയായി പരാതിപ്പെടാൻ തുടങ്ങി. പക്ഷേ അത്തരം ചില നടപടികളിലെങ്കിലും എനിക്ക് കാണാൻ കഴിഞ്ഞത് ഭരണകൂടത്തിന്റെ ദേശീയതയിലൂന്നിയ താത്പര്യങ്ങളാണ്.

മൂന്ന് തകര ഭീമന്മാരുടെ അധീശത്വത്തിന്റെ തണലിലുറങ്ങുന്ന ഭരണസാരഥ്യം അവസാനിക്കേണ്ടത് ഒരാവശ്യമാണെന്ന കാര്യം ആരും നിഷേധിക്കുന്നില്ല. മനുഷ്യരേയും സ്വത്തിനേയും സമതുലിതാവസ്ഥയിലെത്തിക്കുന്ന കാര്യത്തിൽ ഈ നടപടിയിലൂടെ ഒരു പടികൂടി മുന്നോട്ട് പോകാനാവുമെന്ന് രാജ്യത്തെ ചെറുപ്പക്കാർ കരുതുന്നു.

ജൂലായ് പതിനഞ്ചിന്റെ സായാഹ്നത്തിൽ ഒരു പന്തംകൊളുത്തി പ്രകടനം നടന്നു. അതൊരു നീണ്ട മുഷിപ്പൻ ജാഥയായിരുന്നു. പക്ഷേ അതിലുമൊക്കെ ഏറെ ശ്രദ്ധേയമായത് തുടരെ വെടിവെക്കാവുന്ന കൗതുകകരമായ മൗസിയർ തോക്കുകൊണ്ട് വെടിയുതിർത്തുകൊണ്ട് ആളുകൾ പ്രകടിപ്പിച്ച അനുകൂലമായ പ്രതികരണമാണ്.

അടുത്ത ദിവസം ബഹുജനസംഘടനകളും ഹൈസ്കൂൾ കുട്ടികളും തൊളിലാളി സംഘടനകളും ചേർന്ന്, ഒരിക്കലും അവസാനിക്കാത്തതെന്നു തോന്നിപ്പിക്കുന്ന ഒരു പ്രകടനം നടത്തി. മൗസിയർ തോക്കുകൾ ഇടക്കിടെ വെടിയൊച്ച മുഴക്കി. അല്പദൂരം നടന്നു കഴിഞ്ഞാൽ വിവിധ ജാഥാ ഗ്രൂപ്പുകളുടെ ഏതെങ്കിലുമൊരു നേതാവ് പ്രകടനത്തെ അഭിസംബോധന ചെയ്യും: 'വിവിധ യൂണിയനുകളിൽപ്പെട്ട സഖാക്കളെ ലാപാസ് നീണാൾ വാഴട്ടെ, അമേരിക്കാ സ്വാതന്ത്ര്യം[1] നീണാൾ വാഴട്ടെ!

1. അമേരിക്കാ സ്വാതന്ത്ര്യം: ലാറ്റിനമേരിക്കയിലെ യാങ്കി അധിനിവേശത്തിനെതിരായ മുന്നറിയിപ്പ്.

സ്വാതന്ത്ര്യത്തിന്റെ രക്തസാക്ഷികൾ വാഴ്ത്തപ്പെടട്ടെ, പെഡ്രോ ഡോമിങ്കോ മാറില്ലോ വാഴ്ത്തപ്പെടട്ടെ, വില്ലറോൽ വാഴ്ത്തപ്പെടട്ടെ!' ഇത് ചൊല്ലിക്കൊടുക്കുന്ന തളർന്ന ശബ്ദത്തിനെ ചിട്ടയൊപ്പിച്ച മടുപ്പുള വാക്കുന്ന ഏറ്റുചൊല്ലലുകൾ അനുധാവനം ചെയ്തു. ആകർഷകമായ ആ പ്രകടനം വീര്യം കൂടിയതായിരുന്നില്ല. തളർന്ന പദചലനങ്ങളും, പൊതുവേയുള്ള ആവേശക്കുറവും അതിന്റെ ഉൽസാഹം കെടുത്തി. ഖനിത്തൊഴിലാളികളുടെ ഉത്സാഹപൂർണ്ണമായ മുഖങ്ങൾ അതിനിടയിൽ കാണാൻ കഴിഞ്ഞില്ലെന്ന് അതിനെക്കുറിച്ചെല്ലാം അറിവുള്ളവർ പറഞ്ഞു.

അടുത്ത ദിവസം ലാസ് യുങ്ങ് ഗാസിലേക്കുള്ള യാത്ര ഞങ്ങൾ ലോറിയിലാക്കി. തുടക്കത്തിൽ തന്നെ 4600 മീറ്റർ ഉയരമുള്ള സമ്മിറ്റ് എന്ന സ്ഥലത്തേക്ക് നടന്നു കയറി; പിന്നെ പതുക്കെ ചെങ്കുത്തായ റോഡിലൂടെ താഴേക്കിറങ്ങി. ലാസ് യുങ്ങ് ഗാസിൽ ആനന്ദകരമായ രണ്ടു ദിവസങ്ങൾ കഴിച്ചുകൂട്ടി. ചുറ്റുമുണ്ടായിരുന്ന പച്ചപ്പിനനുസൃതമായി ഞങ്ങൾക്ക് അവശ്യം വേണ്ടുന്ന രതിസ്പർശത്തിന് രണ്ട് പെൺകുട്ടികൾ കൂടിയുണ്ടായിരുന്നെങ്കിൽ കാര്യങ്ങൾ കൂടുതൽ നന്നാകുമായിരുന്നു. മേഘാവൃതമായ ആകാശത്തിന്റെ സുരക്ഷിതത്വത്തിൽ നദിയിലേക്കിറങ്ങിച്ചെല്ലുന്ന നൂറുകണക്കിനു മീറ്റർ താഴ്ചയുള്ള ആ ചെരിവിൽ, സ്വാഭാവിക വലയങ്ങളുള്ള കേരവൃക്ഷങ്ങളും, വനത്തിൽ നിന്നും അങ്ങകലേക്ക് നോക്കി നിൽക്കുന്ന പച്ചക്കൂമ്പുകൾ പോലുള്ള വാഴകളും, ഓറഞ്ചും, നാരക ഗണത്തിൽപ്പെട്ട മറ്റ് വൃക്ഷങ്ങളും, ചുവന്ന കായ്കൾ കൊണ്ട് ചുവപ്പുരാശി കൈവരിച്ച കാപ്പിച്ചെടികളും തിങ്ങിവളർന്ന് നിന്നു. പപ്പായയുടെ വർഗത്തിലുള്ള പുതിയൊരിനം ചെടി അവിടെ നട്ടിരുന്നു. ഉഷ്ണമേഖലാ വനപ്രദേശങ്ങളിൽ കാണുന്ന ലല്ലാമാ പോലുള്ള ചെടികളുടെ ചെറിയ പതിപ്പുപോലെയായിരുന്നു അവ.

ആ പ്രദേശത്തെ ഒരു കൃഷിയിടത്തിൽ സലേഷ്യൻ സന്ന്യാസിമാർ ഒരു സ്കൂൾ നടത്തിയിരുന്നു. അവരിൽപ്പെട്ട ഒരു ജർമ്മൻകാരൻ വളരെ താത്പര്യത്തോടെ ഞങ്ങളെ അവിടെയെല്ലാം ചുറ്റി നടന്നു കാണിച്ചു തന്നു. പഴവർഗങ്ങളും പച്ചക്കറികളും അവിടെ വൻതോതിൽ കൃഷി ചെയ്തിരുന്നു. കുട്ടികളെയൊന്നും ഞങ്ങളവിടെ കണ്ടില്ല. (അവർ ക്ലാസ് മുറികളിലായിരുന്നിരിക്കാം) അർജന്റീനയിലേയും പെറുവിലേയും അത്തരം തോട്ടങ്ങളെക്കുറിച്ച് അദ്ദേഹം പറഞ്ഞുകൊണ്ടിരുന്നപ്പോൾ പഴയൊരു അദ്ധ്യാപകന്റെ അമർഷം കലർന്ന വാക്കുകൾ ഓർത്തു: "മെക്സിക്കൻ വിദ്യാഭ്യാസരംഗത്തെ ഒരു വിദഗ്ധൻ പറഞ്ഞതുപോലെ 'അവിടെ' മാത്രമാണ് മൃഗങ്ങൾ മനുഷ്യരേക്കാൾ നന്നായി പരിരക്ഷിക്കപ്പെടുന്നത്" അതിന് ഞാൻ മറുപടിയൊന്നും പറഞ്ഞില്ല. വെള്ളക്കാരന്റെ, യൂറോപ്യന്റെ മനസ്സിൽ അമേരിന്ത്യൻ, അവൻ ഏത് പരിശുദ്ധ വിഭാഗത്തിൽ പെട്ടവനായാലും ഇപ്പോഴും മൃഗം തന്നെയാണ്.

ഞങ്ങൾ താമസിച്ചിരുന്ന അതേ ഹോട്ടലിൽ തന്നെ താമസിച്ചിരുന്ന കുറച്ചാളുകളോടൊപ്പം ഒരു വാനിലാണ് ഞങ്ങൾ മടക്കയാത്ര ചെയ്തത്. ലാപാസിലെത്തിയപ്പോൾ ഞങ്ങളാകെ മാറിക്കഴിഞ്ഞതുപോലെ തോന്നി. പക്ഷേ ആ മാറ്റം ആകസ്മികവും സുഖദായകവുമായിരുന്നു.

ഉൾനാടിന്റെ നിഷ്കളങ്കതയും ലാളിത്യവുമുള്ള ഒരു പെൺകുട്ടിയെപ്പോലെ ലാപാസ് തന്റെ മനോഹരങ്ങളായ കെട്ടിടങ്ങൾ പ്രദർശിപ്പിച്ചുകൊണ്ടു നിന്നു. പുതിയ ദന്തഗോപുരങ്ങളും, നഗരം മുഴുവൻ തന്റെ മേൽപുര പരത്തിനിൽക്കുന്ന പോക്കറ്റ് യൂണിവേഴ്സിറ്റിയും, മുനിസിപ്പൽ ലൈബ്രറിയും ഞങ്ങൾ സന്ദർശിച്ചു.

ഇല്ലിമാനി കൊടുമുടിയുടെ അസാമാന്യ സൗന്ദര്യം, പ്രകൃതി അതിനു നൽകിയ നിതാന്ത ഹിമവൽക്കത്തിന്റെ സുഖദായകമായ മിനുപ്പായി അവിടെയാകെ പരന്നു. സന്ധ്യാവെളിച്ചം പരക്കുന്ന വേളയിലാണ് ഏകാന്തയായ ആ കൊടുമുടി ഏറ്റവും ആകർഷകമാവുന്നത്.

ടുകുമാനിലെ ഹിദാൽഗോ കുടുംബത്തിൽപ്പെട്ട ഒരു മനുഷ്യനാണ് ആ പർവ്വതത്തിന്റെ അന്തസ്സുറ്റ ശാന്തതയെക്കുറിച്ച് എന്നെ ഓർമിപ്പിക്കുന്നത്. അർജന്റീനയിൽ നിന്നും നാടുകടത്തപ്പെട്ട അദ്ദേഹം ലാപാസ് നഗരത്തിലെ അർജന്റൈൻ സമൂഹത്തിലെ ശ്രദ്ധാകേന്ദ്രമാണ്. അവർ അദ്ദേഹത്തെ അവരുടെ നേതാവായും സുഹൃത്തായും കരുതുന്നു. അദ്ദേഹത്തിന്റെ രാഷ്ട്രീയ കാഴ്ചപ്പാടുകൾ പഴഞ്ചനായിക്കഴിഞ്ഞു. പക്ഷേ കലാപ കലുഷിതമായ ഈ ഭൂമിയിൽ കെട്ടഴിഞ്ഞു വീശുന്ന പ്രോലിറ്റേറിയൻ കൊടുങ്കാറ്റിൽ നിന്നും അദ്ദേഹം[1] വേർപെട്ടുനിൽക്കുന്നു. ആരാണെന്നോ എന്തിനിവിടെ വന്നുവെന്നോ ചോദിക്കാതെ ഏതൊരു അർജന്റീനക്കാരനു നേരേയും അദ്ദേഹം തന്റെ സൗഹൃദഹസ്തം നീട്ടുന്നു. നശ്വരരായ, പാവങ്ങളായ നമ്മുടെയൊക്കെ മുകളിൽ അദ്ദേഹം തന്റെ അന്തസ്സുറ്റ ശാന്തതയും കുലപതിയുടെ സുരക്ഷിതത്വവും പ്രദർശിപ്പിച്ചുകൊണ്ടു നിൽക്കുന്നു.

കാര്യങ്ങൾ വ്യക്തമാവുന്നതുവരെ, അതിന് മാറ്റം വരുന്നതുവരെ ഞങ്ങൾ ഒറ്റപ്പെട്ട് അനാഥരായി കിടക്കുന്നു. രണ്ടാം തീയതി എന്ത് സംഭവിക്കുമെന്ന് കാണാം. വലിയ വയറുള്ള സർപ്പാകൃതിയിലുള്ള എന്തോ ഒന്ന് എന്റെ മുന്നിലെ വഴിയിലൂടെ കടന്നുപോയി. അതെന്താണെന്ന് നോക്കാം...

ഒടുവിൽ ഞങ്ങൾ ബൊൽസാ നെഗ്രാ സന്ദർശിച്ചു. തെക്കുഭാഗത്തെ റോഡിലൂടെ ഏകദേശം 5000 മീറ്റർ ഉയരത്തിലേയ്ക്ക് ഞങ്ങൾ കയറി, പിന്നെ മൈൻ മാനേജ്മെന്റിന്റെ ആസ്ഥാനവും, ശരിയായ മലപ്പിളർപ്പുകളുമുള്ള താഴ്വരയിലേക്ക് ഇറങ്ങിച്ചെന്നു.

---

1. ഇവിടെ ഉദ്ദേശിക്കുന്ന വ്യക്തിയുടെ പേര് ഇസയാസ് നൊഗ്വസ്

ഗാംഭീര്യം തുടിക്കുന്ന ഒരു കാഴ്ചയാണത്. പുറകിൽ, ശാന്തത വഴിയുന്ന രാജകീയ പ്രൗഢിയോടെ ഇല്ലിമാനി, മുന്നിൽ ഹിമശ്വേതയായ മുറുറാരറ്റ, പിന്നെ ഞങ്ങൾക്കുമുന്നിലായി (ആരോ വലിച്ചെറിഞ്ഞ ചില്ലുകഷണങ്ങൾ.) കുന്നിൻ ചെരുവിലെ നിരപ്പല്ലാത്ത ആ ഭൂപ്രദേശത്ത് ഉറച്ചുപോയതുപോലെ തോന്നിപ്പിക്കുന്ന, ഖനി വ്യവസായവുമായി ബന്ധപ്പെട്ട കെട്ടിടങ്ങൾ. ഇരുണ്ട നിറങ്ങൾ മലയുടെ പശ്ചാത്തലത്തെ ചായം പൂശിയിരിക്കുന്നു. നിശ്ചലമായ ഖനികളുടെ മൗനം അവയുടെ ഭാഷ പരിചയമില്ലാത്ത ഞങ്ങളെപ്പോലുള്ള വരുടെ മേൽ ചാടി വീഴുന്നു.

സ്വീകരണം ഊഷ്മളം; അവർ ഞങ്ങൾക്ക് താമസിക്കാൻ സ്ഥലം ഏർപ്പാടാക്കിത്തരുന്നു, ഞങ്ങൾ അവിടെ ഉറങ്ങുന്നു.

അടുത്ത ദിവസം രാവിലെ, ഞായറാഴ്ച, ഒരു എഞ്ചിനീയറോടൊപ്പം മുറുറാരറ്റയുടെ ഹിമാനികൾ നിറഞ്ഞ, പ്രകൃതിദത്തമായ ഒരു തടാക ത്തിലേക്കു പോയി. ഖനിയിൽനിന്നും കുഴിച്ചെടുക്കുന്ന അയിരിൽ നിന്നും വോൾഫ്രാം[1] നിർമിക്കുന്ന ഫാക്ടറി സന്ദർശിക്കുവാനായി ഞങ്ങൾ യാത്ര തിരിച്ചു.

ചുരുക്കിപ്പറഞ്ഞാൽ വോൾഫ്രാമിന്റെ ഉൽപ്പാദനപ്രക്രിയ ഇങ്ങനെ യാണ്. ഖനിയിലെ പാറകളെ മൂന്നു വിഭാഗങ്ങളായി വേർതിരിച്ചിരി ക്കുന്നു: എഴുപതു ശതമാനം വേർതിരിച്ചെടുക്കാവുന്ന ഒരു വിഭാഗം, വോൾഫ്രാം നിറഞ്ഞ മറ്റൊരു വിഭാഗം. അളവിൽ കുറവായ മൂന്നാമ ത്തേത് യാതൊന്നിനും കൊള്ളാത്തതുകൊണ്ട് ചപ്പുചവറുകളുടെ കൂട്ടത്തിലേക്ക് തള്ളപ്പെടുന്നു. രണ്ടാമത്തെ ഭാഗം വടം കൊണ്ടുള്ള ഒരു റെയിലിലൂടെ അല്ലെങ്കിൽ കേബിൾവേയിലൂടെ (ബൊളീവിയയിൽ ഇത് കേബിൾവേ എന്നാണറിയപ്പെടുന്നത്) ഫാക്റ്ററിയിലേക്ക് (മില്ലിലേക്ക്) വിടുന്നു. അതവിടെ ചൊരിഞ്ഞ ശേഷം ഇടിച്ച് ചെറിയ കഷണങ്ങളാ ക്കുന്നു, അതിനുശേഷം മറ്റൊരു ഫാക്റ്ററിയിൽ വെച്ച് കുറച്ചുകൂടി ചെറിയ കഷണങ്ങളാക്കുന്നു. അവസാനം, പലതവണ അതിനെ വെള്ളത്തിലൂടെ കടത്തിവിടുമ്പോൾ, ആ അയിരിൽ നിന്നും ലോഹം വേർതിരിക്കപ്പെടുന്നു.

ആ മില്ലിന്റെ മേധാവി സെനർ ടെൻസ വളരെ യോഗ്യനായ ഒരു മനുഷ്യനാണ്. ഉയർന്ന ഉൽപ്പാദനവും, ധാതുവിന്റെ സാധ്യതകൾ കൂടുതൽ നന്നായി ചൂഷണം ചെയ്യുന്നതും ലക്ഷ്യമിട്ട് ചില മാറ്റങ്ങൾ ആവിഷ്കരിക്കു വാൻ അദ്ദേഹം പദ്ധതി തയ്യാറാക്കിയിട്ടുണ്ട്.

പിറ്റേ ദിവസം ഞങ്ങൾ ഖനിത്തട്ടുകൾ സന്ദർശിച്ചു. വെള്ളം കട ക്കാത്ത ബാഗുകളും, കാർബൈഡ് വിളക്കുകളും, ഒരു ജോഡി റബ്ബർ ബൂട്ടുകളുമായി, ഖനിയിലെ പ്രവചനാതീത സ്വഭാവമുള്ള ഇരുട്ടിൽ മുങ്ങിക്കിടക്കുന്ന അന്തരീക്ഷത്തിലേക്ക് ഞങ്ങൾ പ്രവേശിച്ചു. പ്രകമ്പനം

1. ഇരുമ്പും മാംഗനീസും ചേർന്ന സങ്കരലോഹം

കുറക്കാനുള്ള യന്ത്രങ്ങൾ പരിശോധിച്ചും, പർവ്വതത്തിന്റെ നിമ്നതയിലേക്ക് പിളർപ്പുകൾ അപ്രത്യക്ഷമാവുന്നത് നിരീക്ഷിച്ചും, ഓരോ അട്ടികളുടേയും ഇടുങ്ങിയ ഓരങ്ങളിലൂടെ ഞങ്ങൾ മുകളിലേക്കു കയറി. വാഗണുകളിൽ കയറ്റുന്നതി നായി മറ്റൊരു ഭാഗത്തേക്ക് മാറ്റുന്ന അയിര് നിലത്ത് വീഴുന്ന ശബ്ദം ശ്രവിച്ചും അത് പുറത്തേക്ക് ചോർത്തിയെടുക്കുന്നതിനായി ഭിത്തിയിൽ തുളയന്ത്രംകൊണ്ട് ദ്വാരമുണ്ടാക്കുന്നത് ശ്രദ്ധിച്ചും രണ്ട് മൂന്നു മണിക്കൂർ കൂടി ഞങ്ങളവിടെ ചെലവഴിച്ചു.

പക്ഷേ ആ ഖനികൾ സ്പന്ദിക്കുന്നത് ഞങ്ങൾക്ക് കേൾക്കാൻ കഴിഞ്ഞില്ല. അമേരിന്ത്യൻ വംശജരുടേയും കാർഷിക മേഖലയിൽ പ്രവർത്തിക്കുന്നവരുടേയും മാറ്റങ്ങളുടെ ദിവസമെന്ന് കരുതപ്പെടുന്ന ആഗസ്റ്റ് രണ്ടിന് നടക്കുവാൻ പോകുന്ന വിപ്ലവത്തെ ശക്തിപ്പെടുത്തുവാനായി ഖനിത്തൊഴിലാളികൾ ലാപസിൽ പോയിരിക്കുന്നു. അതുകൊണ്ട്, ഖനികളിൽനിന്നും ദിവസവും അയിര് കുഴിച്ചെടുക്കുന്ന ഖനിത്തൊഴിലാളികളുടെ ഊർജ്ജം അതിനകത്തില്ലായിരുന്നു.

ഖനിത്തൊഴിലാളികൾ എത്തിയത് വൈകുന്നേരമാണ്. പലവർണ്ണത്തിലുള്ള ഹെൽമറ്റുകളണിഞ്ഞ, ശിലാമുഖമുള്ള അവരെ കണ്ടാൽ, അന്യഗ്രഹത്തിൽ നിന്നുമെത്തിയ സൈനികരാണെന്നു തോന്നും.

അയിര് നിലത്തിറക്കുന്നതിന്റെ ശബ്ദം ആ താഴ്‌വരയിൽ പ്രതിദ്ധ്വനികളുണ്ടാക്കി. അത് കയറ്റിപ്പോയിരുന്ന ലോറികൾ അങ്ങകലെയുള്ള താഴ്‌വരയിൽ പൊട്ടുപോലെ ചെറുതായിക്കൊണ്ടിരുന്നു. ഖനിത്തൊഴിലാളികളുടെ നിർവ്വികാരത നിറഞ്ഞ മുഖം ഞങ്ങളുടെ ശ്രദ്ധ പിടിച്ചുപറ്റി.

ഇപ്പോഴത്തെ അവസ്ഥയിൽ ബൊൽസാനെഗ്രാക്ക് അഞ്ച് വർഷം കൂടി ഉൽപ്പാദനം നടത്താനാവും. അപ്പോഴേക്കും ഇപ്പോഴുള്ള ഖനിയുമായി ബന്ധിപ്പിച്ച് ആയിരക്കണക്കിന് മീറ്റർ ദൈർഘ്യമുള്ള മറ്റൊരടുക്ക് കൂടി കണ്ടെത്താനായില്ലെങ്കിൽ എല്ലാം നിശ്ചലമാകും. അത്തരമൊരു ഖനിയടുക്ക് ആരംഭിക്കാനുള്ള പദ്ധതി തയ്യാറായിട്ടുണ്ട്. ഈ കാലഘട്ടത്തിൽ ബൊളീവിയയെ മുന്നോട്ട് ചലിപ്പിക്കുന്നത് ഇത് മാത്രമാണ്; അമേരിക്കക്കാർ വാങ്ങുന്ന ഒരേയൊരു ധാതു ഇത് മാത്രമാണ്. ഇതിന്റെ ഉൽപ്പാദനമുയർത്താൻ സർക്കാർ നിർദ്ദേശം നൽകിയിട്ടുണ്ട്. എഞ്ചിനീയർമാരുടെ ബുദ്ധിയും കഴിവും, കഠിനാദ്ധ്വാനവും നിമിത്തം ഉൽപ്പാദനത്തിൽ മുപ്പത് ശതമാനം വർദ്ധനവ് കണ്ടെത്താനായിട്ടുണ്ട്.

ഡോക്ടർ റെവില്ല ഞങ്ങളെ അദ്ദേഹത്തിന്റെ വീട്ടിലേക്ക് ക്ഷണിക്കുന്നതിനായി ദയാപൂർവ്വം കാത്ത് നില്പുണ്ടായിരുന്നു.

കിട്ടിയ അവസരമുപയോഗിച്ച് ഒരു ലോറിയിൽ കയറി നാലുമണിക്ക് ഞങ്ങൾ യാത്രതിരിച്ചു. പാൽകാ എന്ന ചെറുപട്ടണത്തിൽ അന്നു രാത്രി കഴിച്ചുകൂട്ടിയശേഷം രാവിലെത്തന്നെ ഞങ്ങൾ ലാപാസിലെത്തി.

ഞങ്ങളിപ്പോൾ വഴിയിൽ ഒരു (?)[1] കാത്തിരിക്കുന്നു.

ഗുസ്താവോ തോർളിഞ്ചേരി ചിത്രകാരൻ കൂടിയായ ഒരു ഫോട്ടോഗ്രാഫറാണ്. അദ്ദേഹത്തിന്റെ രചനകളുടെ ഒരു പ്രദർശനവും സ്വകാര്യ ശേഖരവും കണ്ടതിനു പുറമേ അദ്ദേഹം ജോലി ചെയ്യുന്ന രീതി നേരിൽ കാണാനുള്ള അവസരവും ഞങ്ങൾക്ക് ലഭിച്ചു. ക്രമാനുസാരിയായ സന്നിവേശങ്ങളിൽ നിന്നും തികച്ചും വ്യത്യസ്തമായി, അടിസ്ഥാന തലത്തിലുള്ള, ലളിതമായ സാങ്കേതിക വിദ്യയിലൂടെ, അസാധാരണ നിലവാരമുള്ള ചിത്രങ്ങളുണ്ടാകുന്നു. അദ്ദേഹവുമായിച്ചേർന്ന് നടത്തിയ ഒരു 'ആൻഡിയൻ ക്ലബ്' യാത്രയിൽ ആദ്യം ചക്കൽ തോയായിലും, പിന്നെ ലാപാസ് നഗരത്തിന് വൈദ്യുതി നൽകുന്ന ജലവൈദ്യുത പദ്ധതി പ്രദേശത്തും ഞങ്ങൾ പോകുകയുണ്ടായി.

മറ്റൊരു ദിവസം കർഷകത്തൊഴിലാളികളുടെ കാര്യങ്ങൾ കൈകാര്യം ചെയ്യുന്ന മന്ത്രാലയത്തിലേക്ക് ഞാൻ കയറിച്ചെന്നു; ഊഷ്മളമായ സ്വീകരണമാണ് അവിടെ ലഭിച്ചത്. അതൊരു അസാധാരണമായ സ്ഥലമാണ്. ആൾട്ടിപ്ലാനോയിലെ വിവിധ ഗ്രൂപ്പുകളിൽപ്പെട്ട അനേകം അമേരിന്ത്യക്കാർ തങ്ങളുടെ ഊഴം കാത്തിരിപ്പുണ്ട്. ഓരോ ഗ്രൂപ്പിനും ഒരു ഗ്രൂപ്പ് മേധാവിയുണ്ട്, ഓരോ ഗ്രൂപ്പിനും പ്രത്യേക വേഷവുമുണ്ട്. ഗ്രൂപ്പ് മേധാവി അവരോട് ഗോത്രഭാഷയിൽ സംസാരിക്കുന്നു. അവർ അകത്ത് കടക്കുമ്പോൾ മന്ത്രാലയത്തിലെ ജോലിക്കാർ അവരുടെ മേൽ ഡി.ഡി.റ്റി (കീടനാശിനി) വിതറുന്നു.

ഒടുവിൽ, ഞങ്ങളുടെ യാത്രക്കുവേണ്ടതെല്ലാം തയ്യാറായി. ഓരോരുത്തർക്കും ഉപേക്ഷിക്കാനായി പ്രണയബന്ധങ്ങളുണ്ടായിരുന്നു. എന്റെ യാത്രാമൊഴി കുറച്ചുകൂടി ബുദ്ധിപരമായ തലത്തിലുള്ളതായിരുന്നു, മധുരതരമായിരുന്നില്ല, പക്ഷേ ഞങ്ങൾക്കിടയിൽ - എനിക്കും അവൾക്കുമിടയിൽ - എന്തോ ശേഷിപ്പുണ്ടെന്ന് എനിക്കു തോന്നുന്നു.

ഇന്നലെ രാത്രി നൊഗൂസസിന്റെ വീട്ടിൽ മധുരപാന നിവേദ്യമായിരുന്നു- അത് അധികമായിപ്പോയതിനാൽ ഞാനെന്റെ ക്യാമറ അവിടെ വെച്ചു മറന്നു. ആ വലിയ ആശയക്കുഴപ്പത്തിനൊടുവിൽ കോപാ കബാനയിലേക്ക് കലിക്കാ ഒറ്റക്ക് യാത്ര തിരിച്ചു. ഞാൻ ഒരു ദിവസം കൂടി അവിടെ തങ്ങി. എന്റെ ക്യാമറ വീണ്ടെടുക്കാനും, സുഖമായി ഒന്നുറങ്ങാനും ഞാനാ ദിവസം വിനിയോഗിച്ചു.

തടാകത്തിലൂടെയുള്ള ഉല്ലാസകരമായ യാത്രക്കുശേഷം ടെക്വീറയിലൂടെ ലാ ബോൾസായ്ക്ക് കുറുകെ കടന്ന് ഞങ്ങൾ കോപാ കബാനയിലെത്തിച്ചേർന്നു. അവിടത്തെ ഏറ്റവും നല്ല ഹോട്ടലിൽ ഞങ്ങൾ താമസിച്ചു. അടുത്ത ദിവസം ഇസ്ലാദെ സോൾന് കുറുകെ കടക്കുന്നതിനായി ഞങ്ങളൊരു വഞ്ചി വാടകക്കെടുത്തു.

---

1. വാക്ക് അവ്യക്തമാണ്, ഒരുപക്ഷേ വണ്ടിയാകാം.

രാവിലെ അഞ്ച് മണിക്ക് അവർ ഞങ്ങളെ വിളിച്ചുണർത്തി. ഞങ്ങൾ ദ്വീപിലേക്കു യാത്ര തിരിച്ചു. കാറ്റിന് ശക്തി പോരാതിരുന്നതുകൊണ്ട് ഞങ്ങൾക്ക് അല്പദൂരം വഞ്ചി തുഴയേണ്ടതായി വന്നു.

പതിനൊന്നുമണിക്ക് ദ്വീപിലെത്തിച്ചേർന്നു. ഞങ്ങൾ ഇങ്കാകളുടെ കേന്ദ്രം സന്ദർശിച്ചു. ചരിത്രാവശിഷ്ടങ്ങൾ ഇനിയുമുണ്ടെന്നു ഞങ്ങൾക്ക് മനസ്സിലായി. വഞ്ചിയുടെ ഉടമസ്ഥനോട് അങ്ങോട്ട് കൊണ്ടുപോകണമെന്ന് ഞാൻ നിർദ്ദേശിച്ചു. ആ കാഴ്ചകളും അനുഭവങ്ങളും വളരെ രസകരമായിരുന്നു, പ്രത്യേകിച്ച് ആ ചരിത്രാവശിഷ്ടങ്ങൾക്കിടയിൽ കൂടിയുള്ള ഞങ്ങളുടെ ചൊറിഞ്ഞുകൊണ്ടുള്ള നടപ്പ്. ഞാനവിടെ ചില തിരുശേഷിപ്പുകൾ കൂടി കണ്ടെത്തി. എന്റെ സ്വപ്നങ്ങൾ സാക്ഷാത്കരിക്കും വിധമുള്ള ഒരു സ്ത്രീരൂപത്തിന്റെ പ്രതിമയും അതിൽ പെടുന്നു. തിരികെപ്പോകാനായി വഞ്ചിക്കാരൻ യാതൊരു തിടുക്കവും കാട്ടിയില്ല. പക്ഷേ കാറ്റ്പായ് നിവർത്താനായി ഞങ്ങൾ അയാളെ നിർബന്ധിച്ചു. അയാൾ കാര്യങ്ങൾ അവതാളത്തിലാക്കി. അതുകൊണ്ട് ഒരു ചെറിയ കുടുസ്സുമുറിയിലെ വൈക്കോൽമെത്തയിൽ ആ രാത്രി ഞങ്ങൾക്ക് കഴിച്ചുകൂട്ടേണ്ടിവന്നു.

അടുത്ത ദിവസം രാവിലെ ഞങ്ങൾ വഞ്ചി തുഴയാനാരംഭിച്ചു. കടുത്ത ക്ഷീണം മൂലം ഞങ്ങൾക്കത് വളരെ ക്ലേശകരമായ ഉദ്യമമായിത്തീർന്നു. ഉറങ്ങിയും വിശ്രമിച്ചും അന്നത്തെ ബാക്കി സമയം ഞങ്ങൾ പാഴാക്കി. പിറ്റേദിവസം രാവിലെ കോവർ കഴുതയുടെ പുറത്ത് യാത്ര തുടരാമെന്ന് തീരുമാനിച്ചു. അതിലും നല്ലൊരു മാർഗ്ഗത്തെക്കുറിച്ചും ഞങ്ങളാലോചിച്ചിരുന്നു, പക്ഷേ വൈകുന്നേരം വരെ യാത്ര നീട്ടിവെക്കുവാൻ നിശ്ചയിച്ചു. ഞങ്ങൾ ഒരു ലോറി ഏല്പിച്ചിരുന്നു, പക്ഷേ ഞങ്ങൾ സാധനങ്ങളുമായി എത്തുമ്പോഴേക്കും അവർ സ്ഥലം വിട്ടിരുന്നു. ഒടുവിൽ ഒരു വാൻ കിട്ടുന്നതുവരെ ഞങ്ങൾ അവിടെ പെട്ടുപോയി. പിന്നെയാണ് ഞങ്ങളുടെ ഒഡിസി (സാഹസിക പര്യടനം) ആരംഭിക്കുന്നത്. സാധനങ്ങൾ മുതുകിലേറ്റി രണ്ടു കിലോമീറ്ററോളം നടക്കേണ്ടതായി വന്നു. അവസാനം രണ്ട് ചുമട്ടുകാരെ കിട്ടി. പൊട്ടിച്ചിരികളും ശാപവചനങ്ങളുമുതിർത്ത് ഒരു വിധത്തിൽ ഞങ്ങൾ അന്നു താമസിക്കേണ്ടിയിരുന്ന സ്ഥലത്തെത്തിച്ചേർന്നു. ടുപാക് അമാരു എന്നു പേരുള്ള, ഞങ്ങൾക്ക് സഹായത്തിനായി നിയോഗിക്കപ്പെട്ടിരുന്ന അമേരിന്ത്യക്കാരൻ ദയനീയമായ അവസ്ഥയിലായിരുന്നു; ഓരോ തവണ ഇരുന്നു കഴിഞ്ഞാലും പരസഹായമില്ലാതെ അയാൾക്ക് എഴുന്നേൽക്കാനാവില്ല.

വെട്ടിയിട്ട വിറകുകൊള്ളികൾപോലെ അന്ന് മുഴുവൻ ഞങ്ങൾ ബോധം കെട്ടുറങ്ങി.

അടുത്ത ദിവസം ഒരു 'കുഷേ'യിൽ സൗകര്യപ്രദമായ സ്ഥലം കണ്ടെത്തിപ്പിടിച്ചു, തടാകത്തിനു നടുവിലൂടെ പൂണോയെ[1] ലക്ഷ്യം വെച്ച് ഞങ്ങൾ യാത്രയാരംഭിച്ചു തടാകത്തിനടുത്തായി ടൊലോറ പൂക്കൾ വിരിഞ്ഞു നിൽപ്പുണ്ടായിരുന്നു, ടിക്വിറാക്കായിൽനിന്നും യാത്ര തിരിച്ചതു മുതൽ ഞങ്ങളത് കണ്ടിട്ടില്ലായിരുന്നു. പൂണോയിലെത്തിയപ്പോൾ എന്റെ പക്കലുണ്ടായിരുന്ന രണ്ടു പുസ്തകങ്ങൾ കസ്റ്റംസുകാർ പിടിച്ചെടുത്തു: 'എൽ ഹോംബ്രെ എൻ ലാ യൂണിയൻ സോവിയറ്റികാ' എന്ന പുസ്തകവും കാർഷിക തൊഴിൽ മന്ത്രാലയം വക ഒരു പ്രസിദ്ധീകരണവും. അത് കണ്ടതോടെ "ചുവപ്പ് ചുവപ്പ് ചുവപ്പ്" എന്ന് അവർ ഉച്ചത്തിൽ വിളിച്ചുപറഞ്ഞുകൊണ്ടിരുന്നു. പോലീസ് പ്രധാനിയുമായി കുറച്ചു നേരം വാചകമടിച്ചതിനുശേഷം, ലിമായിൽ നിന്നും ആ പ്രസിദ്ധീകരണത്തിന്റെ ഒരു പകർപ്പ് തരപ്പെടുത്തിക്കൊള്ളാമെന്ന് ഞാൻ പറഞ്ഞു. അന്നു രാത്രി റെയിൽവേ സ്റ്റേഷൻ സമീപമുള്ള ഒരു ഹോട്ടലിൽ ഞങ്ങൾ ഉറങ്ങി.

മുഴുവൻ സാമാനങ്ങളുമായി രണ്ടാം ക്ലാസ് കമ്പാർട്ട്മെന്റിലേക്ക് ഞങ്ങൾ കയറാനൊരുങ്ങുമ്പോൾ ഒരു രഹസ്യപ്പോലീസുകാരൻ ഇടപെട്ടു. അവരുടെ രണ്ട് ബാഡ്ജുകൾ ഉപയോഗിച്ച് കുസ്കോ വരെ ഞങ്ങൾക്ക് ഒന്നാം ക്ലാസ് കമ്പാർട്ട്മെന്റിൽ യാത്ര ചെയ്യാമെന്ന് ഒരു ഇടപെടലിന്റെ സ്വരത്തിൽ അയാൾ പറഞ്ഞു. തീർച്ചയായും ഞങ്ങളതിന് സമ്മതിച്ചു. രണ്ടാംക്ലാസ് ടിക്കറ്റിന്റെ പണം അവർക്കു നൽകി ഞങ്ങൾ സുഖമായി യാത്ര ചെയ്തു.

അന്ന് രാത്രി കുസ്കോയിലെത്തിയപ്പോൾ അവരിലൊരാൾ തന്റെ ബാഡ്ജ് എന്റെ കൈയിലുപേക്ഷിച്ച് അപ്രത്യക്ഷനായി. ഹോട്ടൽ എന്നു വിളിക്കപ്പെടുന്ന ഒരു സ്ഥലത്ത് ഞങ്ങൾ താമസിച്ചു. നന്നായി ഉറങ്ങി.

അടുത്ത ദിവസം പാസ്പോർട്ട് പരിശോധനക്കായി ചെന്നപ്പോൾ, ഒരു രഹസ്യപ്പോലീസുകാരൻ, തലേന്നു രാത്രി എനിക്കു തന്ന ആ ബാഡ്ജ് എവിടെപ്പോയെന്ന് പോലീസ് ശൈലിയിൽ തന്നെ ചോദിച്ചു. എന്താണ് സംഭവിച്ചതെന്ന് ഞാൻ വിശദീകരിച്ചു. ആ ബാഡ്ജ് അയാൾക്ക് തിരികെ നൽകി. അന്നും പിറ്റേന്നും പള്ളികൾ കാണുവാനായി ഞങ്ങൾ ഏറെ സമയം കളഞ്ഞു. ബാഹ്യമായാണെങ്കിലും കസ്കോയിലെ ഏറ്റവും പ്രധാനപ്പെട്ട കാഴ്ചകളെല്ലാം ഞങ്ങൾ കണ്ടു കഴിഞ്ഞിരുന്നു. കൈയിലുള്ള പണം സോൽസ് ആക്കി മാറ്റുന്നതിനായി ഒരു അർജന്റീനക്കാരിയെ കാത്ത് നിൽക്കുകയായിരുന്നു ഞങ്ങൾ. അത് കഴിഞ്ഞിട്ടുവേണം ഞങ്ങൾക്ക് മച്ചു പിച്ചുവിൽ പോയി ഒന്നു ചുറ്റിയടിക്കാൻ.

---

1. ഗുവേരയുടെ ബൊളീവിയായിലെ താമസം ഒരു മാസത്തിലധികം നീണ്ടു നിന്നു. പാസ്പോർട്ടിൽ കൃത്യമായ തീയതികൾ കാണുന്നില്ല. പക്ഷേ കസ്കോയിൽ നിന്നെഴുതിയ ഒരു കത്തിൽനിന്നും (22-8-1953) അദ്ദേഹം ലാപാസ് വിട്ടത് 7-8-1953നാണെന്നു മനസ്സിലാവുന്നു.

ഞങ്ങൾക്ക് സോൾസ് കിട്ടി, പക്ഷേ 1000 പെസോക്ക് 600 സോൾസ് മാത്രം. അർജന്റീനക്കാരി എത്ര ലാഭമുണ്ടാക്കിയെന്ന് എനിക്കറിഞ്ഞുകൂടാ. ആ ഏജന്റ് ഞങ്ങളുടെ മുന്നിൽ പ്രത്യക്ഷപ്പെട്ടേയില്ല. എന്തായാലും തൽക്കാലത്തേക്ക് ഞങ്ങൾ വിശപ്പിൽ നിന്നു രക്ഷപ്പെട്ടു.

കസ്കോ,
ആഗസ്റ്റ് 22, 1953

(അമ്മ, ശിലാലേഖം അമ്മ തന്നെ നൽകണം.)

എനിക്കതൊരു വല്ലാത്ത, ആനന്ദദായകമായ അനുഭവമായിരുന്നു. ഞാനൊരു ധനികനായിത്തീർന്നതുപോലെ തോന്നുന്നു, പക്ഷേ ഇപ്പോഴത്തെ സ്ഥലം വിഭിന്നമാണ്. ഇങ്കാ രാജകുമാരിയെ വിവാഹം കഴിക്കുന്നതും, സാമ്രാജ്യം വീണ്ടെടുക്കുന്നതുമൊക്കെ വിവരിച്ച് ആൽബർട്ടോ ഉശിരൻ പ്രകടനം നടത്തുന്നു. കലിക്കാ മാലിന്യത്തെ ശപിക്കുന്നു. തെരുവിൽ വീണു കിടക്കുന്ന ചാണകത്തിൽ ചവിട്ടുമ്പോൾ ആകാശത്തിലേക്കോ, ശൂന്യതയിലേക്കുയർന്നു നിൽക്കുന്ന കത്തീഡ്രലിലേക്കോ അയാൾ നോക്കുന്നില്ല, അതിനു പകരം തന്റെ ഷൂസിലേക്ക് നോക്കുന്നു. കുസ്കോ നിർമിക്കാൻ ഉപയോഗിച്ച അമേയവും ആഭിചാരസ്മരണയുണർത്തുന്നതുമായ സാധനങ്ങൾ അയാൾ വാസനിക്കുന്നില്ല, അതിനു പകരം ചാണകത്തിന്റേയും പുഴുക്കിന്റേയും ദുർഗന്ധം മാത്രമേ അനുഭവിക്കുന്നുള്ളൂ. അത് അയാളുടെ സ്വഭാവത്തിന്റെ പ്രശ്നമാണ്.

ഈ സുതാര്യമായ പൊരുത്തക്കേടുകൾ - ഞാൻ പോവുകയാണ്, ഞാൻ പോയി, ഞാൻ പോയിട്ടില്ല എന്നിങ്ങനെ - ഞങ്ങൾ ഇപ്പോഴും ബൊളീവിയക്ക് പുറത്താണെന്ന് വരുത്തിത്തീർക്കുവാൻ ആവശ്യമായിരുന്നു. ഏത് നിമിഷവും ഒരു വിപ്ലവം ആസന്നമായിരുന്നതുകൊണ്ട്, അവിടെ താമസിച്ച് അത് വളരെ അടുത്തുനിന്ന് കാണുകയെന്നത് ഞങ്ങളുടെ ഏറ്റവും തീവ്രമായ അഭിലാഷമായിരുന്നു. ഞങ്ങളെ നിരാശപ്പെടുത്തിക്കൊണ്ട് അത് സംഭവിച്ചില്ല. അതിനുപകരം, മുമ്പ് എന്നോട് പറഞ്ഞതിനു വിരുദ്ധമായി, ഞാൻ കണ്ടത് ഭരണകൂടത്തിന്റെ ശക്തി പ്രകടനമാണ്.

ഒരു ഖനിയിൽ പോയി ജോലി ചെയ്യാൻ എനിക്ക് പാതി മനസ്സുണ്ടായിരുന്നു. അവിടെ ഒരു മാസത്തിലധികം താമസിക്കാൻ എനിക്കാഗ്രഹമുണ്ടായിരുന്നില്ല. പക്ഷേ കുറഞ്ഞത് മൂന്നു മാസമെങ്കിലും ജോലി ചെയ്യണമെന്ന നിർദ്ദേശം വന്നപ്പോൾ ഞാൻ പ്രസ്തുത ആശയവുമായി യോജിച്ചില്ല, അഥവാ ആശയക്കുഴപ്പത്തിൽപ്പെട്ടു.

അതിനുശേഷം റ്റീറ്റിക്കാക്കാ തടാകത്തിന്റേയും കോപാകസാനയുടേയും തീരത്തേക്കാണ് ഞങ്ങൾ പോയത്. ഇങ്കാകളുടെ കാലഘട്ടത്തിലെ പ്രസിദ്ധ സങ്കേതമായ ഇസ്ലാ ദെ സോളിൽ ഞങ്ങൾ ഒരു ദിവസം ചെലവഴിച്ചു. അവിടെയുള്ള ഒരു സിമിത്തേരിയിൽ നിന്നും ചെറുവിരലിന്റെ വലിപ്പമുള്ള ഒരു സ്ത്രീയുടെ പ്രതിമ കണ്ടപ്പോഴാണ് ഒരു പര്യവേഷകൻ എന്ന നിലക്കുള്ള എന്റെ ഏറ്റവും പ്രധാനപ്പെട്ട ആഗ്രഹം സഫലീകരിക്കപ്പെട്ടത്. ഇങ്കാകളുടെ കാലഘട്ടത്തിലെ പ്രസിദ്ധമായ ചോംപി എന്ന ലോഹക്കൂട്ടു കൊണ്ടാണ് ആ വിഗ്രഹം നിർമ്മിച്ചിട്ടുള്ളത്.

അതിർത്തിയിലെത്തിയതിനുശേഷം, യാതൊരു വാഹനവും ലഭിക്കാത്തതു മൂലം രണ്ട് കിലോമീറ്റർ ഞങ്ങൾക്ക് നടക്കേണ്ടതായി വന്നു. അതിൽ ഒരു കിലോമീറ്റർ ദൂരം പുസ്തകങ്ങൾ നിറച്ച പെട്ടി ചുമന്നത് ഞാനായിരുന്നു. ഇരുമ്പ് കൊണ്ടുള്ള ഇഷ്ടികകൾ പോലെയാണ് എനിക്കത് അനുഭവപ്പെട്ടത്. അവിടെ എത്തുമ്പോഴേക്കും രണ്ട് ചുമട്ട് തൊഴിലാളികൾക്കൊപ്പം ഞങ്ങളും തളർന്നു പോയിരുന്നു.

പൂണോയിൽവെച്ച് കസ്റ്റംസ് ഉദ്യോഗസ്ഥരുമായി ഞങ്ങൾ കശപിശ യുണ്ടാക്കി, എന്റെ പക്കലുണ്ടായിരുന്ന ബൊളീവിയൻ പുസ്തകം 'ചുകപ്പാണെ'ന്നു പറഞ്ഞ് അവർ പിടിച്ചെടുത്തപ്പോഴാണ് അത് സംഭവിച്ചത്. അവ വെറും ശാസ്ത്രപുസ്തകങ്ങളാണെന്ന് അവരെ വിശ്വസിപ്പിക്കാൻ മാർഗ്ഗമൊന്നുമില്ലായിരുന്നു.

എന്റെ ഭാവിജീവിതത്തെക്കുറിച്ചോ, വെനിസ്വേലയിലെ കാര്യങ്ങൾക്ക് എന്തു സംഭവിക്കുന്നുവെന്നതിനെക്കുറിച്ചോ എനിക്ക് യാതൊരു ധാരണയുമില്ലാത്തതിനാൽ ഞാൻ അതിനെക്കുറിച്ചൊന്നും പറയുന്നില്ല. എങ്കിലും ഒരു മധ്യവർത്തി മുഖേന ഞങ്ങൾക്ക് വിസ കിട്ടിക്കഴിഞ്ഞു [........][1] ആസന്നമായ ഭാവിയെക്കുറിച്ചു പറയുകയാണെങ്കിൽ, 10,000 അമേരിക്കൻ ഡോളറിന്റെ കാര്യത്തിൽ ഞാനെന്റെ മനസ്സ് മാറ്റിയിട്ടില്ല. ലാറ്റിന മേരിക്കയിലേക്കു ഒരു യാത്ര കൂടി നടത്തും. ഒരുതവണ, ഇത്തവണ മാത്രം. ആൽബർട്ടോയോടൊപ്പം വടക്കേ അമേരിക്കയുടെ ദിശയിലേക്കായിരിക്കും ആ യാത്ര. അതിനുശേഷം യൂറോപ്പിലേക്ക്, പിന്നെ അവ്യക്തം, അറിയില്ല.

ചെ.

1. കുത്തുകളിട്ട, ചതുരാകൃതിയിലുള്ള ഈ ബ്രാക്കറ്റുകൾ കാണിക്കുന്നത് ചെയുടെ സ്വകാര്യമായ ഏതോ ആവിഷ്കാരമാണ്.

കാത്തിരിപ്പിന്റെ ഈ ദിവസങ്ങളിൽ ഞങ്ങൾ കസ്കോയിലെ പള്ളികളും കൗതുകമുണർത്തുന്ന മറ്റ് സ്ഥലങ്ങളും സന്ദർശിച്ചു. അൾത്താരയിലെ മോട്ടെറ്റുകളും[1] വലിയ പെയിന്റിംഗുകളും, പ്രസംഗപീഠവും എന്റെ തലയ്ക്കകത്ത് വീണ്ടും കയറിക്കൂടിയിരിക്കുന്നു.

എല്ലാ കൊളോണിയൽ കെട്ടിടങ്ങളിലേയും കൊളോണിയൽ ശൈലിയുടെ അധീശത്വത്തിനു വിരുദ്ധമായി, സാൻ ഫ്രാൻസിസ്കോ പള്ളിയിലെ പ്രസംഗപീഠം അതിന്റെ ലാളിത്യം കൊണ്ടും ശാന്തത കൊണ്ടും എന്നെ ആകർഷിച്ചു.

ബെലന പള്ളിക്ക് ഗോപുരങ്ങളുണ്ട്. പഴയ പള്ളികൾക്കകത്തെ കറുപ്പുനിറം താരതമ്യം ചെയ്യുമ്പോൾ ഇവിടെ രണ്ടു മണിഗോപുരങ്ങളിൽ നിന്നും വെള്ള നിറം നടുക്കമുണ്ടാക്കുന്ന ഒന്നാണ്.

എന്റെ കൈയിലുള്ള ഇങ്കാ പ്രതിമ, അതിന്റെ പുതുക്കിയ പേര് മാർത്ത എന്നാണ്. ഇങ്കാകൾ ഉപയോഗിച്ചിരുന്ന ടാനിയ എന്ന ലോഹക്കൂട്ടുകൊണ്ട് നിർമ്മിച്ചതാണിത്. മ്യൂസിയത്തിലെ ജോലിക്കാരിലൊരാൾ എന്നോട് അങ്ങനെയാണ് പറഞ്ഞത്. ആ പഴയ സംസ്കാരത്തിന്റെ ശൈലിയുടെ ശേഷിപ്പായ ആ പാത്രങ്ങളുടെ ഭാഗങ്ങൾ ഞങ്ങളുടെ കണ്ണുകൾക്ക് തികച്ചും അപരിചിതമാണെന്നത് കഷ്ടം തന്നെ. കാശുകൊടുത്തു തുടങ്ങിയതു മുതൽ ഞങ്ങൾക്ക് ശരിയായി ആഹാരം ലഭിക്കുന്നുണ്ട്.

മച്ചു-പിച്ചു ഞങ്ങളെ നിരാശപ്പെടുത്തുന്നില്ല; എത്ര തവണ അതിനെ ആരാധിക്കണമെന്നും നമിക്കണമെന്നും എനിക്കറിഞ്ഞുകൂടാ. ചാരനിറമുള്ള മേഘങ്ങളുടേയും വയലറ്റും മറ്റുപല നിറങ്ങളും ഇടകലർന്ന കൊടുമുടികളുടേയും പശ്ചാത്തലത്തിൽ വ്യക്തമായി ഉയർന്നു നിൽക്കുന്ന നരച്ച നിറമുള്ള ഈ ചരിത്രത്തിന്റെ ശേഷിപ്പുകൾ, എനിക്ക് സങ്കല്പിക്കാനാവുന്നതിൽ വെച്ച് ഏറ്റവും അദ്ഭുതകരമായ കാഴ്ചകളിലൊന്നാകുന്നു.

ഡോൺ സോളോ ഞങ്ങൾക്ക് നല്ല സ്വീകരണമാണ് നൽകിയത്. ഞങ്ങളുടെ താമസത്തിനു സാധാരണയിലും പകുതി ചാർജ് മാത്രമേ അയാൾ ഈടാക്കിയുള്ളു. കലിക്കാക്ക് ഈ സ്ഥലത്തിനോട് നല്ല താത്പര്യമുണ്ടെങ്കിലും, ആൽബർട്ടോയുടെ സാമീപ്യം എനിക്കിപ്പോഴും നഷ്ടമാവുന്നു. ഞങ്ങളുടെ സ്വഭാവങ്ങൾ തമ്മിൽ എത്രകണ്ട് യോജിപ്പുള്ളതാണെന്ന് മച്ചുപിച്ചുവിൽ വെച്ചു വളരെ വ്യക്തമാകുന്നുണ്ട്.

ആ പള്ളികളിലേതെങ്കിലും ഒരു തവണ കൂടി സന്ദർശിക്കാനും, ലോറികൾ അതിലൂടെ കടന്നു പോകുന്നുണ്ടോയെന്ന് നോക്കുന്നതിനുമായി വീണ്ടും കസ്കോയിലേക്ക്. ദിവസങ്ങൾ കൊഴിഞ്ഞു പോകുന്തോറും, പെസോയും സോളും (പണമെന്ന് സൂചന) കൊഴിഞ്ഞു

1. പരിശുദ്ധ ചിത്രങ്ങൾ

പോകുന്നു, ഞങ്ങളുടെ ആശകൾ ഒന്നൊന്നായി തകരുന്നു. ഞങ്ങൾ ആഗ്രഹിച്ചിരുന്ന തരത്തിലുള്ള ഒരു ലോറി തന്നെ കിട്ടി. ബാഗുകൾ കയറ്റിവെച്ചു കഴിഞ്ഞപ്പോൾ ഞങ്ങളുടെ ബാഗിനില്ലാത്ത ഒന്നോ രണ്ടോ പൗണ്ട് അധികഭാരത്തെച്ചൊല്ലി തർക്കമുണ്ടായി. ഞങ്ങൾ അല്പം വിട്ടുവീഴ്ചക്കു തയ്യാറായിരുന്നെങ്കിൽ പ്രശ്നം അവസാനിക്കുമായിരുന്നു. പക്ഷേ അങ്ങനെ സംഭവിച്ചില്ല. അടുത്ത ദിവസം വരെ ഞങ്ങൾ വീണ്ടും ഒറ്റപ്പെട്ടു. ശനിയാഴ്ച. ബസ് യാത്രയേക്കാൾ ലോറിയാത്ര നാല്പത് സോൾ അധികച്ചിലവുണ്ടാക്കുമെന്ന് ഞങ്ങളുടെ ആദ്യത്തെ കണക്കു കൂട്ടലുകൾ കാണിക്കുന്നു.

കസ്കോയിൽ വെച്ച് ആദ്ധ്യാത്മികത എന്ന മാധ്യമത്തെക്കുറിച്ച് ഞങ്ങൾ മനസ്സിലാക്കി. അതിന്റെ വിശദവിവരം ഇങ്ങനെയാണ്. അർജന്റീനക്കാരിയായ ആ സ്ത്രീയുമായും പാച്ചെക്കോ എന്ന പെറൂവിയൻ എഞ്ചിനീയറുമായും സംസാരിച്ചുകൊണ്ടിരിക്കുമ്പോൾ അവർ ഞങ്ങളോട് ആദ്ധ്യാത്മികതയെ കുറിച്ച് സംസാരിക്കാൻ തുടങ്ങി. ചിരിക്കാതിരിക്കാൻ ഞങ്ങൾക്ക് വളരെ പണിപ്പെടേണ്ടി വന്നു. പക്ഷേ ഞങ്ങൾ ഗൗരവം നടിച്ചു. അടുത്ത ദിവസം അവർ ഞങ്ങളെ അയാളുടെ അടുത്തേക്ക് കൊണ്ടുപോയി. താൻ ചില പ്രത്യേക തരം പ്രകാശങ്ങൾ കാണുന്നുവെന്ന് അയാൾ (സന്ന്യാസി) ഞങ്ങളോട് പറഞ്ഞു. ഞങ്ങളുടെ കാര്യത്തിൽ അയാൾ കണ്ടത് സഹതാപത്തിന്റെ പച്ചനിറമുള്ള പ്രകാശമായിരുന്നു. കലിക്കയിൽ അയാൾ കണ്ടത് അഹംബോധത്തിന്റെ പ്രകാശമായിരുന്നെങ്കിൽ, എന്നിൽ അയാൾ കണ്ടത് പരിതസ്ഥിതികളോട് ഇണങ്ങിച്ചേരാനുള്ള പച്ചവെളിച്ചമാണ്. എന്റെ വയറ്റിനകത്ത് പ്രത്യേകിച്ചെന്തെങ്കിലുമുണ്ടോയെന്ന് അയാൾ ചോദിച്ചു. എന്റെ വയറ്റിനകത്ത് എന്തോ പ്രകാശിക്കുന്നതുപോലെ അയാൾക്കു തോന്നിയത്രേ. ഇതെന്നെ അദ്ഭുതപ്പെടുത്തി. എന്റെ വയറ്റിനകത്ത് പെറൂവിയൻ പീസും ടിൻ ഫുഡ്ഡുമായിരുന്നു.

ആദ്ധ്യാത്മിക മാധ്യമവുമായി കൂടിച്ചേരാൻ എനിക്കു കഴിഞ്ഞില്ല. കസ്കോ ഞങ്ങൾക്കു പുറകിൽ വളരെ അകലെയായിക്കഴിഞ്ഞിരുന്നു. അവസാനിക്കാത്തതെന്നു തോന്നിയ മൂന്നു ദിവസത്തെ ബസ് യാത്രക്കു ശേഷമാണ് ഞങ്ങൾ ലിമയിൽ എത്തിച്ചേർന്നത്. അബാൻ കോയിൽ നിന്നുള്ള റോഡ് പിന്നിട്ടു കഴിഞ്ഞതോടെ, പിന്നീടുള്ള ആ ദിവസം മുഴുവനും ഞങ്ങൾ കണ്ടത് അബാൻ കോ നദിയുടെ ചാരെയുള്ള മലയടുക്കുകളാണ്. ഞങ്ങൾക്ക് മുങ്ങിക്കുളിക്കാനുള്ള ആഴമില്ലാത്ത ഒരു ചെറിയ കുളത്തിൽ ഞങ്ങൾ കുളിച്ചു. വെള്ളത്തിന് വളരെ തണുപ്പുണ്ടായിരുന്നതുകൊണ്ട് ആ കുളി എനിക്കത്ര ആസ്വാദ്യകരമായി തോന്നിയില്ല.

ഞങ്ങളുടെ യാത്ര അവസാനിക്കാത്ത ഒന്നായി മാറുകയായിരുന്നു. കോഴികളും താറാവുകളും വൃത്തികേടാക്കിയ സ്ഥലത്തിനു താഴെയായിരുന്നു ഞങ്ങൾ ഇരുന്നത്. താറാവുകളുടെ അസഹനീയമായ ഗന്ധം, ഒരു

കത്തികൊണ്ടു മുറിക്കാവുന്ന തരത്തിൽ കട്ടിയുള്ളതായിരുന്നു. ഞങ്ങളുടെ ആ യാത്ര വളരെയേറെ ദീർഘിപ്പിച്ച ടയർ പഞ്ചറുകളുടെ പരമ്പരകൾക്കൊടുവിൽ ഞങ്ങൾ ലിമായിൽ എത്തിച്ചേർന്നു. അവിടെ ഒരു ചെറിയ ഹോട്ടലിൽ വെട്ടിയിട്ട വിറകു കൊള്ളികൾ പോലെ ഞങ്ങൾ ഉറങ്ങി.

അപൂറിമാക്കിൽ വെച്ച് ഒരു ഫ്രഞ്ച് പര്യവേഷകന്റെ വഞ്ചി മുങ്ങിയതായി ബസ് യാത്രക്കിടയിൽവെച്ച് ഞങ്ങൾ കേട്ടു. അദ്ധ്യാപികയാണെന്ന് അയാൾ വിശേഷിപ്പിച്ച അയാളുടെ സഹയാത്രിക ഒഴുക്കിൽപ്പെട്ട് ഒലിച്ചുപോയി. യഥാർത്ഥത്തിൽ തന്റെ മാതാപിതാക്കളുടെ അടുത്തുനിന്നും ഒളിച്ചോടിയ ഒരു വിദ്യാർത്ഥിനിയായിരുന്നു ആ പെൺകുട്ടി. ഒന്നിനെക്കുറിച്ചും പ്രാഥമികമായ അറിവില്ലാത്തവളായിരുന്നു അവൾ.

ഡോക്ടർ പെസ്കിനേയും കുഷ്ഠരോഗ നിവാരണ കേന്ദ്രത്തി[1]ലെ അന്തേവാസികളേയും കാണുന്നതിനായി ഞാൻ അവിടെപ്പോയി. അവർ എന്നെ ഹാർദ്ദമായി സ്വീകരിച്ചു.

ലിമായിൽ ഞങ്ങളുടെ ഒമ്പത് ദിവസങ്ങൾ കടന്നു പോയിരിക്കുന്നു. സുഹൃത്തുക്കളുമൊത്തുള്ള ചില പരിപാടികൾ കാരണം പുതുതായി യാതൊന്നും സന്ദർശിക്കുവാൻ ഞങ്ങൾക്കു കഴിഞ്ഞില്ല. ഒരു നേരത്തെ ആഹാരത്തിന് 1.30 സോൾ വില വരുമെങ്കിലും ഞങ്ങൾ ആ സർവ്വകലാശാല കാന്റീനിൽ നിന്നു തന്നെ ആഹാരം കഴിക്കാൻ തീരുമാനിച്ചു. വളരെ കൃത്യതയുള്ള ഒരേർപ്പാടായിരുന്നു അത്.

സൊറൈദാ ബൊളുവാർത്തെ ഞങ്ങളെ അവരുടെ വീട്ടിലേക്ക് ക്ഷണിച്ചു. അവിടെ നിന്നും ഞങ്ങൾ പോയത് ഒരു സിനിമാ തീയേറ്ററിലേക്കാണ്; പ്രസിദ്ധമായ ത്രീഡി. സിനിമ കണ്ടു. അത് ഒട്ടും വിപ്ലവാത്മകമായി എനിക്കു തോന്നിയില്ല. സിനിമകൾ പഴയതുപോലെത്തന്നെ. ഞങ്ങൾ ഒരു കൂട്ടം പോലീസുകാരുടെ ഇടയിലേക്ക് ഓടിക്കയറിയപ്പോഴാണ് യഥാർത്ഥ തമാശയുണ്ടായത്. എല്ലാം കീഴ്മേൽ മറിച്ചതിനു ശേഷം അവർ ഞങ്ങളെ പോലീസ് സ്റ്റേഷനിലേക്ക് കൊണ്ടുപോയി. കുറച്ചുനേരം അവിടെ കഴിഞ്ഞപ്പോൾ നാളെ - അതായത് ഇന്ന്- ഹാജരാകണമെന്ന് നിർദ്ദേശിച്ചു കൊണ്ട് പോലീസ് ഞങ്ങളെ മോചിപ്പിച്ചു. എന്താണു സംഭവിക്കുകയെന്ന് നമുക്ക് കാത്തിരുന്നു കാണാം.

പോലീസുകാരുമായുള്ള ഇടപാട് എവിടേയും എത്തിച്ചില്ല. ഒരു ചെറിയ ചോദ്യം ചെയ്യലിനും ചില്ലറ ക്ഷമായാചനങ്ങൾക്കും ശേഷം അവർ ഞങ്ങളെ പറഞ്ഞുവിട്ടു. ഒരു പെൺകുട്ടിയെ തട്ടിക്കൊണ്ടുപോയ ദമ്പതികളെക്കുറിച്ച് ചോദിച്ചറിയുന്നതിനായി ഞങ്ങളെ വീണ്ടും സ്റ്റേഷനിലേക്കു വിളിപ്പിച്ചു. ലാ പാസിലെ റോയ് ദമ്പതികളുമായി അവർക്ക് സാമ്യമുണ്ടായിരുന്നുവത്രെ.

---

1. ലെപ്രസോറിയോ ദെ ഗ്വിയ. ഡോക്ടർ പെസ്ക്, ഡോക്ടർ സൊറൈദ ബൊളുവാർത്തെ എന്നിവർ ഗുവേരയുടെ ആദ്യത്തെ ലാറ്റിൻ അമേരിക്കൻ യാത്രയിൽ സൗഹൃദവും സഹായവും നൽകിയിരുന്നു. അതുകൊണ്ട് ലിമായിലെത്തിയ ഉടനെത്തന്നെ അദ്ദേഹം അവരെ സന്ദർശിച്ചു.

പുതുതായൊന്നും ചെയ്യാനില്ലാത്ത കുറച്ചു ദിവസങ്ങളായിരുന്നു പുറകെ വന്നത്. വീട് മാറിയത് മാത്രമായിരുന്നു ഒരു പ്രധാന സംഭവ വികാസം. സൗജന്യമായി താമസിക്കാൻ ആ വീട്ടുടമ ഞങ്ങൾക്ക് അവസരം തരികയായിരുന്നു.

പുതിയ വീട് നല്ലൊരു നിമിത്തമായി മാറി. ഞങ്ങൾ ഒരു പാർട്ടിയിലേക്ക് ക്ഷണിക്കപ്പെട്ടു. ആസ്മ മൂലം എനിക്കു പോകാൻ കഴിഞ്ഞില്ല. പക്ഷേ മദ്യപിച്ച് ഉന്മത്തനായി നടക്കാനുള്ള അവസരം ഇത്തവണയും കലിക്കാക്ക് ലഭിച്ചു.

ഡോ. പെസ്കെയുമായി ഞങ്ങൾ വിശദമായി സംസാരിച്ചു. വൈവിധ്യമാർന്ന വിഷയങ്ങളെക്കുറിച്ച് ആധികാരികമായിത്തന്നെ അദ്ദേഹം സംസാരിച്ചു.

തുംബെഡിലേക്കുള്ള ടിക്കറ്റിന്റെ കാര്യം ഞങ്ങൾക്ക് ഏതാണ്ടുറപ്പിക്കാം. സെതോറാ ദെ പിയെറാനോയുടെ സഹോദരനാണ് അത് ശരിയാക്കിക്കൊണ്ടിരിക്കുന്നത്. ലിമായിൽ, ഇനി യാതൊന്നും കാണാൻ ബാക്കിയില്ല. ഞങ്ങൾ ഇവിടെ വെറുതെ കാത്തു കിടക്കുന്നു.

ഓജസ്സില്ലാത്ത ദിവസങ്ങൾ കടന്നുപോകുന്നു. ഈ നഗരത്തിൽ ഞങ്ങളാഗ്രഹിച്ചതിനേക്കാൾ കൂടുതൽ ദിവസം താമസിക്കാൻ ആലസ്യം ഞങ്ങളെ സഹായിച്ചു. ടിക്കറ്റിന്റെ പ്രശ്നം നാളെ, അതായത് തിങ്കളാഴ്ച, പരിഹരിക്കപ്പെടും, അങ്ങനെ ഞങ്ങളുടെ യാത്രക്കുള്ള തീയതി നിശ്ചയിക്കപ്പെടും, ഇവിടെ വലിയ തൊഴിൽ സാദ്ധ്യതയുണ്ടെന്ന് പറഞ്ഞ് പാസോ സഹോദരൻമാർ പ്രത്യക്ഷപ്പെട്ടിരിക്കുന്നു.

ഞങ്ങൾ മിക്കവാറും ഞങ്ങളുടെ പാതയിലെത്തിക്കഴിഞ്ഞു. സ്വപ്ന സദൃശമായ ലിമായെ നോക്കിക്കൊണ്ടിരിക്കുവാൻ ഇനി ഞങ്ങൾക്ക് കുറച്ചു നിമിഷങ്ങൾ കൂടിയേ ശേഷിപ്പുള്ളൂ. അവിടത്തെ പള്ളികൾക്കകത്ത് പ്രൗഢി നിറഞ്ഞു നിൽപ്പുണ്ടാകും. പക്ഷേ എന്റെ നോട്ടത്തിൽ അവയുടെ ബാഹ്യപ്രദേശങ്ങൾക്ക് കുസ്കോ ക്ഷേത്രങ്ങളുടെ ആഢ്യത്വം പ്രതിഫലിക്കുന്ന പക്വതയില്ല. കത്തീഡ്രലിനകത്ത് കലാമൂല്യമുള്ള വൈകാരിക രംഗങ്ങളുടെ ഒരു പരമ്പര തന്നെയുണ്ട്. ഡച്ച് സ്കൂളിൽ നിന്നുള്ള ഒരു ചിത്രകാരൻ ചെയ്തതാണ് ആ ചിത്രങ്ങളെന്ന് ഞങ്ങൾക്കു തോന്നുന്നു. പക്ഷേ പള്ളിയുടെ അകമോ, ക്ലിപ്തരൂപമില്ലാത്ത ബാഹ്യാവരണമോ എനിക്കിഷ്ടമായില്ല. സ്പെയിനിന്റെ അധികാര ബലം ക്ഷയിച്ചു പോയ ആ പരിവർത്തനത്തിന്റെ കാലഘട്ടത്തിൽ, ആലസ്യവും, സുഖവും ആഡംബരവും അതിനെ നിയന്ത്രിക്കാൻ തുടങ്ങിയ കാലഘട്ടത്തിൽ നിർമ്മിക്കപ്പെട്ടതാണ് അവയെന്ന് അത് കണ്ടാൽ നമുക്ക് മനസിലാകും. സാൻ പെഡ്രോയിൽ അമൂല്യമായ ചില പെയിന്റിംഗുകളുണ്ട്. പക്ഷേ അതിന്റെ പുറംഭാഗം എനിക്കൊട്ടും ആനന്ദം നൽകുന്നില്ല.

ഞങ്ങൾ റോജോയുമായി കൂട്ടിമുട്ടി. ഞങ്ങൾ നേരിട്ടതുപോലുള്ള യാതനകൾ അനുഭവിച്ചശേഷം വരുന്ന വഴിയായിരുന്നു അയാൾ. പക്ഷേ പുസ്തകങ്ങൾ ചുമക്കേണ്ടുന്ന പ്രശ്നംകൂടി അയാൾക്കുണ്ടായിരുന്നു. അയാൾ ഗ്വിയാകിലിലേക്കാണ് പോകുന്നത്. അവിടെവച്ച് ഞങ്ങൾ വീണ്ടും കണ്ടുമുട്ടും.

ലിമയോടുള്ള യാത്രാമൊഴിയുടെ ഭാഗമായി വടക്കനമേരിക്കൻ സിനിമയോട് അപകടകരമായ സാദൃശ്യമുള്ള ഗ്രാൻ കൺസിയേർട്ടോ എന്ന റഷ്യൻ സിനിമ ഞാൻ കണ്ടു. പക്ഷേ സംഗീതപരമായ ആത്മാർത്ഥതയുടെ കാര്യത്തിലും, നിറപ്പകിട്ടിന്റെ കാര്യത്തിലും അത് ഏറെ നിലവാരമുള്ളതായിരുന്നു. രോഗികളോടുള്ള യാത്രാമൊഴി കൂടുതൽ വൈകാരികതയുള്ളതായി. അതിനെക്കുറിച്ച് എന്തെങ്കിലും എഴുതണമെന്ന് ഞാൻ കരുതുന്നു.

ലിമ
സെപ്തമ്പർ 3

പ്രിയപ്പെട്ട ടിറ്റാ,

എന്റെ മനോഹരമായ കൈപ്പടയിൽ എഴുതാൻ കഴിയാത്തതിൽ എനിക്ക് അതിയായ ഖേദമുണ്ട്. പക്ഷേ ആ പ്രശ്നം പരിഹരിക്കുന്നതിനായി ഞാനൊരു ടൈപ്പ് റൈറ്റർ കണ്ടെത്തി. ഏതായാലും ഈ കത്ത് വായിക്കുന്നതിനായി ഒരു ഒഴിവുദിവസം നീ കണ്ടെത്തുമെന്ന് ഞാൻ കരുതുന്നു.

നമുക്ക് കാര്യത്തിലേക്ക് കടക്കാം. ബൊളീവിയൻ കോളേജിലേക്ക് ശുപാർശക്കത്ത് തന്നതിന് നിന്റെ സുഹൃത്ത് ഫെരീരാക്ക് നന്ദി. ഡോക്ടർ മൊളീന എന്നോട് വളരെ ദയാപൂർവ്വം പെരുമാറി. എന്നേയും എന്റെ സഹചാരിയേയും അദ്ദേഹത്തിന് വളരെ ഇഷ്ടപ്പെട്ടു. (സഹചാരിയെ നീ വീട്ടിൽ വെച്ച് കണ്ടല്ലോ) ആ കണ്ടുമുട്ടലിനുശേഷം അദ്ദേഹം ഞങ്ങൾക്ക് ഖനിയിൽ ജോലി വാഗ്ദാനം ചെയ്തു. എനിക്ക് ഡോക്ടറുടേയും കലിക്കക്ക് ആൺ നഴ്സിന്റേയും ജോലി. ഞങ്ങൾ അത് സ്വീകരിച്ചു. പക്ഷേ മൂന്ന് മാസമാണ് അദ്ദേഹം പറഞ്ഞിരിക്കുന്നത്. ഒരു മാസത്തേക്കേ ഞങ്ങൾക്കതിന് സാധിക്കുകയുള്ളു. എല്ലാം സമ്മതിച്ച് ഉറപ്പിച്ചു കഴിഞ്ഞിരുന്നു. അടുത്ത ദിവസം തന്നെ ഞങ്ങൾ ജോലിക്ക് ഹാജരാകേണ്ടതായിരുന്നു, പക്ഷേ ഞങ്ങളവിടെ ചെന്നപ്പോൾ ഡോക്ടർ മൊളീനയെ കാണാനില്ല. അദ്ദേഹം ഖനിയിൽ പരിശോധനക്കായി പോയിരിക്കുകയായിരുന്നു. മൂന്ന് ദിവസങ്ങൾക്കുശേഷമേ തിരികെ വരികയുള്ളു. ആ സമയപരിധി കഴിഞ്ഞശേഷം ഞങ്ങളവിടെ ചെന്നു. രണ്ട് ദിവസം കഴിഞ്ഞാൽ അദ്ദേഹം തിരിച്ചുവരുമെന്ന്

പറഞ്ഞിരുന്നെങ്കിലും അദ്ദേഹത്തെക്കുറിച്ച് യാതൊരു വിവരവു മില്ലായിരുന്നു. അദ്ദേഹത്തെ അന്വേഷിച്ച് ഞങ്ങൾ എത്ര തവണ അവിടെ ചെന്നുവെന്ന് പരിശോധിച്ചാൽ അതൊരു നീണ്ട പട്ടിക യായിരിക്കും. അദ്ദേഹം തിരികെ വരാൻ പിന്നേയും ഇരുപതു ദിവസം കൂടിയെടുത്തു എന്നതാണ് സത്യം. ഒരു മാസം കൂടി താമസിക്കാൻ അപ്പോൾ ഞങ്ങൾക്കു കഴിയില്ലായിരുന്നു. അദ്ദേ ഹത്തെ കാത്തുനിന്ന് നഷ്ടപ്പെട്ട സമയമടക്കം ആകെ രണ്ടു മാസം കഴിഞ്ഞിരുന്നു. അതുകൊണ്ട് വോൾഫ്രാം ഖനിയുടെ ചുമതലയുള്ള ഒരാൾക്ക് അദ്ദേഹം ഒരു കത്ത് തന്നു. ഞങ്ങളവിടെ രണ്ട് മൂന്ന് ദിവസം കൂടി ചിലവഴിച്ചു. ആ ഖനി അതിഗംഭീരമായ പ്രൗഢിയുള്ള സ്ഥലത്താണ് സ്ഥിതി ചെയ്യുന്നത് എന്നതിനാൽ അതൊരു സവിശേഷമായ അനുഭവം തന്നെയായിരുന്നു. ആകെ കൂടി നോക്കുമ്പോൾ നല്ലൊരു യാത്രയായിരുന്നു അത്.

ലാ പാസിൽ വെച്ച് എന്റെ ആഹാരപഥ്യങ്ങളും മറ്റ് അസംബന്ധ കാര്യങ്ങളും ഞാൻ മറന്നുപോയിരുന്നു. അങ്ങനെയൊക്കെ യായിട്ടും ഞാൻ അവിടെ കഴിച്ചുകൂട്ടിയ ഒന്നരമാസക്കാലം എനിക്ക് യാതൊരു അസുഖവുമുണ്ടായില്ല. ആ ചുറ്റുവട്ടത്ത് ഞങ്ങൾ നല്ലൊരു സവാരി നടത്തി - ഉദാഹരണത്തിന് ലോസ് യുംഗാസിലെ മനോഹരമായ ഉഷ്ണമേഖലാ താഴ്വരയിലേക്ക് - പക്ഷേ ഏറ്റവും കൗതുകകരമായ കാര്യമായി എനിക്കു തോന്നി യത് നമ്മെ വല്ലാതെ ആകർഷിക്കുന്ന ആ രാഷ്ട്രീയ പ്രകൃതിയെ പഠിക്കുകയെന്നതാണ് - അമേരിക്കൻ വൻകരക്ക് വലിയ ഉദാഹര ണങ്ങൾ നൽകിയ ഒരു രാജ്യമാണ് ബൊളീവിയ. സമരത്തിന്റെ വ്യക്തമായ മുഖം ഞങ്ങൾ കണ്ടു. വെടിയുണ്ടകൾ അവശേഷി പ്പിച്ച അടയാളങ്ങളും വിപ്ലവത്തിൽ കൊല്ലപ്പെട്ട ഒരാളുടെ ശേഷിപ്പുകളും കണ്ടു. അരക്കെട്ടിനു ചുറ്റുമായി കെട്ടിയിരുന്ന ഡൈനാമിറ്റ് പൊട്ടിത്തെറിച്ച് അയാളുടെ അരക്കു കീഴ്പോട്ടുള്ള ശരീരം ചിതറിത്തെറിച്ചത് ചുമരിലെ ശില്പവേലകളുടെ ഇളുമ്പു കളിൽ പറ്റിപ്പിടിച്ചു കിടക്കുന്നത് അടുത്തിടെ ആരോ കണ്ടെത്തുക യായിരുന്നു. ഒരിക്കലും പിന്തിരിയാതെ അവർ പോരാടി. ഇവിടെ വിപ്ലവം ബ്യൂണസ് അയേഴ്സിലെ പ്പോലെയല്ലെ; രണ്ടായിരമോ മൂവായിരമോ (കൃത്യമായ എണ്ണം ആർക്കുമറിയില്ല) ആളുകൾ യുദ്ധഭൂമിയിൽ മരിച്ചുവീഴുമായിരുന്നു.

യുദ്ധം ഇപ്പോഴും തുടരുന്നു; മിക്കവാറും രാത്രികളിലെല്ലാം ആളുകൾക്ക് വെടിയേൽക്കുന്നു. പക്ഷേ ഭരണകൂടത്തിന് സായുധ രായ ആളുകളുടെ സഹായമുണ്ട്. അതുകൊണ്ട് ഒരു സായുധ പ്രസ്ഥാനത്തെ പുറത്തുനിന്നു കൊണ്ടു ഇല്ലാതാക്കുക എളുപ്പമല്ല. ആഭ്യന്തര കലഹം കൊണ്ടുമാത്രമേ അത് നശിക്കുകയുള്ളു.

എം എൻ ആർ മൂന്ന് ചായ്‌വുകളുടെ ഒരു മിശ്രിതമാണ്; വലതുഭാഗത്തെ നയിക്കുന്നത് കഥയിലെ നായകനും വൈസ് പ്രസിഡന്റുമായ സൈൽസ് സുവാസോ. അധികാരം ലെചിന്റെ കൈകളിലെത്തിച്ചേരാനാണ് സാധ്യത. അതിനയാൾക്ക് സായുധരായ ഖനിത്തൊഴിലാളികളുടെ സഹായം ലഭിക്കും. പക്ഷേ ഗവൺമെന്റിലെ മറ്റ് വിഭാഗങ്ങളുടെ എതിർപ്പ് പ്രശ്നമാകും, പ്രത്യേകിച്ച് സൈന്യം അംഗീകരിക്കപ്പെടാൻ പോകുന്നുവെന്നതിനാൽ.

ആട്ടെ, ബൊളീവിയായിലെ ചില കാഴ്ചകളെപ്പറ്റി ഞാൻ നിന്നോട് പറഞ്ഞു കഴിഞ്ഞല്ലോ. പെറുവിനെക്കുറിച്ച് ഞാൻ പിന്നീട് വിശദീകരിക്കാം. കുറച്ചുകാലം ഞാനിവിടെ താമസിച്ചതാണല്ലോ. പക്ഷേ യാങ്കി അധിനിവേശം കൊണ്ട് വെനിസ്വേലയിൽ കണ്ടതുപോലുള്ള സാങ്കല്പികമായ സാമ്പത്തിക വളർച്ച പെറുവിലുണ്ടായിട്ടില്ല.

എന്റെ ഭാവിയെക്കുറിച്ചാണെങ്കിൽ, ഞാൻ എവിടേക്ക് എപ്പോൾ പോകുന്നുവെന്ന് എനിക്ക് യാതൊരു നിശ്ചയവുമില്ല. ആദ്യം ക്വിറ്റോയിലേക്ക് പോകാനും പിന്നെ ബെഗോട്ടയിലേക്കും കാരക്കാസിലേക്കും പോകാനും ഞങ്ങൾ ആലോചിക്കുന്നുണ്ടായിരുന്നു. പക്ഷേ അവിടേക്കുള്ള വഴിയെക്കുറിച്ച് യാതൊരു ധാരണയുമില്ല. കുസ്കോയിൽനിന്നും ലിമയിലേക്ക് ഞാനെത്തിച്ചേർന്നത് ഈയിടെയാണ്.

നിനക്കു താത്പര്യമുണ്ടെങ്കിൽ അവിടെ പോകണമെന്നു പറയാൻ എനിക്ക് യാതൊരു വിഷമവുമില്ല. മച്ചുപിച്ചു സന്ദർശിക്കുന്നതും കൂടുതൽ രസകരം തന്നെ. എനിക്കൊരിക്കലും അതൊന്നും ഒരു നഷ്ടമായി തോന്നുകയില്ല, അതെനിക്കുറപ്പുണ്ട്.

ഞാൻ പോന്നതിനുശേഷം ഏറ്റവും കുറഞ്ഞത് അഞ്ച് വിഷയങ്ങളെങ്കിലും നീ തെരഞ്ഞെടുത്തു കാണുമെന്ന് ഞാൻ ഊഹിക്കുന്നു. ചാണകക്കൂനയിൽ കൈയിട്ട് നീ വിരകളെ പിടിക്കുന്നത് ഇപ്പോഴും എന്റെ മനസ്സിൽ കാണാൻ കഴിയുന്നുണ്ട്. തൊഴിലിനെക്കുറിച്ച് എനിക്കധികം പറയാനില്ല, പക്ഷേ ഒരു ദിവസം നീ നിന്റെ ശൈലിയൊന്ന് മാറ്റി ഈ ലോകം കാണാനാഗ്രഹി ക്കുന്നുവെങ്കിൽ.

ഓർക്കുക, ഈ സുഹൃത്തിനെ.
ആ നിമിഷമെത്തുമ്പോൾ
നിന്നെ എത്രവേണമെങ്കിലും സഹായിക്കാനും,
ജീവിതം ത്യജിക്കാനും
ഈ സുഹൃത്ത് തയ്യാറാണെന്ന്
ഓർക്കുക.

നിനക്ക് ശരിക്കും അനുഭവപ്പെടുന്നതുവരെ അഥവാ ഞാനവിടെ എത്തിച്ചേരുന്നതുവരെ, ഇതാ നിനക്കൊരാശ്ലേഷം.

ഏണസ്റ്റോ

പാതയിലേക്കു വീണ്ടും

യാതൊരു ഇടവേളകളുമില്ലാത്ത യാത്രക്കുശേഷം ഞങ്ങൾ പ്യൂറയിലെത്തി; ഉച്ചഭക്ഷണ സമയത്താണ് ഞങ്ങളവിടെ എത്തിച്ചേർന്നത്. ഞാൻ എന്റെ ആസ്ത്മയുമായി മുറിക്കുള്ളിൽ അടച്ചു കഴിഞ്ഞുകൂടി, പട്ടണത്തിലെ കാഴ്ചകൾ കാണുന്നതിനായി വൈകീട്ട് അല്പനേരം മാത്രം പുറത്തുപോയി. അർജന്റീനയിലെ ഒരു പ്രവിശ്യാ ആസ്ഥാനത്തിന്റെ പകർപ്പ് തന്നെ, പക്ഷേ ധാരാളം പുതിയ കാറുകളുണ്ട്.

പതിവുള്ളതിലും കുറഞ്ഞ കൂലിയേ നൽകൂ എന്ന് ബസ് ഡ്രൈവറുമായി ഒരു കരാറിലെത്തിച്ചേർന്നശേഷം, അടുത്ത ദിവസം തന്നെ ഞങ്ങൾ ടുംബെസിലേക്ക് യാത്രയായി. രാത്രിയാകുമ്പോഴേക്കും അവിടെ എത്തിച്ചേർന്നു. മനോഹരമായ തളാര എന്ന എണ്ണത്തുറമുഖത്തു കൂടെയായിരുന്നു യാത്ര.

ആസ്ത്മ മൂലം, ടുംബെസിലെ കാഴ്ചകൾ കാണുന്നതിനുപോലും ഞാൻ പുറത്തിറങ്ങിയില്ല. ആഗസ് വെർഡാസ് അതിർത്തി വരെ ഞങ്ങളുടെ യാത്ര തുടർന്നു. അതിർത്തിയിലെ പാലത്തിന്റെ ഒരു വശത്തു നിന്നും മറ്റൊരു വശത്തേക്കു ആളുകളെ കടത്തുന്ന സംഘത്തിന്റെ പീഡനമേൽക്കാതെ ഞങ്ങൾക്ക് നോകിബ്ലായിലേക്ക്[1] കടക്കാനായില്ല. യാത്രയുടെ ഭാഷയിൽ പറഞ്ഞാൽ പാഴായിപ്പോയ ഒരു ദിവസം. കലിക്കാ പക്ഷേ അല്പം ബിയർ കഴിച്ചു.

പിറ്റേന്ന് ഞങ്ങൾ സാൻ മാർട്ടായിലേക്കു പുറപ്പെട്ടു. ഒരു പുഴവഞ്ചി ഞങ്ങളെ പോർട്ടോ ബൊളിവർ വരെയെത്തിച്ചു. രാത്രി മുഴുവൻ ഞങ്ങൾ ഗ്വയാകിലിലേക്കുള്ള യാത്രയിലായിരുന്നു. രാവിലെ ഞങ്ങൾ അവിടെയെത്തി, എനിക്കപ്പോഴും കടുത്ത ആസ്ത്മയായിരുന്നു.

ഞങ്ങളിവിടെ ബിഗ് റോജോയെ കണ്ടു. പക്ഷേ അയാൾ ഒറ്റക്കായിരുന്നു. നിയമപഠനം നടത്തുന്ന മൂന്ന് സുഹൃത്തുക്കൾ[2] അയാൾക്കൊപ്പമുണ്ടായിരുന്നു. അവർ താമസിച്ചിരുന്ന പെൻസിയോണിലേക്ക്[3] ഞങ്ങളെ അവർ കൂട്ടിക്കൊണ്ടു പോയി; ഞങ്ങൾ ആകെ ആറ് പേരുണ്ടായിരുന്നു. ഞങ്ങൾ ആറു പേരടങ്ങുന്ന ഒരു സുഹൃദ് സംഘമുണ്ടാക്കി. ആ വാസസ്ഥലം ഞങ്ങൾക്ക് അപ്രാപ്യമായ പോലെ തോന്നി.

എല്ലാ തുറമുഖ പട്ടണങ്ങളേയും പോലെ ഗ്വയാകിലും സ്വന്തമായ ജീവിതമില്ലാത്ത നഗരമാണ്. ദിവസേനയുള്ള കപ്പലുകളുടെ പോക്കുവരവിനെ ആശ്രയിച്ച് അത് ജീവിക്കുന്നു.

ഗ്വാട്ടിമാലയിലേക്കു പോകുന്ന ആളുകളുടെ കഥകളിൽ അലിഞ്ഞുചേർന്നതുകൊണ്ട്, നഗരത്തെക്കുറിച്ച് എനിക്കധികം കണ്ടു മനസ്സിലാക്കാനായില്ല. അവരിലൊരാൾ റോളോയോട് വിസ്തരിച്ച് കഥ പറയുന്നു

1. 1953 സെപ്തമ്പർ 27ന് അവർ ഇക്വഡോറിലെത്തി, 28ന് എമിഗ്രേഷൻ നടപടികൾ പൂർത്തിയാക്കി.
2. ആൻഡ്രൂസ് ഹെരേര, എഡ്വാർഡോ (ഗ്വാലോ) ഗാർസ്യ, ഓസ്കാർ വാൾഡൊവിനോസ്.
3. താവളം - ലോഡ്ജ് പോലുള്ള സംവിധാനം.

ണ്ടായിരുന്നു. അവിടെ ഞാൻ കണ്ടുമുട്ടിയ മൾഡൊണാഡോ[1] എന്ന ചെറുപ്പക്കാരൻ വൈദ്യശാസ്ത്രരംഗത്തെ പല വ്യക്തികളേയും എനിക്ക് പരിചയപ്പെടുത്തിത്തന്നു. ഡോ. സഫാദി എന്ന മനഃശാസ്ത്ര വിദഗ്ധൻ ഡോ. മൾഡൊണാഡോയുടേതു പോലുള്ള ഒരു ബോൾഷി[2]യാണ്. ഇവർ മുഖേനയാണ് മറ്റൊരു കുഷ്ഠരോഗ വിദഗ്ധനുമായി ഞാൻ ബന്ധപ്പെട്ടത്. വളരെ മോശമായ അവസ്ഥയിൽ ജീവിക്കുന്ന പതിമൂന്ന് പേരുടെ ഒരു തടങ്കൽ കോളനി. അവർക്ക് പ്രത്യേകിച്ച് യാതൊരു ചികിൽസയുമില്ല.

ഏറ്റവും കുറഞ്ഞത് ആശുപത്രികൾ വൃത്തിയുള്ളവയെങ്കിലുമാണ്. അവയുടെ അവസ്ഥ മോശമല്ല.

സമയം കൊല്ലുന്നതിന് എനിക്കേറ്റവും ഇഷ്ടപ്പെട്ട ഉപാധി ചെസ്സ് കളിയാണ്. പെൻസിയേണിലെ ആളുകളുമായി ഞാൻ ചെസ്സ് കളിച്ചു. എന്റെ ആസ്ത്മ അല്പം ഭേദമായിട്ടുണ്ട്. ഒന്നുരണ്ടു ദിവസം കൂടി ഇവിടെ താമസിക്കുവാൻ ഞങ്ങൾ ആലോചിക്കുന്നു. അങ്ങനെയാണെങ്കിൽ ചിലപ്പോൾ ഞങ്ങൾക്ക് വെലാസ്കോ ഇബാര[3]യെ കണ്ടെത്താൻ കഴിയുമോയെന്നു നോക്കാം.

പദ്ധതികൾ നിർമ്മിക്കുന്നു, അവസാനിപ്പിക്കുന്നു. സാമ്പത്തിക ദുരിതങ്ങൾ ഗയാക്വിലിയൻ ഭീതികൾ. ഗാർസിയായുടെ തമാശയുടെ ഫലമാണിതെല്ലാം: "പറയൂ സുഹൃത്തുക്കളേ, നിങ്ങളെന്തുകൊണ്ട് ഞങ്ങളോടൊപ്പം ഗ്വാട്ടിമാലയിലേക്ക് വരുന്നില്ല?" അവിടെ എവിടെ യെങ്കിലും കിടന്നാൽ മതിയെന്ന തോന്നൽ; ഒരു തീരുമാനമെടുക്കാൻ എനിക്ക് ചെറിയൊരു തള്ളലിന്റെ ആവശ്യമേയുള്ളു. കലിക്കാ എന്നെ പിന്തുടർന്നു. ഇപ്പോഴിതാ വേട്ടയുടെ ജ്വരബാധിത ദിനങ്ങൾ വരുന്നു. വിസകൾ മിക്കവാറും അനുവദിച്ചു കഴിഞ്ഞു, പക്ഷേ ഏകദേശം 200 ഡോളർ ചെലവ് വരും. നൂറ്റിയിരുപത് ഡോളർ കൂടി ഉണ്ടാക്കുക ബുദ്ധിമുട്ടുള്ള കാര്യമാണ്, ഒരുപക്ഷേ ഞങ്ങളുടെ കൈയിലുള്ള സാധനങ്ങൾ വിറ്റ് ഞങ്ങൾക്കത് ഉണ്ടാക്കാനാവും. പനാമയിലേക്കുള്ള യാത്ര സൗജന്യമാണെങ്കിലും ഒരാൾക്ക് ദിവസേന രണ്ടു ഡോളർ ചിലവ് വരും. അങ്ങനെ ഞങ്ങൾക്ക് നാലു പേർക്കും കൂടി 32 ഡോളർ ചിലവ് വരും; ചർച്ച മുഴുവുൻ അതേക്കുറിച്ചായിരുന്നു; കാരണം അത് എപ്പോൾ വേണമെങ്കിലും വേണ്ടെന്നു വെച്ചേക്കാം. കഷ്ടപ്പാടിന്റെ ദിനങ്ങളാണ് പനാമയിൽ ഞങ്ങളെ കാത്തിരിക്കുന്നത്.

വെലസ്കോ ഇബാരയുമായുള്ള സമാഗമം ശോചനീയമായ പരാജയ മായിരുന്നു. ആഘോഷങ്ങളുടെ തമ്പുരാനായ സെനർ ആൻഡ്രേഴ്സ നാണ് സഹായത്തിനുവേണ്ടിയുള്ള ഞങ്ങളുടെ സങ്കടം നിറഞ്ഞ

1. ഡോക്ടർ ജോർജ് മാൾഡൊണാഡോ കെയിനെല്ല.
2. ബോൾഷെവിക്.
3. പലതവണ ഇക്വഡോർ പ്രസിഡന്റായി തെരഞ്ഞെടുക്കപ്പെട്ടിട്ടുണ്ട്, ഇദ്ദേഹം.

അഭ്യർത്ഥനകൾക്കുനേരെ പ്രതികരിച്ചത്. ജീവിതത്തിൽ ഉയർച്ച താഴ്ചകളുണ്ടെന്നും ഞങ്ങളിപ്പോൾ താഴ്ചയിലാണെന്നും, ചില സമയത്ത് ഉയർച്ചകളുണ്ടാവു മെന്നുമൊക്കെ അയാൾ പറഞ്ഞുകൊണ്ടിരുന്നു.

നദികൾ കരകവിഞ്ഞൊഴുകാൻ കാരണമാകാറുള്ള അതിവർഷ സാധ്യതയുള്ള ചില വൃഷ്ടിപ്രദേശങ്ങൾ ആ തീരപ്രദേശത്ത് കാണുവാൻ എനിക്കവസരം ലഭിച്ചു. പക്ഷേ ഫെർനാന്റോ സഫാദിയുടേയും അദ്ദേഹത്തിന്റെ സുഹൃത്തായ ഒരു ഇൻഷുറൻസ് ഏജന്റിന്റേയും സാന്നിദ്ധ്യമായിരുന്നു ആ യാത്ര രസകരമാക്കിയത്. കുറച്ചപ്പുറത്ത് പനാമയിൽ കഷ്ടപ്പാടിന്റെ ദിനങ്ങൾ ഞങ്ങളെ കാത്തിരിക്കുന്നുവെന്ന് അദ്ദേഹം പറഞ്ഞു - പനാമ പോലും ഞങ്ങളെ കാത്തിരിക്കുന്നുണ്ടോ എന്നാണ് ഞങ്ങൾക്കറിയേണ്ടത്. യാതൊരു ബുദ്ധിമുട്ടും കൂടാതെ ഗ്വാട്ടിമാലയിലേക്കുള്ള വിസ സമ്പാദിച്ചശേഷം, പനാമയിലേക്കുള്ള വിസയില്ലാതെത്തന്നെ ബോട്ട് ടിക്കറ്റുകൾ സമ്പാദിക്കുവാനായിരുന്നു ഞങ്ങളുടെ ശ്രമം. പക്ഷേ 'കമ്പാനിയ കൊളോൺ പനാമ'ക്ക് കമ്പിയടിച്ച് അവരുടെ പ്രതികരണമറിയാതെ ടിക്കറ്റ് നൽകാൻ സാധ്യമല്ലെന്ന് കമ്പനി പ്രതിനിധികൾ അറിയിച്ചതോടെ ആകെ പ്രശ്നങ്ങളായി. പിറ്റേ ദിവസം വൈകുന്നേരത്തോടെയാണ് മറുപടി വന്നത്. 'ഇല്ല' എന്നു തന്നെയായിരുന്നു മറുപടി. അതൊരു ശനിയാഴ്ചയായിരുന്നു. ഞായറാഴ്ച പുറപ്പെടാനിരുന്ന ഗ്വായാസ് എന്ന ചെറിയ ബോട്ട് അതിന്റെ യാത്ര ബുധനാഴ്ച വരെ നീട്ടിവെച്ചു.

മറ്റാരുടേയോ ചെലവിൽ, ഒരു സ്വകാര്യ ലോറിയിൽ കയറി കലിക്കാക്കിറോയിലേക്കു പോയി.

തിങ്കളാഴ്ച ഞങ്ങൾ ഒന്നുകൂടി ശ്രമിച്ചു നോക്കി. ഗാർസ്യായുടേയും എന്റേയും പേരിൽ മുപ്പത്തഞ്ച് ഡോളർ വീതം കൊടുത്തിട്ടായിരുന്നു ഇത്തവണത്തെ പരിപാടി - ഞാനും കലിക്കായുമായിരുന്നു ആദ്യം പോകാൻ നിശ്ചയിച്ചിരുന്നത്. ഫലം വിപരീതമായിരുന്നു; യാതൊരു 'കടലാസും' കൈയിലില്ലാത്തതുകൊണ്ട്, ഞങ്ങളെ കാത്തു നിൽക്കണമെന്നു കാണിച്ച് കലിക്കാക്ക് ഞങ്ങളൊരു കമ്പി സന്ദേശമയച്ചു. ഇൻഷുറൻസ് പോളിസി വിൽക്കുന്ന എൻറിക്കെ അർബൂയിസാ എന്ന ഏജന്റിനെ അന്നു വൈകുന്നേരം ഞങ്ങൾ കാണുകയുണ്ടായി. കാര്യങ്ങൾ ശരിയാക്കാൻ തനിക്കു കഴിഞ്ഞേക്കുമെന്ന് അയാൾ പറഞ്ഞു. പിറ്റേന്ന് രാവിലെ, അതായത് ഇന്ന്, ഒരു ടൂറിസ്റ്റ് കമ്പനിയുടെ പ്രതിനിധിയെ ഞങ്ങൾ കണ്ടുമുട്ടി. പറ്റില്ലെന്നു തന്നെ അയാളും പറഞ്ഞു. പക്ഷേ പനാമയിലേക്ക് ഞങ്ങൾക്ക് വിസ നൽകാമെന്നു പറഞ്ഞിരിക്കുന്ന കമ്പനിക്കു തന്നെ ടിക്കറ്റ് നൽകാനും കഴിയുമെന്ന വ്യത്യസ്തമായൊരു പ്രത്യാശ നൽകാൻ അയാൾക്ക് കഴിഞ്ഞു. ആ ഇൻഷുറൻസുകാരൻ അയാളുടെ സുഹൃത്തായിരുന്ന 'ഗ്വയാസി'ലെ ക്യാപ്റ്റന്റെ അടുത്തേക്ക്

എന്നെ കൊണ്ടുപോയി, പ്രശ്നം അയാളുടെ മുന്നിൽ അവതരിപ്പിച്ചു. ക്യാപ്റ്റൻ രോഷാകുലനായി. പക്ഷേ ഞങ്ങൾ ചില കാര്യങ്ങൾ വിശദീകരിച്ചപ്പോൾ അയാൾ ശാന്തനായി. അന്ന് വൈകുന്നേരത്തോടെ അവസാനത്തെ മറുപടി ലഭിക്കുമെന്ന ഒരു ധാരണയിൽ ഞങ്ങളെത്തി ച്ചേർന്നു.

ഏതായാലും മുമ്പത്തെ കമ്പിസന്ദേശത്തിൽനിന്നും വ്യത്യസ്തമായി, കലിക്കായോട് ഒറ്റക്കുതന്നെ മുന്നോട്ട് പൊയ്ക്കൊള്ളാൻ പറഞ്ഞുകൊണ്ട് ഞങ്ങൾ മറ്റൊരു കമ്പി സന്ദേശമയച്ചു. അവസാനത്തെ മറുപടിക്ക് കാത്തുനിന്നശേഷം ഞങ്ങളിൽ രണ്ടുപേർ പനാമയിലേക്കു പോകാനും, അല്ലെങ്കിൽ മൂന്നുപേരുമൊന്നിച്ച് സ്ഥലം കാലിയാക്കാനുമായിരുന്നു പരിപാടി.

ഒന്നു ശ്രമിച്ചുനോക്കാം...

ഞങ്ങളൊന്നും കണ്ടില്ലായിരുന്നു. 'ഗ്വായോസി'ന്റെ ക്യാപ്റ്റൻ പ്രത്യക്ഷപ്പെടുന്നതും കാത്ത് ഞങ്ങൾ ഒരു മണിക്കൂറിലധികം കാത്തുനിന്നു. ഞങ്ങൾ എന്തു ചെയ്യണമെന്ന് അവസാനമായി നാളെ തീരുമാനിക്കും. പക്ഷേ എന്തു സംഭവിച്ചാലും ആൻഡ്രൂ ഹെരേരാ ഇവിടെ തങ്ങും. പരസ്പരം ബന്ധം പുലർത്തുന്നതിനായി ഞങ്ങളിൽ ഒരാളെങ്കിലും ഗ്വയാക്വിലിൽ താമസിക്കണമെന്നാണ് അയാളുടെ വാദം. മൂന്നുപേർ വഴുതിക്കടന്നുപോകുന്നതിനേക്കാൾ എളുപ്പമാണ് രണ്ടുപേർ കടന്നു പോകുന്നത്. അത് ശരിയാണ്. പക്ഷേ ഇതിലെന്തൊക്കെയോ സംശയാസ്പദമായുള്ളതുപോലെ ഞങ്ങൾക്ക് തോന്നുന്നു. അയാളെ ഇവിടെ പിടിച്ചു നിർത്തുന്നത് ഏതോ പ്രണയവിഷയമാകാമെന്ന് ഞങ്ങൾക്കു തോന്നി. തന്റെ മനസ്സിലിരുപ്പെന്താണെന്ന് ആർക്കുമറിയില്ല എന്ന നാട്യത്തിലാണ് അയാളുടെ നീക്കം.

ആസ്മയുമായി മല്ലടിച്ചുകൊണ്ട് ഒരു ഭയപ്പാടിന്റെ ദിവസംകൂടി ഞാൻ കഴിച്ചുകൂട്ടി. വയറിളക്കവും ആസ്ത്മയും ഒന്നിച്ചുചേർന്ന് എന്നെ തളർത്തി. ആ ദിവസം ഗാർസിയാ യാതൊന്നും ചെയ്തില്ല. അനിശ്ചിതാ വസ്ഥ അങ്ങനെ തുടരുന്നു.

പനാമയിലേക്കുള്ള വിസ ഒരൊഴിയാബാധയായിത്തീർന്നിരി ക്കുന്നു. എല്ലാം തയ്യാറായിക്കഴിഞ്ഞപ്പോൾ 90 സുക്കർ ചെലവഴിപ്പി ക്കാനുള്ള ഒരു സൂത്രവുമായി അവൻ വന്നു. അതുകൊണ്ട് ഇന്നു വൈകുന്നേരംവരെ ആ പദ്ധതി നീട്ടിവെച്ചു. അർജന്റീന കപ്പലിലെ ക്യാപ്റ്റന്റെ ക്ഷണപ്രകാരം ഞാൻ ആ കപ്പലിനകത്തേക്കു ചെന്നു. ഞങ്ങളെ ഊഷ്മളമായി സ്വീകരിച്ച അവർ ഞങ്ങൾക്ക് കുടിക്കാനായി മേറ്റ്[1] തന്നു. പക്ഷേ ബോട്ടിനുവേണ്ടി പത്ത് സുക്കർ കൂടി ഒരുക്കി വെക്കാൻ അവിടത്തെ കോൺസൽ എന്നോട് പറഞ്ഞു. എനിക്ക്

1. ഒരുതരം പാനീയം; പരാഗ്വൻ ചായ.

ധാരാളം ഓർമകൾ നൽകുന്ന *അനാ ജി*[1] പോലുള്ള ഒരു പത്തേമാരി യാണത്. താഴെപ്പറയുന്ന കാര്യങ്ങളെക്കുറിച്ച് പ്രത്യേകം കുറിക്കുവാൻ എനിക്കു താൽപര്യമുണ്ട്: എൻറോൾമെന്റ് ഓഫീസിനെ നിരീക്ഷിച്ചു കൊണ്ടിരിക്കുന്ന സൈനികരുടെ പുറത്ത് യു.എസ്. എന്ന ഇംഗ്ലീഷ് അക്ഷരങ്ങൾ എഴുതിയിരിക്കുന്നു.

അതിഗംഭീരമായ പദങ്ങളുള്ള വിസ ഞങ്ങളുടെ പക്കലുണ്ട്: “പനാമ മുതൽ ഗ്വാട്ടിമാല വരെയുള്ള യാത്രക്കൂലി നൽകിയിരിക്കുന്നു” പഴയ പോലെ ഒരു ഉഗ്രൻ ലഹള കൂടിയുണ്ടാകും. ഇന്ന് അർജന്റീന കപ്പലിൽ ഗാർസ്യയോടൊപ്പം ആഹാരം കഴിച്ചു, അവിടെ ഞങ്ങൾക്ക് രാജാക്ക ന്മാർക്കു കിട്ടുന്ന പരിചരണം ലഭിച്ചു. അവർ ഞങ്ങൾക്ക് അമേരിക്കൻ സിഗരറ്റുകൾ തന്നു. വീഞ്ഞ് കുടിച്ചു. പുഴുക്കിനെപ്പറ്റി പറയാനില്ല. ആ ദിവസത്തിന്റെ ബാക്കി, പൂജ്യം.

രണ്ടു ദിവസങ്ങൾ കൂടി: അസ്വാസ്ഥ്യകരമായ വിടപറയലിന്റെ ദുഃഖ പൂരിതമായ ഞായറാഴ്ച. ശനിയാഴ്ച എന്റെ കൈയിലുള്ള യന്ത്രം ഞാൻ മിക്കവാറും വിറ്റു കഴിഞ്ഞിരിക്കുന്നു. പക്ഷേ എന്നിൽ ശേഷിപ്പു ണ്ടായിരുന്ന, സ്വത്തിനോടുള്ള ബൂർഷ്വാ പ്രലോഭനം അവസാന നിമിഷം എന്നെ അതിൽ നിന്നും വിലക്കി. അത് വളരെ വൈകിപ്പോയെന്നാണ് ഞാൻ പിന്നീടറിഞ്ഞത്, അതിന്റെ ഫലം ഇന്നു മാത്രമേ അറിയാൻ കഴിയൂ. ഞായറാഴ്ച വൈകുന്നേരം ആ മോതിരം പണയം വെച്ചാൽ മതിയായിരുന്നു. ഒരു സെന്റ് പോലും കൈയിലില്ലാതെ, ഒരു നയാപൈസ പോലും കിട്ടാനുള്ള മാർഗ്ഗമില്ലാതെ, ഞങ്ങളുടെ പദ്ധതികളെല്ലാം തകർന്നു കൊണ്ടിരിക്കേ, ആ യാത്രയുടെ നീട്ടിവെപ്പ് സ്വർഗത്തിൽ നിന്നും നീട്ടിയ ഉപഹാരം പോലെയായി. ഞങ്ങൾ എഞ്ചിനീയറോട് അതിനെ ക്കുറിച്ചു ചോദിച്ചു. ‘ആർക്കറിയാം, ഒരു പക്ഷേ വ്യാഴാഴ്ച’ എന്ന അയാളുടെ മറുപടി ഞങ്ങളുടെ ആവേശത്തെ ഇടിച്ചു താഴ്ത്തി. ഇനിയും അഞ്ച് ദിവസം കൂടി കഴിയണമെന്നതിനാൽ 120 സുക്കർ കൂടി ചിലവ്, സാധനങ്ങൾ വാങ്ങാൻ പണമില്ല എന്നിങ്ങനെയുള്ള ദുരിതങ്ങൾ.

ഇപ്പോഴിതാ കൂടുതൽ കൂടുതൽ ദിവസങ്ങൾ ലഭിച്ചിരിക്കുന്നു. ആ യന്ത്രം വിൽക്കാൻ പറ്റിയില്ല. ഞങ്ങളുടെ കൈയിൽ ചെലവാക്കാൻ ഇനി ഒരു ചില്ലിക്കാശുപോലുമില്ല. ഇപ്പോഴത്തെ ഞങ്ങളുടെ അവസ്ഥ മഹാ മോശമാണ്. ഒരു പെസോ പോലും കൈയിലില്ല. 500 പെസോയുടെ കടം ഫലത്തിൽ ആയിരം പെസോയുടേതാണ്. ഇനിയെന്ത്? അതാണ് ഇപ്പോഴത്തെ ചോദ്യം. മുൻകൂട്ടി കാണാനാവാത്ത എന്തെങ്കിലും കാരണം മൂലം തടസ്സങ്ങളുണ്ടായില്ലെങ്കിൽ ഞങ്ങൾ ഞായറാഴ്ച തന്നെ യാത്ര യാരംഭിക്കും.

---

1. 1950ലെ കരീബിയൻ യാത്രയിൽ ഒരു മെഡിക്കൽ ഓർഡർലിയായി ഗുവേര ഈ കപ്പലിൽ പേര് ചേർത്തിരുന്നു.

ഏണസ്റ്റോ ചെ ഗുവേര

ഗ്വയാകിൽ
ഒക്ടോബർ 21, 1953

പ്രിയപ്പെട്ട അമ്മേ,

ഒരു സമ്പൂർണ്ണ സാഹസികൻ എന്ന എന്റെ പുതിയ നിയോഗത്തെക്കുറിച്ചാണ് ഞാനീ കത്തെഴുതുന്നത്. (ഈ കത്ത് അമ്മ എപ്പോൾ വായിക്കുമെന്ന് ആർക്കറിയാം) സാഹസിക യാത്രയെക്കുറിച്ചുള്ള ഈ കത്തെഴുത്തു പരമ്പരയിലെ എന്റെ അവസാനത്തെ കത്തിനു ശേഷം പാലത്തിനടിയിലൂടെ ധാരാളം വെള്ളം ഒഴുകിപ്പോയിരിക്കുന്നു.

ഇതാണ് സാരാംശം. യാത്രക്കിടയിൽ - കലിക്ക, ഗാർസിയ (ഞങ്ങൾ യാത്രക്കിടയിൽ കൈവശപ്പെടുത്തിയ സാധനം) പിന്നെ ഞാൻ - ഞങ്ങൾക്ക് ഞങ്ങളുടെ പ്രിയപ്പെട്ട രാജ്യത്തെക്കുറിച്ച് അല്പം ഗൃഹാതുരത്വം അനുഭവപ്പെട്ടു. പനാമ വിട്ടുപോയത് ആ രണ്ട് സുഹൃത്തുക്കൾക്ക് എത്ര നന്നായെന്ന് ഞങ്ങൾ പരസ്പരം പറഞ്ഞു. XXXX[1] മായി നടന്ന ഗംഭീരൻ കൂടിക്കാഴ്ചയെക്കുറിച്ച് ഞങ്ങൾ തമ്മിൽ അഭിപ്രായം പറഞ്ഞു. ആ കാവൽ മാലാഖ പറഞ്ഞ കാര്യങ്ങൾ പിന്നീട് പറയാം. ഞങ്ങൾക്കടുത്തുകൂടെ കടന്നു പോകുന്നതിനിടക്ക് ഗ്വാട്ടിമാലയിലേക്ക് അവർക്കൊപ്പം ചെല്ലാൻ ഗാർസ്യ ഞങ്ങളെ ക്ഷണിച്ചുവെന്നതാണ് സത്യം, ആ ക്ഷണം സ്വീകരിക്കാനുള്ള മാനസികാവസ്ഥയിലായിരുന്നു ഞാൻ. കലിക്ക അടുത്ത ദിവസം മറുപടി പറയാമെന്നു പറഞ്ഞു. പിറ്റേന്ന് അയാൾ 'ശരി' എന്ന മറുപടി നൽകി. അങ്ങനെ യാങ്കികളുടെ കൊള്ളരുതാത്തവന്മാരുടെ പട്ടികയിലേക്ക് നാല് പുതിയ അംഗങ്ങൾ കൂടിയായി. അപ്പോൾ എംബസിക്കകത്ത്, പനാമയിലേക്ക് വിസ ലഭിക്കാത്തതിനെക്കുറിച്ച് ദിവസവും വിലാപങ്ങളുയർന്നു, അനർത്ഥങ്ങളുണ്ടായി. പലവിധ ഉയർച്ചകൾക്കും താഴ്ചകൾക്കും ശേഷം (യാഥാർത്ഥ്യവും കാൽപനികവും) 'ഇല്ല' എന്ന നിലപാടിലേക്ക് അയാൾ നീങ്ങുന്നതുപോലെ കാണപ്പെട്ടു. യജമാന സദൃശമായ സൂട്ട്, സ്വപ്നങ്ങളുടെ മുത്ത് എന്നിവ, പഴയ സാധനങ്ങൾ കച്ചവടം ചെയ്യുന്ന ഒരു പീടികയിൽ അവയുടെ ധീരോദാത്തമായ മരണം കൈവരിച്ചു. ഞങ്ങൾ മൂവരുടേയും[2] സാമ്പത്തിക ഭദ്രത നിലനിർത്തുന്നതിനുവേണ്ടി (സന്തോഷപൂർവ്വം ഞാൻ അങ്ങനെ ആഗ്രഹിക്കുന്നു) ആ ബാഗ് വല്ലാതെ ചുരുങ്ങി വന്നു.

ഇതിന്റെയൊക്കെ ഉദ്ദേശ്യം ഇതാണ്. ഞങ്ങളുടെ ഒരു പാതി സുഹൃത്തായ ആ ക്യാപ്റ്റൻ ആവശ്യമുള്ള കാര്യങ്ങൾ ചെയ്ത്

1. പേര് വ്യക്തമല്ല.
2. ഗ്വാലോ ഗാർസ്യ, ആൻഡ്രൂസ് ഹെരേര, ഏണസ്റ്റോ ഗുവേര. കലിക്ക വെനിസ്വേലയിലേക്കു പോയതോടെ ഇവർ മൂന്നുപേർ മാത്രം ബാക്കിയായി.

തരാമെന്ന് സമ്മതിക്കുകയാണെങ്കിൽ, എനിക്കും ഗാർസ്യക്കും പനാമയിലേക്ക് പോകാനാവും, പിന്നെ ഗ്വാട്ടിമാലയിൽ എത്തിച്ചേർന്നവരുടെ ഒന്നിച്ചുള്ള പരിശ്രമത്തോടൊപ്പം പനാമയിലുള്ളവരുടെ ശ്രമം കൂടി ചേർന്നാൽ ഒറ്റപ്പെട്ടു നിൽക്കുന്ന ഞങ്ങളെ നിലവിലുള്ള ബാധ്യതക്കുള്ള ഈടായി പനാമയിലേക്ക് കെട്ടിവലിച്ചുകൊണ്ടുപോകാൻ സാധിക്കും. ഇനി ക്യാപ്റ്റനത് വിസമ്മതിക്കുകയാണെങ്കിൽ ആ രണ്ടു പഹയന്മാരും കൊണ്ടുവന്നിട്ടുള്ള ഈട് ഇവിടെ ഉപേക്ഷിച്ച് കൊളൂസിയയിലേക്ക് കടന്നു കളയും. അവിടെനിന്ന്, സർവ്വശക്തൻ അവർക്കെത്തിപ്പിടിക്കാൻ നൽകുന്ന ഏതെങ്കിലും അദ്ഭുതമാർഗ്ഗത്തിലൂടെ അവർ ഗ്വാട്ടിമാലയിലേക്ക് തിരിക്കും.

ഗ്വയാകിൽ 24 (ഒക്ടോബർ) കുറേ കൂട്ടലിനും, കിഴിക്കലിനും, ചർച്ചകൾക്കുംശേഷം അല്പം കൈക്കൂലി കൊടുത്ത് പനാമയിലേക്കുള്ള വിസ ഞങ്ങൾ സംഘടിപ്പിച്ചു. നാളെ, ഞായറാഴ്ച, ഞങ്ങൾ പുറപ്പെടുന്നു. ഇരുപത്തിയൊമ്പതിനോ, മുപ്പതിനോ ഞങ്ങൾ അവിടെയെത്തും. എംബസിയിൽവെച്ച് വളരെ തിരക്കുപിടിച്ചാണ് ഞാനിത് എഴുതിത്തീർത്തത്.

ഏണസ്റ്റോ.

പൊയ്പോയ ദിവസങ്ങളെക്കുറിച്ചോർത്തു കൊണ്ടിരിക്കുന്ന ഞാനിപ്പോൾ കടലിലാണ്. ഞങ്ങളുടെ കൈയിൽ വിൽക്കാനായി അവശേഷിച്ചിട്ടുള്ള ആ ഉപകരണത്തിന് എന്തെങ്കിലും പണം തരാനാവുന്ന ഒരാളെ ഞാൻ തകൃതിയായി അന്വേഷിക്കുന്നുണ്ട്. ആ മോതിരം എന്റെ കൈയിൽനിന്നും വാങ്ങിയ ദേഷ്യക്കാരൻ അയാളുടെ തെറ്റ് സമ്മതിച്ചു. പെൻസിയോണിൽ[1] വെച്ച്, അതിന്റെ ഉടമസ്ഥയുമായി സംസാരിച്ച ഞങ്ങൾക്ക് 500 സുക്കർ നൽകിയ മൊണാസ്റ്റേരിയോ എന്ന സുഹൃത്ത് നൽകിയ അവസാനത്തെ അർത്ഥസൂചന. മനസ്സിന്റെ ആഴങ്ങളിലുള്ള വികാരം ബാഹ്യമായി പ്രകടിപ്പിക്കാനാകാതെ വരുമ്പോൾ നടക്കുന്ന വിടചൊല്ലൽ, നമ്മൾ പ്രതീക്ഷിക്കുന്നതിനേക്കാൾ താഴെയാണ്. തണുപ്പനാണ്.

ഞങ്ങളിപ്പോൾ ഒന്നാം ക്ലാസ് കമ്പാർട്ട്മെന്റിലാണ്, കാശ് കൊടുക്കുന്നവർക്ക് അതത്ര ലാഭകരമായി തോന്നുകയില്ല, പക്ഷേ ഞങ്ങൾക്കത് അനുയോജ്യമായി തോന്നുന്നു. വിമാനത്തിൽ, മിന്നൽ വേഗത്തിൽ അമേരിക്കാ വൻകര മുഴുവൻ സഞ്ചരിക്കുന്ന, സംസാരപ്രിയനായ ഒരു പരാഗ്വേക്കാരനും, ഇക്വഡോറിൽ നിന്നുള്ള ഒരു മനുഷ്യനുമാണ് ആ മുറിയിലെ ഞങ്ങളുടെ സഹജീവികൾ. - യാതൊരു ഗുണവുമില്ലാത്ത

1. ആളുകൾ വാടകക്ക് താമസിക്കുന്ന ഒരു സ്ഥലം.

രണ്ടെണ്ണം. ഗാർസിയാക്ക് കടൽചൊരുക്കു വന്നു. അയാൾ ഒരുപാട് ഛർദിച്ചു. ഒരു ബെനാഡ്രിൽ ഗുളിക കഴിച്ചു. ഇപ്പോൾ അയാൾ നല്ല ഉറക്കമാണ്. എഞ്ചിനീയറുമൊത്ത് ഇന്ന് വൈകുന്നേരം ഒരു മേറ്റ് പാർട്ടി.

മുമ്പൊരിക്കൽ ചിലിയിൽവെച്ച് പരിചയപ്പെട്ട ഒരു നയതന്ത്ര വിദഗ്ധൻ വഴിയാണ് ബ്യൂണസ് അയേഴ്സിലുള്ള എന്റെ അമ്മായി മരിച്ച വിവരം ഞാൻ അറിയുന്നത്. അദ്ദേഹത്തെ ഈ അർജന്റൈൻ കപ്പലിൽ വെച്ച് വീണ്ടും കാണുകയായിരുന്നു. എന്റെ അടുത്തുകൂടെ കടന്നു പോയപ്പോഴാണ് അദ്ദേഹം ഈ വിവരം പറഞ്ഞത്.

മാർട്ടാക്ക് യാതൊരു മൂല്യവുമില്ലെന്ന് അവർ പറയുന്നു. തുറമുഖത്തെത്തിയപ്പോൾ ഞങ്ങൾ ഇറങ്ങിയില്ല. പക്ഷേ പിറ്റേന്ന് എസ്മരാൾഡാസിൽ വെച്ച് ഞങ്ങൾ പുറത്തുചാടി. ഇക്വഡോറിനോട് വിട ചൊല്ലുകയാണ് എന്ന അർത്ഥത്തിൽ നഗരം ചുറ്റിക്കാണാനായി ഞങ്ങൾ ഒരു ഡോളർ ചെലവഴിച്ചു.

ഞങ്ങളുടെ സഹചാരികളിലൊരാളായ ഇക്വഡോർകാരൻ, അയാൾ മുമ്പൊരിക്കലും കണ്ടിട്ടില്ലാത്ത തന്റെ ഒരു കസിനെ അവിടെവെച്ച് കണ്ടുമുട്ടി. അയാൾ കസിനുമായി സൗഹൃദത്തിലായി. അവർ ഞങ്ങളെ പട്ടണത്തിന്റെ പ്രാന്തപ്രദേശങ്ങളിലും, മലനിരകളിലും ചുറ്റിയടിക്കാൻ കൊണ്ടുപോയി.

അടുത്ത ദിവസം മുഴുവൻ ഞങ്ങൾ കടലിലായിരുന്നു; കടൽ മനോഹരമാണെന്ന് എനിക്കു തോന്നി. പക്ഷേ ഗ്വാലോ ഗാർസിയാക്ക് ഒരു ശകലംപോലും ഇഷ്ടമില്ലായിരുന്നു. എസ്മരാൾഡാസിൽ നിന്നുമുള്ള യാത്രക്കിടയിൽ ഒരു നാടുതെണ്ടിയെ - കപ്പലിൽ ഒളിച്ചു യാത്ര ചെയ്യാൻ ശ്രമിച്ച ഒരുത്തനെ - കണ്ടെത്തി. കപ്പലിലെ ജോലിക്കാർ അവനെ തുറമുഖ ത്തേക്കു തന്നെ തിരിച്ചയച്ചു. ആ സംഭവം രസകരമായ ചില ഗതകാല സ്മരണകളെ എന്റെ മനസ്സിലേക്ക് കൊണ്ടുവന്നു.

വ്യക്തമായ ലക്ഷ്യമില്ലാത്ത, രാജ്യം വിട്ടു പോന്നുവെന്നല്ലാതെ മറ്റൊരു വ്യക്തതയുമില്ലാത്ത ഞങ്ങൾ പനാമയിൽ അഭയം പ്രാപിച്ചിരിക്കുകയാണ്.[1] അവിശ്വസനീയമായ കാര്യങ്ങൾ സംഭവിച്ചിരിക്കുന്നു. ഞങ്ങൾ അതൊന്ന് ചിട്ടയിലാക്കിപ്പറയാം: ഞങ്ങളവിടെ എത്തിച്ചേർന്നപ്പോൾ യാതൊന്നും സംഭവിച്ചില്ല; കസ്റ്റംസ് ഉദ്യോഗസ്ഥൻ ശാന്തമായി ഞങ്ങളുടെ ബാഗുകളും മറ്റും പരിശോധിച്ചു. മറ്റൊരാൾ ഞങ്ങളുടെ പാസ്പോർട്ട് പരിശോധിച്ചശേഷം മുദ്രയടിച്ച് തിരികെത്തന്നു. പിന്നെ ഞങ്ങൾ പനാമ സിറ്റിയിൽ നിന്നും പോകേണ്ടതായ ബൽബോവ തുറമുഖത്തേക്ക് തിരിച്ചു. ബിഗ് റോജോ ഞങ്ങൾക്കൊരു പെൻസിയോണിന്റെ മേൽവിലാസം തന്നിരുന്നു. അവിടെ ഒരു ദിവസത്തേക്ക് ഒരു ഡോളർ എന്ന കണക്കിൽ താമസിക്കാനായി ഒരിടനാഴി കിട്ടി.

1. 1953 ഒക്ടോബർ 23നെഴുതിയ ഒരു കത്തിൽ താൻ 29നോ മുപ്പതിനോ പനാമയിൽ എത്തുമെന്ന് ചെ പറഞ്ഞിരുന്നു. ഒക്ടോബർ 25നായിരുന്നു ആ യാത്ര തുടങ്ങിയത്.

ആ ദിവസം പുതുതായൊന്നും സംഭവിച്ചില്ല. പക്ഷേ അദ്ഭുതം കടന്നു വന്നത് പിറ്റേദിവസമാണ്. അർജന്റീനാ എംബസിയിൽ വെച്ച് ഞങ്ങൾക്കുള്ള കത്തുകൾ കിട്ടി. അതിൽ ഒന്ന് റോജോയുടേയും മറ്റൊന്ന് വാൾഡോ വിനോസിന്റേതുമായിരുന്നു. രണ്ടു കത്തുകളിലും വാൽഡോ വിനോസിന്റെ വിവാഹക്കാര്യം പ്രഖ്യാപിച്ചിരുന്നു. ലുസ്മില്ല ഒലർ[1] വിവാഹത്തെക്കുറിച്ചും മറ്റ് കാര്യങ്ങളെക്കുറിച്ചും ഞങ്ങളോട് പറയുന്നതു വരെ ഞങ്ങൾക്കതെല്ലാം ഒരു കടങ്കഥയായിരുന്നു. അത് അവന്റെ വീട്ടിൽ കലാപമുയർത്തി; അച്ഛൻ ലഹളയുണ്ടാക്കി, അമ്മ അവനെ വീട്ടിൽ കയറ്റാൻ തയ്യാറായില്ല. ഒരു ചില്ലിപോലും കൈയിലില്ലാതെ അവൻ ഗ്വോട്ടിമാലയിലേക്കു പോയി. ഗൗരവമേറിയ വികാരത്തിന്റെ വേലിയേറ്റം.

പെൺകുട്ടി സുന്ദരിയാണ്, ബുദ്ധിമതിയുമാണ്. പക്ഷേ എന്റെ നോട്ടത്തിൽ അവൾ കടുത്ത കത്തോലിക്കാ വിശ്വാസിയാണെന്നു തോന്നുന്നു.

അർജന്റീനാ എംബസിക്ക് ഞങ്ങൾക്കെന്തെങ്കിലും ചെയ്തു തരാൻ കഴിഞ്ഞേക്കും. ഒരുപക്ഷേ 'സിയെത്തെ' എന്ന മാസികയ്ക്കുവേണ്ടി ഞാൻ ഒരു ലേഖനമെഴുതാൻ സാദ്ധ്യതയുണ്ട്; ചിലപ്പോൾ ഞാനൊരു പ്രഭാഷണം നടത്താനും സാധ്യതയുണ്ട്. അങ്ങനെയാണെങ്കിൽ നാളെ എന്തെങ്കിലും കഴിക്കാൻ കിട്ടും.

പുതുതായി ഒന്നുമില്ല - ഒരു കാര്യമൊഴികെ. ഞാൻ നാളെ അലർജിയെക്കുറിച്ചൊരു പ്രഭാഷണം നടത്തുന്നു. അതോടൊപ്പം ബ്യൂണസ് അയേഴ്സിലെ ഫാക്കൽറ്റി ഓഫ് മെഡിസിനെക്കുറിച്ചും സംസാരിക്കും. കോളേജിൽ എനിക്ക് ഊഷ്മളമായ സ്വീകരണമാണ് ലഭിച്ചത്. ഡോൺ സാന്റിയാഗോ പി. സുനേർ എന്ന ഫിസിയോളജിസ്റ്റിനെ ഞാൻ അവിടെ വെച്ച് കണ്ടുമുട്ടി. മറ്റൊരവസരത്തിൽ ഡോ. കാർലോസ് ഗ്വവേര മൊറേനോയേയും കണ്ടുമുട്ടി. കരുത്തനായ ഒരു മൈതാന പ്രസംഗകൻ എന്ന നിലയിൽ എന്നെ ആകർഷിച്ചു. അദ്ദേഹം പ്രഗത്ഭനായ ഒരു മാസ് സൈക്കോളജിസ്റ്റാണ്, പക്ഷേ ചരിത്രത്തിന്റെ തർക്കശാസ്ത്രത്തെക്കുറിച്ച് അദ്ദേഹത്തിനത്ര പിടിയില്ല. വളരെ മര്യാദക്കാരനും സൗഹൃദം പുലർത്തുന്നവനുമാണ് അദ്ദേഹം. വളരെ വിനയപുരസ്സരം അദ്ദേഹം ഞങ്ങളെ സ്വീകരിച്ചു. താൻ എവിടേക്കാണ് പോകുന്നതെന്നത്, എന്താണ് ചെയ്യുന്നതെന്ന് എന്നതിനെക്കുറിച്ചെല്ലാം അദ്ദേഹത്തിന് വ്യക്തമായ ധാരണയുള്ളതുപോലെ ഞങ്ങൾക്ക് തോന്നി. പക്ഷേ ബഹുജനങ്ങളെ തൃപ്തിപ്പെടുത്തുന്നതിനുമപ്പുറത്തേക്ക് ഒരു വിപ്ലവത്തേയും അദ്ദേഹം നയിക്കുകയില്ല. പെറോണിന്റെ ഒരു ആരാധകനാണദ്ദേഹം. ഒരുപക്ഷേ ഞാൻ രണ്ടു ലേഖനങ്ങൾ പ്രസിദ്ധീകരിക്കാനിടയുണ്ട്, ഒന്ന് 'സീയെത്തെ'യിൽ, മറ്റൊന്ന് 'പനാമാ അമേരിക്ക'യുടെ ഞായറാഴ്ചപ്പതിപ്പിൽ.

1. പനാമയിലെ ഒരു പാർലിമെന്റംഗത്തിന്റെ മകൾ

ഓസ്കാർ വാൾഡൊവിനോസിന്റെ പതിനാറ് പേജ് വരുന്ന ഒരു കത്ത് ലുസ്മില്ലാക്ക് ലഭിച്ചിരിക്കുന്നു, അവളിൽ സന്തോഷം കരകവിഞ്ഞൊഴുകുന്നു.

ഡോ. സാന്തിയാഗോ പി സുനേർ അടക്കമുള്ള പന്ത്രണ്ടുപേരുടെ ജനക്കൂട്ടത്തിനു മുന്നിൽ ഞാൻ പ്രസിദ്ധമായ ആ പ്രഭാഷണം നടത്തി, 25 ഡോളർ പ്രതിഫലം. ആമസോണിയായെക്കുറിച്ച് ഞാനൊരു ലേഖനമെഴുതി, 20 ഡോളർ പ്രതിഫലം. മച്ചു-പിച്ചുവിനെക്കുറിച്ചുള്ള മറ്റൊരു ലേഖനത്തിന് മിക്കവാറും എനിക്ക് ഇരുപത്തിയഞ്ച് ഡോളർ ലഭിക്കാനിടയുണ്ട്.

സൗജന്യമായി ലഭിച്ച ഒരു സ്ഥലത്തേക്ക് ഞങ്ങൾ താമസം മാറ്റുവാൻ പോവുകയാണ്. ചെറുപ്പക്കാരനായ ഒരു ചിത്രകാരനെ ഞങ്ങൾ കണ്ടുമുട്ടി, ഒട്ടും മോശക്കാരനല്ലാത്ത ഒരു ചിത്രകാരൻ. എഫ് യു ഐ യിൽനിന്നും വിദ്യാർത്ഥികളെ പുറത്താക്കുന്ന കാര്യത്തിൽ അവർക്ക് അർദ്ധമനസ്സാണുള്ളത്. അവർ എംബസിയിൽ ചെന്ന് ഏതോ ഒരു ഫൗണ്ടേഷൻ വക വിമാനത്തിൽ ഗ്വയാകിൽനിന്നും ക്രിറ്റോയിലേക്കു പോയി എന്നതാണ് അതിനുള്ള ഒരു പ്രധാന കാരണം. പെറോൺ വിരുദ്ധരായ അർജന്റൈൻ യുവ സമൂഹത്തിനു വേണ്ടി ഒരു പ്രസ്താവനയിറക്കിയ വാൾഡോവിനോസിനെ അവർ ഞെരിച്ചു. അതെല്ലാം എങ്ങനെ ശരിയാക്കിയെടുക്കാനാവുമെന്ന് എനിക്കറിയില്ല. പനാമാ സ്റ്റുഡന്റ്സ് ഫെഡറേഷന്റെ പ്രസിഡന്റായ മറിയാനോ ഒറ്റീസായോടൊത്ത് റിയോമാറിലെ കടൽതീരത്ത് ഞങ്ങളൊരു ഉല്ലാസകരമായ പദയാത്ര നടത്തി.

ആമസോണിയായെക്കുറിച്ചുള്ള എന്റെ ലേഖനം 'പനാമ അമേരിക്കാ' യിൽ പ്രത്യക്ഷപ്പെട്ടിരിക്കുന്നു, മറ്റൊരെണ്ണം അതിൽ ഇടംപിടിക്കുവാൻ ശ്രമിച്ചുകൊണ്ടിരിക്കുന്നു. ഞങ്ങളുടെ ഇപ്പോഴത്തെ അവസ്ഥ മോശമാണ്. ഇവിടെ എങ്ങനെ ജീവിക്കാൻ കഴിയുമെന്ന് ഞങ്ങൾക്കറിയില്ല. കോസ്റ്റോറിക്കൻ അംബാസഡർ ഒന്നിനും കൊള്ളരുതാത്ത ഒരു തിരുമണ്ടൻ. അയാൾ ഞങ്ങൾക്ക് വിസ തരില്ല. മാമ്പൽ തിജെയിറോ എന്ന ശില്പിയെ ഞങ്ങൾ കണ്ടുമുട്ടി. കൗതുകമുണർത്തുന്ന ഒരു മനുഷ്യൻ.

സമരം കനക്കുന്നു. സിൻക്ലെയർ എന്ന ചിത്രകാരനെ ഞങ്ങൾ കണ്ടുമുട്ടി, അർജന്റീനയിലായിരുന്നു അയാളുടെ വിദ്യാഭ്യാസം. നല്ലൊരു മനുഷ്യൻ.

ഇതുവരെ ഞങ്ങൾ കണ്ടുമുട്ടിയവരിൽ ഏറ്റവും നല്ലവരായ മൂന്നു പേർ: അഡോൾഫോ ബെനിദേത്തി, റോമുലോ എസ്കോബാർ, ഇസ്യാസ് ഗാർസ്യ. എല്ലാവരും നല്ല കുട്ടികൾ.[1]

1. മൂവരും പനാമ സ്റ്റുഡന്റ്സ് അസോസിയേഷനിലെ അംഗങ്ങൾ

ഞങ്ങളിപ്പോഴും ആ കനാൽ (പനാമ കനാൽ) ശരിക്കും കണ്ടിട്ടില്ല. ഞങ്ങൾ അത് കാണാൻ പോയ ദിവസം സമയം വല്ലാതെ വൈകിയിരുന്നു. കനാൽ അടച്ചിട്ടിരിക്കുകയായിരുന്നു.

മറ്റ് രണ്ട് പേരുകൾ കൂടി എനിക്കിവിടെ ചേർക്കേണ്ടതുണ്ട്: എറവാൽഡോ ടോം ലിൻസൺ, റൂബൻ ദാരിയോ മൊങ്കാഡാ ലൂന.

പനാമയിലെ അവസാന ദിനങ്ങൾ പാഴായിപ്പോയ ദിനങ്ങൾ തന്നെയായിരുന്നു. രാജ്യത്തിനു പുറത്തേക്കുള്ള ടിക്കറ്റിനോടൊപ്പം അകത്തേക്കുള്ള ടിക്കറ്റ് കൂടി കാണിച്ചില്ലെങ്കിൽ കോസ്റ്റോറിക്കൻ അംബാസഡർ ഞങ്ങൾക്ക് വിസ നൽകാൻ തയ്യാറാവില്ല. പണം കടം വാങ്ങിക്കുന്നതിനായി ലുസ്മില്ലായെ ഞങ്ങൾക്കാവശ്യമുണ്ട്. എനിക്ക് ക്യാമറ പുറത്തെടുക്കാനായില്ല. കേസ്റ്റോറിക്കായിലേക്കുള്ള യാത്രാകൂലി പി.എ.എ.യിൽ നിന്നും മടക്കിക്കിട്ടിയിട്ടില്ല. ലുസ്മില്ലയ്ക്കു നൽകിയ യാത്രയയപ്പ് പാർട്ടിയിൽ പങ്കെടുക്കാൻ കഴിഞ്ഞില്ല – അഥവാ ഗ്വാവാലോക്ക് അവൾ ഞങ്ങളോട് പെരുമാറിയിരുന്ന രീതി ഇഷ്ടമല്ലായിരുന്നു. അതിനാൽ ഞങ്ങളവിടെ പോയില്ല. അവസാനമായപ്പോഴേക്കും അൽപം തണുപ്പൻ മട്ടിലാണ് ലുസ്മില്ല ഞങ്ങളോട് പെരുമാറിയിരുന്നത്.

രണ്ടാമത്തെ ചെറിയൊരു ലേഖനത്തിന് അവരെനിക്ക് പതിനഞ്ച് ഡോളർ തന്നു, ബോസെ മറിയാ സാഞ്ചെസ് എന്ന ആ നല്ല മനുഷ്യന്റെ പരിശ്രമങ്ങൾക്ക് നന്ദി.

കീശയിൽ അഞ്ച് ഡോളറും വെച്ചുകൊണ്ടാണ് ഞങ്ങൾ പനാമ വിട്ടത്. അവസാന നിമിഷത്തിൽ കൗതുകമുണർത്തുന്ന ഒരു വ്യക്തിയെ, കൊർഡോബക്കാരനായ റിക്കാർഡോ ലുട്രയെ, ഞങ്ങൾ കണ്ടുമുട്ടി. സസ്യശാസ്ത്ര വിദഗ്ധനും ആസ്മാ രോഗിയുമായ അയാൾ. ആമസോണിയായിലും അന്റാർട്ടിക്കായിലും പോയിട്ടുള്ളവനാണ്. മദ്ധ്യ അമേരിക്ക ചുറ്റി, പരാഗ്വേയിലൂടെ, ആമസോണിലൂടെ, ഓറിനോക്കോയിലൂടെ ഉള്ള ഒരു യാത്രയെക്കുറിച്ച് അയാൾ ആലോചിക്കുന്നു – എന്റെ പഴയ ആശയം.

ഞങ്ങളിപ്പോൾ പനാമയുടെ നടുക്കാണ്. ഞങ്ങളെ വഹിക്കുന്ന ലോറിയുടെ സ്പ്രിങ്ങുകൾ പൂർണ്ണമായും മുറിഞ്ഞിരിക്കുന്നു. അത് മാറ്റുന്നതിനായി ഡേവിഡിനെ അന്വേഷിച്ചുപോയ ഡ്രൈവറെപ്പറ്റി യാതൊരു വിവരവുമില്ല. ഒരു മുട്ടയും കുറച്ച് ചോറുമായിരുന്നു ഞങ്ങളുടെ പ്രാതൽ. രാത്രിയാകുന്നതോടെ കൊതുകുകൾ ഞങ്ങളെ ഉറങ്ങാൻ അനുവദിക്കുകയില്ല, പകൽ അവ ഞങ്ങളെ ജീവിക്കാനും സമ്മതിക്കില്ല. (കാവ്യാത്മകം). ഉയർന്ന പ്രദേശമാണിത്, ഒട്ടും ചൂടില്ല. മരക്കൂട്ടങ്ങളും കനത്ത മഴയും.

ഞാൻ പാലോ സീക്കോയിൽ ഒരു മിന്നൽ സന്ദർശനം നടത്തി. കഴിഞ്ഞ ഇരുപത് വർഷമായി അവിടെ താമസിക്കുന്ന ഒന്ന് രണ്ട് അമേരിക്കക്കാരായ ജൂതന്മാരെ കണ്ടു; അവർക്കത്ര അറിവുണ്ടെന്നു

തോന്നിയില്ല, പക്ഷേ പൂർണ്ണ മനസ്സോടെ രോഗികൾക്കുവേണ്ടി അവർ സ്വയം സമർപ്പിച്ചിരുന്നു.

റൂബൻ ദാരിയോ മൊങ്കാടക്ക് പകുതി മാത്രമേ ശരിയാക്കാനായുള്ളു. ഡ്രൈവർ നരകത്തിൽ നിന്നും ഇറങ്ങിവന്ന ഒരു നീചനായി മാറിക്കഴിഞ്ഞിരുന്നു. ഒരു വളവിൽ വെച്ച് ബ്രേക്ക് നഷ്ടപ്പെട്ടപ്പോൾ ഞങ്ങൾ കീഴോട്ടമർന്നു കിടന്നു. ഞാൻ ഏറ്റവും മുകളിലായിരുന്നതിനാൽ അതുകൊണ്ട്, അപകടം മനസ്സിലായപ്പോൾ പറ്റാവുന്നിടത്തോളം അകലേക്ക് എടുത്തു ചാടി, പിന്നെ കുറച്ചുദൂരം താഴേക്കുരുണ്ടു. ഒടുവിൽ ഉരുളുന്നത് നിലച്ചപ്പോൾ എന്റെ തല കൈകൾക്കുള്ളിലായിരുന്നു. നാടകം അവസാനിച്ചപ്പോൾ മറ്റുള്ളവരെ സഹായിക്കാനായി ഞാൻ ഓടിച്ചെന്നു. ആർക്കും കുഴപ്പം സംഭവിച്ചിട്ടില്ലായിരുന്നു. തോലുപോയ കൈമുട്ടും, കീറിയ ട്രൗസറും വലതുകാലിന്റെ വേദനയുള്ള ഉപ്പൂറ്റിയുമായി ഞാൻ മാത്രമാണ് അപകടത്തിൽ പരിക്കേറ്റയാൾ.

അന്നു രാത്രി, ഡ്രൈവർ റൊഗേലിയോയുടെ വീട്ടിൽ ഞാൻ കിടന്നുറങ്ങിയപ്പോൾ ഗ്വാലോ ഞങ്ങളുടെ സാധനങ്ങൾക്ക് കാവലാളായി റോഡിൽ കിടന്നു.

അടുത്ത ദിവസം ഞങ്ങൾക്ക് രണ്ടുമണിക്കുള്ള തീവണ്ടി കിട്ടിയില്ല. അതിന്റെ പിറ്റേന്നു രാവിലെ ഏഴുമണിക്കുള്ള തീവണ്ടിയിൽ പോവുകയെന്നല്ലാതെ വേറെ മാർഗ്ഗമില്ല. പ്രൊഗ്രേസോ മുതൽ കോസ്റ്റോറിക്കാ വരെയുള്ള പാതയിൽ തീവണ്ടി 'നടക്കുന്നതു' പോലെയായിരുന്നു. അവിടെ ഞങ്ങൾക്ക് നല്ല സ്വീകരണം ലഭിച്ചു. എന്റെ കാലിന് പരിക്കുണ്ടായിരുന്നിട്ടും ഞാൻ ഫുട്ബോൾ കളിച്ചു.[1]

അടുത്ത ദിവസം രാവിലെത്തന്നെ ഞങ്ങൾ യാത്ര തുടങ്ങി. ഇടയ്ക്ക് വഴിതെറ്റി. ശരിയായ വഴിയിലേക്കെത്തിപ്പെടാൻ ചതുപ്പിലൂടെ രണ്ട് മണിക്കൂർ നടക്കേണ്ടിവന്നു. പിന്നെ ഞങ്ങൾ റെയിൽവേ സ്റ്റേഷനിലെത്തി. അവിടെവെച്ച് ഒരു ഇൻസ്പെക്ടറുമായി സംസാരിക്കാനിടയായി. അയാൾ അർജന്റീനയിലേക്ക് പോകേണ്ടവനായിരുന്നു. പക്ഷേ അവധി ലഭിക്കാത്തതുമൂലം പോകാനായില്ല. ഞങ്ങൾ തുറമുഖത്ത് ചെന്ന് ക്യാപ്റ്റനോട് യാത്രാകൂലി തിരികെ ചോദിച്ചു. അയാളത് സമ്മതിച്ചു. പക്ഷേ ഞങ്ങൾക്ക് താമസസൗകര്യം നൽകിയില്ല. രണ്ട് ജീവനക്കാർക്ക് ഞങ്ങളോട് ദയ തോന്നി, അതുകൊണ്ട് ഞങ്ങളിപ്പോൾ അവരുടെ മുറിയിലെ തറയിൽ കിടന്നുറങ്ങുന്നു. സന്തോഷം.

പ്രസിദ്ധമായ 'പാച്ചുക്കാ', നാളെ, ഞായറാഴ്ച തുറമുഖത്തുനിന്നു യാത്രയാവും. പാച്ചുക്കോസിനെ (തൊഴിലും കൂലിയും ഇല്ലാത്തവരെ) കയറ്റിക്കൊണ്ടു പോകുന്നതിനാലാണു ആ കപ്പലിന് പാച്ചുക്കാ എന്ന പേര് വീണത്. ഞങ്ങൾക്കൊരു കട്ടിൽ കിട്ടിയിരിക്കുന്നു.

1. 1953 ഡിസംബർ ഒന്നിനാണ് ചെ കോസ്റ്റോറിക്കയിൽ എത്തിയത്.

നിങ്ങൾക്ക് ശരിയായ വൈദ്യശുശ്രൂഷ ലഭിക്കുന്ന സുഖകരമായ അന്തരീക്ഷമുള്ള ഒരു വീടാണ് ആശുപത്രി, പക്ഷേ ഇവിടെ നിങ്ങൾക്ക് കിട്ടുന്ന സൗകര്യത്തിന്റെ അളവ് കമ്പനിയിലെ[1] നിങ്ങളുടെ ഉദ്യോഗ ത്തിന്റെ നിലവാരമനുസരിച്ചായിരിക്കും. എല്ലായ്പ്പോഴുമെന്നപോലെ ഗ്രിങ്കോസിന്റെ[2] വർഗ്ഗബോധം ശരിക്കും പ്രതിഫലിക്കുന്നു.

ഗോൾഫിറ്റോ ശരിയായ ഉൾക്കടൽ തന്നെ. ഇരുപത്തിയാറടി ഉയര മുള്ള കപ്പൽ ഉൾക്കൊള്ളാൻ ശേഷിയുള്ള, നല്ല ആഴമുള്ള ഉൾക്കടൽ. കമ്പനിയുടെ ആയിരക്കണക്കിന് തൊഴിലാളികൾക്ക് താമസിക്കാനിടം നൽകുന്നതിനായി അവിടെ കെട്ടിടങ്ങൾ നിർമ്മിച്ചിട്ടുണ്ട്. അവിടെ നല്ല ചൂടാണെങ്കിലും സുന്ദരമായ പ്രകൃതി. നൂറ് മീറ്ററോളം ഉയരം വരുന്ന കുന്നുകൾ കടൽതീരത്ത് നിന്നും നെടുകെ ആകാശത്തിലേക്ക് ഉയർന്നു നിൽക്കുന്നു. മനുഷ്യന് കയറിപ്പറ്റാൻ കഴിയാത്ത സന്ദർഭങ്ങളിൽ ആ കുന്നുകൾക്കുമുകളിൽ നല്ല പച്ചപ്പ് തെളിഞ്ഞുനിൽക്കുന്നതു കാണാം. പട്ടണം വളരെ നിശ്ചിതമായ ഭാഗങ്ങളായി വേർതിരിച്ചിരിക്കുന്നു, ആളുകൾ അങ്ങോട്ടുമിങ്ങോട്ടും കടക്കാതിരിക്കാൻ കാവൽക്കാരെ നിയോഗിച്ചിട്ടുണ്ട്. ഗ്രിങ്കോകൾ താമസിക്കുന്ന പ്രദേശമാണ് ഏറ്റവും നല്ലത്. ആ പ്രദേശം ഏതാണ്ട് മിയാമിയെപ്പോലുണ്ട്, സ്വാഭാവികമായും അവിടെ ദരിദ്രരില്ല, അവർ വീടിന്റെ നാലു ചുവരുകൾക്കിടയിൽ ഒരു ചെറിയ വിഭാഗമായി ഒതുങ്ങിക്കഴിയുന്നു. ഞങ്ങളുടെ ഭക്ഷണത്തിന്റെ ഉത്തരവാദിത്വം നല്ലൊരു മനുഷ്യന്റെ കൈകളിലാണ്. അയാളിപ്പോൾ നല്ലൊരു സുഹൃത്തായിരിക്കുന്നു: ആൽ ഫ്രെഡോ ഫെല്ലാസ്.

എന്റെ കൂടെ താമസിക്കുന്ന മെഡിന നല്ലൊരു മനുഷ്യനാണ്. കോസ്റ്റേറിക്കക്കാരൻ വൈദ്യശാസ്ത്ര വിദ്യാർത്ഥി; അയാളൊരു ഡോക്ടറുടെ മകനാണ്. നിക്കരാഗ്വക്കാരനായ ഒരദ്ധ്യാപകൻ, സൊറോ സയിൽനിന്നും തന്നിഷ്ടപ്രകാരം നാടുകടത്തപ്പെട്ട ഒരു പത്രപ്രവർ ത്തകൻ എന്നിങ്ങനെ രണ്ടുപേർ കൂടി ഞങ്ങളുടെ ഒപ്പം താമസിക്കുന്നു.

പാച്ചുക്കാ ഞങ്ങളേയും വഹിച്ചുകൊണ്ട് ഗോൾഫിറ്റോയിൽനിന്നും പുറപ്പെട്ടത് ഉച്ചക്ക് ഒരു മണിക്കാണ്. രണ്ട് ദിവസത്തെ യാത്രക്കായി ഞങ്ങൾ ധാരാളം ഭക്ഷണം കരുതിയിരുന്നു. ഉച്ചതിരിഞ്ഞപ്പോൾ കടൽ ക്ഷുഭിതയായി: റിയാ ഗ്രാന്റെ, അതാണ് കപ്പലിന്റെ ശരിയായ പേര്. വട്ടം കറങ്ങാൻ തുടങ്ങി. ഗ്വയാലൊ അടക്കമുള്ള മിക്ക യാത്രക്കാരും ഛർദ്ദി ക്കാൻ തുടങ്ങി. എന്നെ സഹായിച്ച ഒരു നീഗ്രോ യുവതിയോടൊപ്പം ഞാൻ പുറത്തു കഴിഞ്ഞു. ഹൃദയശൂന്യയായ നികൃഷ്ട ജീവി, പതിനാറു വർഷം പുറത്ത് കഴിഞ്ഞവൾ.

---

1. ഇവിടെ ഉദ്ദേശിക്കുന്നത് യുണൈറ്റഡ് ഫ്രൂട്ട്കമ്പനിയെയാണ്.
2. ഇംഗ്ലീഷുകാരോ അമേരിക്കക്കാരോ ആയ വിദേശികൾ – ഇവിടെ യു.എസ്സിൽ നിന്നുള്ള ആളുകളെയാണുദ്ദേശിക്കുന്നത്.

കൊപ്പോസ് മറ്റൊരു 'നേന്ത്രപ്പഴ' തുറമുഖമാണ്, കമ്പനി[1] അതിനെ പൂർണ്ണമായും ഉപേക്ഷിച്ചിരിക്കുകയായിരുന്നു. കൂടുതൽ ലാഭം കിട്ടുന്ന കൊക്കോയും എണ്ണപ്പനയും ആളുകൾ കൃഷി ചെയ്യാൻ തുടങ്ങിയതോടെ തുറമുഖം അവഗണിക്കപ്പെട്ടു. അവിടെ നല്ലൊരു കടൽത്തീരമുണ്ട്.

പുണ്ടോരിനാസിൽ വൈകുന്നേരം ആറു മണിയോടെ എത്തിച്ചേരുന്ന കറുത്ത പെണ്ണുങ്ങളുടെ ദ്വയാർത്ഥ പ്രയോഗങ്ങൾക്കും, അർത്ഥം വെച്ചുള്ള പൊള്ളച്ചിരികൾക്കുമിടയിൽപെട്ട് ആ ദിവസം മുഴുവൻ ഞാൻ കഴിച്ചുകൂട്ടി. ആറ് തടവുകാർ തടവുചാടി രക്ഷപ്പെട്ടിരുന്നതിനാൽ ഞങ്ങൾക്ക് കുറച്ചു സമയം കൂടി അവിടെ കാത്ത് കിടക്കേണ്ടതായി വന്നു. ആൽഫ്രഡോ ഫെലാസ് തന്ന ഒരു കത്തുമായി ഞങ്ങൾ സെനോർ ജുവാൻ കാൽഡറോൺ ഗോമസിനെ കാണാൻ പോയി.

അയാൾ ഞങ്ങളോട് അതിശയകരമാംവിധം വിനയത്തോടെ പെരുമാറുകയും ഞങ്ങൾക്ക് 21 കൊളോൺ നൽകുകയും ചെയ്തു. സാൻ ജോസിലെത്തിയ പ്പോൾ ബ്യൂണസ് അയേഴ്സിലെ ഒരു നേതാവിന്റെ ജല്പനം ഞങ്ങളോർത്തു: മദ്ധ്യ അമേരിക്ക എന്നാൽ കൃഷിയിടങ്ങളാണ്; കോസ്റ്റോറിക്കാ എന്ന കൃഷിയിടം, ടാക്കോ സമോസ എന്ന കൃഷിയിടം, പിന്നെ മറ്റ് കൃഷിയിടങ്ങൾ.

തന്റെ ഭാവനയിലെ ആർഭാടപൂർണ്ണമായ യാത്രകളെക്കുറിച്ചുള്ള ആൽബർട്ടോയുടെ കത്തുകൾ, അവനെ കാണാൻ എന്നിൽ ആഗ്രഹ മുണർത്തി. മാർച്ചിൽ അമേരിക്കയിലേക്ക് പോകാനാണ് അവന്റെ പരിപാടി.

ഞങ്ങൾ ആകാശത്തിലേക്ക് ഉണ്ടയില്ലാ വെടി വെക്കാൻ തുടങ്ങി യിരിക്കുന്നു. എംബസിയിൽവെച്ച് അവർ ഞങ്ങൾക്ക് മേറ്റ് നൽകി. ഞങ്ങൾ മനസ്സിൽ കരുതിയിരുന്ന സുഹൃത്തുക്കളെക്കൊണ്ട് യാതൊരു ഉപകാരവുമുണ്ടായില്ല: ഒരാൾ റേഡിയോ ഡയറക്ടറും പ്രഭാഷകനുമാണ്, ആശക്കു വകയില്ലാത്ത ഒരുത്തൻ. നാളെ ഞങ്ങൾ യുളേറ്റിനെ കാണാൻ ശ്രമിക്കും.

പകുതി ദിവസം പാഴായി. വളരെ തിരക്കിലായിരുന്നതുകൊണ്ട് യുളേറ്റിന് ഞങ്ങളെ വേണ്ടവിധം ശ്രദ്ധിക്കാനായില്ല. റോമുലോ ബെന്റാകോർ അകലെയെവിടെയോ ആണ്. ഫോട്ടോകളും വലിയ നുണകളുടെ നിരയുമായി മറ്റന്നാൾ ഞങ്ങൾ കോസ്റ്റോറിക്കാ ദിനപ്പത്ര ത്തിന്റെ ഓഫീസിലെത്തും. വളരെ പ്രധാനപ്പെട്ട ആരേയും ഞങ്ങൾക്ക് കാണാൻ കഴിഞ്ഞില്ല. പക്ഷേ ലുസ്മില്ല ഓലറുടെ പഴയൊരു കാമു കനെ, ഒരു പോർട്ടോറിക്കോക്കാരനെ, ഞങ്ങൾ കണ്ടുമുട്ടി. അയാൾ ഞങ്ങളെ ചിലയാളുകൾക്ക് പരിചയപ്പെടുത്തി. നാളെ ഞാൻ കോസ്റ്റോ റിക്കൻ കുഷ്ഠരോഗ നിവാരണ കേന്ദ്രം സന്ദർശിക്കാനിടയുണ്ട്.

1. യുണൈറ്റഡ് ഫ്രൂട്ട് കമ്പനി

ഞാൻ ലെപ്രോസിയം (കുഷ്ഠരോഗ നിവാരണ കേന്ദ്രം) സന്ദർശിച്ചില്ല, പക്ഷേ പ്രമുഖരായ രണ്ട് വ്യക്തികളെ കണ്ടുമുട്ടി: പലതരം ഇടപെടലുകൾ മൂലം ലെപ്രോസിയത്തിന്റെ ഭരണസമിതിയിൽനിന്നും നീക്കം ചെയ്യപ്പെട്ട, സാംസ്കാരികമായി നല്ല ധാരണകളുള്ള ഡോക്ടർ ആർതുറോ റൊമേറോ; ഗവേഷകനും നല്ലൊരു മനുഷ്യജീവിയുമായ ഡോക്ടർ അൽഫോൺസോ ട്രെജോസ്. ഞാൻ ആശുപത്രി സന്ദർശിച്ചു. രണ്ട് പ്രധാന വ്യക്തികളുമായി സംസാരിക്കാനുള്ള മഹത്തായൊരു ദിവസമാണ് ഞങ്ങൾക്കു മുന്നിലുള്ളത്. ഡൊമനിക്കൻ ചെറുകഥാകൃത്തും വിപ്ലവകാരിയുമായ ജുവാൻ ബോഷ് ആണ് ഒരാൾ. കോസ്റ്റോറിക്കൻ കമ്യൂണിസ്റ്റ് പാർട്ടി നേതാവായ മാന്വൽ മോറ വാൽവാർ ദെയാൺ ആണ് മറ്റേ കക്ഷി.

ജുവാൻ ബോഷുമായുള്ള സമാഗമം വളരെ രസകരമായിരുന്നു. വ്യക്തമായ ധാരണകളും ഇടതുപക്ഷ ചായ്‌വുള്ള ഒരു സാഹിത്യകാരനാണ് അദ്ദേഹം. സാഹിത്യത്തെക്കുറിച്ച് ഞങ്ങൾ സംസാരിച്ചതേയില്ല - സംസാരിച്ചത് രാഷ്ട്രീയത്തെക്കുറിച്ചു മാത്രം. കവർച്ചക്കാരാൽ വളയപ്പെട്ട ഒരു കവർച്ചക്കാരനായാണ് ബത്തിസ്തയെ അദ്ദേഹം ചിത്രീകരിച്ചത്. റോമുലൊ ബെന്റാകോറിന്റെ ഒരു സുഹൃത്താണദ്ദേഹം. പ്രിയോ സൊകാറസിനും, പെപെ ഫിഗ്വോറസിനും അനുകൂലമായി സംസാരിച്ചതുപോലെ, ബന്റാകോറിനനുകൂലമായും അദ്ദേഹം ഊഷ്മളമായി സംസാരിച്ചു. പെറോണിന് അമേരിക്കൻ രാജ്യങ്ങളിലെ ജനങ്ങൾക്കിടയിൽ സ്വാധീനമില്ലെന്നും, 1945ൽ താൻ പെറോണിനെ അമേരിക്കൻ രാഷ്ട്രങ്ങളിലെ ഏറ്റവും അപകടകാരിയായ മൈതാനപ്രസംഗകനായി തരം താഴ്ത്തി എഴുതിയതും അദ്ദേഹം എടുത്തു പറഞ്ഞു. പൊതുവെ സൗഹൃദപരമായ അന്തരീക്ഷത്തിലാണ് ചർച്ച നടന്നത്.

വൈകുന്നേരം ഞങ്ങൾ മാന്വൽ മോറാ വലെവാർദെയെ കണ്ടു. ശാന്തനായ ഒരു മനുഷ്യൻ, ഒതുങ്ങിയ ദിശാബോധമുള്ള വ്യക്തിത്വം. ആന്തരികമായ സുഖങ്ങൾ പുലർത്തുന്ന നിരവധി സൂചകങ്ങൾ അദ്ദേഹത്തിനുണ്ട്, നിയന്ത്രിക്കപ്പെടുന്ന ഊർജ്ജസ്വലതയാണ് അദ്ദേഹത്തിനുള്ളത്. കോസ്റ്റോറിക്കൻ രാഷ്ട്രീയത്തെക്കുറിച്ച് അദ്ദേഹം ഞങ്ങൾക്ക് വിശദമായ വിവരണം നൽകി:

'യുണൈറ്റഡ് ഫ്രൂട്ട് കമ്പനിയുടേയും പ്രാദേശിക ഭൂവുടമകളുടേയും സഹായത്തോടെ അധികാരത്തിലെത്തിയ ഒരു ധനികനാണ് കാൾഡറോൺ ഗാർസിയാ. രണ്ടാം ലോകമഹായുദ്ധം വരെയുള്ള രണ്ടുവർഷക്കാലം അദ്ദേഹം രാജ്യം ഭരിച്ചു. അപ്പോൾ കോസ്റ്റോറിക്ക സഖ്യകക്ഷികളുടെ കൂടെച്ചേർന്നിരുന്നു. ജർമ്മനിക്കാരായ ഭൂവുടമകളുടെ ഭൂമി, പ്രത്യേകിച്ച് അവയിൽ കാപ്പിക്കൃഷിയാണ് ചെയ്തിരുന്നതെങ്കിൽ, പിടിച്ചെടുക്കാനായിരുന്നു ആഭ്യന്തര വകുപ്പ് ആദ്യം നൽകിയ ഉത്തരവ്. ഇത് നടപ്പാക്കപ്പെട്ടു. പിന്നീടുള്ള ഭൂമി വില്പന പുകമറയുള്ള

ഇടപാടുകളിലേക്കാണ് നയിച്ചത് – കാൽഡറോൺ മന്ത്രിസഭയിലെ പല മന്ത്രിമാർക്കും അതിൽ പങ്കുണ്ടായിരുന്നു. പ്രസ്തുത ഇടപാട് ഭൂവുടമകൾക്കിടയിൽ കാൽഡറോണിന്റെ ജനസമ്മിതി ഇടിച്ചു താഴ്ത്തി. പക്ഷേ യുണൈറ്റഡ് ഫ്രൂട്ട് കമ്പനിയുടെ പിന്തുണ അദ്ദേഹത്തിനു നഷ്ടപ്പെട്ടില്ല. കമ്പനിക്കുവേണ്ടി ജോലി ചെയ്യുന്നവരെല്ലാം യാങ്കി വിരുദ്ധരാണ്. ചൂഷണത്തിനെതിരായുള്ള പ്രതികരണം ഏതു തരത്തിലായാലും കാൽഡറോൺ ഗാർസിയാക്ക് യാതൊരു ജനപ്രിയതയുമില്ലാതായി. തെരുവിലേക്കിറങ്ങാൻ പോലും കഴിയാത്തവിധം അദ്ദേഹത്തിനു നേരെ കൂക്കിവിളികളും ചൂളം വിളികളുമുയർന്നു. ആ അവസരത്തിൽ കമ്യൂണിസ്റ്റ് പാർട്ടി ഉപാധിസഹിത സഹായവുമായി അദ്ദേഹത്തിനൊപ്പമെത്തി. അടിസ്ഥാനപരമായ ചില തൊഴിൽ നിയമങ്ങൾ പാസ്സാക്കണമെന്നും പുതിയൊരു മന്ത്രിസഭ രൂപീകരിക്കണമെന്നുമായിരുന്നു അവ. അതിനിടക്ക് ഒനിലിയോ യുളേറ്റ് എന്ന ഇടതുപക്ഷവാദി, തന്റെ സുഹൃത്തായ മോറയോട് കാൽഡറോൺ ഗാർസിയാ അദ്ദേഹത്തെ കെണിയിൽപെടുത്താനുള്ള ഒരു പദ്ധതിയൊരു ക്കുന്നതായി അറിയിച്ചു. മോറ സഖ്യവുമായി മുന്നോട്ട് പോയി. അടിസ്ഥാന തൊഴിലാളി വർഗ്ഗത്തിനു വേണ്ട പരിപാടികൾ പ്രത്യക്ഷപ്പെടാൻ തുടങ്ങിയതോടെ കാൽഡറോൺ ഗവൺമെന്റ് ജനപ്രീതിയിൽ മുങ്ങിക്കുളിച്ചു.'

കാൽഡറോണിന്റെ ഭരണകാലം അവസാനിക്കാനിരിക്കുകയായിരുന്നതിനാൽ അടുത്തതാര് എന്ന പ്രശ്നം പൊന്തി വന്നു. ദേശീയ ഗവൺമെന്റെന്ന നിലയിൽ ഒരു സംയുക്ത സഖ്യം രൂപീകരിക്കുവാൻ കമ്യൂണിസ്റ്റുകൾ അനുകൂലമായിരുന്നു. തൊഴിലാളിവർഗ്ഗ നയങ്ങൾ തുടരുന്നതിനായി അവർ നിർദ്ദേശിച്ചത് യുളേറ്റിന്റെ പേരായിരുന്നു. എതിർസ്ഥാനാർത്ഥിയായ ലിയോൺ കോർത്തെസ് ഇതിനെ പൂർണമായി എതിർത്തുകൊണ്ട് രംഗത്തു വന്നു. ഏകദേശം ആ സമയത്തിനൊപ്പിച്ച് യുളേറ്റ് തന്റെ പത്രമായ 'എൽ ദയാറിയോ ദെ' കോസ്റ്ററിക്കായിലൂടെ നടത്തിയ തൊഴിൽ നിയമ നിർമ്മാണത്തിനു വിരുദ്ധമായ പ്രചാരണങ്ങൾ, ഡോൺ ഒറ്റീലിയോക്കനുകൂലമായി ഇടതുപക്ഷത്തെ പിളർത്തി.

തിയോഡോർ പിക്കാഡോയുടെ വിജയത്തിലാണ് ആ തിരഞ്ഞെടുപ്പ് കലാശിച്ചത്. തരള ഹൃദയ ബുദ്ധിജീവിയായിരുന്ന പിക്കാഡോ മദ്യപാനം മൂലം നശിച്ചവനായിരുന്നുവെങ്കിലും, ഇടതുപക്ഷ ചായ്‌വുണ്ടായിരുന്നതിനാൽ, കമ്യൂണിസ്റ്റ് പിൻബലത്തോടെ ഒരു സർക്കാർ രൂപീകരിക്കുവാൻ അദ്ദേഹത്തിനു കഴിഞ്ഞു. പോലീസ് മേധാവി ഒരു ക്യൂബൻ കേണലും അമേരിക്കൻ എഫ് ബി ഐ ഏജന്റുമായിരുന്നെങ്കിലും, ഗവൺമെന്റിന്റെ ഇടതുപക്ഷ പ്രവണത ആ ഭരണകാലഘട്ടം മുഴുവൻ നിലനിന്നു.

ആ ഭരണത്തിന്റെ അവസാന കാലഘട്ടത്തിൽ അസംതൃപ്തരായിരുന്ന മുതലാളിവർഗ്ഗം ബാങ്കിംഗ് രംഗത്തും വ്യവസായരംഗത്തും വലിയ

സമരങ്ങൾ അഴിച്ചുവിട്ടു. അതെങ്ങനെ തകർക്കണമെന്ന് ഗവൺമെന്റി നറിയില്ലായിരുന്നു. വിദ്യാർത്ഥികൾ തെരുവുകൾ കൈയിലെടുത്തു, വെടിവെയ്പിൽ ചിലർക്ക് പരിക്കുപറ്റി. തിയോഡോറോ പിക്കാഡോ പരിഭ്രാന്തനായി. തിരഞ്ഞെടുപ്പ് അടുക്കുകയായിരുന്നു. രണ്ട് സ്ഥാനാർത്ഥികളേ മൽസരരംഗത്തുണ്ടായിരുന്നുള്ളൂ. കാൽഡറോൺ ഗാർസിയ (ഒരു തവണ കൂടി)യും ഒറ്റിലേ യുളേറ്റും. കമ്യൂണിസ്റ്റ് കാഴ്ചപ്പാടിനു വിരുദ്ധമായി, തിയോഡോറോ പിക്കാഡോ തിരഞ്ഞെടുപ്പു യന്ത്രം യുളേറ്റിനു നൽകിക്കൊണ്ട്, പോലീസിനെ തന്റെ നിയന്ത്രണത്തിൽ വെച്ചു. തിരഞ്ഞെടുപ്പിൽ കൃത്രിമം നടന്നു. യുളേറ്റിന്റെ വിജയമായിരുന്നു അതിന്റെ ഫലം. തിരഞ്ഞെടുപ്പ് അസാധുവാക്കണമെന്ന് കാണിച്ച് തിരഞ്ഞെടുപ്പ് കമ്മീഷൻ മുമ്പാകെ ഹർജി നൽകപ്പെട്ടു, ആരോപിക്കപ്പെട്ട നിയമലംഘനത്തെക്കുറിച്ച് വിശദീകരണം നൽകണമെന്ന് പ്രതിപക്ഷവും ആവശ്യപ്പെട്ടു. വിധി എന്തായാലും അത് അംഗീകരിക്കാമെന്നും അവർ വ്യക്തമാക്കി. കോടതി ഈ കുറ്റാരോപണം കേൾക്കാൻ തയ്യാറാക്കിയ മൂന്ന് ജഡ്ജിമാരിൽ ഒരാൾ വിയോജനക്കുറിപ്പെഴുതി. അതുകൊണ്ട് അവർ ചേമ്പർ ഓഫ് ഡെപ്യൂട്ടീസിനു മുന്നിൽ അപേക്ഷ സമർപ്പിച്ചു, തിരഞ്ഞെടുപ്പുഫലം റദ്ദാക്കപ്പെട്ടു. അപ്പോൾ വലിയൊരു തർക്കം ഉടലെടുത്തു. ജനങ്ങൾക്കിടയിൽ അതൊരു ജ്വരബാധ പോലെയായിത്തീർന്നിരുന്നു. പക്ഷേ ഇവിടെ ആനുഷംഗികമായി ഒരു കാര്യം ചേർക്കേണ്ടതുണ്ട്.

ഗ്വാട്ടിമാലയിൽ, കരീബിയൻ സോഷ്യലിസ്റ്റ് റിപ്പബ്ലിക് എന്ന പേരിൽ ഒരു സഖ്യം രൂപീകരിക്കുന്നതിന് അറിവാലോയുടെ നേതൃത്വം കാരണമായി. ഈ കാര്യത്തിൽ ഗ്വാട്ടിമാലയിലെ പ്രസിഡന്റിന് .....യോ സഗോറാസ്, റോമുലോ ബെന്റ കോർ, യുവാൻ റോഡ്രിഗ്വസ് ഡൊമിനിക്കൻ കോടീശ്വരനായ ലറോറോ തുടങ്ങിയവരുടെ പിന്തുണയുണ്ടായിരുന്നു. നിക്കരാഗ്വയിലെത്തി സറോസയെ അധികാരഭ്രഷ്ടനാക്കുകയെന്നതായിരുന്നു യഥാർത്ഥത്തിലുള്ള വിപ്ലവ പദ്ധതി. അധികം ശക്തി ഉപയോഗിക്കാതെത്തന്നെ എൽസാൽവഡോറും ഹോണ്ടുറാസും കീഴടങ്ങും. എന്നാൽ ഫിഗ്വേറസിന്റെ സുഹൃത്തായ അർഗ്വല്ലോ, ആഭ്യന്തര കലഹത്തിൽപെട്ട് തകരുന്ന കോസ്റ്റോറിക്കയുടെ പ്രശ്നം അവതരിപ്പിച്ചു, അപ്പോൾ ഫിഗ്വാറോ അവിടെനിന്നും ഗ്വാട്ടിമാലയിലേക്കു പറന്നു. സഖ്യം പ്രവർത്തിപഥത്തിലെത്തിക്കഴിഞ്ഞിരുന്നു; കർട്ടാറോയിൽ ഒരു കലാപത്തിന് തുടക്കമിട്ട് ഫിഗ്വാറോ അതിവേഗം വിമാനത്താവളത്തിന്റെ നിയന്ത്രണമേറ്റെടുത്തു. വ്യോമമാർഗ്ഗമുള്ള ഏതൊരു തരം സഹായത്തിനും അതാവശ്യമായിരുന്നു.

പ്രതിരോധം അതിവേഗം രൂപം കൊണ്ടു. ഗവൺമെന്റ് നൽകാൻ വിസമ്മതിച്ച ആയുധങ്ങൾക്കുവേണ്ടി ആളുകൾ സൈനികബാരക്കുകൾ ആക്രമിക്കുവാൻ തുടങ്ങി. ജനകീയമായ പിന്തുണയില്ലാതിരുന്നതിനാൽ (യുളേറ്റ് കക്ഷി ചേർന്നിരുന്നില്ല) വിപ്ലവം ഒരു പരാജയമായി. എന്നിട്ടും

കമ്യൂണിസ്റ്റ് പാർട്ടിയുടെ നേതൃത്വത്തിലുള്ള ജനകീയ സേനയുടേതാ യിരുന്നു ആ ദിവസം - തിയോഡോറോ പിക്കാഡോയ്ക്കോ ബൂർഷ്വാ വർഗ്ഗത്തിനോ തീർത്തും അസ്വാസ്ഥ്യകരമായ ഒരു കാര്യം. യഥാർത്ഥ ത്തിൽ ആയുധങ്ങൾക്കുവേണ്ടി പിക്കോഡോ നിക്കരാഗ്വയിലേക്ക്, സമോസയുടെ അടുത്തേക്ക് ചെന്നു. ഒരു യു.എസ്. ഉന്നതോദ്യോഗ സ്ഥന്റെ സാന്നിദ്ധ്യത്തിലുള്ള യോഗത്തിലേക്ക് ചെന്നുചാടുകയായിരുന്നു അതിന്റെ ദുരന്തഫലം. ആ സഹായത്തിനു പ്രതിഫലമായി, പിക്കോഡോ കോസ്റ്റോറിക്കയിൽനിന്നും കമ്യൂണിസം തുടച്ചു മാറ്റണമെന്ന നിർദ്ദേശം മുന്നോട്ടുവെച്ചു. മാമ്വൽ മോറായുടെ പതനം ഉറപ്പുവരുത്തുകയായിരുന്നു അവരുടെ ലക്ഷ്യം. ഓരോ തോക്കിനുമൊപ്പം ഒരു ആൾ കൂടി ഉണ്ടായിരി ക്കണമെന്നായിരുന്നു മറ്റൊരു നിർദ്ദേശം. (കോസ്റ്റോറിക്കയുടെ അധിനി വേശം എന്നായിരുന്നു അതിനർത്ഥം).

ഇത്രയും കാലം തന്നെ സഹായിച്ച കമ്യൂണിസ്റ്റുകളെ വഞ്ചിക്കുക യായിരിക്കും ഇതിന്റെ പരിണതഫലമെന്നു മനസ്സിലാക്കിയ പിക്കോഡോ ആ നിർദ്ദേശം സ്വീകരിച്ചില്ല. പക്ഷേ വിപ്ലവം അതിന്റെ അവസാന ഘട്ട ത്തിലെത്തിയിരുന്നു. കമ്യൂണിസ്റ്റുകളുടെ ശക്തി ഗവൺമെന്റിനകത്തെ പ്രതിലോമശക്തികളെ ഭയപ്പെടുത്തി. അധിനിവേശക്കാർ സാൻജോസി ലെത്തുന്നതുവരെ അവർ യാതൊരു ചെറുത്തുനിൽപും പ്രകടിപ്പിച്ചില്ല. അവസാനം അവർ നിക്കരാഗ്വയുടെ അടുത്തുള്ള ലൈബീരിയയിലേക്ക് ഒളിച്ചോടി. അതേസമയം സൈന്യത്തിന്റെ ശേഷിച്ച വിഭാഗം, തങ്ങളുടെ പക്കലുള്ള ആയുധങ്ങളുമായി നിക്കരാഗ്വക്കാർക്കു നേരെ തിരിഞ്ഞു. മെക്സിക്കൻ അംബാസഡറുടെ നേതൃത്വത്തിൽ ഫിഗ്വോറസുമായി ഒരു ഉടമ്പടി രൂപീകരിക്കപ്പെട്ടു. ജനകീയസേന എംബസിയുടെ മുന്നിൽ ആയുധങ്ങൾ സമർപ്പിച്ചു. പക്ഷേ ഫിഗ്വോറസ് താൻ വാഗ്ദാനം ചെയ്തി രുന്ന നടപടികൾ കൈക്കൊണ്ടില്ല. യു.എസ്. ആഭ്യന്തര വകുപ്പിന്റെ എതിർപ്പുമൂലം മെക്സിക്കൻ എംബസിക്ക് ഉടമ്പടി നടപ്പാക്കുന്ന കാര്യ ത്തിൽ നിർബന്ധം ചെലുത്താനായില്ല. മോറ നാടു കടത്തപ്പെട്ടു. അദ്ദേഹം സഞ്ചരിച്ചിരുന്ന വിമാനത്തിനുനേരെ യന്ത്രത്തോക്കുകൾ ഉപയോഗിച്ചുള്ള വെടിവെപ്പുണ്ടായി. ഭാഗ്യം കൊണ്ടാണ് അന്നദ്ദേഹം രക്ഷപ്പെട്ടത്. യു.എസ്. കനാൽ പ്രദേശത്താണ് വിമാനമിറങ്ങിയത്. അവിടെവെച്ച് യാങ്കി പോലീസ് അദ്ദേഹത്തെ അറസ്റ്റ് ചെയ്യുകയും പനാമയിലെ പോലീസ് മേധാവിക്ക് കൈമാറുകയും ചെയ്തു. (കേണൽ റമോൺ ആയിരുന്നു അപ്പോഴത്തെ പോലീസ് മേധാവി) അദ്ദേഹത്തോട് ചോദ്യങ്ങൾ ഉന്നയി ക്കാൻ ശ്രമിച്ച യാങ്കി പത്രപ്രവർത്തകൻ പുറത്താക്കപ്പെട്ടു. റമോണും അദ്ദേഹവുമായി വാക്കുതർക്കമുണ്ടായി. റമോൺ അദ്ദേഹത്തെ തടവി ലാക്കി. ഒടുവിൽ അദ്ദേഹം ക്യൂബയിലെത്തി. ഗ്രാവ്സാൻ മാർട്ടിൻ അദ്ദേ ഹത്തെ അവിടെ നിന്നും മെക്സിക്കോയിലേക്കയച്ചു. യുളേറ്റിന്റെ ഭരണ കാലത്ത് അദ്ദേഹത്തിനു കോസ്റ്റോറിക്കയിലേക്ക് മടങ്ങാൻ കഴിഞ്ഞു.

തന്റെ സൈന്യത്തിൽ നൂറ് പോർട്ടോറിക്കോക്കാരും അറുനൂറോളം കരീബിയൻ വംശജരും മാത്രമേ ഉണ്ടായിരുന്നുള്ളൂ എന്നതായിരുന്നു ഫിഗ്വേറസ് നേരിട്ട പ്രശ്നം. പന്ത്രണ്ട് വർഷമാണ് തന്റെ പദ്ധതിയുടെ ലക്ഷ്യസമയമെന്നും, അഴിമതിക്കാരനും, ബൂർഷ്വായുമായ യുളേറ്റിന് അധികാരം കൈമാറാൻ തനിക്ക് യാതൊരു ഉദ്ദേശവുമില്ലെന്നും ഒന്നര വർഷത്തിനുശേഷം താൻ അധികാരം ഒഴിയാമെന്നും അദ്ദേഹം മോറയോടു പറഞ്ഞു. തിരഞ്ഞെടുപ്പുയന്ത്രം തന്റെ വരുതിയിലാക്കിയ ഫിഗ്വേറസ് പിന്നെ ക്രൂരമായ അടിച്ചമർത്തലാണ് നടപ്പാക്കിയത്. സമയമായപ്പോൾ യുളേറ്റ് അധികാരത്തിൽ തിരിച്ചെത്തുകയും നാലു വർഷത്തേക്ക് അത് നിലനിർത്തുകയും ചെയ്തു. നിലവിലുള്ള സ്വാതന്ത്ര്യത്തെ ഉയർത്തിപ്പിടിക്കുകയോ, മുൻ ഗവൺമെന്റുകളുടെ കാലത്തുണ്ടായ പുരോഗമനാത്മകമായ നിയമനിർമ്മാണ സംബന്ധമായ നേട്ടങ്ങളെ ഉയർത്തിപ്പിടിക്കുകയോ ഈ ഗവൺമെന്റിന്റെ മുഖമുദ്രയായിരുന്നില്ല. എങ്കിലും 'പരാന്നഭോജികളുടെ മേലുള്ള നിയമം' എന്നറിയപ്പെട്ട ഭൂവുടമാവിരുദ്ധമായ നിയമം അവർ പിൻവലിച്ചു.

"കൃത്രിമങ്ങൾ നിറഞ്ഞ തെരഞ്ഞെടുപ്പ് കാൽഡറോണിന്റെ പരമ്പരയിലുള്ള ഒരു നേതാവിന്റെ മേൽ ഫിഗ്വോറസിന് വിജയം നേടിക്കൊടുത്തു. പരാജിതൻ മെക്സിക്കോയിൽ സൂക്ഷ്മ നിരീക്ഷണത്തിനും വിധേയനായി ക്കഴിഞ്ഞു. മോറയുടെ അഭിപ്രായത്തിൽ ഫിഗ്വേറസിന് ഒരുപാട് നല്ല ആശയങ്ങളുണ്ട്. പക്ഷേ അവയ്ക്ക് ശാസ്ത്രീയമായ അടിസ്ഥാനങ്ങളില്ലാത്തതിനാൽ അദ്ദേഹം വഴിതെറ്റിപ്പോകുന്നു. അമേരിക്കൻ ഐക്യനാടുകളെ (യു.എസ്) അദ്ദേഹം രണ്ടായി തരംതിരിക്കുന്നു: സ്റ്റേറ്റ് ഡിപ്പാർട്ട്മെന്റ് (ആഭ്യന്തര വകുപ്പ്), മുതലാളിത്ത ട്രസ്റ്റുകൾ (അപകടകാരികളായ നീരാളികൾ) എന്നിങ്ങനെ. അമേരിക്കയുടെ നന്മകളെപ്പറ്റി സംശയമുണർത്തുന്ന സൂചകങ്ങൾ കണ്ട് ഫിഗ്വോറസ് തന്റെ മുന്നോട്ടുള്ള യാത്ര നിർത്തുകയാണെങ്കിൽ എന്ത് സംഭവിക്കും? പോരാടുമോ അതോ കീഴടങ്ങുമോ? അതാണ് ത്രിശങ്കു. ഭാവിയിൽ എന്ത് സംഭവിക്കുമെന്ന് നമുക്ക് കാണാം."

യാതൊരു അടയാളങ്ങളുമവശേഷിപ്പിക്കാത്ത ഒരു ദിവസം: മടുപ്പ്, വായന, വളിച്ച തമാശകൾ. പനാമയിൽനിന്നുള്ള, പെൻഷൻ പറ്റിയ വൃദ്ധൻ റോയ് എന്റെ അടുത്തു വന്നു. നാടവിരയുടെ ഉപദ്രവം മൂലം താൻ മരിച്ചു പോകുമെന്ന് കരുതുന്ന അയാളെ ഞാൻ പരിശോധിക്കണമത്രെ. അയാൾക്ക് "സാൽട്ടറൈറ്റിസ്" രോഗമുണ്ട്.

റോമുലൊ സെന്റാകോറുമായുള്ള അഭിമുഖം മോറെയിൽനിന്നും കിട്ടിയ ചരിത്രപാഠം പോലെയായിരുന്നില്ല. സമൂഹത്തെക്കുറിച്ച് ഉറച്ച ധാരണകളുള്ള നല്ലൊരു രാഷ്ട്രീയക്കാരനാണ് അദ്ദേഹമെന്ന് എനിക്കു തോന്നി; അല്പം ഒടിയാനും വളയാനും അദ്ദേഹത്തിനു സാധിക്കും. അത് വലിയൊരനുഗ്രഹമായി പൊതുവെ കരുതപ്പെടുന്നു. തത്ത്വത്തിൽ

അദ്ദേഹം അമേരിക്കയുടെ ഭാഗത്ത് ഉറച്ചു നിൽക്കുന്നു. റയോ ഉടമ്പടിയെക്കുറിച്ച് തെറ്റായ ധാരണയാണ് അദ്ദേഹം നൽകിയത്. കമ്യൂണിസ്റ്റുകളെ ഭർത്സിക്കാനാണ് അദ്ദേഹം തന്റെ സമയമേറെയും ചെലവഴിച്ചത്.

ഞങ്ങൾ എല്ലാവരോടും യാത്ര പറഞ്ഞു – പ്രത്യേകിച്ചും ഒരൊന്നാന്തരം മനുഷ്യനായ ലിയോൺ ബോഷിനോട്. പിന്നെ അലാഹവേലയിലേക്കുള്ള ഒരു ബസ്സിൽ കയറി. പലതരം സാഹസങ്ങൾക്കു ശേഷം ഗുനാകാസ്റ്റെ പ്രവിശ്യയുടെ തലസ്ഥാനമായ ലൈബീരിയയിലെത്തി. സദാ കാറ്റു വീശുന്ന, കുപ്രസിദ്ധമായ ആ നഗരം സാന്റിയാഗോ ദെൽ എസ്റ്ററോ പോലെയാണ്.[1]

വാഹനങ്ങൾക്ക് പോകാൻ സാധിക്കുന്ന സ്ഥലം വരെ ഒരു ജീപ്പ് ഞങ്ങളെ കൊണ്ടുപോയി. അവിടെനിന്നും നല്ല കനത്ത വെയിലിൽ ഞങ്ങൾ നീണ്ടൊരു പദയാത്ര തുടങ്ങി. പത്ത് കിലോമീറ്റർ പിന്നിട്ടു കഴിഞ്ഞപ്പോൾ മറ്റൊരു ജീപ്പിൽ ഉച്ചഭക്ഷണസമയത്ത് കൊച്ചുപട്ടണമായ ലാ ക്രൂസിൽ ഞങ്ങളെത്തിച്ചേർന്നു. ഞങ്ങൾ ഉച്ചഭക്ഷണത്തിന് ക്ഷണിക്കപ്പെട്ടു. ഉച്ചകഴിഞ്ഞ് രണ്ട് മണിയോടെ മറ്റൊരു ഇരുപത്തിരണ്ട് കിലോമീറ്റർ കൂടി നടക്കുവാൻ ഞങ്ങൾ തുടക്കമിട്ടു. പക്ഷേ അഞ്ചോ ആറോ മണിയായപ്പോൾ ഇരുട്ട് വീണു കഴിഞ്ഞിരുന്നു, എന്റെ കാല് വല്ലാതെ വേദനിക്കുന്നുണ്ടായിരുന്നു. അരി സൂക്ഷിക്കുന്ന ഒരു തൊട്ടിയിലാണ് ഞങ്ങൾ അന്ന് രാത്രി മയങ്ങിയത്. രാത്രി മുഴുവൻ പുതപ്പിനു വേണ്ടി ഞങ്ങൾ കലഹിച്ചു.

അടുത്ത ദിവസം ഉച്ചതിരിഞ്ഞ് മൂന്നുമണിവരെ നടന്നു. ഏകദേശം ഒരു ഡസൻ തവണ നദിയെ ചുറ്റി. അവസാനം ഞങ്ങൾ പേനാസ് ബ്ലാങ്കാസിലെത്തി. അയൽപട്ടണമായ റിവാസിലേക്ക് അപ്പോൾ യാതൊരു വാഹനവുമില്ലാതിരുന്നതിനാൽ അന്ന് ഞങ്ങൾക്കവിടെ കഴിയേണ്ടതായി വന്നു.

അടുത്തദിവസം മഴയുടേതായിരുന്നു. പക്ഷേ ഒരു ലോറിയുടെ യാതൊരു ലക്ഷണവും കാണാതിരുന്നതിനാൽ പത്ത് മണിയോടെ ചാറ്റൽ മഴയെ വകവെക്കാതെ നടക്കാൻ ഞങ്ങൾ തീരുമാനിച്ചു. ഏതെങ്കിലും മാർഗ്ഗത്തിലൂടെ റിവാസിലേക്ക്[2] യാത്ര തുടങ്ങാൻ നിശ്ചയിച്ചു. ആ സമയം ബോസ്റ്റൺ യൂണിവേഴ്സിറ്റിയുടെ ഫലകങ്ങളുള്ള ഒരു കാറിൽ ബിഗ് റോജോ പ്രത്യക്ഷപ്പെട്ടു. കോസ്റ്റോറിക്കയിലേക്ക് കടക്കുവാനുള്ള ശ്രമത്തിലായിരുന്നു അവർ. പക്ഷേ ഞങ്ങൾ പൂഴ്ന്നുപോയ ആ ചതുപ്പുനിലം പനാമ-കോസ്റ്റോറിക്ക ഹൈവേയിലായിരുന്നതിനാൽ അത് അസാദ്ധ്യമായിരുന്നു. റോജോയോടൊപ്പം സഹോദരന്മാരായ

1. ബൊളീവിയയിലെ അസാധാരണ അനുഭവങ്ങൾ എന്ന പേരിൽ എൽ ഡയാറിയോ ദെ കോസ്റ്ററിക്കാ എന്ന ആനുകാലികത്തിൽ (ഡിസംബർ 11, 1953) എഴുതിയ ലേഖനത്തിൽ ഈ പരാമർശങ്ങൾ കാണുന്നു.
2. ഡിസംബർ 22ന് ഇവിടെ നിന്നാണ് □ചെ□ നിക്കരാഗ്വയിലേക്ക് പോയത്.

ഡോ. മിങ്കോയും വാൾട്ടർ ബെബറാഗി അലൻഡെയുമുണ്ടായിരുന്നു. ഞങ്ങൾ റിവാസിലേക്ക് യാത്രയായി, പട്ടണത്തിന് വളരെ അടുത്തുവെച്ച്, മേറ്റും കാനിറ്റാ എന്ന നിക്കരാഗ്വൻ മദ്യവും ചേർന്ന ഒരു ടോസ്റ്റിന് ഞങ്ങൾ ഓർഡർ നൽകി. 'ടാക്കോ ഫാമാ'യി മാറിയിരുന്ന അർജന്റീനയുടെ ഒരു മൂലയായിരുന്നു അത്. പുണ്ടേരിനാസിനു കുറുകെ സാൻ ദുവാൻ ദെൽസൂറിനെ ലക്ഷ്യമാക്കി അവർ കാർ മാർഗം നീങ്ങിയപ്പോൾ ഞങ്ങൾ മാനഗ്വയിലേക്കുള്ള ബസ്സിൽ കയറി.

വൈകുന്നേരത്തോടെ ഞങ്ങൾ അവിടെയെത്തി. ഏറ്റവും ചെലവു കുറഞ്ഞ താവളം കിട്ടുന്നതിനായി ഞാൻ പെൻസിയോണുകൾക്കും ഹോട്ടലുകൾക്കുമിടയിൽ ചുറ്റി നടന്നു. ഒടുവിൽ, നാലു കൊർഡോബക്കാർ താമസിക്കുന്ന സ്ഥലത്ത് കറണ്ടില്ലാത്ത ചെറിയ മുറികൾ കിട്ടി.

അടുത്ത ദിവസം ഞങ്ങൾ എംബസികൾക്കിടയിൽ അലഞ്ഞു നടന്നു. അവിടെ പതിവ് വിഡ്ഢിത്തങ്ങളെ തന്നെയാണ് ഞങ്ങൾ നേരിട്ടത്. ഹോണ്ടുറാസ് എംബസിയുടെ മുന്നിൽ വെച്ച് റോജോയും സുഹൃത്തുക്കളും ഞങ്ങളുടെ മുന്നിൽ വന്നുപെട്ടു. അപ്പുറത്തേക്ക് കടക്കാനാവാത്തതുകൊണ്ടും, സാധനങ്ങൾ അമിത വില ഈടാക്കിക്കൊണ്ടിരിക്കുന്നതിനാലും ആ കാര്യത്തിൽ അവർ രണ്ടാമതൊന്നു ചിന്തിക്കാൻ തീരുമാനിച്ചിരിക്കുകയായിരുന്നു. തീരുമാനം പെട്ടെന്നായിരുന്നു. ബാർബറാഗി സഹോദരന്മാരിൽ ഇളയവനായ ഡോമിങ്കോയോടൊപ്പം കാർ വിൽക്കുന്നതിനായി ഞങ്ങൾ രണ്ടുപേരും ഗ്വാട്ടിമാലയിലേക്കു പോകുമ്പോൾ റോജോയും വാൾട്ടറും വിമാനമാർഗ്ഗം കോസ്റ്റോറിക്കയിലെ സാൻ ജോസിലേക്കു പോകും.

വൈകുന്നേരം സുദീർഘമായൊരു ചർച്ച നടന്നു. അവിടെ ഞങ്ങൾ ഓരോരുത്തരും അർജന്റീനയിലെ പ്രശ്നത്തെക്കുറിച്ച് സ്വന്തം കാഴ്ചപ്പാടുകൾ വിശദീകരിച്ചു. റോജോയും ഗ്വാലോയും ഡോമിങ്കോയും വിട്ടുവീഴ്ചയില്ലാത്ത സമൂല പരിഷ്കരണ വാദികളായിരുന്നു, വാൾട്ടർ തൊഴിലാളിയനുകൂല കാഴ്ചപ്പാടുള്ളവൻ, ഞാൻ സ്വതന്ത്രൻ – അഥവാ ബിഗ് റോജോ അതിനെ കണ്ടത് അങ്ങനെയായിരുന്നു. ലേബർ പാർട്ടിയെക്കുറിച്ചും സിപ്രിയാനോ റെയ്സിനെക്കുറിച്ചും വാൾട്ടർ എനിക്കു നൽകിയ ധാരണകൾ ഏറെ കൗതുകകരമായിരുന്നു. എന്റെ മുൻധാരണകളിൽ നിന്നും തികച്ചും വ്യത്യസ്തമായിരുന്നു അത്. യൂണിയൻ നേതൃത്വത്തിലേക്കുള്ള സിപ്രിയാനോയുടെ വരവിനെക്കുറിച്ചും, ബെറിസയിലെ മാംസം പൊതിയുന്ന തൊഴിലാളി വർഗ്ഗത്തിനിടയിൽ അയാൾ പടിപടിയായി ആരാധ്യനാകുന്നതിനെക്കുറിച്ചും, ലേബർ പാർട്ടിയെ, അവർ ചെയ്യുന്ന കാര്യങ്ങൾ പൂർണ്ണമായും അറിഞ്ഞുകൊണ്ടു തന്നെ, അനുകൂലിക്കുമ്പോൾ തന്നെ (ലേബർ പാർട്ടി രൂപീകരിച്ചത് പെറോൺ

ആയിരുന്നു) യൂണിയൻ ഡെമോക്രാറ്റിക്കാ സഖ്യത്തെക്കുറിച്ചുള്ള തന്റെ സമീപനത്തെക്കുറിച്ചും അയാൾ ഞങ്ങളോട് വിശദീകരിച്ചു.

തിരഞ്ഞെടുപ്പിനുശേഷം പാർട്ടി പുനഃസംഘടിപ്പിക്കുവാൻ പെറോൺ ഉത്തരവിട്ടു. അത് പാർട്ടിയെ പിരിച്ചുവിടലിന്റെ വക്കത്തെത്തിച്ചപ്പോൾ അദ്ദേഹത്തിന്റെ ചേമ്പറിൽ ഗൗരവമാർന്ന ചർച്ച അരങ്ങേറി. സിപ്രിയാനോ റെയ്സിന്റെ തൊഴിലാളി പാർട്ടിക്കാർ കീഴടങ്ങലിന്റെ യാതൊരു ലക്ഷണവും കാണിച്ചില്ല അവസാനം ബ്രിഗേഡിയർ ദെ ലാ കൊളീന യുടേയും സഹായി വെലസിന്റേയും (ഇയാൾ ഈ കാര്യം പെറോണിനെ രഹസ്യമായി അറിയിച്ചുകൊണ്ട് കൊളീനയെ വഞ്ചിച്ചു) സൈനിക നേതൃത്വത്തിലുള്ള, ഒരു വിപ്ലവാത്മക അട്ടിമറിയെക്കുറിച്ചുള്ള ചർച്ച കളാരംഭിച്ചു.

പാർട്ടിയുടെ പ്രധാനപ്പെട്ട മൂന്ന് നേതാക്കൾ – റെയെസ്, ബെർബറാഗി, ഗാർസ്യ വെലോസോ – ജയിലിലടക്കപ്പെടുകയും പീഡിപ്പിക്കപ്പെടുകയു മുണ്ടായി, ഇതിൽ ആദ്യത്തെയാൾ കിരാതമായ രീതിയിൽ പീഡിപ്പിക്ക പ്പെട്ടു. കുറച്ചു ദിവസങ്ങൾക്കുശേഷം, പാൽമാ ബെൽട്രാൻ എന്ന ജഡ്ജി ഈ തടവുകാരെ ഉപാധിക്കു വിധേയമായി പോലീസ് കസ്റ്റഡിയിലേക്ക് മാറ്റണമെന്ന് ഉത്തരവിട്ടു. അപ്പോൾ സർക്കാർ അഭിഭാഷകൻ ഈ വിധിക്കെതിരെ അപ്പീൽ നൽകി. കോടതി കൂടിക്കൊണ്ടിരിക്കുമ്പോൾ തന്നെ ബെർബറാഗി ഉറുഗ്വേയിലേക്ക് രക്ഷപ്പെട്ടു; മറ്റുള്ളവരെല്ലാം അറസ്റ്റ് ചെയ്യപ്പെട്ടു. അവരെല്ലാം ഇപ്പോഴും തടങ്കലിലാണ്. വാൾട്ടർ അമേരിക്ക യിലേക്കു പോയി, ബിരുദം നേടിയശേഷം അവിടത്തെ ഒരു സർവ്വകലാ ശാലയിൽ സാമ്പത്തിക ശാസ്ത്രത്തിൽ പ്രൊഫസറായി. തന്റെ റേഡിയോ പ്രഭാഷണങ്ങളിൽ പെറോൺ ഭരണകൂടത്തെ വിമർശിക്കുന്ന തിൽ സത്യസന്ധത പുലർത്തി. അയാളുടെ അർജന്റീനാ പൗരത്വം റദ്ദാക്ക പ്പെട്ടു.

പിറ്റേന്ന് രാവിലെ മറ്റുള്ളവരെ വിമാനത്തിൽ കയറ്റിവിട്ടശേഷം ഞങ്ങൾ വടക്കോട്ടു തിരിച്ചു. അതിർത്തി അടക്കുന്ന സമയത്താണ് ഞങ്ങളവിടെ എത്തിപ്പെട്ടത്. ആകെ ഞങ്ങളുടെ കൈയിലുണ്ടായിരുന്നത് ഇരുപത് ഡോളർ. ഹോണ്ടുറാസ് ഭാഗത്ത് ഞങ്ങൾക്ക് പണം കൂടുതൽ കൊടുക്കേണ്ടതുണ്ട്. ഹോണ്ടുറാസിന്റെ ചെറിയ നാട പോലുള്ള വാൽഭാഗം കടന്ന് അടുത്ത അതിർത്തിയിലെത്തി. പക്ഷേ അവിടെ ചെലവ് കൂടുതലായതിനാൽ ഞങ്ങൾക്ക് അവരാവശ്യപ്പെട്ട പണം കൊടുക്കാൻ കഴിഞ്ഞില്ല. അന്ന് ഞങ്ങൾ ഉറങ്ങിയത് വെളിയിലാണ് – അവർ റബ്ബർ മെത്തയിലും ഞാനൊരു സ്ലീപ്പിംഗ് ബാഗിലും.

ആദ്യം അതിർത്തി മുറിച്ചു കടന്നത് ഞങ്ങളായിരുന്നു. വടക്കോട്ട് സഞ്ചരിക്കുന്നത് ഞങ്ങൾ തുടർന്നു. ടയറിൽ ധാരാളം പഞ്ചറുകൾ വീണി രുന്നതിനാൽ ഞങ്ങൾ സാവധാനമാണ് മുന്നോട്ട് നീങ്ങിയത്. ഞങ്ങൾ

എൽസാൽവഡോറിൽ എത്തിച്ചേർന്നു. സൗജന്യമായി വിസ ലഭ്യമാക്കുവാനുള്ള ശ്രമം ഞങ്ങൾ ആരംഭിച്ചിരുന്നു – അർജന്റീനാ എംബസിയുടെ സഹായത്തോടെ അത് സാധ്യമാണെന്നു തെളിഞ്ഞിരുന്നു.

ഞങ്ങൾ വീണ്ടും അതിർത്തിയിലേക്ക് നീങ്ങി.[1] അവിടെ ഞങ്ങൾ സർചാർജ് നൽകിയത് കൈയിലുണ്ടായിരുന്ന കാപ്പി വിറ്റ പണം കൊണ്ടാണ്. അപ്പുറത്ത് സർചാർജിനു ഞങ്ങൾ ഒരു ടോർച്ച് നൽകി. ഞങ്ങളുടെ കീശയിൽ ആകപ്പാടെ മൂന്ന് ഡോളർ മാത്രമേ അവശേഷിച്ചിരുന്നുള്ളു വെങ്കിലും, ഞങ്ങൾ യാത്ര തുടർന്നു. ഡോമിങ്കോക്ക് ക്ഷീണം തോന്നി. അതുകൊണ്ട് യാത്ര നിർത്തിവെച്ച് ആ കാറിൽ തന്നെ ഞങ്ങൾ കിടന്നുറങ്ങി.

ചെറിയ ചെറിയ സംഭവങ്ങൾക്കുശേഷം ഓസ്കാറും ലുഡ്മിളയും താമസിച്ചിരുന്ന പെൻസിയോണിൽ ഞങ്ങളെത്തിച്ചേർന്നു. പ്രാതൽ സമയം വീട്ടുടമസ്ഥയുമായി അവർ ഒരു ചെറിയ കലഹത്തിലായിരുന്നതിനാൽ മുൻകൂർ പണം കൊടുക്കേണ്ടതില്ലാത്ത ഒരു പെൻസിയോൺ ഞങ്ങൾക്കു കണ്ടെത്തേണ്ടിയിരുന്നു. ഡിസംബർ 24ന് വൈകീട്ട് ജുവാൻ റോത്തിന്റെ വീട്ടിൽ ഞങ്ങൾ ഒരാഘോഷത്തിനായി എത്തിച്ചേർന്നു. അഗ്രോണമിസ്റ്റായ അദ്ദേഹം ഒരു അർജന്റീനക്കാരിയെയാണ് വിവാഹം ചെയ്തിരുന്നത്. ഞങ്ങൾ പണ്ടേ സുഹൃത്തുക്കളായിരുന്നതുപോലെ, വളരെ ഹാർദ്ദമായി ത്തന്നെ അദ്ദേഹം ഞങ്ങളെ സ്വാഗതം ചെയ്തു. ഞങ്ങൾ നന്നായി ഉറങ്ങി, ധാരാളം കുടിച്ചു – താമസിയാതെ എനിക്ക് അസുഖം തോന്നിത്തുടങ്ങി.

പിറ്റേദിവസം എനിക്ക് കലശലായ ആസ്മയുണ്ടായി. ആസ്ത്മയും ആഘോഷവും മൂലം എനിക്കെഴുന്നേൽക്കാൻ തോന്നിയില്ല. 31-ാം തീയതിയോടെ എല്ലാം ഭേദമായി. പക്ഷേ ആ ആഘോഷവേളയിലും, ഭക്ഷണത്തിന്റെ കാര്യത്തിൽ ഞാൻ കൃത്യമായി പഥ്യം പാലിച്ചു.

സംസാരിക്കാൻ പറ്റിയ, എനിക്കു താത്പര്യമുണർത്തിയ ഒരാളെപ്പോലും എനിക്കു കണ്ടെത്താനായില്ല. ഒരു വൈകുന്നേരം എ.പി.ആർ.എയുടെ മുൻ ഡെപ്യൂട്ടിയായ ടെമോഷെ(റിക്കാർഡോ)യുമായി ദൈർഘ്യമേറിയ ചർച്ചകളുണ്ടായി. അദ്ദേഹം പറയുന്നത് കേട്ടാൽ തോന്നുക എ.പി.ആർ.എയുടെ ഏക ശത്രു കമ്യൂണിസ്റ്റ് പാർട്ടിയാണെന്നാണ്. അവിടെ ഒരു തരത്തിലു മുള്ള സാമ്രാജ്യത്വമോ, പ്രഭു ജനാധിപത്യമോ ഇല്ല; ബോൾഷീസ്[2] പൊരുത്തപ്പെടാൻ കഴിയാത്ത ശത്രുക്കളാകുന്നു. കാർലോസ് ഡസ്കോലിയെപ്പോലെ, നിലവാരമുള്ള ഒരു സാമ്പത്തിക വിദഗ്ധൻ അവിടെയുണ്ടായിരുന്നുവെങ്കിലും അദ്ദേഹം വല്ലാതെ മദ്യപിച്ചിരുന്നതിനാൽ എനിക്കദ്ദേഹവുമായി സംസാരിക്കാൻ സാധിച്ചില്ല.

1. 1953 ഡിസംബർ 23നും 24നുമിടക്കാണ് അവർ ഗ്വാട്ടിമാലയിലെത്തിയത്.
2. ബോൾഷീസ്: ബോൾഷെവിക്കുകൾ

ആസ്ത്മയുടെ ആക്രമണത്തിനുശേഷം, ആഘോഷങ്ങളുടെ അവസാനത്തിൽ ഡോമിങ്കോ ബെർബാ റാഗിക്ക്, ജൂലി എന്ന പെൺകുട്ടിയുമായി ഉണ്ടായിരുന്ന പ്രണയബന്ധത്തിന്റെ അന്ത്യം കാണാൻ ഞങ്ങൾക്ക് കഴിഞ്ഞു. ഞായറാഴ്ച കാർ വിറ്റഴിച്ചശേഷം അയാൾ കോസ്റ്റോറിക്കയിലേക്കു പറന്നു.

ഒരു ടെക്നീഷ്യന്റെ ജോലിക്കായി ഹോണ്ടുറാസിലേക്കു പോകുന്ന യുവാൻ റോത്ത് തന്റെ യാത്രക്കുമുമ്പായി ഞങ്ങൾക്ക് ഒരു ബാർബെക്യു നൽകി. പഥ്യത്തിലായിരുന്നതുകൊണ്ട് ഞാൻ മാത്രമായിരുന്നു ലഹരിക്കടിമപ്പെടാതിരുന്നയാൾ. ആസിയോൺ ഡെമോക്രാറ്റിക്ക് അനുകൂലിയായ പെനാൽവറിനെ ഞാൻ സന്ദർശിച്ചു. എന്നെ സഹായിക്കാനായി അയാൾ പലവിധ ശ്രമങ്ങൾ നടത്തുന്നുണ്ടായിരുന്നു. ഞാനിപ്പോൾ മന്ത്രിക്ക് വളരെ അടുത്തെത്തിയിട്ടുണ്ട്, പക്ഷേ അയാൾ പിടിതരുന്നില്ല.

വേറൊരു ഡിപ്പാർട്ട്മെന്റിൽ വെച്ച്, മാർക്സിസത്തെക്കുറിച്ചെഴുതുന്ന ഒരു ഗ്രിങ്കോയെ ഞാൻ കണ്ടു. അയാളെഴുതിയത് ഞാൻ സ്പാനിഷിലേക്ക് വിവർത്തനം ചെയ്തു. ഹിൽദാ ഗാദിയാ അതിന്റെ മധ്യവർത്തിയായപ്പോൾ ഞാനും ലുദ്മിലയും ചേർന്ന് ആ മുഷിപ്പുണ്ടാക്കുന്ന ജോലി ചെയ്തു. ഇതുവരെയായി ഞങ്ങൾക്ക് ഇരുപത്തിയഞ്ച് ഡോളർ കിട്ടി. ആ ഗ്രിങ്കോക്ക് ഞാൻ ഇംഗ്ലീഷ്-സ്പാനിഷ് പാഠങ്ങൾ പറഞ്ഞുകൊടുക്കുന്നുണ്ട്.

വലേറിനി ദമ്പതികളാണ് എന്റെ മറ്റൊരു കണ്ടെത്തൽ. അവൾ സുന്ദരിയാണ്, പക്ഷേ ഭർത്താവ് മദ്യപാനത്തിനടിമയാണ് - അയാൾ നല്ലൊരു മനുഷ്യനാണെന്നത് വേറെക്കാര്യം. ഗവൺമെന്റിലുള്ള ഒരു പ്രമുഖനെ ഞങ്ങൾക്ക് പരിചയപ്പെടുത്തിത്തരാമെന്ന് അവർ സമ്മതിച്ചു; മരിയോ സോസ നവാറോ അതിൽനിന്നും എന്തു ഗുണമുണ്ടാക്കുമെന്ന് കാണാം.

യാതൊരു തീരുമാനവുമെടുക്കാനാകാതെ ആ ദിവസവും കടന്നുപോയി. ഉച്ചതിരിഞ്ഞ് ഞാൻ പെനാൽവറിനോടൊപ്പം ജോലി ചെയ്തു, പക്ഷേ അയാൾ എനിക്കൊന്നും തന്നില്ല. രാവിലെ ഞാൻ എന്റെ ആരാധനാപാത്രമായ എസ്കിലാപിയസിന്റെ പെയിന്റിംഗുകൾ വിൽക്കാൻ ശ്രമിച്ചു. അദ്ദേഹത്തിന് ഇവിടെ ആരാധകരുണ്ടെങ്കിലും, യാതൊരു വില്പനയും നടന്നില്ല. സദുദ്ദേശ്യങ്ങൾവെച്ചു പുലർത്തുന്ന ഒരഭിഭാഷകനും, ബാങ്കോ അഗ്രാറിയോയുടെ പ്രസിഡന്റുമായ അൽഫോൺസോ വർഗായിസ് ആണ് ഞാൻ പരിചയപ്പെട്ട, എനിക്ക് കൗതുകം നൽകിയ ഒരു മനുഷ്യൻ. എദെൽബർട്ടോ ടോറെസ്[1], കമ്യൂണിസ്റ്റുകാരനായ ഒരു വിദ്യാർത്ഥിയും, റൂബൻ ദാരിയോയുടെ ജീവിതകഥയെഴുതിയ പ്രഫസർ ടോറസിന്റെ മകനുമാണ്. അയാൾ നല്ലൊരു മനുഷ്യനാണെന്ന് എനിക്കു

1. വളരെ പ്രസിദ്ധനായ നിക്കറാഗ്വൻ ബുദ്ധിജീവി എദെൽബർട്ടോ ടോറെസ് റിവാസ്.

തോന്നി. ഗവൺമെന്റിലെ 'പ്രമുഖ'നെക്കുറിച്ച് കൂടുതൽ വിവരങ്ങളൊന്നും ലഭിച്ചില്ല. മെൻഡിസ് എന്ന എഞ്ചിനീയറുടെ വസതിയിൽവെച്ച്, രാഷ്ട്രീയ സംഭവ വികാസങ്ങളെക്കുറിച്ച് ബിഗ്റോജോയും ഗ്വാലോയും ഞാനും ചേർന്ന് ഒരു പൊടിപ്പൻ ചർച്ച നടത്തി.

ഒരു ജോലി ലഭിക്കാനുള്ള പുതിയ സാധ്യതകളൊന്നും കാണുന്നില്ല. പൊതുജനാരോഗ്യ മന്ത്രാലയത്തിന്റെ ഭരണപരമായ പരിശ്രമങ്ങളൊന്നും വിജയത്തിലെത്തിച്ചേർന്നില്ല. ഇപ്പോൾ ആകെക്കൂടി ആശക്കു വക നൽകുന്നത് റേഡിയോ നിലയവുമായുള്ള കരാറാണ്; അവിടെ നിന്നും ഇതുവരെ ഒരു പൈസാ പോലും കിട്ടിയിട്ടില്ലെന്നത് മറ്റൊരു കാര്യം. കഴിഞ്ഞ കുറച്ചു ദിവസങ്ങളായി കൗതുകകരമായ യാതൊന്നും ഞങ്ങൾ കണ്ടെത്തിയില്ല. 8 മണി മുതൽ രണ്ടു മണി വരേയും പിന്നെ വൈകീട്ട് അല്പനേരവും ഞാൻ എ.സി. ടി എച്ച് എൽ വ്യാപരിക്കുന്നു. എനിക്ക് സുഖം.

സമീപഭാവിയിലൊന്നും ഒരു ഗുണവും കാണുന്നില്ല. ഗവൺമെന്റിലെ പ്രമുഖൻ പറഞ്ഞുറപ്പിച്ച പ്രകാരമുള്ള കൂടിക്കാഴ്ച അനുവദിക്കപ്പെട്ടില്ല.

യാതൊരു അലോസരമോ, മഹത്ത്വമോ ഇല്ലാത്ത ഒരു ശനിയാഴ്ച. സെനോറ ദെ ഹോൾസ്റ്റുമായി[1] നടന്ന ഗൗരവതരമായ ചർച്ച മാത്രമാണ് ആകെ സംഭവിച്ച നല്ലൊരു കാര്യം. കമ്യൂണിസ്റ്റുകളെക്കുറിച്ചുള്ള കാര്യങ്ങളിൽ അവർ എന്നോടടുത്തു നിൽക്കുന്നു. അവർ വളരെ നല്ലൊരാളാണെന്ന് എനിക്കു തോന്നി. വൈകുന്നേരം മുജിക്കായും[2] ഹിൽദായുമായി. പിന്നെ മേദസ്സുള്ള സ്കൂൾ അദ്ധ്യാപകനോടൊപ്പം അല്പം സാഹസം. ഇന്നു മുതൽ ഞാൻ ഡയറിക്കുറിപ്പുകൾ കൃത്യമായി എഴുതും, ഗ്വാട്ടിമാലയിലെ രാഷ്ട്രീയ യാഥാർത്ഥ്യങ്ങളോട് കുറച്ചുകൂടി അടുക്കും.

വളരെ ശാന്തമായി ഞായറാഴ്ച. വൈകിട്ട് കടുത്ത വയറു വേദനയുമായി വന്ന ഒരു ക്യൂബക്കാരനെ[3] പരിശോധിക്കേണ്ടി വന്നതോടെ ആ ശാന്തത നഷ്ടമായി, ഒരു ആംബുലൻസ് വിളിച്ച് അയാളെ ആശുപത്രിയിലാക്കി. ശസ്ത്രക്രിയ ചെയ്യുവാൻ കുറച്ചുനേരം കൂടി കാക്കാമെന്ന് ഡോക്ടർ നിശ്ചയിക്കുന്നതുവരെ, അതായത് രണ്ടു മണിവരെ, ഞങ്ങൾ ആശുപത്രിയിൽ കാത്തുനിന്നു. അയാളെ ഡോക്ടറുടെ നിരീക്ഷണത്തിലിട്ട് ഞങ്ങൾ തിരികെ പോന്നു.

അതിനു മുമ്പ്, മിർന ടൊറെസിന്റെ വീട്ടിൽ വെച്ചുള്ള ഒരു പാർട്ടിയിൽ വെച്ച് എന്നെ സാധാരണയിലധികം ശ്രദ്ധിച്ചിരുന്ന ഒരു പെൺകുട്ടിയെ

1. ഹോണ്ടുറാസിൽ നിന്നും രാജ്യഭ്രഷ്ടയാക്കപ്പെട്ട ഒരു മഹതി.
2. നാടുകടത്തപ്പെട്ട എ.പി.ആർ.എ. നേതാവ് നിക്കാനോർ മുജിക്ക ആൽവാറെസ്.
3. ക്യൂബക്കാരെക്കുറിച്ചുള്ള ആദ്യത്തെ പരാമർശം. മിർന ടൊറെസ് വഴിയാണ് അവരുമായി ചെ ബന്ധപ്പെടുന്നത്.

3.

ഞാൻ പരിചയപ്പെട്ടു. നാൽപത് ക്വറ്റ്സാൽ ശമ്പളമുള്ള ഒരു ജോലി അവളെനിക്ക് വാഗ്ദാനം ചെയ്തിരിക്കുന്നു. എന്തു സംഭവിക്കുമെന്ന് നമുക്ക് നോക്കാം.

ഗുണവും ദോഷവുമില്ലാത്ത മറ്റൊരു ദിവസം കൂടി. താമസ സൗകര്യത്തോടൊപ്പം പത്ത് ക്വറ്റ്സൽ കിട്ടാനുള്ള സാധ്യത കൂടി ഞങ്ങൾക്കുണ്ട് (കമ്മീഷനായി ഞങ്ങൾക്ക് 25 ഡോളർ ലഭിക്കും) ഞങ്ങൾ ശ്രമിച്ചു നോക്കും. ക്യൂബക്കാരൻ അയാളുടെ ഓഫീസ് വഴി ആ കാര്യം നോക്കാമെന്നു പറഞ്ഞു.

ഗുണദോഷങ്ങളില്ലാത്ത മറ്റൊരു ദിവസം കൂടി കടന്നുപോകുന്നു. ഇനിയും അപകടകരമാംവിധം ആവർത്തിച്ചേക്കാവുന്ന ഒരു മുഷിപ്പ്. ആ ദിവസം മുഴുവൻ ഗ്വാലോ അപ്രത്യക്ഷനായി, അതുകൊണ്ട് എനിക്കൊന്നും ചെയ്യാനായില്ല. എനിക്ക് ജോലി ലഭിക്കാൻ സാധ്യതയുണ്ടെന്നു കരുതപ്പെടുന്ന കോളേജിലേക്ക് ഞാൻ പോയി.

പുതുതായൊന്നും സംഭവിച്ചില്ല. ഞാൻ ബൊളീവിയൻ അംബാസഡറോട് സംസാരിച്ചു. നല്ല മനുഷ്യൻ, രാഷ്ട്രീയത്തിൽ നല്ലതിനേക്കാളേറെ നല്ലവനായ മനുഷ്യൻ. അന്ന് വൈകീട്ട് സി.ജി.ടി.ജിയുടെ[1] രണ്ടാം കോൺഗ്രസിലേക്ക് ഞങ്ങൾ പോയി. വേൾഡ് ഫെഡറേഷൻ ഓഫ് ട്രേഡ് യൂണിയനിൽ നിന്നുള്ള പ്രതിനിധിയുടെ പ്രസംഗമൊഴിച്ചാൽ പിന്നെയെല്ലാം വെറും ശബ്ദബഹളങ്ങൾ.

ഒരു ദിവസം കൂടി കഴിഞ്ഞു. ആളുകൾ സംസാരിച്ചുകൊണ്ടിരുന്ന ശുദ്ധതന്ത്രത്തെക്കുറിച്ചുള്ള തെളിവുകൾ പ്രസിദ്ധീകരിച്ചിരിക്കുന്നു. ആരാധ്യമായ വ്യക്തികളെപ്പോലെ ഞങ്ങൾക്കും പദ്ധതികൾ സമർപ്പിക്കേണ്ടതുണ്ട്. തുകലിന്റേയും അലങ്കരിച്ച പരസ്യബോർഡുകളുടേയും ഒരു പ്രതിനിധിയാണ് ഞാൻ - ഇഷ്ടം പോലെയുള്ള മേറ്റ് കുടിയല്ലാതെ ഒരു ജോലിയുമില്ല.

ഗുണദോഷങ്ങളില്ലാത്ത മറ്റൊരു ദിവസം. ദിയാസ് റോസെറ്റോ[2]യിൽ നിന്നും യാതൊന്നും പ്രതീക്ഷിക്കാനില്ല. നല്ല കാര്യങ്ങൾ വാഗ്ദാനം ചെയ്ത ഒരു പെൺകുട്ടിയുടെ കൂടെ ഞാൻ പുറത്തുപോയി. പെൻസിയോണിൽ പണം കൊടുക്കാൻ അനീറ്റ ഞങ്ങളോടു പറഞ്ഞു. ഹിൽദാക്കാണെങ്കിൽ പത്തു ഡോളറിൽ കൂടുതൽ കൊടുക്കാൻ കഴിയില്ല. നാളെ ഞായറാഴ്ച യായതിനാൽ ഞങ്ങൾ നിരാശരാകാൻ പാടില്ല.

ഞങ്ങളുടെ ബാഹ്യരേഖ മാറ്റി മറിക്കാൻ സാധിക്കാത്ത രണ്ട് ദിവസങ്ങൾ കൂടി. എനിക്കിപ്പോഴും ആസ്ത്മയുണ്ട്, പക്ഷേ അത് നിയന്ത്രണത്തിലാവുകയാണെന്ന് എനിക്കു തോന്നുന്നു. ഗ്വാലോ, ബിഗ് റോജോയോ

1. ദി കോൺഫഡറേഷൻ ജനറൽ ദെ ട്രെബോജോസെറസ് ദെ ഗ്വാട്ടിമാല (ഗ്വാട്ടിമാലയിലെ തൊഴിലാളി യൂണിയനുകളുടെ ഫെഡറേഷൻ)
2. ദെയിറെ ദിയാസ് റോസെറ്റോ - പ്രസിഡന്റിന്റെ പ്രൈവറ്റ് സെക്രട്ടറി.

ടൊപ്പം ഒരു മാസത്തേക്ക് മെക്സിക്കോയിലേക്ക് പോയിരിക്കുകയാണ്. ഐ ജി എസ്[1] ഡയറക്ടർക്കുള്ള ഒരു കത്ത് എന്റെ കൈയിലുണ്ട്, അൽഫോൺസോ സൊളോർസാനോ. എന്താണ് സംഭവിക്കുകയെന്നു നോക്കാം ഈ ദിവസങ്ങളിൽ. ഇതുകൊണ്ട് യാതൊന്നും നടക്കുന്നില്ലെങ്കിൽ ഞാനെന്റെ ബാഗുമെടുത്ത് മെക്സിക്കോയിലേക്ക് തിരിക്കും. 'എൽ ദൈലമ്മാ ദെ ഗ്വാട്ടിമാല'[2] എന്ന ഗംഭീരൻ ശീർഷകത്തിൽ ഞാനൊരു ലേഖനമെഴുതി. ഇതെഴുതിയത് പ്രസിദ്ധീകരിക്കാനായിട്ടൊന്നുമല്ല, എന്റെ ആനന്ദത്തിനാണ് - [..........]

എന്റെ ആസ്ത്മയുടെ കാര്യത്തിൽ കാര്യങ്ങൾ ഇപ്പോഴും വളരെ മോശം തന്നെ. ഞാൻ മേറ്റ് കുടിക്കാൻ തുടങ്ങിയിരിക്കുന്നു. ചോളം കൊണ്ടുള്ള പാൻ കേക്ക് കഴിച്ചിട്ടില്ല. എന്നിട്ടും എന്റെ ആരോഗ്യം മോശമാണ്. നാളെ ഞാൻ എന്റെ ഒരു പല്ല് പിഴുതെടുക്കാൻ പോകുന്നു. അതാണോ എല്ലാ അസുഖങ്ങൾക്കും കാരണമെന്ന് അതോടെ അറിയാനാകും. 'നാണ്യവിഷയം' പരിഹരിക്കാൻ പറ്റുമോ എന്ന കാര്യം കൂടി ഞാനാലോചിക്കും.

ഡയറിയിൽ ഇനിയും കുറേ ദിവസങ്ങളെക്കുറിച്ച് എഴുതാനുണ്ട്. മറ്റൊന്നുമല്ല ആന്തരിക ജീവിതത്തെക്കുറിച്ച് തന്നെ. എല്ലാത്തരം പരാജയങ്ങളുടേയും, പ്രത്യാശകളുടെ മാറ്റമില്ലാത്ത സ്രോതസ്സുകളുടേയും ഒരു ശേഖരം. എല്ലാം വിധി കല്പിതമെന്നു വിശ്വസിക്കുന്ന തരത്തിലുള്ള ഒരു ശുഭാപ്തി വിശ്വാസിയായി ഞാൻ മാറിയിരിക്കുന്നു. ഈ ദിവസങ്ങൾ മുഴുവൻ എനിക്ക് ആസ്ത്മയായിരുന്നു. ഏതാണ്ട് പൂർണ്ണമായും ഞാൻ മുറിക്കകത്തു തന്നെ കഴിച്ചുകൂട്ടി. എങ്കിലും ഇന്നലെ (ശനിയാഴ്ച) ചില വെനിസ്വേലക്കാരോടും, നിക്കാനോർ മുജിക്കയോടുമൊപ്പം ഞാൻ അമൈത്‌ലാനിലേക്കു പോയി. ഒരു ചൂട് പിടിച്ച ചർച്ച നടന്നു. ബിഗ് റോജോ ഒഴികെ എല്ലാവരും ആ ചർച്ചയിൽ എനിക്കെതിരായി നിന്നു. കാര്യങ്ങൾ ചർച്ച ചെയ്യാനുള്ള ധാർമ്മികമൂല്യം എനിക്കില്ലെന്ന് റോജോ പറയുന്നു. ഇന്നലെ ഒരു ഡോക്ടറുടെ ജോലിയെക്കുറിച്ചുള്ള സാധ്യതയെ ക്കുറിച്ചന്വേഷിക്കാനായി ഞാൻ പോയിരുന്നു. ദിവസം ഒരു മണിക്കൂർ ജോലി, മാസം 80 ക്വറ്റ്ലാസ് ശമ്പളം. ഐ.ജി.എസ്.എസ്.ൽ ചെന്നപ്പോൾ, യാതൊരു തരത്തിലും വിഷമിക്കേണ്ടതില്ലെന്ന് അവരെനിക്ക് ഉറപ്പ് തന്നു. സോളോർസാനോ എന്നോട് സൗഹൃദം പുലർത്തി, കുറച്ചുമാത്രം സംസാരിച്ചു. പഴയതുപോലെ ഒരു പൂർണവിരാമത്തോടെ ഈ ദിവസവും അവസാനിപ്പിക്കാം. നാളെ എന്തുണ്ടാവുമെന്ന് നമുക്കു കാണാം.

---

1. ഗ്വാട്ടിമാലയിലെ സോഷ്യൽ സെക്യൂരിറ്റി ഇൻസ്റ്റിറ്റ്യൂട്ട്
2. ഗ്വാട്ടിമാലയുടെ ത്രിശങ്കു എന്ന ലേഖനം. ഈ പുസ്തകത്തിന്റെ അവസാനം കൊടുത്തിരിക്കുന്നു.

പക്ഷേ ഞങ്ങളൊന്നും കണ്ടില്ല. അനങ്ങാൻ വയ്യെന്നു തോന്നിയപ്പോൾ എന്റെ ഡിപ്ലോമ അവർക്കെത്തിച്ചു കൊടുക്കാനായി ഞാൻ ഗ്വാലോയെ വിളിപ്പിച്ചു. അപ്പോൾ ഹെർബെർട്ട് സിസ്സിങ്ങ് എന്നെക്കുറിച്ചുള്ള കൂടുതൽ വിവരങ്ങൾ തിരക്കാൻ തുടങ്ങി, ഞാൻ പാർട്ടി അംഗമായിരുന്നോ എന്നൊക്കെയുള്ള കാര്യങ്ങൾ. സെനോറാ ഹെലേന ദെ ഹോൽസ്റ്റുമായി ഹിൽദാ സംസാരിച്ചില്ല, പക്ഷേ... അവൾക്കൊരു കമ്പിസന്ദേശമയച്ചു. ആസ്ത്മ തുടരുന്നു. ഇവിടെനിന്നും പോകുന്ന കാര്യം പറയുമ്പോൾ ഗ്വാലോയുടെ ഭാവം മാറുന്നു.

പുതുതായൊന്നും സംഭവിക്കാത്ത ദിവസങ്ങളുടെ പരമ്പരയിലേക്ക് രണ്ട് ദിവസങ്ങൾ കൂടി ചേർക്കപ്പെടുന്നു. ആസ്ത്മ മൂലം എനിക്ക് അനങ്ങാനാവുന്നില്ല. രാത്രിയാവുമ്പോഴാണ് ഒരു ഛർദ്ദിയോടെ അത് മൂർദ്ധന്യാവസ്ഥയിലെത്തുന്നത്. ഹെലേന ദെ ഹോൾസ്റ്റ് ഞാനുമായി ആശയ വിനിമയം നടത്തി, യഥാർത്ഥത്തിൽ അവിടെയാണ് എന്റെ ഏറ്റവും വലിയ പ്രത്യാശ. ഹിൽദാ ഗാദിയ എന്നെപ്രതി ഒരുപാട് വിഷമിക്കുന്നു, സാധനങ്ങളുമായി എന്നെ കാണാൻ വരുന്നു. ആ വാരാന്ത്യം അമൈത്‌ലാനിൽ കഴിച്ചു കൂട്ടാനുള്ള സൗകര്യം ജൂലിയാ മെസ്കിയസ് ഏർപ്പാടാക്കി ഹെർബർട്ട് സിസ്സിംഗ് തന്ത്രപൂർവ്വം ഒരു തീരുമാനമെടുത്തു. കമ്യൂണിസ്റ്റ് പാർട്ടിയുടെ സഹായം ലഭിക്കുമെന്ന് പറഞ്ഞ് അദ്ദേഹം എന്നെ വി.എം. ഗുതിയേറസ്സിന്റെ അടുത്തേക്കയച്ചു - സിസ്സിംഗ് പറഞ്ഞ കാര്യത്തിന് യാതൊരു സാധ്യതയു മില്ലെന്ന് കാണുന്നു.

മറ്റൊരു ദിവസം. എന്റെ ആരോഗ്യം മെച്ചപ്പെടുന്നതോടൊപ്പം പ്രത്യാശ മടങ്ങി വരുന്നു. അവസാനം ഞങ്ങളിപ്പോൾ അതിന്റെ അരികിലെത്തിയിരിക്കുന്നു, നാളെ പുലർച്ചെ ഗ്വാലോ ഉറപ്പായും യാത്ര തുടങ്ങും; അയാൾ ഇവിടെയല്ല ഉറങ്ങുന്നത്. പെൻസിയോണിലെ പകുതി തുക റോജോ കൊടുത്തു. ഞാൻ 45 ക്വറ്റ്സാൽസ് കൊടുക്കാനുണ്ട്. ഞാൻ നാളെ അമൈത്‌ലാനിലേക്ക് പോകുമോയെന്ന് എനിക്കിപ്പോഴു മറിയില്ല. ഗ്വാലോ തിരിച്ചു വന്നാലറിയാം.

എന്നെ ദയാപൂർവ്വം പരിചരിച്ച സെനോറ ദെ ഹോൽസ്റ്റിനെ ഞാൻ സന്ദർശിച്ചു. വളരെ ആത്മാർത്ഥതയുണ്ടെങ്കിലും അവരുടെ വാഗ്ദാനങ്ങൾ പൊതുജനാരോഗ്യ വകുപ്പു മന്ത്രിക്ക് പറയാനുള്ള കാര്യങ്ങളെ ആശ്രയിച്ചാണിരിക്കുന്നത് - അയാൾ എന്നോട് പൊയ്ക്കൊള്ളാൻ പറഞ്ഞു കഴിഞ്ഞു. അന്ന് വൈകുന്നേരം ഞാൻ ജൂലിയ വെലേറിനിയെ കാണുവാൻ പോയി. അവർക്ക് തന്റെ ഏറ്റവും ചെറിയ മകനെ നഷ്ടപ്പെട്ടിരിക്കുന്നു. അന്ന് മുഴുവനും എനിക്ക് കടുത്ത തലവേദനയായിരുന്നു.

അസാധാരണ ദൈർഘ്യമുള്ള, തണുപ്പുള്ള രണ്ട് ദിവസങ്ങൾ. പുറത്ത് ചെലവഴിച്ച സായാഹ്നങ്ങൾ വിറയലുണ്ടാക്കുന്നവിധം തണുപ്പുള്ളതായിരുന്നു. മിർനാ സംഘടിപ്പിച്ച ഒരു യുവജനോൽസവം. ഒരു

മാറ്റത്തിനായി അവിടേക്ക് ഞാൻ ഹിൽദായോടൊപ്പം പോയിരുന്നു. അതിനുശേഷം ഉറങ്ങുന്നതിനായി ഞാൻ തടാകതീരത്തേക്ക് പോയി. അവിടെനിന്നും വിറയലോടെ ഞാൻ തിരിച്ചു വന്നു. അടുത്ത ദിവസം, ഞായറാഴ്ച, കടയിൽ നിന്നും അല്പം ഭക്ഷണം വാങ്ങിച്ചശേഷം തടാകത്തിന്റെ അങ്ങേക്കരയിലേക്കു പോയി. അവിടെ ശാന്തമായ ഒരു സ്ഥലത്ത് അല്പനേരത്തെ മയക്കം; അതിനുശേഷം കുറച്ച് മേറ്റ് കുടിക്കാൻ ശ്രമിച്ചു; പക്ഷേ ആ വെള്ളത്തിന് ചവർപ്പ് ചുവ. ഇരുട്ടുവീണതിനു ശേഷം ബാർബെക്യൂ ഉണ്ടാക്കുന്നതിനായി ഞാനൊരു ശ്രമം നടത്തി. പക്ഷേ വിറകു മോശമായിരുന്നു. നല്ല തണുപ്പ്. ബാർബെക്യൂ ഒന്നിനും കൊള്ളാത്തതായിരുന്നു. നിരാശാജനകമായ ആ പരാജയത്തിന്റെ യാതൊരു ശേഷിപ്പും അവിടെ ഇല്ലാതിരിക്കാനായി, അതിൽ ബാക്കിയുണ്ടായിരുന്നത് ഞാൻ തടാകത്തിലെറിഞ്ഞു.

പതുക്കെ തിരിച്ചു നടക്കുമ്പോൾ ചെറിയൊരു സവാരി നടത്തുന്ന ഒരു മദ്യപനെ കണ്ടുമുട്ടി. ഒരു വാൻ ഞങ്ങളെ അവിടെനിന്നും കൊണ്ടുപോന്നു. ഇപ്പോൾ ഞാനിതാ ഇവിടെ എത്തിയിരിക്കുന്നു.

എനിക്കൊരു ഡോക്ടറുടെ ജോലി തരപ്പെടുത്താൻ ശ്രമിച്ചുകൊണ്ടിരുന്ന പെനാൽവറുടെ റിപ്പോർട്ടൊഴികെ തിങ്കളാഴ്ചത്തെ ഡയറിയിൽ മറ്റൊന്നും കുറിക്കാനില്ല. ആ ജോലിക്കായി എന്തെങ്കിലും ശുപാർശ ചെയ്യുന്നതിനായി ഡിപ്പാർട്ട്മെന്റിലെ പ്രമുഖ കക്ഷിയായ പി.എ. ആറിൽ പെട്ട ആരേയും സെനോറ ദെ ഹോൽസ്റ്റിനു പരിചയമില്ല. ഒന്നു ശ്രമിച്ചു നോക്കാം.

ബോധപൂർവ്വം സൃഷ്ടിക്കപ്പെട്ട ഒരു നിരാശയുടെ ദിനം – ചാക്രികമായ പ്രതിസന്ധികളേക്കാൾ, യാഥാർത്ഥ്യത്തെക്കുറിച്ചുള്ള വിറങ്ങലിച്ച ധാരണകളെ അടിസ്ഥാനമാക്കിയുള്ള വിലയിരുത്തൽ. ആർജെന്റീനസ്സിലെ ഓവർസീയർ ജോലി മാത്രമാണ് എനിക്കുള്ള ഉറച്ച സാധ്യത. തൊഴിലാളി യൂണിയനുകളുടെ ഡോക്ടറാവുന്ന പരിപാടി ഞാൻ ഉപേക്ഷിച്ചു കഴിഞ്ഞു. കർഷകത്തൊഴിലാളികൾക്കിടയിലെ ഡോക്ടർ ജോലിയും, ഹെലേന ദെ ഹോൾസ്റ്റ് വാഗ്ദാനം ചെയ്ത ജോലിയും ഇപ്പോൾ എങ്ങുമല്ലാത്ത അവസ്ഥയിലാണ്. പെല്ലെസറിനെ[1] ഞാൻ കണ്ടുമുട്ടി – അയാൾ ഏതു തരക്കാരനാണെന്നു തിരിച്ചറിയാൻ ബുദ്ധിമുട്ടുണ്ട്.

വിശ്രമം പതിവുപോലുള്ള ഒരു ദിനചര്യയായി തുടരുന്നു. ഇടതുപക്ഷക്കാരും വലതുപക്ഷക്കാരുമായ പല ആളുകളേയും ഞാൻ കണ്ടുമുട്ടുന്നു. കാര്യങ്ങൾ ഇങ്ങനെ നീങ്ങുകയാണെങ്കിൽ, നിത്യച്ചെലവിനുള്ള പണത്തിനായി നോട്ടീസും പരസ്യവും പതിക്കുന്ന പണിയെങ്കിലും എനിക്ക് ചെയ്യാതെ വയ്യ.

---

1. കാർലോസ് മാമ്വൽ പെല്ലെസർ

ഒടുവിലിതാ വീട്ടിൽനിന്നും എനിക്കൊരു കത്തു വന്നിരിക്കുന്നു. മേറ്റിന്റെ കാര്യത്തിൽ എനിക്കെന്തു പ്രതീക്ഷിക്കാനാവും - ഒന്നുമില്ല എന്നു തന്നെയാണുത്തരം. വളരെ ഉദാസീനമായ അവസ്ഥയായതു കൊണ്ട് ആ ദിവസം വളരെ എളുപ്പം കടന്നുപോയി. ഞാൻ മുറിക്കകത്തു കിടന്ന് മയങ്ങി. ബോസ് ദികോണോ പോയില്ല, അയാളുടെ ഭാര്യ മാത്രമേ പോയുള്ളു; വലിച്ചെറിഞ്ഞു കളയാൻ മാത്രം കൊള്ളാവുന്ന ഒരു മാങ്ങ അവരെനിക്കു തന്നു.

ഒരു പക്ഷേ, നാളെ നാട്ടിൻപുറത്തെ കുടിയേറ്റ പ്രദേശങ്ങളിൽ ഞാൻ ജോലിക്കു പോകും.

ആ രണ്ടുപേരും കുടിയേറ്റ പ്രദേശത്തെത്തിയിട്ട് ദിവസം രണ്ട് കഴിഞ്ഞിരിക്കുന്നു. കൊർഡോബയിലെ ഉയരമുള്ള പർവ്വത പ്രദേശങ്ങൾ പോലെ മനോഹരമായ സ്ഥലം. മനുഷ്യവാസം കുറച്ചുകൂടി രൂപപ്പെടുത്തേണ്ടിയിരിക്കുന്നു. പക്ഷേ പ്രധാനപ്പെട്ട ഒരു കാര്യം അവിടെ കാണാനില്ല; ഡോക്ടർക്ക് പണം കൊടുത്ത് ചികിൽസ നേടാൻ തയ്യാറുള്ള ഒരാളെ. എല്ലാം നന്നായിരുന്നു, പക്ഷേ മടക്കയാത്രയിൽ എന്റെയുള്ളിൽ എന്തോ അഹിതമായുള്ളതുപോലെ തോന്നി; വയറ്റിനകത്ത് എന്തോ അസ്വസ്ഥത തോന്നി. കഴിച്ചതെല്ലാം ഛർദ്ദിച്ചപ്പോൾ അല്പം ആശ്വാസം തോന്നി. യുവജനോൽസവം നടന്നിരുന്ന ചിമാൽതെനാങ്കോ എന്ന കൊച്ചുപട്ടണത്തിലാണ് ഞങ്ങൾ അടുത്ത ദിവസം കഴിച്ചുകൂട്ടിയത്. അത് മനോഹരമായ സ്ഥലമായിരുന്നു. എല്ലാവർക്കും എന്തെങ്കിലുമൊക്കെ ചെയ്യാൻ ഉൽസാഹം തോന്നി; പതിവുപോലെ ഞങ്ങളൊരു ചെറിയ സംഘം രൂപീകരിച്ചു. ഹിൽദാ ഗാദിയാ, ഗ്രിങ്കോ, പിന്നെ ഒരു ഹോണ്ടുറാസുകാരി സ്ത്രീ [............]

തിങ്കളാഴ്ചക്കു പ്രത്യേകതയൊന്നുമുണ്ടായിരുന്നില്ല. അവസാന ഘട്ടത്തിലെ ഒരു ദിവസം: മെയ് ഒന്ന്.

പരിചയപ്പെടുത്തലിന്റെ അവസരത്തിലുണ്ടായ ചെറിയൊരു ആശയക്കുഴപ്പത്തിനുശേഷം ഞാൻ പെനാൽവറുമൊത്ത് കൃഷിസ്ഥലത്തേക്കു നടന്നു. ഒരു മൈതാന പ്രസംഗകന്റെ ശൈലിയിൽ അയാൾ എന്നെ ആ ജോലിക്ക് സമർപ്പിച്ചു. ശമ്പളം എത്ര വേണമെന്ന് ഡയറക്ടർ എന്നോട് ചോദിച്ചു. ആഴ്ചയിൽ രണ്ടു ദിവസത്തിന് നൂറ് ക്വറ്റ്സൽസ്[1] എന്ന വളരെ ചെറിയ തുകയിൽ ഞാനത് ഒതുക്കി. കൂടാതെ 25 ക്വറ്റ്സൽസ് ലാബറട്ടറി ഉപകരണങ്ങൾക്കായി പ്രതിമാസം അവർ ചെലവഴിക്കണം. അതിന്റെ ഫലമെന്താണെന്നറിയാൻ ശനിയാഴ്ച ഞാൻ വീണ്ടും അവിടെ പോകുന്നുണ്ട്.

കൃഷിയിടത്തിലെ പരിപാടികൾ വളരെ ദുരൂഹമാണ്. മറുപടി നീട്ടിവെച്ചിരിക്കുന്നു. ഞാൻ തികിസേറ്റിൽ പോയി. പ്രതീക്ഷിച്ചത് പോലെ

1. ഗ്വാട്ടിമാലയിലെ നാണയം

കാര്യങ്ങൾ അത്ര നന്നായില്ല. പക്ഷേ ശമ്പളം കുറഞ്ഞ, സൗജന്യ താമസ സൗകര്യമുള്ള ഒരു ജോലി കിട്ടുമോ എന്നൊരു പ്രതീക്ഷ. അങ്ങനെ സെനോറ ദെ ഹോൾസ്റ്റ് സംഘടിപ്പിച്ച വീട്ടിൽനിന്നും വിട്ടുപോരുന്നു, നാളെ.

നാളെയല്ല, മറ്റന്നാൾ. ഞങ്ങൾ ഒന്നും കണ്ടെത്തിയില്ല. സമീപ ഭാവിയിൽ എന്തെങ്കിലും കാണാനുള്ള സാധ്യതയും കാണുന്നില്ല. പൂർണ മായും ഒരു തീരുമാനമെടുത്തശേഷം ഞാൻ ഗുറേറോയെ കാണുവാൻ ശ്രമിച്ചു, പക്ഷേ അയാളെ കണ്ടെത്താൻ കഴിഞ്ഞില്ല. ആകെ കൂടി സൂചിപ്പിക്കാൻ സുഖമുള്ള ഒരു കാര്യം 'മാ'യിൽ നിന്നും എനിക്കൊരു കത്ത് കിട്ടിയെന്നതാണ്. സാറാക്ക്[1] ഒരു ശസ്ത്രക്രിയ വേണ്ടിവന്നു, അവരുടെ അവസ്ഥ മോശമാണ്; വൻകുടലിൽ കാൻസർ കണ്ടെത്തി യിരിക്കുന്നു.

എങ്കിലും ഇന്നെനിക്ക് നല്ല സന്തോഷം തോന്നുന്നു. ജൂലിയസ് മെജിയാസ് എന്നെ ഗാർസിയ ഗ്രാനഡോസിന് പരിചയപ്പെടുത്തി. പെറ്റെനിലേക്ക് പോവുകയെന്ന, 125 ഡോളർ പ്രതിഫലമുള്ള ജോലി എനിക്ക് നൽകാമെന്ന് അയാൾ പറഞ്ഞു. യൂണിയനിൽനിന്നും അംഗീകാരം ലഭിക്കേണ്ടതുണ്ട്, പക്ഷേ നാളെത്തന്നെ അത് കിട്ടുവാൻ ഞാൻ ശ്രമിക്കും. അത് നടക്കുകയാണെങ്കിൽ ഗംഭീരമായിരിക്കും. ഒരു പക്ഷേ നാളെ നിരാശയുടെ മറ്റൊരു ദിനമായിരിക്കാം, അല്ലെങ്കിൽ ഗ്വാട്ടിമാലയിലെ എന്റെ മഹത്തായ ദിവസമായിരിക്കാം.

ഞാൻ ശുഭാപ്തിവിശ്വാസിയാണ്.

കൂടുതൽ കാലം അത്ര ശുഭാപ്തി വിശ്വാസിയാകാൻ കഴിയില്ല - അതിൽ നിന്നും ഏറെ അകലെയാണ് ഞാൻ. ഞാൻ സിബാജയോട് സംസാരിച്ചു. പക്ഷേ അയാൾ എന്നെ ശ്രദ്ധിക്കുന്നതായി തോന്നിയില്ല. യൂണിയൻ നേതാവിനെ തനിക്ക് സ്വാധീനിക്കുവാൻ കഴിയുമോയെന്ന് നാളെ നാലു മണിക്ക് അയാൾ എന്നോട് പറയും. നാളെത്തന്നെ ലിലി അവളുടെ സഹോദരനോടും സംസാരിക്കും. ഒരുപക്ഷേ അതൊന്നും ഒരു പ്രയോജനവും ചെയ്യുകയില്ലായിരിക്കാം. നമുക്ക് നോക്കാം. ഭൂമിശാസ്ത്രത്തെ സംബന്ധിച്ച ജോലി തുടരുന്നു, പക്ഷേ ഇന്നു യാതൊന്നും ചെയ്യാതെ ഞാൻ അലഞ്ഞു നടന്നു.

രണ്ട് ദിവസം കൂടി കഴിഞ്ഞിരിക്കുന്നു. ഇന്ന് ചെറിയൊരു പ്രത്യാശ. ഇന്നലെ ഒന്നും സംഭവിച്ചില്ല. സിബാജാ പൂർണ്ണമായും ഒന്നിനും കൊള്ളാ ത്തവൻ, പക്ഷേ ഇന്ന് ഞാൻ യൂണിയൻ നേതാവിനെ നേരിട്ട് കാണാൻ പോയി. തന്റെ ജോലി സുരക്ഷിതമാക്കി വെക്കുന്നതിൽ ബദ്ധശ്രദ്ധനായ ആൾ, ഒരു കമ്യൂണിസ്റ്റ് വിരുദ്ധൻ, ഉപജാപത്തിന് വഴങ്ങുന്നവൻ. പക്ഷേ അയാളെന്നെ സഹായിക്കാമെന്ന് പറഞ്ഞിരിക്കുന്നു. ഞാനത്ര

---

[1] ചെഗുവേരയുടെ അമ്മയുടെ സഹോദരി

മുൻകരുതലുകളൊന്നുമെടുത്തിരുന്നില്ല, എന്നിട്ടും അപകട സന്ധികൾ നേരിടേണ്ടി വന്നില്ല. ബുധനാഴ്ച അയാൾ എനിക്ക് അവസാനത്തെ മറുപടി നൽകും.

ആവലാതിയുടെ കച്ചേരിയിലേക്ക് രണ്ട് ദിവസങ്ങൾകൂടി. പക്ഷേ ഒന്നു രണ്ട് അനുകൂലഫലങ്ങളുണ്ട്. ഇന്നലെ, ലിലിയുടെ പ്രസിദ്ധനായ ജ്യേഷ്ഠന്റെ പണ്ടത്തെ വീട് കാണുന്നതിനായി ഞാൻ പോയിരുന്നു. വളരെ ആർഭാടകരമായ ഒരു വീട്. നല്ലൊരു പരിശോധനാമുറിയും ലാബറട്ടറിയും അതിലുണ്ട്. അവിടത്തെ ജോലിക്കാരി സ്ത്രീ ഇറ്റലിക്കാരിയാണ്. യൂറോപ്പിൽ സഞ്ചരിക്കുവാൻ അവരെന്നെ പ്രോത്സാഹിപ്പിച്ചുകൊണ്ടിരുന്നു. അമേരിന്ത്യക്കാരിൽ കാണാത്ത എന്തോ ഒന്ന് അവരിലുണ്ട്. എനിക്ക് ആസ്ത്മയുടെ ചെറിയൊരു സ്പർശമുണ്ടായി. അവസ്ഥ മോശമാവുന്നതു പോലെ തോന്നി. ഞാൻ റോസ് തന്ന ഗുളികകൾ വിഴുങ്ങി, അതോടെ അതിനു ശമനം കിട്ടി. ഒരു കിലോഗ്രാം മേറ്റും ആൽബർട്ടോയുടേയും കലിക്കായുടേയും ഓരോ കത്തുമാണ് ഇന്നത്തെ ഗുണകരമായ സംഭവവികാസങ്ങൾ. അവർ ആ കത്തിൽ അല്പം പണത്തിന്റെ കാര്യം പരാമർശിച്ചപ്പോൾ ഞാൻ അല്പനേരം കിനാവിലാണ്ടു പോയി. വൈകിയാണെങ്കിലും ഹിൽദായുടെ പുസ്തകം പുറത്തുവരാൻ പോകുന്നു. പരാന്നഭോജികൾ പരത്തുന്ന രോഗങ്ങളെക്കുറിച്ചുള്ള ഒരു പഠനത്തിനായി ഞാൻ നാളെ സാനിദാദിനടുത്തേക്കു പോകും.

ഒന്നും സംഭവിച്ചിട്ടില്ലാത്ത രണ്ട് ദിവസങ്ങൾ കൂടി. എൽ പെറ്റെനിലേക്കു പോകാനുള്ള പരിപാടിക്ക് ഒരു തീരുമാനമായതുപോലെ തോന്നുന്നു. എങ്കിലും [............]

എൽപെറ്റെൻ എന്റെ ആസ്ത്മയെ നേരിടാൻ തയ്യാറായി നിൽക്കുന്നു; അതു തന്നെയാണാവശ്യമെന്ന് എനിക്കും തോന്നുന്നു. അനുകൂല ഘടകങ്ങൾ ഉപയോഗിക്കാതെത്തന്നെ എനിക്ക് വിജയം നേടണം. അത് സാധിക്കുമെന്നു തന്നെയാണ് എന്റെ വിശ്വാസം. പക്ഷേ ആ വിജയം ഏറെയും എന്റെ ധാർമ്മിക മൂല്യങ്ങൾ കൊണ്ടായിരിക്കുമെന്ന് എനിക്കു തോന്നുന്നു - അതെന്റെ ഉപബോധമനസ്സിന്റെ വിശ്വാസങ്ങളേക്കാൾ മേലെയാണ് - വിജയത്തിനാവശ്യമായ എന്റെ വിശ്വാസങ്ങളേക്കാളുമേറെ. തികഞ്ഞ ശാന്തതയോടെ ക്യൂബക്കാർ നെടുങ്കൻ അവകാശവാദങ്ങളുന്നയിക്കുന്നതു കേട്ടപ്പോൾ ഞാൻ ചെറുതാകുന്നതുപോലെ തോന്നി. ഇതിലും പത്തിരട്ടി ലക്ഷ്യബോധമുള്ള, വിരസതയുളവാക്കാത്ത പ്രസംഗം ചെയ്യാൻ എനിക്കു കഴിയും; എനിക്കത് നന്നായി ചെയ്യാൻ കഴിയും, ഞാൻ പറയുന്നത് സത്യമാണെന്ന് പൊതുജനത്തെ വിശ്വസിപ്പിക്കാനും എനിക്കു കഴിയും. ഞാൻ സ്വയം വിശ്വസിപ്പിക്കുന്നില്ല. പക്ഷേ ക്യൂബക്കാരന് അത് സാധിക്കും. നിക്കോ പൂർണ്ണമായും ഉച്ചഭാഷിണിക്കു

മുന്നിൽ സ്വയം സമർപ്പിച്ചിരിക്കുന്നു. ആ ഒറ്റക്കാരണം കൊണ്ട് എന്നെ പ്പോലുള്ള ഒരവിശ്വാസിയിൽപോലും അയാൾ ആവേശത്തിന്റെ അലകളുയർത്തി.

എന്നെ മുറിയിൽ ബന്ധിച്ചിടുന്ന ആസ്ത്മയുടെ ആക്രമണത്തിന്റെ വാർത്തകളല്ലാതെ മൂന്നുദിവസമായി മറ്റു വാർത്തകളൊന്നുമില്ല. ഇന്ന് ഞായറാഴ്ച. ഹിൽദാ തുറമുഖത്ത് പോയിരുന്നു; എനിക്കു പോകാൻ തോന്നിയില്ല. അവസാന ഫലം 'അതെ' എന്നായിരിക്കുമെന്ന് ഞാൻ ഊഹിക്കുന്നുണ്ടെങ്കിലും, ജോലിയെക്കുറിച്ച് ഉറച്ച ധാരണകളൊന്നു മായിട്ടില്ല. ഏതെങ്കിലുമൊരു വഴിയിലൂടെ അത് കൈകാര്യം ചെയ്യപ്പെടു മെന്ന് ഞാൻ കരുതുന്നു. അങ്ങനെ കാര്യങ്ങൾ എവിടെയെത്തി നിൽക്കു ന്നുവെന്ന് എനിക്ക് മനസ്സിലാക്കാനാവും. വനത്തിനുള്ളിലെ ദിനങ്ങൾക്ക് എന്നെ ഋണ വിമുക്തനാക്കാൻ കഴിയുന്നതോടൊപ്പം, ഒരു ക്യാമറയുടെ ഉടമസ്ഥനാക്കി ത്തീർക്കാമെന്നതിൽ കൂടുതൽ പ്രയോജനമൊന്നുമില്ല. രാജ്യത്തെ സംബന്ധിച്ചിടത്തോളം ഭാവി അവ്യക്തമാണെന്ന് ഞാൻ ആർബർട്ടോക്കെഴുതും. ആസ്ത്മയുടെ തീവ്രത അല്പം കുറഞ്ഞതു പോലെ തോന്നുന്നു.

നാളത്തോടെ എന്റെ അവസ്ഥ ഭേദമായില്ലെങ്കിൽ ഞാൻ ഇവിടെ നിന്നും അനങ്ങുകയില്ല. ജോലിക്കാര്യം ഒരു തീരുമാനത്തിലെത്തിയിട്ടില്ല, പക്ഷേ തത്ത്വത്തിൽ അതിനൊരു തീരുമാനമുണ്ടാകുമെന്നു തന്നെ തോന്നുന്നു. ഒന്നു രണ്ട് ദിവസത്തിനകം മറ്റൊരു സന്ദേശംകൂടി വരും, ഇത്തവണ അത് അവസാനത്തേതായിരിക്കും. നമുക്ക് നോക്കാം.

വെയിലത്ത് രണ്ടു ദിവസം; പ്രത്യേകിച്ചൊന്നും സംഭവിച്ചില്ല. ജോലി ഇപ്പോഴും വായുവിൽ നിൽപാണ്. പക്ഷേ എനിക്കു തോന്നുന്നത് ആ ജോലി എന്റേത് മാത്രമായിരിക്കുമെന്നാണ്. ഞാൻ യൂണിയൻ നേതാവി നോട് സംസാരിച്ചു. കരാറുകാരനോട് ചോദിക്കേണ്ട സാധനങ്ങളുടെ ഒരു പട്ടിക അയാൾ നൽകാമെന്നു പറഞ്ഞു.

ഒന്നിനെക്കുറിച്ചും യാതൊരു അന്തിമ തീരുമാനത്തിലുമെത്തിച്ചേരാൻ കഴിയാത്ത രണ്ട് ദിവസങ്ങൾകൂടി. ഒരു ചെറിയ ഉറപ്പുപോലും എനിക്കില്ലെ ങ്കിലും ഞാൻ എൽ പെറ്റാനിലേക്കു പോകുമെന്നുതന്നെ എനിക്കിപ്പോൾ പറയാൻ കഴിയും. അത്യാവശ്യസാധനങ്ങളുടെ പട്ടികയുണ്ടാക്കാൻ എനിക്കിപ്പോഴും അർദ്ധമനസ്സാണ്. അവിടേക്ക് പോകാൻവേണ്ടി എന്റെ മനസ്സ് എരിയുകയാണ്. ഒരുപക്ഷേ തിങ്കളാഴ്ചയോടെ എല്ലാറ്റിനും തീരു മാനമാവും. നാളെ മിർനാ ഒരു കനേഡിയൻ സാഹസയാത്രക്ക് പോവുന്നു.

ഒരു പറ്റം ഭഗ്നഹൃദയങ്ങളെ പിറകിലുപേക്ഷിച്ചുകൊണ്ട് മിർന പോയി. ഏത് ഹൃദയത്തെയാണ് താൻ പ്രണയിക്കുന്നതെന്ന് അവൾക്കറിയില്ല.

ഞാൻ ഇവിടെ നിന്നും പോവുമോ എന്ന് എനിക്കറിയില്ല. അതാണ് ഏറ്റവും ഗൗരവമാർന്ന പ്രശ്നം. ഇപ്പോൾ അതേ അനിശ്ചിതാവസ്ഥ.

വീണ്ടും മോശം വർത്തമാനം. അത് ശരിക്കും അപരിഷ്കൃതമായ ഒരു നായക്കഥ തന്നെ. ആ നായിന്റെ മോൻ ആന്ദ്രാദെ എന്നെ സ്വീകരിക്കാൻ പോലും തയ്യാറല്ല. ഇന്ന് രാവിലെ ഒന്ന് രണ്ട് തവണ അയാളെന്നെ അമ്പരപ്പിച്ചു; ഞാൻ ആഗ്രഹിച്ചതുതന്നെ. ഞാൻ വായുവിൽ തൂങ്ങിക്കിടക്കുകയാണ്. എന്തു ചെയ്യണമെന്ന് എനിക്കറിയില്ല.

യാതൊന്നും സംഭവിക്കാത്ത രണ്ട് ദിവസങ്ങൾകൂടി. ഡോക്ടർ അഗ്വിലാറിന്[1] നേരിട്ടെഴുതാനുള്ള എന്റെ തീരുമാനം കൊണ്ട് യാതൊരു ഫലവുമുണ്ടായില്ല. ഇല്ല എന്നോ, ഒഴിഞ്ഞുമാറുന്നതോ ആയ മറുപടിയാണ് അവർ നൽകുന്നതെങ്കിൽ ഞാൻ വീണ്ടും അങ്ങനെ ചെയ്യും. ഗാർസ്യ ഗ്രാനഡോസ് വളരെ നിസ്സംഗനായിരുന്നു. ജൂലിയാ മാത്രമേ എനിക്കു മറുപടി തരുന്നുള്ളൂ.

ജോലി - ഒരു കാര്യവും നടക്കുന്നില്ല. എന്റെ കീശയിൽ ഡോ. അഗ്വിലാറുടെ കത്ത് ഇപ്പോഴുമുണ്ട്. ആ നായിന്റെ മോൻ ആന്ദ്രാദെയെ വൈകാതെത്തന്നെ ഞാൻ കാണുന്നുണ്ട്. ഞാൻ അവനെക്കൊണ്ട് എന്നോടെന്തെങ്കിലും പറയിപ്പിക്കും. 'ഇല്ല' എന്നായിരിക്കും ഉത്തരമെന്ന് ഞാൻ ഊഹിക്കുന്നു. ഇതുമൂലം ഞാനെന്റെ എല്ലാ എഴുത്തുകളും നിർത്തിയിരിക്കുന്നു.

ആരോഗ്യസ്ഥിതിയേയും സാഹചര്യങ്ങളേയും ആശ്രയിച്ചാണ് ആവേശമുണ്ടാവുന്നത്; അത് രണ്ടും എന്നെ കീഴോട്ടമർത്തുകയായിരുന്നു. എൽപെറ്റെനിലെ ജോലി കൂടുതൽ വിദൂരമായി തോന്നുന്നു. കത്ത് ഡോ. അഗ്വിലാറിനെ ലക്ഷ്യം വെച്ച് പൊയ്ക്കഴിഞ്ഞു. പക്ഷേ എനിക്കതിന് മറുപടിയൊന്നും ലഭിച്ചില്ല. കാര്യങ്ങൾ ശരിക്കും ബുദ്ധിമുട്ടായിക്കൊണ്ടിരിക്കുന്നു. ഇനി എന്ത് നശിച്ച പണിയാണ് ചെയ്യേണ്ടതെന്ന് എനിക്കറിയില്ല. പ്രകൃതി വിരുദ്ധം ചെയ്യാനെനിക്കു തോന്നുന്നു - വെനിസ്വേലയോട്.

വാഗ്ദാനങ്ങളുടെ പ്രലോഭനം നിറഞ്ഞ ദിവസങ്ങൾ, പക്ഷേ യാതൊരു ഫലവുമില്ലാത്തവ. ടി ക്വിസാറ്റിൽനിന്നും യാതൊരു വിവരവുമില്ല. ബ്യൂണസ് അയേഴ്സിൽനിന്നും ഒരു വാർത്ത, സാറ ആന്റി മരിച്ചു. എൽ പെറ്റെനിൽ നിന്നും കത്ത് വരുന്നതും കാത്ത് ദിവസങ്ങൾ എണ്ണുന്നത് ഞാൻ നിർത്തി. പെൻസിയോണിൽ ഞാൻ പണം കൊടുത്ത് തീർക്കാനുണ്ട്. ഗ്രിങ്കോയുടെ കത്ത്, പുതിയ പെൻസിയോണിലെ ഭക്ഷണം അയാൾക്ക് പിടിക്കുന്നില്ല, അത് ശരിയാവുന്നില്ലെങ്കിൽ അയാളുമായി ഞാൻ സ്ഥലം വെച്ചുമാറണം. സെനോറ ദെ ഹോൽസ്റ്റിന്റെ കത്ത്, ഞാൻ അവരോടൊപ്പം ചെന്ന് താമസിക്കണം. അടുത്തിടെ സംഭവിച്ച കാര്യങ്ങളുടെ ഒരു രത്നച്ചുരുക്കമാണിതെല്ലാം. ടികിസ്റ്റാറ്റിലേക്കു

1. ഡോക്ടർ ജുവാൻ ഏബൽ അഗ്വിലാർ. ഹോണ്ടുറാസിലെ പ്രശസ്തനായ സാമ്പത്തിക വിദഗ്ദ്ധൻ, കാർഷിക തൊഴിൽ വിദഗ്ദ്ധൻ.

വിളിക്കുകയാണെങ്കിൽ ഞാൻ അവിടത്തെ ഹെൽത്ത് ലാബറട്ടറിയിൽ അല്പം പ്രാക്ടീസ് നടത്തും. അടുത്ത ശനിയാഴ്ചയോടെ ഒരു മാസത്തെ പണമെങ്കിലും കൊടുക്കാമെന്ന് ഞാൻ പെൻസിയോണിൽ പറഞ്ഞിട്ടുണ്ട്. അതിനിനി ദിവസം കുറച്ചേയുള്ളു. എങ്ങനെ ആ പണമൊപ്പിക്കുമെന്ന് എനിക്കറിഞ്ഞുകൂടാ.

നിരവധി ദിവസങ്ങൾ കടന്നുപോയിരിക്കുന്നു. നിരവധി കാര്യങ്ങൾ സംഭവിച്ചിരിക്കുന്നു, ഭാവിയിൽ അവ ഏറെ പ്രാധാന്യമുള്ളതല്ല, പക്ഷേ ഇന്നത്തെ അവസ്ഥയിൽ അവയ്ക്ക് വലിയ പ്രാധാന്യമുണ്ട്. ശനിയാഴ്ച അഞ്ച് സെന്റ് പോലും സംഘടിപ്പിക്കുവാൻ എനിക്ക് കഴിയാതായതോടെ പെൻസിയോണിലെ കാര്യങ്ങൾ വഷളായി, ഒരു ഈടായി ഞാനെന്റെ വാച്ചും സ്വർണ്ണച്ചെയിനും അവർക്കു കൊടുത്തു. എന്റെ ആഭരണങ്ങൾ പണയം വെച്ച് ഞാൻ ടികിസ്റ്റാറ്റിലേക്ക് യാത്ര തിരിച്ചു. വഴിയിൽവെച്ച് ആസ്ത്മ ബാധിച്ചു - അവിടേക്ക് യാത്ര തിരിക്കുമ്പോഴെല്ലാം എന്നെ വിടാതെ പിടികൂടുന്ന ഒരു അപശകുനംപോലെ. ചുരുക്കി, കാര്യമാത്ര പ്രസക്തമായി മാത്രമാണ് ഡോക്ടർ അഗ്വിലാർ വീണ്ടും സംസാരിച്ചത്; ലാബറട്ടറിയിൽ ഒരു ജോലിയൊഴിവുണ്ട്. പക്ഷേ കടലാസുകളെല്ലാം ക്രമത്തിലായില്ലെങ്കിൽ അത് ശരിയാവില്ല. ഇപ്പോൾ അതിലാണ് ഞാൻ പെട്ടിരിക്കുന്നത്. സെനോറ ദെ ഹോൽസ്റ്റ് എന്നെ അവരുടെ വീട്ടിൽ താമസിക്കാൻ ക്ഷണിച്ചിട്ടുണ്ട്, ഒരു പക്ഷേ ഞാൻ പോവാനും മതി. എങ്കിലും ഞാനൊന്നും തീർത്തു പറഞ്ഞിട്ടില്ല. ദാരിദ്ര്യത്തിൽ ജീവിക്കുന്ന പരിപാടി ഞാൻ നാളെ അവസാനിപ്പിക്കും. രക്തപങ്കിലമായ സ്ഥലത്ത് ജോലി ചെയ്യും എന്റെ അമ്മായി സാറാ ദെ ലാ സെർനാ, വൻകുടലിലെ കാൻസർ ബാധിച്ച ഭാഗം നീക്കം ചെയ്യുന്നതിനുള്ള ശസ്ത്രക്രിയ്ക്കിടെ യുണ്ടായ രക്തസ്രാവം മൂലം അന്തരിച്ചു. ഞാനവരെ സ്നേഹിച്ചിട്ടില്ല; പക്ഷേ അവരുടെ മരണവാർത്ത കേട്ടപ്പോൾ എനിക്കെന്തോ പോലെ. അവർ നല്ല ആരോഗ്യവതിയായിരുന്നു, മരണത്തിനു മുന്നിൽപോലും കർമോത്സുകയായിരുന്നു. പക്ഷേ ആ രോഗം അവരെ കൊണ്ടെത്തി ച്ചേക്കാവുന്ന ഭയാനകമായ ഒരവസ്ഥയിൽനിന്നും രക്ഷ തേടാനുള്ള ഒരു പരിഹാരമായിരുന്നു ആ മരണം.

യാതൊരു അനക്കവുമില്ലാത്ത ഒരു ദിവസം ഹായ ദെ ലാ തോറെ ഗ്വാട്ടിമാല സിറ്റിയിലൂടെ കടന്നു പോയി. ബിഗ് റോജോയ്ക്ക് ഒരു വിസ ലഭിച്ചിരിക്കുന്നുവെന്ന് ഗ്വാലോയുടെ കത്തിൽ എഴുതിയിരിക്കുന്നു. ബിയാട്രീസിന്റെ വക ഒരു കത്തുണ്ട്. ബ്യൂണസ് അയേഴ്സിൽനിന്നും ഒരു കിലോ മേറ്റ് കൂടെ വഴിയേ വരുന്നുണ്ടെന്ന് കത്തിൽ പറയുന്നു.

ഞാൻ നാളെ മന്ത്രിയുടെ സെക്രട്ടറിയെ കാണാൻ പോകുന്നു. എന്റെ റസിഡൻസ് പെർമിറ്റിനെക്കുറിച്ച് അവർക്കെന്താണ് പറയാനുള്ളതെന്ന് എനിക്ക് കേൾക്കണം.

ദിവസങ്ങൾ കടന്നുപോകുന്നു, പക്ഷേ ഞാനവയെ ഒരിക്കലും ശപിക്കുന്നില്ല. ഒരുപക്ഷേ ഹെലേന ലിവായുമായുള്ള പരിപാടിയെ ക്കുറിച്ചുള്ള തീരുമാനത്തിൽ ഞാനെന്റെ മനസ്സ് മാറ്റാനും, മാറ്റാതിരി ക്കാനും മതി, അല്ലെങ്കിൽ ഒരു ധാരണയിലെത്തിച്ചേർന്നേക്കാം. അതോർത്ത് ഞാൻ തല പുണ്ണാക്കുന്നില്ല.

ജോലിയുടെ കാര്യത്തിലെന്നപോലെ, 'പരിശുദ്ധവാരം' കഴിയുന്നതു വരെ റെസിഡൻസ് പെർമിറ്റിന്റെ കാര്യത്തിലും യാതൊന്നും ചെയ്യാനാ വില്ല; എനിക്കിഷ്ടമുള്ളത് ചോദിക്കാമെന്നാണ് ആരോഗ്യവകുപ്പു മന്ത്രി പറയുന്നത്: "അറ്റ്ലാന്റിക് തീരത്ത് ഒരു ലിവിങ്ങ്സ്റ്റൺ ഉണ്ടെന്ന് എനിക്കറിയാം." എന്റെ ജോലിക്കാര്യത്തെക്കുറിച്ച് തിങ്കളാഴ്ച തിരക്കാ മെന്ന് ഹെലേന. ഒ.എ.എസ്സിൽ എനിക്കൊരു ജോലിക്കുവേണ്ടി അന്വേഷി ക്കാമെന്ന് ഹിൽദാ പറയുന്നു. ഇതിന്റെയൊക്കെ ഫലമെന്താവുമെന്ന് നമുക്ക് കാത്തിരുന്നു കാണാം. പക്ഷേ എനിക്കധികം വ്യാമോഹങ്ങളില്ല. ഞാൻ തീരുമാനമെടുത്തു കഴിഞ്ഞു. ഈ ദിവസങ്ങളിലൊന്നിൽ ഞാൻ ചീനയിലേക്കെഴുതും, അവർക്കെന്താണ് പറയാനുള്ളതെന്ന് കേൾക്കും.

സൂര്യനു കീഴെ പുതിയതൊന്നുമില്ല.

ഞായറാഴ്ച ഞങ്ങൾ സാൻജോസ് പിനുലായിലെ കുട്ടികളുടെ നഗരത്തിലേക്കു പോയി. ആ പേര് അല്പം വ്യാജവേഷ ധ്വനിയുള്ള താണ്, നാല്പത് കുട്ടികൾക്കു താമസിക്കുവാൻ രണ്ട് ചെറിയ വീടുകൾ മാത്രം, എങ്കിലും കൗതുകകരമായ ഒരു സംരംഭം തന്നെ. അതിന്റെ ഡയറക്ടർ ഒരു അഭിഭാഷകനാണ്, ഒറോസ്കോ പോസഡാസ്; അയാൾ ഒരു പാതി കിറുക്കനാണ്. എങ്കിലും അയാൾ ചെയ്ത കാര്യം ശ്രദ്ധേയ മാണ്. ദുർഗുണ പരിഹാരം ആവശ്യമുള്ള കുട്ടികൾക്കുള്ളതാണ് ആ നഗരം; അവർക്ക് നല്ല ആഹാരവും താമസസൗകര്യവും സ്കൂൾ വിദ്യാഭ്യാസവും നൽകുന്നു. അതോടൊപ്പം കൃഷിപ്പണിയിലും മറ്റ് തൊഴിലുകളിലും അവർക്ക് പരിശീലനം നൽകുന്നു. കുട്ടികൾക്ക് അതെല്ലാം സന്തോഷകരമാണ്. ഇനി എന്റെ ജോലിക്കാര്യം. ഒ.എ. എസ്സിൽ ജോലി ചെയ്യുന്ന, ഹിൽദായുടെ സുഹൃത്തായ സ്റ്റാറ്റിസ്റ്റിക്സ് പ്രഫസറുടെ വിവരം മാത്രമേ പുതുതായുള്ളു, കൂടാതെ നുനെസ് അഗ്വിലാർ എന്റെ റെസിഡൻസ് പെർമിറ്റിന്റെ കാര്യത്തിനായി വിദേശ കാര്യ മന്ത്രിയോട് സംസാരിക്കാമെന്ന് പറഞ്ഞിരിക്കുന്നു.

ആ പ്രഫസറുടെ ഇടപാട് വെറും വാചകം മാത്രമാണ്. മറ്റൊരു കാര്യ വുമില്ല. പെക്വസിൽ നിന്നും മടങ്ങുംവഴി, മെഴുകുതിരി കൈയിലേന്തി, തലമറച്ച് കോറിയ മുഖവുമായി യേശുവിന്റെ പ്രതിമ പുറത്തേറ്റിയ ആളു കളുടെ ഒരു ജാഥയിൽ ഞങ്ങൾ ചെന്നു കയറി. ഞങ്ങൾ അതിനടുത്തു കൂടെ പോകുമ്പോൾ കൈയിൽ കുന്തവുമായി നടക്കുന്ന ആ ആളുകൾ സമ്മാനിച്ച ലക്ഷണം കെട്ട നോട്ടം എനിക്കൊട്ടും ഇഷ്ടമായില്ല.

ഗ്വാട്ടിമാല സിറ്റിയിലേക്കു പോകാനായി ഞങ്ങൾ ഒരു ജീപ്പ് വാടകക്കെടുത്തു. എട്ടുപേർക്കും കൂടി അഞ്ച് ഡോളർ എഴുതിയും, ദെ ഹോൾസ്റ്ററിന്റെ വീട്ടിൽ ആഹാരം കഴിച്ചും, കനാസ്റ്റ കളിച്ചും, ഗ്രിങ്കോയുടെ പുസ്തകങ്ങൾ നോക്കിയും (എല്ലാം ഇംഗ്ലീഷ്. പക്ഷേ വായിക്കാൻ രസമുണ്ട്) അടുത്ത ദിവസം (അതായത്, ഇന്ന്) ഞാൻ ചെലവഴിച്ചു. ഇംഗ്ലീഷ് ഭാഷയിൽ ഞാൻ കൈവരിച്ച പുരോഗതി ആ ബൃഹത് ഗ്രന്ഥങ്ങളിലേക്ക് മുങ്ങിത്താഴുവാൻ മതിയാവുന്നതായിരുന്നില്ല. പക്ഷേ എന്റെ കൈയിൽ ഒരുപാട് മാസികകളും, പാവ്‌ലോവിന്റെ 'ഫിസിയോളജി ഓഫ് നെർവ്സ് സിസ്റ്റവും' ഉണ്ട്.

ഈ ഗുണം പിടിക്കാത്ത ജീവിതത്തിൽ യാതൊരു മാറ്റവുമുണ്ടാക്കാതെ അവധി ദിനങ്ങൾ കടന്നു പോയിരിക്കുന്നു. റിംസ്കി കൊർസാക്കോവിനെ ക്കുറിച്ചുള്ള ഒരു സിനിമ കാണാനായി ഗ്രിങ്കോ എന്നെ ക്ഷണിച്ചു. നല്ല സംഗീതവും, ഒരു സ്ത്രീയുടെ മനോഹരമായ ആലാപനവും. പക്ഷേ കഥാതന്തു പതിവുപോലെ വല്ലാതെ ഇഴയുന്ന മട്ടിലുള്ളതാണ്. വളരെ സ്വാഭാവികത പുലർത്തിയ കേന്ദ്രകഥാപാത്രമൊഴികെ നടന്മാരാരും അവരുടെ വേഷങ്ങൾക്ക് അനുയോജ്യരല്ല.

എന്റെ റെസിഡൻസ് പെർമിറ്റ് ഇപ്പോഴും വായുവിലാണ്. ന്യൂനസ് അഗ്വിലാർ അവിടെ പോവുകയും ചോദിക്കുകയുമൊക്കെ ചെയ്യുന്നുണ്ട്. പക്ഷേ അദ്ദേഹം പറയുന്നത് അവർ ശ്രദ്ധിക്കുമോ എന്ന് എനിക്കറിയില്ല – നമുക്ക് നോക്കാം.

ന്യൂനസ് അഗ്വിലാർ പോവുകയും അന്വേഷിക്കുകയുമൊക്കെ ചെയ്യുന്നുണ്ട്, പക്ഷേ അത്രക്കധികമൊന്നും ചെയ്യുന്നില്ല. ഞാനും ആ കാര്യത്തിൽ ഏറെയൊന്നും ചെയ്യുന്നില്ല. ഹിൽദാ ഒന്നോ രണ്ടോ വർഷത്തേക്ക് ചീനയിലേക്ക് പോവുകയാണെന്നു പറഞ്ഞതൊഴിച്ചാൽ പിന്നെയെല്ലാം ഏതാണ്ടതുപോലെത്തന്നെ. ആ കാര്യത്തെക്കുറിച്ച് ഒന്നുകൂടി നന്നായി ആലോചിക്കാൻ ഞാൻ അവളോടു പറഞ്ഞു. തീർച്ചയായും എ.പി.ആർ.എ. വിട്ടുപോവുന്നതിന് അവൾ അനുകൂലമാണ്. എന്റെ തീറ്റച്ചട്ടങ്ങളിൽ ഞാനിപ്പോഴും ഉറച്ചുനിൽക്കുന്നു. സാറാ ആന്റി അവരുടെ വിൽപത്രത്തിൽ 2,50,000 പെസോ നീക്കിവെച്ചിട്ടുണ്ടെന്ന് അമ്മ എഴുതിയിരിക്കുന്നു; തീർച്ചയായും അതു മുഴുവനും അമ്മയുടെ കൈയിൽ വന്നുചേരും.

യാതൊരു അനക്കവുമില്ലാത്ത ദിവസങ്ങൾ എന്ത് സംഭവിക്കുമെന്ന് എനിക്കറിഞ്ഞുകൂടാ; ആകെകൂടി തീർച്ചയുള്ളൊരു കാര്യം ഞാൻ ജീവനോടെ ഇരിപ്പുണ്ടെന്നും, സമയം പാഴാക്കുന്നില്ലെന്നുമാണ്. ബ്യൂണസ് അയേഴ്സിൽ നിന്നും ഒരു കിലോ മേറ്റ് എനിക്കു ലഭിച്ചു. അമ്മയ്ക്ക് നിശ്ചയമായും അപ്പം കിട്ടുന്നുണ്ടെന്നതാണ് മറ്റൊരു കാര്യം. റെസിഡൻസിന്റെ കാര്യം എങ്ങനെയാവുമെന്ന് എനിക്കറിഞ്ഞുകൂടാ –

ഞാൻ ഊഹിക്കുന്നതും ഏതാണ്ടതുപോലെത്തന്നെ. നാളെ ഞാൻ നുനെസ് അഗ്വിലാറിനോട് സംസാരിക്കും. ഇതിന്റെയൊക്കെ ഫലം എന്താണെന്നു കണ്ടെത്തും.

ഗ്വാട്ടിമാലക്ക് യാതൊന്നും പുതുതായി നൽകാനാവാത്ത കുറച്ചു ദിവസങ്ങൾക്കൂടി. റെസിഡൻസ് പെർമിറ്റ് ശരിയാവുമെന്നാകുമ്പോൾ കാര്യങ്ങൾ എനിക്കെതിരായി തിരിയുന്നു. മോർഗനെക്കൊണ്ട് ഒരു കാര്യവുമില്ല എന്ന മട്ടായിരിക്കുന്നു. വിദ്യാഭ്യാസ മന്ത്രാലയം വക ബസ്സിൽ ഗ്രിങ്കോയോടൊപ്പം ഞാൻ ചിമാൽ തെനാങ്കോയിലേക്കു പോയി. അവിടത്തെ ഒരു സ്കൂളിന്, പെഡ്രോ മൊളീനയുടെ, ഗ്വാട്ടിമാലയുടെ മഹാനായ മനുഷ്യന്റെ പേരിട്ടിരിക്കുന്നു. ഡോൺ ആൽബർട്ടോ ചില നല്ല വാക്കുകൾ പറഞ്ഞു. പക്ഷേ എസ്.ടി.ഇ.ജിയിലെ വക്താവ്, രാഷ്ട്രീയ തന്ത്രങ്ങളുടെ ഭാഷയിലെ ചില സ്വാഭാവിക പദങ്ങൾ ആവർത്തിച്ചുവെന്നല്ലാതെ മറ്റൊന്നും ചെയ്തില്ല.

ഞാൻ തീരുമാനമെടുത്തു കഴിഞ്ഞു: ഇളക്കാനാവാത്തതും ധീരമായ തീരുമാനം. രണ്ടാഴ്ചക്കകം എന്റെ റെസിഡൻസ് പെർമിറ്റിന്റെ കാര്യത്തിൽ ഒരു തീരുമാനമായില്ലെങ്കിൽ ഞാൻ ഇവിടെ നിന്നും സ്ഥലം വിടും. അതുകൊണ്ട് ഇനി ഞാനൊരു കളി കളിക്കാൻ പോകുന്നു; ഞാൻ പോകുന്ന കാര്യം പെൻസിയോണിൽ പറഞ്ഞു കഴിഞ്ഞു; എല്ലാം സുരക്ഷിതമായ സ്ഥാനത്ത് ഒളിച്ചുവെക്കും; ഏണസ്റ്റോ വിയന്റാനറോട് ആവശ്യമായ പെട്ടികൾ ചോദിക്കണം. അതൊഴിച്ചാൽ കൂടുതലൊന്നും പറയാനില്ല. സോഫോക്ലിസിന്റെ 'എലക്ട്രാ' കണ്ടു, പക്ഷേ വളരെ മോശമായിരുന്നു നാടകം. വെനിസ്വേലയിൽ നിന്നും ആൽബർട്ടോ അയച്ച ഒരു കിലോ അഡ്രിനാലിൻ എത്തിക്കഴിഞ്ഞു, അതോടൊപ്പം എന്നോട് അവിടേക്ക് ചെല്ലണമെന്ന് നിർദ്ദേശിച്ചുകൊണ്ടുള്ള, അല്ല, അഭിപ്രായപ്പെട്ടുകൊണ്ടുള്ള ഒരു കത്തുമുണ്ട്. എനിക്കതിൽ അത്ര താത്പര്യമില്ല.

ആൽബർട്ടോ വെനിസ്വേലയിൽ നിന്നും അയച്ച മരുന്നുകൾ അളവിലും ഗുണത്തിലും വളരെ നിലവാരമുള്ളതാണ്, അത് എന്റെ ആവേശം വർദ്ധിപ്പിക്കാൻ പോന്നതാണ്. അതിനിടെ എന്നെ പോലീസ് സ്റ്റേഷനിലേക്ക് വിളിച്ചിരിക്കുന്നു - റെസിഡൻസ് പെർമിറ്റ് നൽകുന്നതിനു മുമ്പുള്ള ഒരു നടപടി. ദിയാൻ ബിയാൻഫുവിന്റെ കാലത്തേക്കാൾ മോശമായിക്കഴിഞ്ഞ ആ മന്ത്രാലയത്തെ, ഉപരോധിച്ചപ്പോഴാണ് അതിന് അനക്കം വെച്ചത്. ദിയാൻ ബിയാൻഫുവിന്റെ പതനം ഏഷ്യ കോളനി വാഴ്ചയിൽനിന്നും മോചിക്കപ്പെടുമെന്ന എന്റെ വിശ്വാസത്തെ അരക്കിട്ടുറപ്പിച്ചു.

വിവരിക്കാനാവാത്തവിധം എന്റെ ജീവിതം അതുപോലെത്തന്നെ തുടരുന്നു. തിങ്കളാഴ്ച കാർഡിയോ ലോപിനയിൽനിന്നും യാത്ര

തിരിക്കാമെന്നു കരുതുന്നു. വെള്ളിയാഴ്ച ഇവിടെ നിന്നും പോകാൻ റെഡിയായിരിക്കുകയാണ്, ശനിയാഴ്ച വരേക്കുള്ള പണം കൊടുത്തിട്ടുണ്ട്. അതിനു മുമ്പായി എന്റെ പ്രശ്നങ്ങൾ പരിഹരിക്കപ്പെടുകയില്ലെന്ന് ഞാൻ കരുതുന്നു, അതിനാൽ ഞാൻ കെറ്റ്സാൽ തെനാങ്കോയിലേക്കു പോകും. അവിടെ ചെലവഴിക്കാനാവുന്ന ദിവസങ്ങൾക്കുശേഷം കാര്യങ്ങൾ ദ്രുതഗതിയിലാക്കുന്നതിനായി ഒരു ദിവസം ഞാൻ തിരികെ വരും, വീണ്ടും രാജ്യത്തിനു കുറുകേ സഞ്ചരിക്കും. നമുക്ക് നോക്കാം (കുറച്ചു കാലം മുമ്പ് ഞാൻ ഉപേക്ഷിച്ച ഒരു സൂത്രവാക്യം)

എനിക്ക് പുറപ്പെടാനുള്ള ദിവസം അടുത്തുകൊണ്ടിരിക്കുന്നു. ഞാൻ പോവുകയാണെന്ന് നാടെങ്ങും കുഴലൂതി വിളംബരം ചെയ്തുകൊണ്ട് എന്റെ നടപ്പാലത്തിൽ ഞാൻ തന്നെ തീയിട്ടിരിക്കുകയാണ്. ലിലിയുടെ ക്ഷണം ഇപ്പോഴും തുടരുന്നുണ്ടെങ്കിൽ ഞാൻ ക്വറ്റ്സൽ തെനാങ്കോയിലേക്കു പോകും. [............] അവിടെനിന്ന് ഏതെങ്കിലും അഗ്നിപർവ്വതത്തിന്റെ മുകളിലേക്ക് കയറാൻ ശ്രമിക്കും. ആതൊന്നും ശരിയായില്ലെങ്കിൽ ഞാൻ ക്വിറിഗ്വാ പ്രദേശത്തേക്കു പോകും. - സാധ്യമെങ്കിൽ ഗ്രിങ്കോയുടെ ക്യാമറയും കൈയിൽ കരുതും. റെസിഡൻസ് പെർമിറ്റിന്റെ കാര്യം ഇപ്പോഴും അനങ്ങാപ്പാറയാണ്, എപ്പോഴാണ് അത് ശരിയാവുകയെന്ന് എനിക്കറിയില്ല, ഞാനത് ശ്രദ്ധിക്കുന്നുമില്ല. പുസ്തകങ്ങൾ അട്ടിയിട്ട് എടുത്തുവെക്കാനായി ജൂലിയാ മെജിയാ എനിക്കൊരു സൂട്ട്കേസ് തന്നിരിക്കുന്നു. ഹെലേന ഫോണിലൂടെ ഒന്നും പറയാത്തതുകൊണ്ട് ഞാനെന്റെ വസ്ത്രങ്ങൾ ഗ്രിങ്കോയുടെ വീട്ടിൽ ഉപേക്ഷിക്കും, എന്റെ ഭാഗ്യം പൊലിഞ്ഞിരിക്കുന്നു. ഔദ്യോഗിക തലത്തിൽ നിന്നും രണ്ടാഴ്ചക്കകം പുതിയ പെർമിറ്റുകൾ വിതരണം ചെയ്യുമെന്ന വാർത്ത ഇതിനിടയിൽ പുറത്തു വന്നിരിക്കുന്നു; അത് സത്യമാണെങ്കിൽ, എനിക്ക് പെർമിറ്റ് തരികയാണെങ്കിൽ അത് അതിശയകരമായ ഒരു കാര്യമായിരിക്കും. നാലുകിലോ മേറ്റ് കപ്പൽ മാർഗ്ഗം എന്നെ ലക്ഷ്യം വെച്ച് നീങ്ങുന്നുണ്ടെന്നാണ് ബ്യൂണസ് അയേഴ്സിൽനിന്നും എനിക്കു ലഭിച്ച വിവരം. അത് കിട്ടുവാൻ ഒന്നുരണ്ട് മാസമെടുക്കും. പക്ഷേ അതൊരു വിഷയമല്ല. അവരെനിക്ക് എൽ ഗ്രാഫിക്കോയും[1] അയച്ചു തരും. മറ്റ് കാര്യങ്ങളിൽ പുതുതായൊന്നും പറയാനില്ല.

പാലത്തിനടിയിലൂടെ ഒരുപാട് വെള്ളം ഒഴുകിപ്പോയിരിക്കുന്നു. ഒരു കുടുംബത്തിനു മുഴുവൻ സംഭ്രാന്തിയും സങ്കടവുമുണ്ടാക്കിക്കൊണ്ട് നിശ്ചിത ദിവസം തന്നെ ഞാൻ പെൻസിയോണിൽ നിന്നും യാത്ര തിരിച്ചു. ആ ദിവസം തന്നെ ഹിൽദായോടൊപ്പം ഞാൻ സാൻ ജുവാൻ സകാറ്റെ പെക്വസിൽ പോയി[2]. [............] കൊടുങ്കാറ്റിനെ അവഗണിച്ച്

1. അർജന്റീനയിലെ വർത്തമാന പത്രം
2. തീയതി വെക്കാത്ത കത്ത് എന്താണ് സംഭവിച്ചതെന്ന് വിശദമാക്കുന്നു. 1954ൽ ആയിരിക്കും അതെന്ന് അദ്ദേഹത്തിന്റെ അമ്മയുടെ കത്ത് കാണിക്കുന്നു.

അന്ന് രാത്രി മുഴുവൻ ഞാനവിടെ കിടന്നുറങ്ങി. വെളിയിൽ വെക്കാനാവാത്തതുകൊണ്ട് റക്ക്സാക്ക് (സഞ്ചി) എന്റെ ചുമലിൽ തന്നെ ഇട്ടു. അങ്ങോട്ടു പോകുമ്പോൾ എനിക്ക് ആസ്ത്മയുണ്ടായിരുന്നു, പക്ഷേ തിരിച്ചു വരുമ്പോൾ അത് മിക്കവാറും കുറഞ്ഞിരുന്നു. വിദേശകാര്യ മന്ത്രാലയത്തിൽ നടപടികൾ പൂർത്തിയായിക്കഴിഞ്ഞു, എനിക്ക് രാജ്യം വിട്ടേ മതിയാവൂ എന്നർത്ഥം. പക്ഷേ സോച്ചിൻസൺ എനിക്ക് 20 ഡോളർ തന്നു, പല സ്ഥലങ്ങളിലായി കുറച്ചുദിവസം ഉറങ്ങിയശേഷം ഞാൻ എൽസാൽവഡോറിലേക്കു തിരിച്ചു.

അതിർത്തിയിൽ ആദ്യമൊക്കെ എനിക്കു പ്രശ്നങ്ങളുണ്ടായി, പക്ഷേ ഞാൻ മറ്റൊരു വളഞ്ഞ വഴി കണ്ടെത്തി. സാന്റാ അനായിൽ വെച്ച് ആറുമാസത്തേക്കുള്ള ശരിയായ ഗ്വാട്ടിമാലൻ വിസ എനിക്കു ലഭിച്ചു. ഇത് ചില പ്രശ്നങ്ങൾ പരിഹരിച്ചതുപോലെ എനിക്കു തോന്നി.

എൽസാൽവഡോറിൽ വെച്ച്, അതിർത്തിക്കപ്പുറത്തേക്ക് പോകാനുള്ള ചില രേഖകളിലെ പ്രശ്നങ്ങൾ കാരണം, തിരികെ എൽസാൽവഡോറിലേക്കു തന്നെ മടങ്ങേണ്ടിവന്നതുമൂലം, ഒറ്റപ്പെട്ടുപോയ ഒരു മെക്സിക്കോക്കാരനെ ഞാൻ കണ്ടുമുട്ടി. ഞങ്ങൾ നല്ല സുഹൃത്തുക്കളായിത്തീർന്നു. ഞാൻ എപ്പോഴെങ്കിലും മെക്സിക്കോയിലെത്തുകയാണെങ്കിൽ ഉപയോഗപ്പെടുത്തുന്നതിനായി അയാൾ സ്വന്തം മേൽവിലാസം എനിക്കു നൽകി. ഞാനൊരു ഹോണ്ടുറൻ വിസക്ക് അപേക്ഷിച്ചിട്ടുണ്ട്. (അത് ശനിയാഴ്ച ശരിയാവുമെന്നു പ്രതീക്ഷിക്കപ്പെടുന്നു) എന്നാൽ വെള്ളിയും ശനിയും ഞായറും ഞാൻ തുറമുഖത്ത് പോയി താമസിച്ചതിനാൽ എനിക്ക് വിസയെക്കുറിച്ച് അറിയാനായില്ല. എൽസാൽവഡോറിൽവെച്ച് ഞാൻ ഹെർസീലിയായുടെ ഡോക്ടർ സുഹൃത്തിനോട് സംസാരിച്ചു. അയാൾക്ക് അവൾ സെനോറ ഗുവേരയാണെന്ന് മനസ്സിലായിട്ടില്ല. അയാൾ ഹെർണാണ്ടസിന്റെ കൂടെപ്പോയി. നാളെ, തിങ്കളാഴ്ച, ഞാൻ അയാളെക്കണ്ട് സംസാരിക്കും. അതിനുശേഷം എനിക്ക് വിസ കിട്ടുമോ ഇല്ലയോ എന്നതിനനുസരിച്ച്, ഞാൻ ഗ്വാട്ടിമാലയിലേക്കോ ഹോണ്ടുറാസിലേക്കോ തിരിക്കും. തുറമുഖത്തെ ജീവിതം സുഖകരമായിരുന്നു. വെയിലുകൊണ്ട് ദേഹം കരുവാളിച്ചിരുന്നതിനാൽ കുളിക്കുക ബുദ്ധിമുട്ടായി. വെയിൽ കൊള്ളുന്നത് ഒരു ക്രിമിനൽ കുറ്റംപോലെയാണ്.

ഞാനെന്റെ ആഹാരപഥ്യം ദൂരെക്കളഞ്ഞു. ഇനി അതിന്റെ ഫലമറിയാം. എന്റെ അടുത്ത യാത്ര ഏതു വഴിക്കാണെന്ന് നാളെ തീരുമാനിക്കും.

എൽസാൽവഡോറിലെ ഒരു ദിവസം. ആ ദിവസം യഥാർത്ഥത്തിൽ മടുപ്പിന്റേതല്ല, നിരാശയുടേതാണ്, വിശപ്പു പോലുള്ള ഉൽക്കണ്ഠയുടേതാണ്, അല്ലെങ്കിൽ മറിച്ചുമാവാം. ഹോണ്ടുറാസിൽനിന്നും

യാതൊരു വിവരവുമില്ല. എന്റെ പക്കലുള്ള ഡോളറിന്റെ കരുതൽ ശേഖരം കുറഞ്ഞു കൊണ്ടിരിക്കുന്ന തിനാൽ, നാളെ വരെ മാത്രമേ ഞാൻ കാക്കുകയുള്ളു. ഞാൻ മൊറേനോ ദമ്പതികളെ കണ്ടുമുട്ടി, വളരെ മര്യാദയുള്ളവരും സൗഹൃദം പുലർത്തുന്നവരുമാണെങ്കിലും, അവരെന്നെ ഭക്ഷണം കഴിക്കാൻ ക്ഷണിച്ചില്ല. അടുത്തയാഴ്ച അവർ യു.എസ്സിലേക്ക് പോകുന്നതിനാൽ, ഞാൻ അവരുടെ കൈയിൽ ഹെർസീലിയാക്കൊരു കത്ത് കൊടുത്തയക്കുന്നുണ്ട്. ഞാനാ ദിവസം മുഴുവനും എൽസാൽവഡോറിന്റെ ചരിത്രം വായിക്കാനുപയോഗിച്ചു, അത് നാളെ തീർക്കാമെന്ന് എനിക്കു തോന്നുന്നു. ഒരു പക്ഷേ അതിനുശേഷം മ്യൂസിയത്തിലും പോകാം. എന്റെ പഥ്യാഹാരം ഞാൻ ജനലിലൂടെ പുറത്തേക്കെറിഞ്ഞു. അടുത്തതായി എന്ത് സംഭവിക്കുമെന്ന് നമുക്ക് നോക്കാം.

ഹെർസീലിയാക്കുള്ള കത്ത് കൊടുക്കാനായി ഞാൻ മൊലാനെ ദമ്പതികളുടെ വീട്ടിൽ ചെന്നു. അവരെന്നെ ഭക്ഷണത്തിന് ക്ഷണിച്ചു. അതൊരു ഗംഭീരൻ സദ്യയൊന്നുമായിരുന്നില്ല, പക്ഷേ എന്റെ വിശപ്പ് ശമിപ്പിക്കാൻ പോന്നതായിരുന്നു. അവിടെനിന്നും ഒരു മിനി ബസിൽ ഞാൻ സാന്താ അനായിലേക്കു പുറപ്പെട്ടു, പിന്നെ അവിടെനിന്നും ചാൽചുവാപ്പയിലും, സുമാളിലെ ചരിത്രാവശിഷ്ടങ്ങളിലും എത്തിപ്പെട്ടു. പക്ഷേ അത് അടച്ചിട്ടിരിക്കുകയായിരുന്നു. അതുകൊണ്ട് ഒരു തന്ത്രപ്രധാന സ്ഥലത്ത്, ഒരു വിളക്കിനു താഴെ തമ്പടിച്ചശേഷം ഞാൻ വായിക്കാൻ തുടങ്ങി. കുറച്ചു കഴിഞ്ഞപ്പോൾ ഒരു സ്ത്രീ പ്രത്യക്ഷപ്പെട്ടു. അവരെനിക്ക് അല്പം ചൂടുവെള്ളവും കിടക്കാൻ ഒരു കട്ടിലും തന്നു. ഗ്വാട്ടിമാലയെക്കുറിച്ച് സംസാരിച്ചു തുടങ്ങിയപ്പോൾ എന്റെ കാൽവെപ്പ് പതിവുപോലെത്തന്നെയായിരുന്നു. എൽസാൽവഡോറിലേക്കാൾ ജനാധിപത്യം ഗ്വാട്ടിമാലയിലാണെന്നു ഞാൻ അഭിപ്രായപ്പെട്ടു. ആ വീടിന്റെ ഗൃഹനാഥനാണ് പട്ടണത്തിലെ പോലീസ് അധികാരിയെന്ന് അപ്പോഴാണ് എനിക്കു മനസ്സിലായത്.

അനവധി കിലോമീറ്റർ നീണ്ടുകിടക്കുന്ന സമുച്ചയത്തിന്റെ ഭാഗമാണ് ടുസ്മാളിലെ ചരിത്രാവശിഷ്ടങ്ങൾ അതിൽ പക്ഷേ, ക്ഷേത്രങ്ങൾ മാത്രമാണ് ഇപ്പോഴും നിലനിൽക്കുന്നത്. മയാ സംസ്കാരത്തിന്റേയും മെക്സിക്കൻ വംശത്തിന്റെയും ഉറവിടമാണെന്നും കരുതപ്പെടുന്നു. ട്ലാസ്കലെറ്റാ യുദ്ധവീരന്മാരുടേയും സാംസ്കാരിക മിശ്രണത്തിന്റെ അടയാളങ്ങൾ അവിടെ കാണാം. പ്രധാന കെട്ടിടം ഒരു ചതുർഭുജ പിരമിഡ് ആണ്; പണ്ട് അതിന്റെ മുകളിൽ ഒരു ചെറിയ മണ്ഡപം ഉണ്ടായിരിക്കാം. കല്ലും മണ്ണും ചേർത്തു നിർമ്മിച്ച ചവിട്ടുപടികൾ ഇന്നത്തെ സിമന്റിനോട് വളരെ സാമ്യമുള്ള ഒരുതരം പശമണ്ണിന്റെ കൂട്ട്കൊണ്ട് പൊതിഞ്ഞിട്ടുണ്ട്. ഇങ്കാകളുടെ കെട്ടിടനിർമ്മാണത്തിനുള്ള പ്രസിദ്ധി ഇവിടെ കാണുന്നില്ല. രണ്ടോ മൂന്നോ കൊത്തുപണികൾ മാത്രമാണ് ആകെയുള്ള അലങ്കാരങ്ങൾ. ആ കാലഘട്ടത്തിലെ ആളുകൾ

എങ്ങനെയായിരുന്നു, ആരായിരുന്നു അവർ എന്നൊന്നും വ്യക്തമായ യാതൊരു തെളിവും അവശേഷിപ്പിക്കാതെ കാലാവസ്ഥ അവയെല്ലാം തേച്ചുമാച്ചു കളഞ്ഞിരിക്കുന്നു.

ആ കെട്ടിട സമുച്ചയം മുഴുവൻ മരം കൊണ്ടുമൂടിയ ഒരു മൺകൂന ക്കടിയിലായിരുന്നു. 1942ൽ വടക്കേ അമേരിക്കൻ പുരാവസ്തു ഗവേഷ കനായ ബോക്സ് ഗവേഷണമാരംഭിച്ചു. എൽസാൽവഡോർ ഗവൺമെന്റ് ശുഷ്കമായ ധനസഹായം മാത്രമേ നൽകിയുള്ളുവെങ്കിലും വളരെ വിജയകരമായിത്തന്നെ ആ ഗവേഷണം തുടരുന്നു. കെട്ടിട നിർമ്മാണ ശൈലി കേന്ദ്രീകൃത(ഏകകേന്ദ്ര)രീതിയിലുള്ളതായിരിക്കാമെന്ന് കരുത പ്പെടുന്നു. അതുകൊണ്ട് പുതിയ ഓരോ ക്ഷേത്രങ്ങളും പഴയതിനെ ഉൾ ക്കൊള്ളുന്ന രീതിയിലുള്ളതായിരുന്നു. മയ സംസ്കാരം നിലനിന്നിരുന്നു വെന്നു കരുതപ്പെടുന്ന നൂറ്റാണ്ടിൽ നിന്നും 52 വർഷം പുറകിലായി, അറിയപ്പെടാത്ത ഒരു കാലഘട്ടത്തിലായിരുന്നു ഇതിന്റെ നിർമ്മാണം.

ആ വലിയ പിരമിഡ്ഡിന്റെ അവസാന ഘട്ടങ്ങൾക്ക് കാലാവസ്ഥയുടെ ആക്രമണത്തിൽ നിന്നും വലിയ പരിരക്ഷയൊന്നുമുണ്ടായിരുന്നില്ല. പല ഭാഗങ്ങളും ഏതാണ്ട് പൂർണ്ണമായും നശിച്ചുപോകും വിധം കാലാവസ്ഥ യുടെ ആഘാതമേറ്റിരുന്നു. ആ സ്ഥലത്തിന്റെ ചുമതലയുണ്ടായിരുന്ന ആളിന്റെ പക്കൽ എന്റെ മേൽവിലാസം നൽകിയ ശേഷം എൽസാൽവ ഡോറിൽ മറന്നു വെച്ചിരുന്ന എന്റെ എക്സിറ്റ് പെർമിറ്റ് എടുക്കാനായി, കിട്ടിയ വാഹനത്തിൽ കയറി ഞാൻ എൽസാൽവഡോറിലേക്കു തിരിച്ചു. അവിടെനിന്നും ഉടൻ തന്നെ സാന്റോ ടെക്കായിലേക്ക് ഒരു മിനി ബസ് കിട്ടി. രാത്രി വീഴാനൊരുങ്ങവേ കിട്ടിയ വണ്ടിയിൽ ഞാൻ സാന്റോ അനായിലേക്കു പുറപ്പെട്ടു. അന്ന് രാത്രി അതിർത്തിക്കടുത്തുള്ള ഹൈവേ യുടെ ഓരത്ത് ഞാൻ കിടന്നുറങ്ങി.

പിറ്റേന്ന് അതിരാവിലെത്തന്നെ ഞാൻ നടക്കാൻ തുടങ്ങി, പക്ഷേ അധികം കഴിയും മുമ്പെ ഒരു ജീപ്പ് എന്നെ കൊണ്ടുപോയി. അതിനു പുറകേ ഒരു കാർ എന്നെ അതിർത്തിക്കു കുറുകേ കടത്തി പ്രോഗ്രസോ യിലെത്തിച്ചു. അവിടെ നിന്നും ഞാൻ ഇരുപത് കിലോമീറ്റർ നടന്നു. ഒരു ലോറിയിൽ കയറി ജലാപ്പക്കപ്പുറത്ത് ചെന്നിറങ്ങി. പടിപടിയായി ഉയരംകൂടുന്ന, പച്ച പൈൻ മരങ്ങൾ കൊണ്ട് നിബിഡമായ, താഴ്ന്ന മേഘപടലങ്ങൾ കൊണ്ട് മൂടിയ ആ പ്രദേശം വളരെ മനോഹരം. ഗ്വാട്ടിമാലയിൽ ഞാൻ മുമ്പൊരിക്കലും അനുഭവിച്ചിട്ടില്ലാത്ത ചാരുത അതിനുണ്ടായിരുന്നു. അത്തരം ഒരു സാഹചര്യത്തിൽ ഞാൻ മുമ്പൊരി ക്കലും എത്തിപ്പെട്ടിട്ടില്ല എന്ന സാധ്യതയായിരിക്കാം അതിന്റെ കാരണ മെന്ന വാദം ഞാൻ തള്ളിക്കളയുന്നില്ല. കാൽനടയായി താഴേക്കിറങ്ങി ത്തുടങ്ങിയപ്പോൾ എനിക്ക് വല്ലാത്ത ക്ഷീണമനുഭവപ്പെട്ടു. എന്റെ യാത്രാസഞ്ചിക്ക് ഭാരമേറിയിരുന്നു, ബ്രീഫ്കേസ് പിടിച്ചതുമൂലം എന്റെ വിരലുകൾ ചുവന്നിരുന്നു, അതുകൊണ്ട് രാത്രിയാകാൻ തുടങ്ങിയെന്നു

കണ്ടയുടനെ ആദ്യം കണ്ടൊരു വീട്ടിൽ കയറിച്ചെന്ന് എന്നെ അവിടെ താമസിപ്പിക്കണ മെന്ന് ഞാൻ അവരോടഭ്യർത്ഥിച്ചു. എന്റെ യാത്രയിലെ ഏറ്റവും നല്ല ഇടപാട് നടന്നത് അവിടെ വെച്ചാണ്. എന്റെ നല്ല ടോർച്ചിനു പകരമായി എനിക്കു തന്നത്. ഒരു വകക്കു കൊള്ളാത്ത കുറേ ചവറ് സാധനങ്ങൾ - ഒരു വിഡ്ഢിയെപ്പോലെ ഞാനതൊക്കെ സമ്മതിച്ചു കൊടുത്തു.

ക്ലേശിച്ചുകൊണ്ട് ഞാനെന്റെ യാത്ര തുടർന്നു, എന്റെ വേദനിക്കുന്ന ചുമലുകളും പാദങ്ങളും എന്റെ യാത്രയുടെ വേഗം കുറച്ചു. ഒരു ലോറി എന്ന ജലാപ്പ സ്റ്റേഷൻ വരെ കൊണ്ടുപോയി. അവരതിന് എന്റെ കൈയിൽ നിന്നും നാൽപത് സെന്റ് ഈടാക്കി, ഞാൻ അവിടെ നിന്നും പ്രോഗ്രസ്സോയിലേക്കുള്ള തീവണ്ടി കയറി. എന്നോട് ദയ തോന്നിയ ഒരു സ്ത്രീ എനിക്ക് 25 സെന്റ് തന്നു. ഞാൻ കാൽനടയായി യാത്ര തുടർന്നു. നാലു കിലോമീറ്റർ എത്തുന്നതിനു മുമ്പ് ഒരു ജീപ്പ് വന്നു. അവരെന്നെ എൽ റാൻജിറോയിലെത്തിച്ചു. വേദാഗ്വ നദിയുടെ വീതി നൂറു മീറ്ററാണ്, ചരിവു മൂലം ആ നദിയിൽ വല്ലാത്ത ഒഴുക്കുണ്ട്. ഞാൻ നദിയിലിറങ്ങി കുളിച്ചു, വസ്ത്രങ്ങൾ കഴുകി കാലിൽ കടലാസ് പൊതിഞ്ഞുകെട്ടി. അവിടെ നിന്നും അഞ്ച് കിലോമീറ്റർ നടന്നു സാമാന്യം ആഴമുള്ള പാലമില്ലാത്ത ഒരു നദിക്കടുത്തെത്തി. റോഡ് പണിക്കാരെക്കൊണ്ട് നിറഞ്ഞ ഒരു ലോറി എന്ന ഉങ്ക്മാത്‌ലാനിലെത്തിച്ചു. അന്നു രാത്രി ഞാനവിടെ കിടന്നുറങ്ങി. ഇവിടെ എന്റെ കഥകൾക്കു വലിപ്പം കൂടുത ലാണ്. കഥകളുടെ വ്യത്യസ്ത വ്യാഖ്യാനങ്ങൾ ഏകരൂപത്തിലാക്കി ഒന്നിപ്പിക്കുന്നതിന് എനിക്ക് പാടുപെടേണ്ടി വരുന്നു. അത്‌ലാന്റിക്കി ലേക്കുള്ള റോഡുകൾ വളരെ മുന്നോട്ട് കയറിക്കിടക്കുന്നവയാണ്, അവ ഗതാഗതയോഗ്യമാക്കണമെങ്കിൽ കുറേ പാലങ്ങൾ ആവശ്യമാണ് - സൃഷ്ടിയുടെ ആ സമയത്ത് നദികൾ നിറഞ്ഞിരിക്കുന്നതുമൂലം നദി മുറിച്ചു കടക്കുക സാധ്യമല്ല.

അടുത്ത ദിവസം അതിരാവിലെത്തന്നെ ഞാൻ നടപ്പ് തുടങ്ങി, പതി മൂന്നു കിലോമീറ്ററോളം വെയിലേറ്റ് നടന്നു, തളർന്നുവീണപ്പോൾ ഏതോ ഒരു ലോറി എന്നെ സ്റ്റേഷനിൽ കൊണ്ടുചെന്നാക്കി. [............]

അവിടെനിന്നും ഞാൻ കിറിഗ്വയിലേക്ക് തീവണ്ടി കയറി. റെയിൽവേ സ്റ്റേഷനിൽനിന്നും മൂന്നു കിലോമീറ്റർ അകലെയുള്ള ചരിത്രാവശിഷ്ട ങ്ങൾ കാണാൻ പോയി. ഈ ചരിത്രാവശിഷ്ടങ്ങൾ അത്ര പ്രധാനപ്പെട്ട വയെന്നു പറയാനാവില്ല. അവയിൽ സ്റ്റെലസ്, സുവോമോർഫിക് ശില കൾക്കൊപ്പം, ഇങ്കാകളുടെ ചരിത്രാവശിഷ്ടമെന്നു കരുതപ്പെടുന്ന ബഹു കോണീയ ശിലകളുമുൾപ്പെടുന്നു. ഇത്തരം നിർമ്മിതികളിൽ മയാ ഗോത്ര വർഗ്ഗക്കാർ ഒരിക്കലും ഇങ്കാകളുടെ സൂക്ഷ്മതക്ക് സമീപമെത്തിയിരു ന്നില്ല, പക്ഷേ ഇവർ തമ്മിലുള്ള ചേർച്ച സുവ്യക്തമാണ്. ഇങ്കാകളുടെ മേധാവിത്വം നമ്മൾ ശരിക്കും അനുഭവിക്കുന്നത് ആകർഷണീയമായ

ചുണ്ണാമ്പുകൽപ്രതിമകളുടെ ആകാരം കാണുമ്പോഴാണ്. അത് ഏഷ്യയിലെ ഹിന്ദു സംസ്കാരത്തിന്റെ ചരിത്രാവശിഷ്ടങ്ങളോട് വളരെ സാമ്യം പുലർത്തുന്നു. ഒറ്റക്കല്ലിൽ പണിത വട്ടമുഖമുള്ള രൂപം പാരമ്പര്യ രീതിയിലുള്ള ട്രൗസറുകൾ ധരിച്ചിരിക്കുന്നതായി കാണുന്നു, ബുദ്ധനെ ഓർമിപ്പിക്കുന്നതുപോലെ അതിന്റെ കാൽമുട്ടുകൾ വളഞ്ഞിരിക്കുന്നു. മറ്റൊരു രൂപത്തിന് അതിന് സമാനമായ മുഖസവിശേഷതകൾ കാണുന്നു; ത്രികോണാകൃതിയിൽ ഹോചിമിൻ താടിപോലുള്ള അഗ്രം. തനത് അമേരിക്കൻ ശില്പകലയുടെ ഏറ്റവും ഉദാത്തമായ തലം. മോർലി വളരെ ഉദാത്തമെന്നു തോന്നിയ ചില ശില്പങ്ങളുടെ ചിത്രങ്ങൾ എനിക്ക് കാണിച്ചു തന്നു. ഏതു തരത്തിലായാലും, അതിന്റെ മൗനം, വൻമരങ്ങൾ, സ്റ്റെലസ് ശിലകളിൽ വളർന്നു നിൽക്കുന്ന പുല്ലുകൾ, മിനുങ്ങിയ ഹെറോഗ്ലിഫിസ് എന്നിവകൊണ്ട് ആ ഭൂപ്രകൃതി നമ്മെ ആഴത്തിൽ ആകർഷിക്കുന്ന ഒന്നു തന്നെ. ഓരോ സ്മാരകങ്ങളിലും പതിച്ചിട്ടുള്ള നോട്ടീസുകളോ ലോഹഫലകങ്ങളോ ഇല്ലായിരുന്നെങ്കിൽ, ബ്രിക്ബ്രാഡ് ഫോഡിന്റെ കാലയന്ത്രത്തിൽ കയറി പൗരാണികതയിലേക്ക് യാത്ര ചെയ്യുകയാണെന്നേ നമുക്ക് തോന്നുകയുള്ളൂ. ഞാൻ സ്റ്റേഷനിലെ നിലത്ത് കിടന്നുറങ്ങി, കൊതുകുകളിൽ നിന്നും എനിക്കൊരു രക്ഷാ കവചമായി ആ യാത്രാസഞ്ചി ഉപയോഗപ്പെടുത്താനായി.

രാവിലെ ഡോ. ഡയസിന്റെ മുന്നിൽ ഞാൻ സ്വമേധയാ ഹാജരായി. അയാളൊരു പിന്തിരിപ്പനായ അമേരിന്ത്യൻ, പക്ഷേ അയാളെന്നെ ആവശ്യമായ മര്യാദകളോടെത്തന്നെ സ്വീകരിച്ചു, ആശുപത്രിയിൽവെച്ച് എനിക്കു ഭക്ഷണം തന്നു, ആ പ്രദേശത്തെ പ്രൊഫഷണൽ ഫോട്ടോ ഗ്രാഫർ കൂടിയായിരുന്ന അവിടത്തെ വെയിറ്റർ എന്നോടൊപ്പം വന്നു. എന്നെ അവശിഷ്ടങ്ങൾക്കടുത്ത് നിർത്തി ആറ് ചിത്രങ്ങളെടുത്തു. ഫിലി മിന്റെ പണം മാത്രം വാങ്ങിയ അയാൾ എനിക്ക് കുറച്ച് പടങ്ങൾ ഉപഹാര മായി നൽകി. തിരിച്ചുപോകാനുള്ള പണമുണ്ടായിരുന്നെങ്കിലും അത് മതി യാവില്ലെന്ന് എനിക്ക് തോന്നി. അതുകൊണ്ട് ഞാൻ നേരെ പ്യുവർട്ടോ ബാരിയോസിലേക്ക് പോകാൻ തീരുമാനിച്ചു. പക്ഷേ പാറകൾ പാളത്തി ലേക്കു വീണതുമൂലം തീവണ്ടി വൈകി. 12.30നുശേഷം മാത്രമാണ് എനിക്കവിടെ എത്താനായത്. അന്ന് രാത്രി ഞാൻ റെയിൽവേ സ്റ്റേഷനിൽ കിടന്നുറങ്ങി.

അടുത്ത ദിവസം, ഒരു ജോലി കണ്ടെത്തുകയെന്ന പ്രശ്നമുദിച്ചു - അറ്റ്ലാന്റിക് ഹൈവേ പദ്ധതിയിൽ, ഞാൻ പണി കണ്ടെത്തി. പന്ത്രണ്ടു മണിക്കൂർ തുടർച്ചയായി ജോലി ചെയ്യണം. ജോലിസമയം വൈകീട്ട് ആറു മുതൽ രാവിലെ ആറ് വരെ. എന്നേക്കാൾ കരുത്തുറ്റ ശരീരമുള്ള ആളുകൾപ്പോലും ആ ജോലി ചെയ്യുന്നതോടെ അവസാനിച്ചേക്കും. 5.30 ആവുന്നതോടെ ഞങ്ങൾ (തൊഴിലാളികൾ) പൂർണ്ണമായും യന്ത്ര മനുഷ്യരായിത്തീർന്നിരിക്കും, അല്ലെങ്കിൽ മദ്യപാനികളായിത്തീരും. ഇവിടെ മദ്യപാനികളെ വിളിക്കുന്നത് 'നെയൻ പിൻസ്' എന്നാണ്.

രണ്ടാംദിവസം, പ്രധാനപ്പെട്ട ദിവസം. ഞാൻ ആത്മാർത്ഥതയി ല്ലാതെയാണ് ജോലി ചെയ്തത്, പക്ഷേ അവസാനം വരെ ഞാൻ ജോലി ചെയ്തു - തുടർന്നുണ്ടാവാൻ സാധ്യതയുള്ള ഒരു സംഭവത്തിന്റെ സൂചന യായിരുന്നു അത്. അവിടത്തെ ഫോർമാൻമാരിലൊരാൾ എനിക്കൊരു റെയിൽവെ പാസ് തരാമെന്നു പറഞ്ഞു. അവരുടെ ഭാഗത്തുനിന്നുള്ള നന്മയുടെ അടയാളമായിരുന്നു അത്. ജോലി തീർന്ന് കുറച്ചു ദിവസം കഴിഞ്ഞു മാത്രമേ സാധാരണയായി അവർ പാസ് നൽകാറുള്ളൂ. ജോലി വളരെ എളുപ്പമായിരുന്നു. കൊതുകുകളും (ശരിക്കും വേദനയുണ്ടാക്കുന്ന ഒരു സാധനം) കൈയുറയില്ലാത്തതും(കൈകളിലെ തൊലി പോവാൻ കാരണാകും) ഒഴിച്ചാൽ ബാക്കിയെല്ലാം സഹനീയമായിരുന്നു. എന്റെ ഷർട്ടും സോക്സും കഴുകിയിട്ടശേഷം, ആ കടൽത്തീരത്തുള്ള എന്റെ 'വസതി'യിൽ കിടന്ന് രാവിലെത്തന്നെ ഞാൻ ഉറക്കം പിടിക്കും. അടിമുതൽ മുടിവരെ ടാറും പൊടിയും പുരണ്ട ഒരു പന്നിയായി ഞാൻ മാറിക്കഴിഞ്ഞിരുന്നു, സംതൃപ്തനും. എനിക്ക് ടിക്കറ്റ് ലഭിച്ചു. എനിക്ക് ആഹാരം നൽകിയിരുന്ന വൃദ്ധ ഗ്വാട്ടിമാലയിലുള്ള അവരുടെ മകന് നൽകാനായി ഒരു ഡോളർ എന്റെ കൈയിലേൽപ്പിച്ചു. എന്തൊക്കെ യായാലും ഏതു സാഹചര്യവും നേരിടാൻ എനിക്കു കഴിയുമെന്ന് ഞാൻ തെളിയിച്ചിരുന്നു - ആസ്മ ഇല്ലായിരുന്നെങ്കിൽ ഇതിലുമേറെ ചെയ്യാൻ എനിക്കു സാധിക്കുമായിരുന്നു.

അൽപം വിദ്യാഭ്യാസമുള്ള ആ ഫോർമാൻ നൽകിയ ഒരു ഡോളറു മായി ആഘോഷപൂർവ്വം ഞാൻ തീവണ്ടിയിൽ കയറി.

എന്റെ പ്രിയപ്പെട്ട അമ്മക്ക്,

ഈ കത്തിന്റെ തുടക്കത്തിലെ വാക്കുകൾ അച്ഛനെ സന്തോഷിപ്പി ക്കാനാണെന്ന് കരുതരുത്; കാര്യങ്ങൾ മെച്ചപ്പെടുന്നതിന്റെയും. എന്റെ സാമ്പത്തികസ്ഥിതി നിരാശാജനകമല്ലെന്നതിന്റെയും ശരി യായ സൂചനകൾ തന്നെയാണത്. കാര്യങ്ങൾ മോശമാണെങ്കിൽ ഞാൻ ആ സത്യവും തുറന്നു പറയും. എന്റെ നേരെ വരുന്ന എന്തി നേയും സഹിക്കാനും നേരിടാനുമുള്ള ശക്തി എനിക്കുണ്ടെന്ന് അച്ഛനറിയാമെന്ന് ഞാൻ കരുതുന്നു. പക്ഷേ നിങ്ങൾക്ക് യക്ഷി ക്കഥകളാണിഷ്ടമെങ്കിൽ, അത്തരത്തിലുള്ള മനോഹരമായ കഥകൾ ചമയ്ക്കാനെനിക്കു കഴിയും. മൗനം നിറഞ്ഞുനിന്ന ദിവസങ്ങളിൽ എന്റെ ജീവിതത്തിന്റെ പുരോഗതി താഴെപ്പറയും വിധമായിരുന്നു. ഒരു യാത്രാസഞ്ചിയും, ബ്രീഫ്കേസും തൂക്കി, പാതിവഴി നടന്നും പാതിവഴി കിട്ടിയ വണ്ടിയിൽ യാത്ര ചെയ്തും, ഗവൺമെന്റ് നൽകിയ പത്ത് ഡോളറിൽ നിന്നും താമസത്തിന് പകുതി പണം മാത്രം നൽകിയും (ലജ്ജാകരം), ഞാനെന്റെ

യാത്ര തുടർന്നു. എൽസാൽവഡോറിലെത്തിയപ്പോൾ, ഞാൻ ഗ്വാട്ടിമാലയിൽ നിന്നും വാങ്ങി കൈവശം സൂക്ഷിച്ചിരുന്ന ചില പുസ്തകങ്ങൾ പോലീസ് പിടിച്ചെടുത്തു. പക്ഷേ ഞാൻ അതും കടന്നുപോന്നു. ഗ്വാട്ടിമാലയിൽ വീണ്ടും പ്രവേശിക്കുന്നതിനായി വിസ സമ്പാദിച്ചു. (ഇത് ശരിയായ വിസ തന്നെ) ത്ലാ സ്കാൽ ടെക്കാസ് എന്ന ഗോത്രവർഗ്ഗക്കാരുടെ ചരിത്രാവശിഷ്ടങ്ങൾ കാണുവാൻ പോയി. സ്പാനിഷ് അധിനിവേശം വരെ ത്ലാ സ്കാൽ ടെക്കാസ് ഈ പ്രദേശം ഭരിച്ചു. ഈ അവശിഷ്ടങ്ങളെ മയൻ നിർമ്മാണ ശൈലിയുമായി താരതമ്യം ചെയ്യാവുന്ന ഒന്നല്ല, എങ്കിലും ഇങ്കാകളുടെ താഴെ. ഹോണ്ടുറാസിലെ മനോഹരമായ ചരിത്രാവശിഷ്ടങ്ങൾ കാണുന്നതിനായി ഞാൻ വിസക്ക പേക്ഷി ച്ചിരുന്നു. അതിന്റെ തീരുമാനമറിയാനായി കുറച്ചുദിവസം കൂടി ഞാൻ കാത്തു. ആ ദിവസങ്ങൾ ഞാൻ കഴിച്ചു കൂട്ടിയത് കടൽ തീരത്താ യിരുന്നു. കടൽ തീരത്ത് ഒരു സ്ലീപ്പിങ്ങ് ബാഗിലാണ് ഞാനുറങ്ങി യത്, പതിവുള്ള ആഹാരപഥ്യം അനുഷ്ഠിക്കാൻ എനിക്കായില്ല. പക്ഷേ ഈ ജീവിതശൈലിയുടെ ആരോഗ്യസ്വഭാവം എന്നെ സുഖ മായിരിക്കാൻ സഹായിച്ചു - വെയിലു കൊണ്ടുണ്ടായ കരുവാളി പ്പൊഴികെ. മദ്ധ്യ അമേരിക്കയിൽ പതിവായി കാണാറുള്ള, ചാരായ ത്തിന്റെ സഹായത്തോടെ മാത്രം സഞ്ചരിക്കുന്ന ചില ആളുകളെ ഞാനെന്റെ സുഹൃത്തുക്കളാക്കി. ചാരായത്തിന്റെ സ്വാധീനം കൊണ്ടുണ്ടായ വിടുവായത്തം മുതലെടുത്ത് ഞാനവരുടെ ഇടയിൽ ഗ്വാട്ടിമാലയെക്കുറിച്ചുള്ള പ്രചാരണം നടത്തി, തീവ്രമായ കൊളറാഡോ ശൈലിയിലുള്ള ചില കവിതകളും ചൊല്ലി. ഞങ്ങൾ പോലീസ്സ്റ്റേഷനിലെത്തിപ്പെട്ടുവെന്നതാണ് അതിന്റെ പര്യവസാനം. വൈകുന്നേരങ്ങളിൽ, പൂക്കളോടുള്ള പാട്ടുകൾ മാത്രം ചൊല്ലണ മെന്നും, മറ്റുള്ളവർക്ക് ആഹ്ലാദം മാത്രമുണ്ടാക്കുന്ന കാര്യങ്ങൾ ചെയ്യണമെന്നുമുള്ള ഉപദേശം നൽകി, വളരെ പ്രധാനിയെന്നു തോന്നിക്കുന്ന ഒരു പോലീസുദ്യോഗസ്ഥൻ ഞങ്ങളെ വെറുതേ വിട്ടു. ഒരു ലഘു കാവ്യത്തോടൊപ്പം വായുവിൽ അലിഞ്ഞു പോയെ ങ്കിലെന്ന് ഞാനാശിച്ചു. ഗ്വാട്ടിമാലയിൽ താമസസ്ഥലമുണ്ടെന്ന ഒറ്റക്കാരണം പറഞ്ഞ് ഹോണ്ടുറാസ് അധികൃതർ എനിക്കു വിസ നിഷേധിച്ചിരിക്കുന്നു. എന്റെ സദുദ്ദേശമെന്താണെന്ന് ഞാൻ നിങ്ങളോടു പറയേണ്ടതില്ലല്ലോ. തൊഴിലാളി സമൂഹത്തിലെ ഇരുപത്തിയഞ്ച് ശതമാനത്തിന്റെ പിന്തുണയോടെ പൊട്ടിപ്പുറപ്പെട്ട സമരം കാണുകയെന്നതായിരുന്നു. (എവിടെയായാലും ആ കണക്ക് വലിയൊരു കണക്കു തന്നെയാണ്, പ്രത്യേകിച്ചും സമരം ചെയ്യാൻ അവകാശമില്ലാത്ത, രഹസ്യമായി പ്രവർത്തിക്കുന്ന തൊഴിലാളി യൂണിയൻ മാത്രമുള്ള സ്ഥലത്ത്). ഫ്രൂട്ട് കമ്പനി

വല്ലാത്ത രോഷത്തിലാണ്, ഗ്വാട്ടിമാലക്കാർ അവർക്കിഷ്ടമുള്ളിടത്തു നിന്നും ആയുധം വാങ്ങുന്നുവെന്ന ഭീകരമായ കുറ്റകൃത്യം ചെയ്യുന്നുവെന്നതിനാൽ ഗ്വാട്ടിമാലയിൽ ഇടപെടുവാൻ സി.ഐ.എയും, ഡള്ളസും[1] നിശ്ചയിച്ചിരിക്കുന്നു. (കുറച്ചു കാലമായി ഗ്വാട്ടിമാലക്കാർക്ക് ഒരു വെടിയുണ്ടപോലും വിൽക്കാൻ അമേരിക്കക്കാർക്ക് കഴിഞ്ഞിട്ടില്ല) [...........]

അവിടെത്തന്നെ തുടർന്നു താമസിക്കാനുള്ള സാധ്യത ഞാൻ പരിഗണിച്ചില്ല. ഡോളറിന് ഒരു മാങ്ങയുടെ വില പോലുമില്ലാത്തതിനാലും, 20 ഡോളറിനുപോലും വിലപിടിപ്പുള്ള സാധനങ്ങൾ ലഭിക്കുകയില്ല എന്നതിനാലും എന്റെ മടിശ്ശീലക്ക് ദ്വാരം വീണതുപോലെ തോന്നി. പാതി യൊഴിഞ്ഞ പാതകളിലൂടെ ഞാൻ തിരിച്ചുവന്നു. (അത് നുണയായിരിക്കാം, പക്ഷേ ഞാൻ ഒരുപാട് ദൂരം നടന്നുകൂട്ടി), കുറേ ദിവസങ്ങൾക്കുശേഷം ഞാൻ ഫ്രൂട്ട് കമ്പനി വക ആശുപത്രിയിലെത്തി. അതിനുചുറ്റും ചെറിയതെങ്കിലും മനോഹരമായ ചരിത്രാവശിഷ്ടങ്ങളുണ്ട്. എന്റെ അമേരിക്കാ വ്യക്തിത്വം വിശ്വസിക്കാൻ മടിച്ച ഒരു കാര്യം ഞാൻ ഇപ്പോൾ വിശ്വസിക്കുന്നു. നമ്മുടെ പൂർവ്വപിതാക്കൾ ഏഷ്യയിൽ നിന്നുള്ളവരായിരുന്നു എന്ന വാദം. (അച്ഛന്റെ പൈതൃകത്തിന്റെ ആധികാരികത ചോദ്യം ചെയ്യപ്പെടുകയാണെന്ന് അച്ഛനോട് പറയണം) ചില കൊത്തുപണികളും ലംബശിൽപങ്ങളും ബുദ്ധന്റേതു പോലെയാണ് - എല്ലാ തലത്തിലും പൗരാണിക ഹിന്ദു സംസ്കാരത്തിലേതു പോലെ. ഇത് വളരെ മനോഹരമായ ഒരു സ്ഥലമാണ്. സിൽവെസ്റ്റർ ബോനാർഡിനെ എന്റെ വയറ്റത്തു കയറ്റി നിർത്തി, ഫിലിമിനും ക്യാമറയുടെ വാടകയ്ക്കുമായി ഒരു ഡോളറിലധികം ചെലവ് ചെയ്യുക എന്ന കുറ്റം ചെയ്യാൻ പ്രേരിപ്പിക്കുംവിധം മനോഹരം. പിന്നെ ഞാൻ ആശുപത്രിയിൽ നിന്നും അല്പം ആഹാരം വാങ്ങിച്ചു. പക്ഷേ എന്റെ ബാഗിനകത്തെ പകുതി ഭാഗം മാത്രമേ അതുകൊണ്ടു നിറക്കാനായുള്ളു. ഗ്വാട്ടിമാല സിറ്റിയിലേക്കുള്ള തീവണ്ടിക്കൂലിക്കുവേണ്ട പണമൊന്നും എന്റെ കൈയിൽ ശേഷിപ്പുണ്ടായിരുന്നില്ല. അതുകൊണ്ട് ഞാൻ പ്യുവർട്ടോ ബാരികോസിലേക്കു തിരിച്ചു. അവിടെ 2.63 ഡോളർ ദിവസക്കൂലിക്ക്, പന്ത്രണ്ടു മണിക്കൂർ ടാർബാരലുകൾ ഇറക്കുന്ന കഠിനമായ ജോലി ചെയ്തു. അതിഭയങ്കര ദേഷ്യത്തോടെ, വലിയ കൂട്ടമായി കൊതുകുകൾ പറന്നാക്രമിക്കുന്ന പ്രദേശമായിരുന്നു അത്. ജോലി കഴിഞ്ഞപ്പോൾ എന്റെ കൈയിലേയും ചുമലിലേയും തൊലിപോയി. വൈകീട്ട് ആറുമുതൽ രാവിലെ ആറുവരെ ഞാൻ കഠിനമായി

1. ജോൺ ഫോസ്റ്റർ ഡള്ളസ് - അന്നത്തെ അമേരിക്കൻ സ്റ്റേറ്റ് സെക്രട്ടറി.

ജോലി ചെയ്തു, ജോലി തീർന്നു. കടൽതീരത്തെ ഉപേക്ഷിക്കപ്പെട്ട ഒരു വീട്ടിൽ രാവിലെ മുതൽ കിടന്നുറങ്ങി. അതിനുശേഷം ഞാൻ ഗ്വാട്ടിമാലയിലേക്കു തിരിച്ചു. മുമ്പത്തേക്കാൾ ഗുണകരമായ അവസ്ഥയിലാണ് ഞാനിവിടെ കഴിയുന്നത്. (എന്റെ എഴുത്ത് ചെരിയുന്നത് അങ്ങനെ ചെയ്യണമെന്നുള്ള ഉദ്ദേശം കൊണ്ടൊന്നുമല്ല, എന്റെ അടുത്തിരുന്ന് നാല് ക്യൂബക്കാർ വാഗ്വാദത്തിലേർപ്പെട്ടിരിക്കുന്നതുകൊണ്ടാണ്).

അടുത്ത കത്ത് കുറച്ചുകൂടി ശാന്തമായിരിക്കും. പ്രത്യേകിച്ച് വാർത്തകളെന്തെങ്കിലുമുണ്ടെങ്കിൽ ഞാൻ നിങ്ങളെ അറിയിക്കാം. എല്ലാവർക്കുമായി ഒരു ആശ്ലേഷം.

ഏപ്രിൽ, 1954.

അമ്മേ,

നിങ്ങൾ കരുതുന്നതുപോലെ ഞാൻ എൽ പെറ്റെനിലേക്ക് പോയില്ല. എന്റെ രേഖകൾ ഒപ്പിടേണ്ട ആ നായിന്റെ മോൻ, ഒരു മാസം എന്നെ കാത്ത് നിർത്തിയതിനുശേഷം അത് ശരിയാവില്ലെന്ന് പറഞ്ഞു. [..........]

ഞാൻ അയാൾക്ക് മരുന്നുകളുടേയും, ഉപകരണങ്ങളുടേയും, മറ്റ് സാധനങ്ങളുടേയും ഒരു പട്ടിക നൽകിയിരുന്നു. ആ പ്രദേശത്തെ ഉഷ്ണമേഖലാ സംബന്ധിയായ രോഗങ്ങൾ നിർണ്ണയിക്കുന്ന കാര്യത്തിൽ കൂടുതൽ ശക്തമായ ഒരു ധാരണ ഞാനുണ്ടാക്കിയെടുത്തിരുന്നു. അതുകൊണ്ട് എപ്പോഴെങ്കിലും ഉപകാരമുണ്ടാവും, പ്രത്യേകിച്ചും നേന്ത്രപ്പഴം കൃഷി ചെയ്യുന്ന പ്രദേശത്തെ ഒരു പഴസംസ്കരണ കമ്പനിയിൽ എനിക്ക് ഒരു തൊഴിലവസരത്തിനുള്ള സാധ്യത കാണുന്നുണ്ട്.

എനിക്ക് നഷ്ടപ്പെടുത്താൻ താത്പര്യമില്ലാത്ത ഒരു കാര്യമാണ് എൽ പെറ്റെനിലെ ചരിത്രാവശിഷ്ടങ്ങൾക്കിടയിലേക്കുള്ള യാത്ര. അവിടെ ഒരു മനോഹരമായ നഗരമുണ്ട് - ടികാൽ. അത്രയധികം പ്രാധാന്യമില്ലാത്ത മറ്റൊരു നഗരമാണ് പിയെദ്രാസ് നെഗ്രാസ്. എങ്കിലും മയാവർഗ്ഗക്കാരുടെ കലാബോധം അവിടെ അസാധാരണമായ തലത്തിലെത്തി നിൽക്കുന്നതു കാണാം. പൂർണ്ണമായും പൊട്ടിത്തകർന്നുവെങ്കിലും, ആ മ്യൂസിയത്തിന്റെ മേൽ വാതിൽപ്പടി ലോകനിലവാരം വെച്ചു നോക്കിയാൽപോലും മനോഹരമായൊരു കലാസൃഷ്ടിയാണ്.

എന്റെ പുരാതന പെറൂവിയൻ സുഹൃത്തുക്കൾക്ക് ഉഷ്ണമേഖലാ പ്രദേശങ്ങളോട് അത്ര കമ്പമില്ല. അതുകൊണ്ട് അത്തര

ത്തിലുള്ള സൃഷ്ടികൾ അവരവിടെ ചെയ്തില്ല; കൂടാതെ ഇത്തരം പ്രദേശങ്ങളിൽ കാണുന്ന, ജോലി ചെയ്യാൻ എളുപ്പമുള്ള ചുണ്ണാമ്പുകല്ലുകൾ അവർക്കിടെ കണ്ടെത്താനായില്ല. അവിടെ ഞാൻ ഉപേക്ഷിക്കപ്പെട്ടുപോയതിൽ എനിക്ക് വളരെ സന്തോഷമുണ്ട്. എന്റെ വൈദ്യശാസ്ത്രജ്ഞാനവും സംസ്കാരവും കൂടുതൽ വളരുന്നില്ല. അതിനു പകരം മറ്റ് വിജ്ഞാന മേഖലകളാണ് എന്നിൽ ഏറെ താത്പര്യമുണർത്തുന്നത്. [...........]

എനിക്കവയെല്ലാം സന്ദർശിക്കണമെന്നുണ്ട്. എങ്ങനെ - എപ്പോൾ എന്നൊന്നും എനിക്ക് യാതൊരു ധാരണയുമില്ല. എന്റെ ഇപ്പോഴത്തെ അവസ്ഥയിൽ പദ്ധതികളെക്കുറിച്ചു പറയുകയെന്നാൽ തിരക്കിട്ട് തട്ടിക്കൂട്ടിയ സ്വപ്നങ്ങളെക്കുറിച്ച് പറയുക എന്നാണർത്ഥം. എന്തായാലും ഫ്രൂട്ട് കമ്പനിയിൽ എനിക്കൊരു ജോലി കിട്ടിയാൽ മാത്രമേ എന്റെ ഇവിടത്തെ കടങ്ങൾ വീട്ടുന്നതിനും ഞാൻ അവിടെ ശേഷിപ്പിച്ചുപോന്ന കടങ്ങൾ വീട്ടുന്നതിനും എനിക്കു കഴിയുകയുള്ളു. പിന്നെ ഒരു ക്യാമറ വാങ്ങണം, എൽ പെറ്റെൻ സന്ദർശിക്കണം, ഒളിമ്പിക് ശൈലിയിൽ വടക്കോട്ടു തിരിക്കണം - മെക്സിക്കോയുടേയും വടക്കു ഭാഗത്തേക്ക്.

നിങ്ങൾക്ക് എന്നെക്കുറിച്ചു നല്ല അഭിപ്രായമാണെന്നു കേട്ടതിൽ സന്തോഷം. ഈ പക്വത കൈവന്ന പ്രായത്തിൽ നരവംശശാസ്ത്രം മാത്രം എന്റെ തൊഴിലായി സ്വീകരിക്കാൻ എനിക്ക് മടിയുണ്ട്. പുനരാലോചിക്കാൻ പോലും സാധിക്കാത്ത വിധം നശിച്ചുപോയ ഒരു വിഷയത്തെക്കുറിച്ചുള്ള പഠനമാണ് എന്റെ ജീവിതത്തിന്റെ മാർഗ്ഗദർശകമായി വർത്തിച്ചതെന്ന കാര്യം വിരോധാഭാസമായി എനിക്കുതോന്നുന്നു. രണ്ട് കാര്യങ്ങളെക്കുറിച്ച് എനിക്ക് നല്ല നിശ്ചയമുണ്ട്. ആദ്യത്തേത്, നൈസർഗ്ഗികമായ സൃഷ്ടിപരതയുടെ പ്രായമെന്നു വിശേഷിപ്പിക്കപ്പെടുന്ന മുപ്പത്തഞ്ച് വയസ്സിനോടടുത്ത പ്രായത്തിൽ, എന്റെ പ്രധാനപ്പെട്ട തൊഴിൽ അല്ലെങ്കിൽ ഏറ്റവും പ്രധാനപ്പെട്ട താത്പര്യം എന്നു പറയാവുന്നത് ന്യൂക്ലിയർ ഫിസിക്സോ, ജനിതക ശാസ്ത്രമോ എനിക്ക് അറിവുള്ള വിഷയങ്ങളുടെ ഏറ്റവും കൗതുകകരമായ ചേരുവയോ ആയിരിക്കും. രണ്ടാമത്, മുമ്പ് ഞാൻ വിചാരിച്ചിരുന്നതിനേക്കാളേറെ, എന്റെ സാഹസികതയുടെ വേദി അമേരിക്കൻ വൻകരയായിരിക്കും; അതു മനസ്സിലാക്കാൻ തക്കവണ്ണം ഞാൻ വളർന്നുവെന്ന് ഞാൻ ശരിക്കും മനസ്സിലാക്കുന്നു. ലോകത്തിലെ മറ്റേതൊരു ജനതയിൽനിന്നും വ്യത്യസ്തമാണ് അമേരിക്കൻ വംശമെന്ന് എനിക്കു തോന്നുന്നു. സ്വാഭാവികമായി ലോകത്തിന്റെ മറ്റ് ഭാഗങ്ങളും ഞാൻ സന്ദർശിക്കും.

എന്റെ ദൈനംദിന ജീവിതത്തിൽ നിങ്ങൾക്കു കൗതുകമുണർത്തുന്ന കാര്യങ്ങളൊന്നും എനിക്കിനി പറയാനില്ല. രാവിലെ ആരോഗ്യവിഭാഗത്തിലെ ലാബറട്ടറിയിൽ ചെന്ന് കുറച്ചുനേരം ജോലി ചെയ്യും; ഉച്ചതിരിഞ്ഞ് ലൈബ്രറിയിൽ പോയി വായിക്കുകയോ മ്യൂസിയത്തിൽ പോവുകയോ ചെയ്യും. വൈകുന്നേരം വൈദ്യശാസ്ത്രത്തെക്കുറിച്ചോ, മറ്റേതെങ്കിലും വിഷയത്തെക്കുറിച്ചോ വായിക്കുന്നു, അവസാനം ഒരു കത്തെഴുതുന്നു, പിന്നെ വീട്ടുജോലികൾ ചെയ്യുന്നു. ഉണ്ടെങ്കിൽ അല്പം മേറ്റ് കുടിക്കുന്നു, പിന്നെ ഒരു ആപ്രിസ്തക്കാരിയായ[1] സഖാവ് ഹിൽദാ ഗാദിയായെ, ആ നശിച്ച പാർട്ടി വിട്ട് പോരുവാൻ എന്റേതായ സൗമ്യ ഭാഷയിൽ ഞാൻ പ്രേരിപ്പിക്കുന്നു. ഏറ്റവും കുറഞ്ഞത് പ്ലാറ്റിനം കൊണ്ട് നിർമ്മിച്ചതാണ് അവളുടെ ഹൃദയം. എന്റെ ദൈനംദിന ജീവിതത്തിലെ എല്ലാ കാര്യങ്ങളിലും അവളുടെ സഹായം അനുഭവപ്പെടുന്നു. (പെൻസിയോണിലൂടെ ആരംഭം). കാര്യങ്ങൾ സംഭവിക്കാതിരിക്കുകയോ ചെയ്ത ദിവസങ്ങൾ കടന്നു പോയിരിക്കുന്നു. ഒരു മെഡിക്കൽ പ്രാക്ടിഷണറുടെ സഹായിയായി ഒരു ഉറച്ച ജോലി വാഗ്ദാനം കിട്ടിയിരിക്കുന്നു. ഞാനെന്റെ ഡോളർ തിരികെ കൊടുത്തു. അർജന്റീനാ എംബസിയിലെ ഏജന്റിനെപ്പോലെയാണ് ഞാൻ പെരുമാറുന്നതെന്ന് പറഞ്ഞ ഒബ്ദൂലിയോ ബാർത്ത് എന്ന പരാഗ്വേക്കാരനെ ഞാൻ വീണ്ടും സന്ദർശിച്ചു. അത് (അത് പോലെയുള്ള മറ്റെന്തൊക്കെയോ) പടർന്നു പിടിച്ചിരിക്കുന്ന ഒരു സംശയമാണെന്ന് ഞാൻ മനസ്സിലാക്കിയിട്ടുണ്ട്. പക്ഷേ ഹോണ്ടുറൻ നേതാവ് വെൻട്യൂറാ റാമോസ് അങ്ങനെ കരുതുന്നില്ല. മിസിസ് ഹോഴ്സ്റ്റുമായുള്ള തർക്കം തുടരുന്നതിനാൽ, ദിവസത്തിലൊരിക്കൽ അതിനകത്തേക്ക് ഒളിച്ചു കടക്കുന്നു. ദിവസം മുഴുവൻ യാതൊന്നും ചെയ്യാതെ തന്നത്താൻ ചിരിച്ചു കൊല്ലുന്ന നിക്കോ എന്ന ക്യൂബക്കാരന്റെ മുറിയിൽ ഉറങ്ങുന്നു. നിക്കോ തിങ്കളാഴ്ച പോവുകയാണ്, അപ്പോൾ ഞാനെന്റെ ഗ്വാട്ടിമാലൻ സുഹൃത്തായ കോക്കായുടെ മുറിയിലേക്കു നീങ്ങും. നിക്കോ താമസിച്ചിരുന്ന മുറിയിൽ ടാംഗോ ആലപിക്കുന്ന ഒരു ക്യൂബൻ തന്നെയാണ് താമസിക്കുന്നത്; തെക്കോട്ട്, വെനിസ്വേല വരെ അലഞ്ഞു തിരിയാൻ അയാളെന്നെ ക്ഷണിച്ചു. വാഗ്ദാനം ചെയ്ത ജോലി കിട്ടിയില്ലെങ്കിൽ ഞാൻ അയാളോടൊപ്പം പോകും. എനിക്ക് റെസിഡൻസ് പെർമിറ്റ് തരാമെന്ന് അവർ പറഞ്ഞിരിക്കുന്നു, സോച്ചിൻസൺ ഇമിഗ്രേഷൻ മേധാവിയായിരിക്കുന്നു [.........]

പുതുതായൊന്നുമില്ലാതെ ഒരു ദിവസം കൂടി കടന്നു പോകുന്നു. നിക്കോ മെക്സിക്കയിലേക്കു പോയതിനാൽ ഞാനിപ്പോൾ

1. എ.പി.ആർ.എ. അംഗം എന്നർത്ഥം (ആപ്രിസ്ത)

പെൻസിയോണിനകത്ത് ആ ക്യൂബൻ 'വാനമ്പാടി'യുടെ കൂടെയാണ്. ഓരോ ദിവസവും ഞാൻ ജോലിക്കാര്യം അന്വേഷിച്ചിറങ്ങുന്നു; പക്ഷേ യാതൊരു കാര്യവുമില്ല. ഈയാഴ്ച കഴിഞ്ഞ് അന്വേഷിച്ചാൽ മതിയെന്നാണ് അവർ പറഞ്ഞിരിക്കുന്നത്; എന്താണിനി ചെയ്യേണ്ടതെന്ന് എനിക്ക് സത്യമായും അറിയില്ല. എനിക്കൊരു ജോലിയും കിട്ടിയിട്ടില്ല എന്ന കാര്യം സഖാക്കൾ ഗൗരവപൂർവ്വം മനസ്സിലാക്കിയിട്ടുണ്ടോയെന്നും എനിക്കറിയില്ല. ബ്യൂണസ് അയേഴ്സിൽ നിന്നും കൂടുതൽ വാർത്തകളൊന്നുമില്ല. ഹെലേന ഒരു അജ്ഞാതകേന്ദ്രത്തിലേക്കു പോകുന്നു. ഞാൻ അതൊക്കെ ശ്രദ്ധിക്കുന്നത് നിർത്തിയിരിക്കുന്നു. അവൾ എന്നെ അവളുടെ ഏതോ ഒരമ്മായിയുടെ വീട്ടിൽ കൊണ്ടുപോയി ഉച്ചഭക്ഷണം നൽകാമെന്നു പറഞ്ഞിട്ടുണ്ട്. ഫോണിലൂടെ അവൾ മന്ത്രിയുമായി സംസാരിക്കും. എനിക്ക് പതിവുപോലെ ആസ്ത്മയുടെ ആക്രമണം; കുറച്ചു ദിവസമായി ഞാൻ കഴിക്കുന്ന ആഹാരത്തിൽ നിന്നും കിട്ടിയതാണ്. മൂന്നു ദിവസത്തേക്ക് ആഹാരകാര്യങ്ങളിൽ പഥ്യം അവലംബിച്ചാൽ അതവസാനിക്കുമെന്ന് ഞാൻ പ്രതീക്ഷിക്കുന്നു.

മെയ് 10, 1954

അമ്മേ,

ഞാൻ ഭാവിയെക്കുറിച്ച് ചിന്തിക്കുന്നത് ആനന്ദകരമായ ആലോചനകളിലൂടെയാണ്. ഈ പ്രദേശങ്ങളിലൊക്കെ പതിവുള്ളതുപോലെ, പതുക്കെയാണ് എന്റെ റെസിഡൻസ് പെർമിറ്റിന്റെ കാര്യങ്ങൾ മുന്നോട്ട് നീങ്ങുന്നത്. പോലീസുകാർ എന്നെ പിന്തുടരാതെ ത്തന്നെ, ഒരു മാസത്തിനകം എനിക്ക് സിനിമക്ക് പോകാനാവുമെന്ന് എനിക്കു തോന്നുന്നു. ഈ പതിനഞ്ചിന് പെൻസിയോൺ വിട്ടുപോകാൻ ഞാൻ തീരുമാനിച്ചിരിക്കുന്നു. ഇതിലൂടെ കടന്നുപോയ ഒരു നാട്ടുകാരൻ തന്ന ഒരു സ്ലീപ്പിംഗ് ബാഗിലായിരിക്കും ഇനിയുള്ള എന്റെ ഉറക്കം. അതുപോലെ, എനിക്കിഷ്ടപ്പെട്ട സ്ഥലങ്ങളിലെല്ലാം ഞാൻ ചുറ്റിക്കറങ്ങും, എൽപെറ്റനിലൊഴികെ. മഴക്കാലത്ത് അവിടേക്കുള്ള യാത്ര അസാദ്ധ്യമാണ്. ഞാൻ ഒരു അഗ്നിപർവ്വതത്തിൽ കയറാനുള്ള തയ്യാറെടുപ്പിലാണ്. ഭൂമിമാതാവിന്റെ ഗളഗ്രന്ഥി (ടോൺസിൽ ഓഫ് മദർ എർത്ത്) കാണണമെന്ന് കുറേക്കാലമായി ഞാനാഗ്രഹിക്കുന്നു. (എന്തൊരുഗ്രൻ ഭാവന). ഇത് അഗ്നിപർവ്വതങ്ങളുടെ പ്രദേശമാണ്. ആരുടേയും താത്പര്യങ്ങൾക്കനുസൃതമായ അഗ്നിപർവ്വതങ്ങൾ ഇവിടെയുണ്ട്. എന്റെ താത്പര്യങ്ങൾ വളരെ ലളിതമാണ് – അത്ര ഉയരമുള്ളതോ

ചടുലമായതോ അല്ല. ഗ്വാട്ടിമാലയിൽ വളരെ ധനികനാകാൻ എനിക്കു സാധിക്കും. പക്ഷേ എന്റെ യോഗ്യത അംഗീകരിക്കുവാനുള്ള തരംതാഴ്ന്ന രീതിയും, അലർജിക്ക് വിദഗ്ധ ചികിൽസ നൽകുവാനുള്ള ഒരു ക്ലിനിക്കും വേണം (ഏഷണി പറയുന്ന സ്നേഹിതന്മാരാണ് ഇവിടെ മുഴുവൻ) എന്റെയുള്ളിൽ കിടന്നുപൊരിയുന്ന രണ്ട് വ്യക്തിത്വങ്ങളെ വഞ്ചിക്കലായിരിക്കും ആ പ്രവൃത്തിയുടെ ഫലം: ഒന്ന്, സോഷ്യലിസ്റ്റ്, രണ്ട്, സഞ്ചാരി. [............]

ഈറൻ ചുറ്റിയ വികാരോഷ്മളമായ ആശ്ലേഷം. ഇവിടെയിപ്പോൾ ദിവസം മുഴുവൻ മഴ പെയ്യുകയാണ് (മേറ്റ് ഉള്ളിടത്തോളം കാലം – തികച്ചും റൊമാന്റിക്).

ഏറ്റവും പുതിയ സംഭവങ്ങൾ ചരിത്രത്തിന്റേതാണ് – ആ സവിശേഷത എന്റെ കുറിപ്പുകളിൽ ആദ്യമായി പ്രത്യക്ഷപ്പെടുകയാണെന്ന് എനിക്കു തോന്നുന്നു. കുറച്ചു ദിവസങ്ങൾക്കുമുമ്പ് ഹോണ്ടുറാസിന്റെ വക ഒരു വിമാനം ഗ്വാട്ടിമാലയുടെ അതിർത്തി കടന്നു പറന്നു. നഗരത്തിനു മുകളിലൂടെ പറന്നു നടന്ന ആ വിമാനത്തിൽ നിന്നും പട്ടാപ്പകൽ ആളുകൾക്കു നേരേയും സൈനികത്താവളങ്ങൾക്കുനേരേയും യന്ത്രത്തോക്കുപയോഗിച്ചുകൊണ്ടുള്ള ആക്രമണമുണ്ടായി. വൈദ്യസഹായത്തിനായുള്ള ആരോഗ്യസേനയിലും (ഹെൽത്ത് ബ്രിഗേഡ്), രാത്രിയിൽ നഗരത്തിൽ റോന്ത് ചുറ്റുവാനുള്ള യൂത്ത് ബ്രിഗേഡിലും ഞാൻ അംഗമായിരുന്നു. പിന്നീടുള്ള സംഭവങ്ങളുടെ ഗതി ഇങ്ങനെയായിരുന്നു. വിമാനം കടന്നു പോയശേഷം ഗ്വാട്ടിമാലയിൽനിന്നും ഹോണ്ടുറാസിലേക്ക് കുടിയേറിപ്പാർത്ത, കേണൽ കാസ്റ്റിലോ അർമാസിന്റെ നേതൃത്വത്തിലുള്ള കൂലിപ്പട്ടാളം അതിർത്തിയിലെ പല വഴികളിലൂടെയും അകത്ത് പ്രവേശിച്ചശേഷം ചികിമുള പട്ടണത്തിലേക്ക് മുന്നേറി. ഹോണ്ടുറാസ് ഗവൺമെന്റിനോട് തങ്ങളുടെ പ്രതിഷേധം അറിയിച്ചിരുന്ന ഗ്വാട്ടിമാല, ഈ അധിനിവേശത്തോട് യാതൊരു വിധ ചെറുത്തുനില്പും പ്രകടിപ്പിക്കാതെ, തങ്ങളുടെ പരാതി ഐക്യരാഷ്ട്ര സംഘടനക്കു മുമ്പാകെ സമർപ്പിച്ചു. കൊളംബിയയും ബ്രസീലും, വിധേയത്വമുള്ള രണ്ട് യാങ്കി ഉപകരണങ്ങൾ. ഈ സംഭവം ഒ.എ.എസ്സിനു മുന്നിൽ അവതരിപ്പിക്കാനുള്ള ഒരു പദ്ധതിയിട്ടു. സോവിയറ്റ് യൂണിയൻ ഇതിനെ എതിർത്തു. ഒരു വെടിനിർത്തലിന് അവർ അനുകൂലമായിരുന്നു. അധിനിവേശക്കാർക്ക് വിമാനാക്രമണത്തിലൂടെ ബനസേര പട്ടണം കീഴടക്കാനും വോർട്ടോ ബാറിസിലേക്കുള്ള റയിൽ ഗതാഗതം വിഛേദിക്കാനും സാധിച്ചെങ്കിലും, ആക്രമണത്തിലൂടെ ഗ്വാട്ടിമാലയിലെ സാധാരണ ജനങ്ങളെ തങ്ങൾക്കൊപ്പം നിർത്താനുള്ള അവരുടെ ശ്രമം പരാജയപ്പെട്ടു. കൂലിപ്പട്ടാളത്തിന്റെ ഉദ്ദേശ്യം വ്യക്തമായിരുന്നു.

പാതയിലേക്കു വീണ്ടും

പ്യുവർട്ടോ ബാരിസ് കീഴടക്കിയശേഷം അതു വഴി കൂടുതൽ ആയുധങ്ങളും സൈന്യത്തേയും കൊണ്ടുവരിക. തുറമുഖത്ത് ആയുധങ്ങളിറക്കിക്കൊണ്ടിരുന്ന രണ്ട് പാമരമുള്ള കപ്പൽ, സിയെസ്റ്റ ദെ ട്രുജിലോ പിടിച്ചെടുത്തതോടെ അത് വ്യക്തമായി. ആക്രമണത്തിനുള്ള അവസാന ശ്രമവും പരാജയപ്പെട്ടു, പക്ഷേ മധ്യഭാഗത്തെ പട്ടണങ്ങളിൽ ആക്രമണകാരികൾ കിരാതവാഴ്ച നടത്തി. സിമിത്തേരിൽ നിൽക്കുകയായിരുന്ന സെറ്റുഫ്കോ (SETUFCO)[1] അംഗങ്ങളെ അവർ കൈബോംബെറിഞ്ഞ് കൊന്നു.

ആക്രമണകാരികൾ കരുതിയത് അവർ തെരുവിലിറങ്ങി കൊലവിളി നടത്തിയാൽ ആളുകൾ പുറത്തിറങ്ങി അവരോടൊപ്പം അണിചേരു മെന്നായിരുന്നു - അതിനുവേണ്ടി പാരച്യൂട്ട് മാർഗ്ഗം അവർ ആയുധങ്ങളിറക്കി. പക്ഷേ അതിനുപകരം പൊതുജനം കേണൽ അർബൻസിന്റെ നേതൃത്വത്തിൽ അണി നിരന്നു. ആക്രമിച്ചു മുന്നേറുകയായിരുന്ന സൈന്യത്തിന്റെ മുന്നോട്ടുള്ള ഗതി തടസപ്പെട്ടു. എല്ലാ മുന്നണിയിലും അവർ പരാജയപ്പെട്ടു. ചികിമുള നഗരത്തിനു പുറത്തേക്ക്, ഹോണ്ടുറാസ് അതിർത്തി യിലേക്ക് ആ കൂലി പട്ടാളത്തെ അവർ തുരത്തിയോടിച്ചു. ഹോണ്ടുറാസിലേയും നിക്കരാഗ്വയിലേയും താവളങ്ങളിൽനിന്നും പറന്നുയർന്ന സൈനിക വിമാനങ്ങൾ ഗ്വാട്ടിമാലയിലെ അതിർത്തി ഗ്രാമങ്ങളേയും പട്ടണങ്ങളേയും ആക്രമിച്ചു. ചികിമുള നഗരത്തിനു നേരെയും ബോംബാക്രമണമുണ്ടായി, നിരവധിയാളുകൾക്ക് പരിക്കേറ്റു, ഗ്വാട്ടിമാല സിറ്റിക്കു നേരെയുണ്ടായ ബോംബാക്രമണ ത്തിൽ മൂന്നുവയസ്സുകാരിയായ ഒരു പെൺകുട്ടി കൊല്ലപ്പെട്ടു.

എന്റെ ജീവിതം ഇങ്ങനെയായിരുന്നു: ആദ്യം ഞാൻ സഖ്യ സേനയുടെ 'യൂത്ത് ബ്രിഗേഡി'നു മുന്നിൽ ഹാജരായി. മെയസ്ട്രോ ഹെൽത്ത് സെന്ററിലെ സേവനത്തിനായി പോകാൻ ആരോഗ്യ മന്ത്രാലയം നിർദ്ദേശിക്കുന്നതുവരെ നിർണായകമായ ഒരു സൈനികകേന്ദ്രത്തിൽ ഞാൻ സേവനമനുഷ്ഠിച്ചു. മുന്നണിക്കു വേണ്ടി ഞാൻ നിസ്വാർത്ഥ സേവനം ചെയ്തു, പക്ഷേ ഒരു കടലാസു കഷണംപോലും അവരെനിക്ക് തന്നില്ല.

ജൂൺ 20, 1954

പ്രിയപ്പെട്ട അമ്മേ,

ഞാൻ കാരണം, അസ്വസ്ഥതയോടെ ആഘോഷിക്കാൻ സാദ്ധ്യതയുള്ള അമ്മയുടെ ജന്മദിനത്തിനു ശേഷമായിരിക്കും ഈ

1. യുനൈറ്റഡ് ഫ്രൂട്ട് കമ്പനി വർക്കേഴ്സ് യൂണിയൻ

കത്ത് കിട്ടുക. ഈ നിമിഷം യാതൊന്നും പേടിക്കാനില്ലെങ്കിലും, ഭാവിയെക്കുറിച്ച് അങ്ങനെ പറയാനാവില്ല എന്ന കാര്യം ഞാൻ പറഞ്ഞോട്ടെ. - വ്യക്തിപരമായി ഞാൻ അലംഘനീയനാണെന്ന തോന്നൽ എനിക്കുണ്ടെങ്കിൽ കൂടി. (അലംഘനീയം എന്നതല്ല ശരിയായ പദം. ഒരു പക്ഷേ എന്റെ ഉപബോധം എന്നെ കളിപ്പിക്കുകയാവാം) ഈ സാഹചര്യം എന്താണെന്ന് താഴെ ഞാൻ വിശദീകരിക്കാം.

അഞ്ചോ ആറോ ദിവസങ്ങൾക്കുമുമ്പ് ഹോണ്ടുറാസിൽ നിന്നും ഒരു പൈറേറ്റ് യുദ്ധവിമാനം, ഗ്വാട്ടിമാലക്കു മുകളിലൂടെ യാതൊരു കുഴപ്പവുമുണ്ടാക്കാതെ കടന്നുപോയി. അടുത്തതും അതിന്റെ പിന്നീടുള്ളതുമായ ദിവസങ്ങളിൽ അവർ ഗ്വാട്ടിമാലയിലെ സൈനിക കേന്ദ്രങ്ങൾക്കുനേരെ ബോംബാക്രമണം നടത്തി. രണ്ട് ദിവസങ്ങൾക്കുമുമ്പ് ഒരു യുദ്ധവിമാനം, ഗ്വാട്ടിമാലയുടെ താഴ്ന്നു കിടക്കുന്ന പ്രദേശങ്ങളിൽ ആക്രമണം നടത്തുകയും അതിൽ രണ്ടു വയസ്സുകാരിയായ ഒരു ബാലിക കൊല്ലപ്പെടുകയുമുണ്ടായി. അതേ സമയം, ഗ്വാട്ടിമാലൻ സൈന്യത്തിൽ നിന്നും ചാരപ്പണി ചെയ്തതിന് പുറത്താക്കപ്പെട്ട മുൻ കേണലിന്റെ നേതൃത്വത്തിൽ ഒരു കൂലിപ്പട്ടാളം ഹോണ്ടുറാസിന്റെ തലസ്ഥാനമായ ടെഗൂസി ഗാൽ പായിൽ നിന്നും പുറപ്പെട്ട് അതിർത്തി കടന്ന് ഗ്വാട്ടിമാലയിലേക്ക് മുന്നേറി. ഗ്വാട്ടിമാലയാണ് ആക്രമണകാരിയെന്ന് പറയാൻ അമേരിക്കക്ക് അവസരം നൽകാതിരിക്കാനായി ഗ്വാട്ടിമാലൻ ഗവൺമെന്റ് വളരെ ജാഗ്രതയോടെ പ്രവർത്തിച്ചു; ടെഗൂസി ഗാൽ പായിലേക്ക് തങ്ങളുടെ പ്രതിഷേധമറിയിക്കുന്നതിലും ഐക്യ രാഷ്ട്ര സംഘടനയുടെ മുമ്പാകെ വിശദവിവരങ്ങൾ സമർപ്പിക്കുന്നതിലും ഗ്വാട്ടിമാലൻ ഗവൺമെന്റ് തങ്ങളുടെ പ്രതികരണം പരിമിതപ്പെടുത്തി, അത് ചില്ലറ അതിർത്തി പ്രശ്നങ്ങൾ മാത്രമല്ല എന്നു വരുത്തിത്തീർക്കുന്നതിനായി കൂലിപ്പട്ടാളത്തെ തടയാതെ, അകത്തേക്ക് വളരെ ദൂരം പ്രവേശിക്കുവാൻ തന്നെ അവരെ അനുവദിച്ചു. കേണൽ അർബെൻസിന് നല്ല ചങ്കൂറ്റമുണ്ട്. അക്കാര്യത്തിൽ യാതൊരു സംശയവുമില്ല. ഈ പദവിയിലിരുന്ന് ആവശ്യമെങ്കിൽ മരിക്കാനും അദ്ദേഹം തയ്യാറാണ്. അദ്ദേഹത്തിന്റെ ഏറ്റവും അവസാനത്തെ പ്രസംഗം ഇക്കാര്യം ഊന്നിപ്പറയുന്നു, അത് ഞങ്ങൾക്കെല്ലാം അറിയാം, അത് രാജ്യത്ത് സമാധാനം നിലനിർത്തി. രാജ്യത്തിനകത്ത് പ്രവേശിച്ചുകഴിഞ്ഞ ഒരു ചെറിയ സംഘം കൂലിപ്പട്ടാളത്തിൽ നിന്നോ, ജനവാസകേന്ദ്രങ്ങളിൽ ബോംബിടുകയും ആളുകളെ യന്ത്രത്തോക്കുപയോഗിച്ച് വെടി വെക്കുകയും ചെയ്ത പോർവിമാനങ്ങളിൽനിന്നോ അല്ല അപകടം വരുന്നത്. എങ്ങനെ ഗ്രിങ്കോസ് (ഇവിടെ യാങ്കികൾ) അവരുടെ

പിണിയാളുകളെക്കൊണ്ട് ഐക്യരാഷ്ട്ര സഭയ്ക്കകത്ത് കാര്യങ്ങൾ അവനവന്റെ സൗകര്യത്തിനായി വളച്ചൊടിക്കുന്നു എന്ന കാര്യത്തിലാണ് അപകടം പതിയിരിക്കുന്നത്. ഒരു അവ്യക്തമായ പ്രഖ്യാപനം പോലും അക്രമികൾക്ക് വലിയ സഹായമായി ത്തീരാം. റൂസ്വെൽറ്റ് നൽകിയ മാന്യതയുടെ മുഖാവരണം ഒടുവിലിതാ യാങ്കികൾ ഊരിയിരിക്കുന്നു. അവരിപ്പോൾ ഈ പ്രദേശത്ത് വിദ്വേഷം പരത്തുകയാണ്. അമേരിക്കയും, യുനൈറ്റഡ് ഫ്രൂട്ട് കമ്പനിയും അയക്കുന്ന പോർവിമാനങ്ങളോടും ആധുനികവൽക്കരിച്ച സൈന്യത്തോടും പോരാടേണ്ടിവരുന്ന ഒരവസ്ഥയെത്തിയാൽ പോരാടുകതന്നെ ചെയ്യും. ജനങ്ങളുടെ ആവേശം ഉയർന്നിരിക്കുന്നു. നാണംകെട്ട ആക്രമണവും, അന്താരാഷ്ട്ര മാധ്യമങ്ങളിലെ വൻ നുണകളും, രാഷ്ട്രീയത്തോട് അകന്നു നിൽക്കുന്നവരെപ്പോലും ഗവൺമെന്റിനു പുറകിൽ നിരത്തി നിർത്താൻ ഉപകരിച്ചിരിക്കുന്നു. ഒരു പോരാട്ടത്തിന്റെ ശരിയായ കാലാവസ്ഥ. അടിയന്തിര വൈദ്യസഹായ സേവനം നൽകുന്നതിലേക്കായി ഞാൻ നിയോഗിക്കപ്പെട്ടിരിക്കുന്നു, ഏത് സന്നിഗ്ധാവസ്ഥയിലും സൈനിക നിർദ്ദേശങ്ങൾ പാലിക്കുന്നതിനുള്ള യൂത്ത് ബ്രിഗേഡിൽ ഞാൻ അംഗമാണ്. വലിയൊരു വിസ്ഫോടനമുണ്ടാവുമെന്ന് ഞാൻ കരുതുന്നില്ല. രക്ഷാസമിതി യോഗത്തിനു ശേഷം, നാളെയാണാ യോഗം നിശ്ചയിച്ചിരിക്കുന്നതെന്ന് എനിക്കു തോന്നുന്നു, നമുക്ക് കാണാം. എന്തായാലും ഈ കത്ത് അവിടെ എത്തുന്നതിനിടയിൽ, എന്തു സംഭവിക്കുമെന്ന് നിങ്ങൾക്കറിയാൻ കഴിയും.

ബാക്കി കാര്യങ്ങൾ. വേറെ പുതിയ വർത്തമാനങ്ങളൊന്നുമില്ല. ഈ ദിവസങ്ങളിൽ അർജന്റീന എംബസി പ്രവർത്തിക്കാത്തതു മൂലം ബിയാട്രീസിന്റേയും അമ്മയുടേയും കത്തുകൾ കഴിഞ്ഞ യാഴ്ചയാണ് കിട്ടിയത്.

ആരോഗ്യവകുപ്പിൽ എനിക്കൊരു ജോലി നൽകാൻ പോകുന്നുവെന്ന് അവർ എന്നോട് പറഞ്ഞു. പക്ഷേ ഓഫീസുകളിൽ ഈ യുദ്ധത്തിന്റെ ബഹളം കാരണം ഭയങ്കര തിരക്കാണ്. വളരെ പ്രധാനപ്പെട്ട കാര്യങ്ങളുമായി അവർ മല്ലിട്ടുകൊണ്ടിരിക്കുമ്പോൾ എന്റെ ഈ ചെറിയ ജോലിയുമായി അവരെ ബുദ്ധിമുട്ടിക്കുന്നത് ബുദ്ധിമോശമാണെന്ന് എനിക്കു തോന്നുന്നു.

ശരി മമ്മാ, അലോസരത്തിന്റെ ഒരു വർഷത്തിനുശേഷം ഏറ്റവും ആഹ്ലാദകരമായ ഒരു ജന്മദിനം മമ്മ ആഘോഷിച്ചുവെന്ന് ഞാൻ കരുതുന്നു. കഴിവതും വേഗം ഞാൻ ഇവിടത്തെ വർത്തമാനങ്ങളറിയിക്കാം.

'ചൗ' -

ഏണസ്റ്റോ ചെ ഗുവേര

ഇന്ന് ശനിയാഴ്ച, ജൂൺ 26. മന്ത്രി ഇവിടെ വന്നിരുന്നു. ഞാനപ്പോൾ ഹിൽദായെ അന്വേഷിച്ചുപോയിരിക്കുകയായിരുന്നു. മന്ത്രിയോട്, എന്നെ യുദ്ധഭൂമിയിലേക്കയക്കണമെന്ന് അഭ്യർത്ഥിക്കാനിരിക്കുകയായിരുന്നു ഞാൻ. ഹിൽദാക്കതിനോട് താത്പര്യവുമില്ലായിരുന്നു. [.........]

ഗ്വാട്ടിമാലയെ ആരാധിക്കുന്നവരുടെ മീതെ ഒരു ഭീകരമായ മരവിപ്പിന്റെ വർഷപാതം. ജൂൺ 27, ഞായറാഴ്ച, രാത്രി, താൻ രാജി വെക്കുകയാണെന്ന് പ്രസിഡന്റ് അർബെൻസ് അപ്രതീക്ഷിതമായി പ്രഖ്യാപിക്കുന്നു. സാധാരണ ജനങ്ങൾക്കുനേരെ ബോംബാക്രമണം നടത്തിയതിനു പിന്നിൽ ഫ്രൂട്ട് കമ്പനിയും അമേരിക്കയുമാണെന്ന് അദ്ദേഹം തുറന്നടിച്ചു.

സാൻ ജോസ് തുറമുഖത്തു വെച്ച് ഒരു ഇംഗ്ലീഷ് വാണിജ്യക്കപ്പൽ ബോംബിട്ടു മുക്കി. ബോംബാക്രമണം തുടരുന്നു. അതേസമയം, കാർലോസ് എന്റിക്വെ ഡയസിനെ അധികാരം ഏൽപ്പിക്കുകയാണെന്ന് അർബെൻസ് പ്രഖ്യാപിക്കുന്നു. ഒക്ടോബർ വിപ്ലവത്തിന്റെ സംരക്ഷണവും അമേരിക്ക ഈ പ്രദേശത്തിന്റെ യജമാനനാകരുത് എന്ന ലക്ഷ്യവുമാണ് തന്റെ പ്രവൃത്തിക്കു പുറകിലെ പ്രേരകശക്തിയെന്ന് അദ്ദേഹം പറഞ്ഞു. കേണൽ ഡയസ് തന്റെ പ്രസംഗത്തിൽ ഒന്നും പറഞ്ഞില്ല. പി.ഡി.ആറും പി.ആർ.ജിയും[1] തങ്ങളുടെ അംഗങ്ങളോട് പുതിയ സർക്കാരിന് എല്ലാ സഹായവും നൽകുവാൻ ആഹ്വാനം ചെയ്തു. മറ്റ് രണ്ട് കക്ഷികൾ പി.എ.എൻഉം പി.ജി.ടിയും ഒന്നും പറഞ്ഞിട്ടില്ല. സംഭവിച്ച കാര്യങ്ങളെക്കുറിച്ചോർത്തുള്ള അസ്വസ്ഥതയും വഹിച്ചുകൊണ്ടാണ് ഞാൻ ഉറങ്ങാൻ പോകുന്നത്. ആരോഗ്യമന്ത്രിയുമായി ഞാൻ ഒരുവട്ടം കൂടി സംസാരിച്ചു. എന്നെ യുദ്ധമുന്നണിയിലേക്ക് വിടണമെന്ന് ഞാൻ അദ്ദേഹത്തോടഭ്യർത്ഥിച്ചു. ഇനി എന്ത് ചെയ്യണമെന്ന് എനിക്കറിയില്ല. ഇന്നത്തെ ദിവസം എന്താണ് കൊണ്ട് വരികയെന്ന് നമുക്ക് നോക്കാം.

രാഷ്ട്രീയ സംഭവവികാസങ്ങൾകൊണ്ട് കനം തൂങ്ങിയ രണ്ട് ദിവസങ്ങൾ, വ്യക്തിപരമായി എനിക്കതിൽ അമിതമായ താത്പര്യമില്ല. സംഭവങ്ങൾ: ഹോണ്ടുറാസും നിക്കരാഗ്വയും സംയുക്തമായി ഗ്വാട്ടിമാലക്കു മേൽ ശക്തമായ ബോംബാക്രമണം നടത്തുമെന്നും, അത് അമേരിക്കയുടെ ഇടപെടൽ വിളിച്ചുവരുത്തുമെന്നുമുള്ള അമേരിക്കൻ സൈനിക ദൗത്യസംഘത്തിന്റെ ഭീഷണിയുടേയും, സമ്മർദ്ദത്തിന്റേയും ഫലമായിട്ടാണ് അർബെൻസ് രാജിവെച്ചത്. പക്ഷേ തൊട്ട് പിന്നാലെ സംഭവിച്ച കാര്യം അർബെൻസ് മുൻകൂട്ടി കണ്ടിട്ടുണ്ടാവില്ല. ആദ്യദിവസം തന്നെ കേണൽ സാഞ്ചെസ്, കേണൽ ഫെജോ മൊൻഡേൺ[2] എന്നിവർ

1. രാഷ്ട്രീയപാർട്ടികൾ
2. പ്രസിദ്ധനായ ഒരു കമ്യൂണിസ്റ്റ് വിരുദ്ധൻ

ഡയസ്സുമായി കൈകോർത്തു. അവരുടെ ആദ്യത്തെ പ്രഖ്യാപനം പി.ജി.ടിയെ നിയമവിരുദ്ധമാക്കി. പീഡനം ആരംഭിച്ചു. എംബസികൾ അഭയാർത്ഥികളെക്കൊണ്ടു നിറഞ്ഞു. പക്ഷേ അടുത്ത ദിവസം രാവിലെ മോശമായ ഒരു കാര്യം കൂടി സംഭവിച്ചു. മോൻഡണെ രാഷ്ട്രത്തലവനാക്കി. അദ്ദേഹത്തിനു കീഴിൽ രണ്ട് കേണൽമാരെ നിയമിച്ചുകൊണ്ട് ഡയസും മോൺഡണും രാജിവെച്ചു. അവർ കാസ്റ്റിലോ അർമാസിന് പൂർണ്ണമായും വഴിമാറിക്കൊടുത്തു (അഥവാ അങ്ങനെ പറയപ്പെടുന്നു) നിരോധിക്കപ്പെട്ട ആയുധങ്ങൾ കൊണ്ടു നടക്കുന്നത് പട്ടാളനിയമം മൂലം കുറ്റകരമാക്കി, ഞാനിപ്പോൾ ജോലി ചെയ്യുന്ന ആശുപത്രിയിൽനിന്നും എന്നെ പുറത്താക്കുമെന്നതായിരുന്നു അപ്പോഴത്തെ അവസ്ഥ. മിക്കവാറും നാളെത്തന്നെ എന്നെ ഒരു ഷെബോൾ (ബോൾഷെ (ബോൾഷെവിക്) തിരിച്ചിട്ടത്) ആയി മുദ്ര കുത്തും. അടിച്ചമർത്തൽ നടന്നുകൊണ്ടിരിക്കുന്നു. വെൻട്യൂറയും അമാദോറും അഭയം തേടാൻ ശ്രമിക്കുന്നു. എച്ച് വീട്ടിൽ തന്നെ കഴിയുന്നു, ഹിൽദാ മേൽവിലാസം മാറ്റിക്കഴിഞ്ഞു. നുനെസ് വീട്ടിലുണ്ട്. ഗ്വാട്ടിമാലൻ കമ്യൂണിസ്റ്റ് പാർട്ടിയിലെ മുതിർന്ന നേതാക്കൾ അഭയം തേടുകയാണ്. കാസ്റ്റിലോ അർമാസ് നാളെ നഗരത്തിൽ പ്രവേശിക്കുമെന്നാണ് പറയപ്പെടുന്നത്; എനിക്ക് നല്ലൊരു കത്ത് കിട്ടിയിട്ടുണ്ട്, അത് ഞാനെന്റെ പേരക്കുട്ടികൾക്കായി കരുതിവെക്കും.

നിരവധി ദിവസങ്ങൾ കടന്നുപോയെങ്കിലും മുൻദിവസങ്ങളിലെപ്പോലെ, ജ്വരബാധിതമായ വേഗത്തിൽ കാര്യങ്ങൾ നടക്കുന്നില്ല. കാസ്റ്റിലോ അർമാസ് പരിപൂർണ്ണ വിജയം നേടിക്കഴിഞ്ഞു. ഫേജോ മോൺസൺ പ്രസിഡന്റായതിനു പുറമേ, കാസ്റ്റിലോ അർമാസ് ക്രൂസ്, ദുബോയിസ്, കേണൽ മെൻഡോസ് എന്നിവർ ചേർന്ന് ഒരു ജൂണ്ടാ[1] ഭരണകൂടം സ്ഥാപിച്ചു കഴിഞ്ഞിരിക്കുന്നു. ആരാണ് അതിന്റെ മേധാവിയെന്നു തീരുമാനിക്കാൻ ജൂണ്ടാക്കകത്ത് തെരഞ്ഞെടുപ്പുണ്ടാകും; അത് തീർച്ചയായും കാസ്റ്റിലോ അർമാസ് തന്നെ. കോൺഗ്രസ്സും ഭരണഘടനയുമുണ്ടാവില്ല. തന്നെ ചതിച്ചു കൊല്ലാനൊരുങ്ങിയ സുരക്ഷാഭടനെ വെടിവെച്ചുകൊന്ന സാൽമായിലെ ജഡ്ജി റമീറോ റെയ്സ്ഫ്ളോറസിനെ അവർ വെടിവെച്ചു കൊന്നു. ഒരു കമ്യൂണിസ്റ്റുകാരനാണെന്ന കുറ്റം ചുമത്തി എദൽബർട്ടോ ടൊറെസ് അറസ്റ്റ് ചെയ്യപ്പെട്ടു കഴിഞ്ഞു. ആ പാവം വൃദ്ധന്റെ ഗതിയെന്താവുമെന്ന് ആർക്കറിയാം. ഇന്ന് ജൂലായ് മൂന്ന്. 'വിമോചകൻ' കാസ്റ്റിലോ അർമാസ് വൻ സ്തുതിഘോഷങ്ങളോടെ നഗരത്തിൽ പ്രവേശിച്ചു. രാഷ്ട്രീയാഭയം തേടിയ സാൽവഡോറുകാരായ രണ്ട് സ്ത്രീകളുടെ - ഒരാൾ ചിലിയിലും മറ്റൊരാൾ ബ്രസീലിലുമാണ് അഭയം തേടിയിട്ടുള്ളത് - വീട്ടിൽ ഒരു വൃദ്ധയോടൊപ്പമാണ് ഞാൻ

1. ഗൂഢസംഘം

താമസിക്കുന്നത്. അവർ എല്ലായ്പ്പോഴും തന്റെ ഭർത്താവിന്റെ ദുഷ്പ്രവൃത്തികളെക്കുറിച്ചും, രസകരമായ മറ്റ് പല കാര്യങ്ങളെക്കുറിച്ചും സംസാരിക്കുന്നു. എന്നെ ആശുപത്രിയിൽനിന്നും ഓടിച്ചിരിക്കുന്നു. ഞാനിപ്പോൾ ഇവിടെ ഇങ്ങനെ കഴിയുന്നു...

ജൂലായ് 4, 1954

അമ്മേ,

ഉണരാൻ യാതൊരു തിടുക്കവുമില്ലാത്ത, മനോഹരമായൊരു സ്വപ്നത്തിലലിഞ്ഞു പോയതു പോലെയായിരുന്നു എല്ലാം. യാഥാർത്ഥ്യം എന്റെ വാതിലിൽ മുട്ടുകയാണ്, മുൻ ഭരണകൂടത്തിനു നൽകിയ തീക്ഷ്ണമായ പിന്തുണക്കുള്ള ഉപഹാരമായി, മുഴങ്ങുന്ന വെടിയൊച്ചകൾ. രാജ്യദ്രോഹം സൈന്യത്തിന്റെ ജനവികാരമായി മാറിയിരിക്കുന്നു. ഒരിക്കൽകൂടി ആ നീതിവാക്യം സ്വീകരിക്കുന്നതോടെ, സൈന്യത്തിന്റെ ഉന്മൂലനം ജനാധിപത്യത്തിന്റെ സത്തയായി മാറുന്നു. (അങ്ങനെയൊരു 'നീതിവാക്യം' നിലവിലില്ലെങ്കിൽ തന്നെ 'ഞാൻ' അങ്ങനെ വിശ്വസിക്കുന്നു). [...........]

അർബെൻസിന് അവസരത്തിനൊത്ത് ഉയരുവാനറിയില്ല എന്നതാണ് പരുഷമായ യാഥാർത്ഥ്യം.

യുദ്ധപ്രഖ്യാപനം പോലുള്ള യാതൊരു മര്യാദകളുമില്ലാതെ (തീർച്ചയായും, അതിർത്തി ലംഘിച്ചുവെന്നാരോപിച്ച് പ്രതിഷേധങ്ങളുണ്ടായിട്ടുണ്ട്) ഹോണ്ടുറാസിൽ നിന്നുള്ള കരസേനയുടെ ആക്രമണത്തിനകമ്പടിയായി യുദ്ധവിമാനങ്ങൾ നഗരത്തെ ബോംബിട്ടു തകർക്കാനെത്തി. വിമാനങ്ങളില്ലാതെ, വിമാനവേധത്തോക്കുകളില്ലാതെ, അഭയകേന്ദ്രങ്ങളില്ലാതെ, പൂർണ്ണമായും യാതൊരു പ്രതിരോധവുമില്ലാത്തവരായിരുന്നു ഞങ്ങൾ. കുറച്ചു പേർ കൊല്ലപ്പെട്ടു - അത്രയധികമെന്നു പറയാനാവില്ല. പക്ഷേ ജനങ്ങൾക്കിടയിൽ പരിഭ്രാന്തി നിറഞ്ഞു, പ്രത്യേകിച്ചും ഗ്വാട്ടിമാലയുടെ 'ധീരരായ രാഷ്ട്രത്തോടു കൂറുള്ള' സൈന്യത്തിനിടയിൽ. യു.എസ്സിൽ നിന്നുള്ള ഒരു സൈനിക ദൗത്യസംഘം പ്രസിഡന്റിനെ സന്ദർശിച്ച്, ശരിയായ ബോംബാക്രമണം നടത്തിയാൽ ഗ്വാട്ടിമാല സിറ്റി തകർന്നു തരിപ്പണമാകുമെന്നും, നിക്കരാഗ്വയും ഹോണ്ടുറാസും യുദ്ധം പ്രഖ്യാപിക്കുന്നതോടെ പരസ്പര സഹായ പദ്ധതിയനുസരിച്ച് അമേരിക്ക അതിലിടപെടുമെന്നും ഭീഷണിപ്പെടുത്തി.

അധികാരം കൈപ്പിടിയിലൊതുക്കി, സൈന്യം അർബെൻസിന് അന്ത്യശാസനം നൽകി.

നഗരം മുഴുവൻ പ്രതിലോമ ശക്തികളാണെന്ന് ആർബൈൻസ് പോലും കരുതിയിരുന്നില്ല. ഗവൺമെന്റിനെ അനുകൂലിക്കുന്ന ജനങ്ങൾക്കു പകരം, നശിപ്പിക്കപ്പെടുന്ന വീടുകൾ പ്രതിലോമ ശക്തികളുടെ കൈകളിൽ ചെന്നുപെടുമെന്ന കാര്യവും അദ്ദേഹം ആലോചിച്ചില്ല. കൊറിയ, ഇന്തോചീന എന്നീ ഉദാഹരണങ്ങൾ ഉണ്ടായിരുന്നിട്ടും, ആയുധമേന്തിയ ജനങ്ങൾ അജയ്യമായ ശക്തിയാണെന്ന കാര്യം അദ്ദേഹം ആലോചിച്ചില്ല. ആയുധം ജനങ്ങൾക്കു നൽകിയാൽ മതിയായിരുന്നു. പക്ഷേ അദ്ദേഹം അതു ചെയ്തില്ല - അതിന്റെ ഫലമാണ് നമ്മളിപ്പോൾ അനുഭവിച്ചു കൊണ്ടിരിക്കുന്നത്.

എനിക്ക് ചെറിയൊരു ജോലിയുണ്ടായിരുന്നു. പക്ഷേ പെട്ടെന്നു തന്നെ എനിക്കതു നഷ്ടപ്പെട്ടു. അതുകൊണ്ട് ഞാൻ പഴയതുപോലെ ത്തന്നെ ആയിത്തീർന്നിരിക്കുന്നു. ഒരു സുഹൃത്തിന്റെ ദയാവായ്പിൽ ഞാൻ സുഖമായി ജീവിക്കുന്നു, എനിക്കൊന്നിനോടും ആഗ്രഹമില്ല. ഒരുപക്ഷേ ഞാൻ മെക്സിക്കോയിലേക്കു പോകും എന്ന കാര്യമൊഴികെ. എന്റെ ഭാവിയെക്കുറിച്ച് മറ്റൊന്നും എനിക്കറിയില്ല. അല്പം ലജ്ജയോടെയാണെങ്കിലും ഈ ദിവസങ്ങളെല്ലാം ഞാൻ നന്നായി ആസ്വദിച്ചുവെന്ന് എനിക്ക് പറയേണ്ടിവരും. പോർവിമാനങ്ങൾ പ്രത്യക്ഷപ്പെട്ടതോടെ ആളുകൾ പരക്കം പായുന്നതു കണ്ടപ്പോൾ, അന്തരീക്ഷത്തിൽ വെടിമരുന്നിന്റെ ഗന്ധം ശ്വസിച്ചപ്പോൾ, ഞാൻ മുമ്പൊരിക്കൽ കത്തിൽ സൂചിപ്പിച്ചിരുന്ന ഭയമില്ലായ്മ എന്ന മാന്ത്രിക ഭാവം എന്നെക്കൊണ്ട് എന്റെ മുറിവുകൾ നക്കിത്തോർത്തിച്ചു. ബോംബർ വിമാനങ്ങൾക്ക് അസാധാരണമായ സിദ്ധിയുണ്ടെന്ന് ഞാൻ പറയുന്നു. ഒരു ബോംബർ ഉന്നം പിടിക്കുന്നത് വളരെ അടുത്ത് നിന്നുതന്നെ എനിക്കു കാണാൻ കഴിഞ്ഞു: ഓരോ നിമിഷവും ആ യന്ത്രം വലുതാകുമ്പോൾ (അടുത്തു വരുമ്പോൾ) ഓരോ തവണയും അതിന്റെ ചിറകിൽ നിന്നും അഗ്നിയുടെ കൊച്ചുനാക്കുകൾ ഇടതടവില്ലാത്തെ പുറപ്പെടുന്നത് ഞാൻ കണ്ടു. ഷാർപ്നെലിന്റെ ശബ്ദവും, യന്ത്രത്തോക്കുകൾ വെടിയുണ്ട ഉതിർക്കുന്ന ശബ്ദവും ഞാൻ കേട്ടു. നെടുകെ പതിച്ച് വൻപ്രകമ്പനമുണ്ടാക്കുന്നതിനു മുമ്പായി ആ ബോംബ് വായുവിൽ ഒരു നിമിഷം ലംബാവസ്ഥയിൽ നിന്നു. അതെല്ലാം അവസനിച്ചിരിക്കുന്നു. ഇപ്പോൾ നാം കേൾക്കുന്നത് ഭൂമിക്കടിയിൽ നിന്നും ഉറുമ്പുകളെപ്പോലെ പുറത്തുവന്ന പിന്തിരിപ്പന്മാരുടെ റോക്കറ്റുകളുടെ ശബ്ദമാണ്. വിജയാഹ്ലാദപ്രകടനം നടത്തുന്ന അവർ തൂക്കിലിടാനായി കമ്യൂണിസ്റ്റുകളെ തേടി നടക്കുന്നു. (മുൻ ഗവൺമെന്റുമായി ബന്ധമുള്ള ആരേയും അവർ അങ്ങനെ വിളിക്കുന്നു) എംബസികൾ നിറഞ്ഞു കവിഞ്ഞിരിക്കുന്നു, നമ്മുടെ

രാജ്യത്തിന്റേയും മെക്സിക്കോയുടേയുമാണ് ഏറ്റവുമധികം നിറഞ്ഞിരിക്കുന്നത്. ഇതിൽ വലിയ മുതലെടുപ്പ് നടക്കുന്നു. തടിയൻ പൂച്ചകളെ പറ്റിക്കാൻ എന്തെളുപ്പം.

ഈ ഗവൺമെന്റിന്റെ ഗതി എങ്ങോട്ടാണെന്നതിനെക്കുറിച്ച് നിങ്ങൾക്ക് എന്തെങ്കിലും ധാരണകൾ ആവശ്യമുണ്ടെങ്കിൽ ഞാൻ പറയുന്ന ഒന്ന് രണ്ട് കാര്യങ്ങൾ ശ്രദ്ധിച്ചാലും. ആദ്യം കീഴടക്കപ്പെട്ട ഗ്രാമങ്ങൾ ഫ്രൂട്ട് കമ്പനിയുടേതായിരുന്നു, ആ സമയത്ത് കമ്പനിയിലെ തൊഴിലാളികൾ സമരത്തിലായിരുന്നു. അധിനിവേശക്കാർ സമരം നിയമവിരുദ്ധമായി പ്രഖ്യാപിച്ച ശേഷം, യൂണിയൻ നേതാക്കളെ സിമിത്തേരിയിലേക്ക് കൊണ്ടുപോയി അവരുടെ നെഞ്ചിലേക്ക് കൈ ബോംബെറിഞ്ഞു കൊന്നു. ഒരു രാത്രിയിൽ നഗരത്തിനു മുകളിലൂടെ പോർവിമാനം പറക്കുമ്പോൾ കത്തീഡ്രലിനകത്തു നിന്നും ഇരുണ്ടുകിടക്കുന്ന നഗരത്തിനുനേരെ ഒരു മിന്നായം തെളിഞ്ഞു. നന്ദിപ്രകടനത്തിന്റെ ആദ്യത്തെ പ്രവൃത്തി ബിഷപ്പിന്റെ ഭാഗത്തുനിന്നായിരുന്നു; രണ്ടാമത്തെയാൾ ഫ്രൂട്ട് കമ്പനിയുടെ അഭിഭാഷകനായ ഫോസ്റ്റർ ഡള്ളസ് ആയിരുന്നു.

ഇന്ന് ജൂലായ് 4.

എല്ലാ ആലങ്കാരികതകളുമടങ്ങുന്ന വിധിപൂർവ്വകമായ ഒരു കുർബ്ബാന നടക്കുന്നു. എല്ലാ പത്രങ്ങളും ഈ ദേശീയദിനാചരണത്തിന്റെ അവസരത്തിൽ, അമേരിക്കയെ വിദേശീയ പദങ്ങൾ കൊണ്ട് അനുമോദിക്കുന്നു.

മമ്മാ, ഈ കത്തുകൾ എങ്ങനെ അങ്ങോട്ടയക്കുമെന്നതിനെക്കുറിച്ചാണ് എന്റെ ഉൽക്കണ്ഠ. ഞാനിത് തപാൽ പെട്ടിയിലിട്ടാൽ അവരെന്റെ ഞരമ്പു തകർക്കും. (പ്രസിഡന്റ് പറഞ്ഞു - വിശ്വസിക്കണോ അവിശ്വസിക്കണോ എന്ന് നിങ്ങൾ തീരുമാനിക്കുക - ഈ രാജ്യം ശക്തമായ ഞരമ്പുകളുള്ളതാണ്).

നിങ്ങൾക്കെല്ലാവർക്കും കൂടി എന്റെ വലിയൊരാശ്ലേഷം.

രാഷ്ട്രീയാഭയം തേടുന്നവരുടെ ഇടപാട് മുമ്പത്തേതുപോലെ തുടരുന്നു. പുതുമ മാഞ്ഞുപോയിരിക്കുന്നു. എല്ലാം ശാന്തം. ഹെലേന ഇന്ന് വിമാനമാർഗ്ഗം പോയി. എന്നെക്കാണുമ്പോഴൊക്കെ ജർമ്മൻകാരന്റെ കണ്ണുകളിൽ ചീത്തയിലേറെ ചീത്തനോട്ടം. ഞാനവിടെ ഉപേക്ഷിച്ചു പോന്ന ചില സാധനങ്ങളും പുസ്തകങ്ങളുമെടുക്കാനായി വല്ലപ്പോഴും മാത്രമാണ് ഞാനയാളുടെ താമസസ്ഥലത്ത് പോകുന്നത്.

രാഷ്ട്രീയ സ്ഥിതിയിലല്ലെങ്കിലും വളരെ ഗൗരവതരമായ കാര്യങ്ങൾ സംഭവിച്ചുകൊണ്ടിരിക്കുന്നു. രാഷ്ട്രീയസ്ഥിതിയിൽ ആകെയുണ്ടായ ഒരു

മാറ്റം നിരക്ഷരർക്ക് വോട്ടവകാശം നിഷേധിച്ചുവെന്നതാണ്. പ്രായ പൂർത്തി വന്നവരിൽ 65 ശതമാനവും നിരക്ഷരരായ രാജ്യത്ത്, വോട്ട വകാശം 35 ശതമാനമായി കുറച്ചു എന്നതാണ് ഇതിനർത്ഥം. ഈ 35 ശതമാനത്തിൽ 15 ശതമാനം പേരും ഇപ്പോഴത്തെ ഭരണത്തിനനുകൂല മാകും. അതുകൊണ്ട് ജനങ്ങളുടെ സ്ഥാനാർത്ഥിയെ, കാർലോസ് കാസ്റ്റിലോ അർമാസിനെ തെരഞ്ഞെടുക്കാൻ നടപ്പിലാക്കേണ്ടിവരുന്ന അഴിമതിയുടെ അളവ് കുറക്കാനാകും. വിദേശത്ത് രാഷ്ട്രീയാഭയം തേടിയിരിക്കുന്ന സ്ത്രീ കോളെന്താ എത്തിയിരിക്കുന്നു. എൽസാൽവ ഡോറിലേക്കു പോകാനാണ് അവർ പദ്ധതിയിട്ടിരിക്കുന്നത്. അതുകൊണ്ട് ഞാനിപ്പോൾ താമസിക്കുന്ന വീട്ടിൽനിന്നും ഒഴിഞ്ഞു പോകണമെന്ന നിർദ്ദേശം വന്നിരിക്കുന്നു എന്നതാണ് ഏറ്റവും ഗൗരവതരമായ വിഷയം. ഹെലേനയുടെ അമ്മായിയുടെ വീട്ടിലേക്കു പോകാൻ പറ്റുമോ എന്നാണ് ഞാൻ ശ്രമിക്കുന്നത്.

പുതിയവീട്ടിൽ ഞാൻ താവളമുറപ്പിച്ചിരിക്കുന്നു. പതിവുപോലെ ഞാൻ അർജന്റൈൻ എംബസിയിലേക്കു പോകുന്നു; പക്ഷേ ഇന്നത് അടച്ചിരിക്കുകയാണ്. പക്ഷേ ഇന്ന് ജൂലായ് 9[1] ആയതിനാൽ എനിക്ക് അതിനകത്ത് പ്രവേശിക്കാൻ കഴിഞ്ഞു. പുതിയൊരു അംബാസിഡർ എത്തിയിരിക്കുന്നു; ടൊറെസ് ഗിസ്പനാ. ഉയരം കുറഞ്ഞയാൾ, പണ്ഡിതൻ, കൊർഡോബക്കാരൻ. കുറേ കൊച്ചു കൊച്ചു സാധനങ്ങൾ ഞാൻ തിന്നു, പക്ഷേ ആക്രാന്തത്തോടെ തിന്നില്ല. എന്തൊക്കെ ഞാൻ സഹിക്കണം! ചില രസികന്മാരായ ആളുകളെ ഞാനാ എംബസിയിൽ കണ്ടുമുട്ടി; അവരിലൊരാൾ, അഗ്വിലെസ്, ഭൂപരിഷ്കരണത്തെക്കുറി ച്ചൊരു പുസ്തകമെഴുതിയിട്ടുണ്ട്. മറ്റൊരാൾ സാൽവഡോറുകാരനായ ശിശുരോഗ വിദഗ്ധൻ, കോസ്റ്റോറിക്കക്കാരൻ റോമെറോയുടെ സുഹൃത്ത്.

എംബസിയിൽനിന്നും എന്തൊക്കെയോ വാരിത്തിന്നതുകൊണ്ട് ആസ്ത്മ എന്നിൽ തുളച്ചു കയറുന്നു. അതല്ലാതെ യാതൊന്നിനും മാറ്റമില്ല. അമ്മയുടെ കത്തും ഫോട്ടോയും ലഭിച്ചു. സീലിയായുടേയും ടിറ്റാ ഇൻഫാന്റേയുടേയും കത്തുകൾ ലഭിച്ചു.

എൽ ചെചെക്ക്[2] ഇതിനകം അഭയം കിട്ടിയിരിക്കാം. 6.30ന് എംബസി യിൽ നേരിട്ടെത്താമെന്ന് ഞങ്ങൾ സമ്മതിച്ചിരുന്നു. എന്റെ പരിപാടികൾ വല്ലാത്ത അനിശ്ചിതത്വത്തിലാണ്, പക്ഷേ ഞാൻ മിക്കവാറും മെക്സി ക്കോയിലേക്കു പോകും - ബെലിസിൽ ഭാഗ്യം പരീക്ഷിക്കുകയെന്ന സാധ്യത ഉപയോഗപ്പെടുത്തുവാനുള്ള ഉദ്ദേശവും എനിക്കുണ്ട്.

ബെലിസിലേക്ക് ഇവിടെനിന്നും വളരെ ദൂരമുണ്ട്. എല്ലാം ശരിയാവുക യാണെങ്കിൽ ഞാൻ സുരക്ഷിതമായി എംബസിയിലെത്തിച്ചേരും. ഞാൻ

1. അർജന്റീനയുടെ ദേശീയദിനം
2. ഹോസെ മാന്വൽ വെഗാസ്വരസസ്

അവിടെ അഭയം ചോദിക്കുകയും അവർ അനുവദിക്കുകയും ചെയ്തിട്ടുണ്ട്. അവിടേക്ക് പതിവായി പോയിരുന്ന ആ ദിവസങ്ങളിലൊന്നിൽ, ഒരു ലേഖനം പൂർത്തിയാക്കിയശേഷം ഹിൽദായെ കാണാൻ ചെന്നപ്പോൾ, ഞാനൊരു പെൺകുട്ടിയെ കണ്ടുമുട്ടി. (ഹിൽദാ താമസിച്ചിരുന്ന പെൻസിയോണിന്റെ ഉടമസ്ഥയുടെ മകൾ) വിമോചനസൈന്യം ആ സ്ത്രീയേയും ഹിൽദായേയും കസ്റ്റഡിയിലെടുത്തെന്ന് അവൾ പറഞ്ഞു. ആ സ്ത്രീയെ അവർ വേഗം വിട്ടയച്ചെങ്കിലും, ഹിൽദാ ഇപ്പോഴും തടവിലാണ്. കുറച്ചുദിവസം ഞാൻ ദുഃഖിതനായിരുന്നു, പക്ഷേ അവസാനം അഭയകേന്ദ്രത്തിലെത്തി. നാനാതരത്തിലുള്ള, എൽ ചെചെയെപ്പോലുള്ള ശ്രദ്ധേയരായ ആളുകളടങ്ങുന്ന, ഞങ്ങളുടെ സംഘം ഇവിടെ നല്ല ഭക്ഷണം അനുഭവിക്കുന്നു.

അഭയത്തിന്റെ നിരവധി ദിവസങ്ങൾ കടന്നുപോയിരിക്കുന്നു. ഹിൽദായെ മോചിപ്പിക്കുമെന്നു കേൾക്കുന്നു. അവൾ നിരാഹാര സമരത്തിലേർപ്പെട്ടുവെന്നും, അവളെ മോചിപ്പിക്കുമെന്ന് രണ്ട് ദിവസം മുമ്പ് മന്ത്രി പറഞ്ഞിരുന്നുവെന്നും പത്രവാർത്ത ഉണ്ടായിരുന്നു. അഭയകേന്ദ്രം മുഷിപ്പനാണെന്നു പറഞ്ഞുകൂടാ, പക്ഷേ ഊഷരമാണ്. ഇവിടത്തെ അന്തേവാസി കൾക്ക് നമ്പർ നൽകിയിട്ടുണ്ട്. അതിനർത്ഥം നിങ്ങൾക്കിഷ്ടമുള്ളത് ചെയ്ത് സമയം കളയാൻ പാടില്ലെന്നാണ്. എന്റെ ആസ്ത്മ മോശമായ അവസ്ഥയിലെത്തി നിൽക്കുന്നു; ഈ നരകത്തിൽ നിന്നും പുറത്തുകടന്നാൽ മതിയെന്ന് എനിക്കു തോന്നുന്നു. പക്ഷേ മെക്സിക്കോയിലേക്കുള്ള വഴിയുമായി ബന്ധപ്പെട്ട് അവരെനിക്ക് പ്രശ്നങ്ങൾ സൃഷ്ടിക്കുന്നു. ഹിൽദാ ഇവിടേക്കു വരുന്നില്ല. ഞാൻ എവിടെയാണെന്നറിയാതെ നടക്കുകയാണോ അതോ ഞാൻ ഉണ്ടെന്നറിഞ്ഞിട്ടും എന്നെ കാണാൻ സാധിക്കാത്തതാണോ എന്നും എനിക്കറിഞ്ഞുകൂടാ. വലിയ അപായങ്ങളൊന്നുമില്ലെങ്കിൽ ഇവിടെ നിന്നും എഴുന്നേറ്റ് മെല്ലെ അറ്റിറ്റ്ലാൻ തടാകത്തിനടുത്തേക്ക് നടന്നു പോകും. ഭൂപരിഷ്കരണത്തെ സംബന്ധിച്ച ഉത്തരവ് നമ്പർ 900 ഭരണഘടനാ വിരുദ്ധമാണെന്ന് പ്രഖ്യാപിച്ചതല്ലാതെ, രാഷ്ട്രീയ സംബന്ധമായി യാതൊന്നും നടക്കുന്നില്ല.

ഊഷരമായ ചുറ്റുപാടുകളിൽ നിരവധി ദിവസങ്ങൾ കടന്നു പോയിരിക്കുന്നു. ഇവിടെ അഭയം തേടിയിരിക്കുന്നവരെല്ലാം നല്ല ആളുകളാണ്. പെല്ലെസർ ആണ് ഏറ്റവും കൗതുകമുണർത്തുന്ന ആൾ. എനിക്കെന്റെ പ്രത്യേകമായ (കൂടുതലോ കുറവോ പ്രത്യേകമായ) ഭക്ഷണം കിട്ടിക്കഴിഞ്ഞു. എല്ലാ ദിവസവും ഞാൻ സൂര്യസ്നാനം നടത്തുന്നു. അതുകൊണ്ട് ഇവിടെനിന്നു പോവാൻ എനിക്ക് തിടുക്കമില്ല. ഹിൽദായെക്കുറിച്ച് എനിക്ക് യാതൊരു മറുപടിയുമില്ല; അതവളുടെ കൈയിലെത്തിയോ എന്ന് എനിക്കറിഞ്ഞുകൂടാ. രാഷ്ട്രീയ സാഹചര്യങ്ങളൊന്നും മാറിയിട്ടില്ല, പീഡനം ഏറിയിരിക്കുന്നതൊഴികെ. പ്രസിഡന്റ്

പദമൊഴിയാനുള്ള അർബെൻസിന്റെ തീരുമാനത്തെക്കുറിച്ച് പെല്ലസറുമായി ഞാൻ ചർച്ച ചെയ്തിരുന്നു. കാര്യങ്ങൾ സംഭവിക്കുന്നത് നല്ല രീതിയിലാണെന്ന്, അദ്ദേഹത്തിനുപോലും ധാരണയുണ്ടെന്ന് ഞാൻ വിശ്വസിക്കുന്നില്ല.

വല്ലാതെ മുഷിപ്പിക്കുന്ന, തടങ്കല്ലിലകപ്പെട്ടതുപോലുള്ള കുറേ ദിവസങ്ങൾ, ആസ്ത്മയുടെ പതിവായുള്ള ആക്രമണം. തകർന്ന പനിനീർക്കുപ്പികൾ രണ്ട്, ഹെലേനയുടെ വീട്ടിലുള്ള കുപ്പിക്കുവേണ്ടിയുള്ള തിരച്ചിൽ അവൾ ഗ്വാട്ടിമാലയിൽ എത്തിയെന്നുള്ള അതിശയകരമായ കണ്ടെത്തൽ. ലക്ഷ്യബോധമില്ലാത്ത ചർച്ചകളും, സമയം പാഴാക്കുന്ന തരത്തിലുള്ള രീതികളും കൂടിയായപ്പോൾ ജീവിതം വിരസവും അച്ചടക്കമില്ലാത്തതുമായി ത്തീർന്നിരിക്കുന്നു.

തിങ്കളാഴ്ച പുലർച്ചെ കേട്ട വെടിവെപ്പിന്റെ ശബ്ദമാണ് പ്രധാന സംഭവം. എന്താണ് സംഭവിക്കുന്നതെന്ന് സങ്കൽപിക്കുവാൻ ബുദ്ധിമുട്ടായിരുന്നു, പക്ഷേ പരന്നു തുടങ്ങിയിരുന്ന കിംവദന്തികൾ ഒരു യാഥാർത്ഥ്യത്തിന്റെ ചിത്രം നിർമ്മിക്കാൻ സഹായകമായി. പട്ടാളക്കാരുടേയും വിമോചന സൈനികരുടേയും ഒരു പരേഡ് യഥാർത്ഥ പട്ടാളക്കാരെ അപമാനിക്കുന്ന തലത്തിലേക്കെത്തിച്ചേർന്നു. അപ്പോൾ ചില വിമോചന സൈനികർ ചില പട്ടാളക്കാരെ പരസ്യമായി കരിതേച്ചു കാണിക്കാൻ തുടങ്ങി. ഒരു പൊട്ടിത്തെറിയുണ്ടാക്കാൻ അതു ധാരാളം മതിയായിരുന്നു. അപമാനിക്കപ്പെട്ട പട്ടാളക്കാർ മാത്രമായിരുന്നു വിമോചന സൈന്യത്തോട് ആദ്യം പ്രതികരിച്ചത്. പക്ഷേ ദിവസങ്ങൾ മുന്നോട്ട് നീങ്ങിയപ്പോൾ സൈന്യം മുഴുവൻ, പതിവുപോലുള്ള ഉൽസാഹത്തോടെയല്ലെങ്കിൽ കൂടി അപമാനിക്കപ്പെട്ട പട്ടാളക്കാർക്കൊപ്പം കൂടി. പട്ടാളം വിമോചനസേനയെ കീഴടക്കുകയും, അവരെ കൈകൾ മുകളിലേക്കുയർത്തിപ്പിടിച്ച് നടത്തിക്കുകയും ചെയ്തുവെന്നതായിരുന്നു അതിന്റെ പരിണതഫലം. ആ സമയത്ത് സൈന്യം പൂർണ നിയന്ത്രണം ഏറ്റെടുത്തിരുന്നു. അട്ടിമറിക്കുള്ള ചില ശ്രമങ്ങൾ നടന്നു. പക്ഷേ എല്ലായ്പ്പോഴുമെന്നപോലെ പട്ടാളക്കാർക്ക് നിശ്ചയദാർഢ്യമില്ലായിരുന്നു. അടുത്ത ദിവസം കാസ്റ്റിലോ അർമാസ് ആർക്കും മനസ്സിലാവാത്ത വിഡ്ഢിത്തങ്ങൾ തുപ്പുന്ന ഒരു പ്രസംഗം ചെയ്തു. ജനങ്ങൾ മോൺസനെ കൂകി വിളിച്ചു. പക്ഷേ അയാൾ പ്രത്യക്ഷപ്പെട്ടപ്പോഴേക്കും വ്യോമതാവളങ്ങൾ വീണ്ടും സജീവമായി. അയാൾ സാഹചര്യങ്ങളുടെ പൂർണനിയന്ത്രണം ഏറ്റെടുത്തു, ചില പട്ടാളക്കാരെ അവർ തടവിലാക്കി, പിന്നെ പിന്തിരിപ്പന്മാരുടെ സഹായത്തോടെ തീവ്രമായ കമ്യൂണിസ്റ്റ് വിരോധം ആഞ്ഞുവീശി. പട്ടാളക്കാരുടെ തീരുമാനമെടുക്കാനുള്ള കഴിവില്ലായ്മയും, നിശ്ചയദാർഢ്യമില്ലായ്മയും യാങ്കികളുടെ പിന്തുണയും കൂടി ചേർന്നതോടെ കാസ്റ്റിലോ അർമാസിന് തന്റെ സ്ഥാനം ഉറപ്പിച്ചെടുക്കാൻ ബുദ്ധിമുട്ടുണ്ടായില്ല. അഭയപത്രങ്ങളെ

പ്പറ്റി (സേഫ് കോണ്ടക്റ്റഡ്) പുതിയ വാർത്തകളൊന്നുമില്ല; അഭയം നൽകപ്പെട്ടവരുടെ പട്ടികയിൽ എന്റെ പേരില്ല.

പ്രത്യേകതകളൊന്നുമില്ലാത്ത എന്റെ എംബസി വാസത്തിന്റെ കുറേ ദിവസങ്ങൾ കൂടി കടന്നുപോയി. കാസ്റ്റിലോ അർമാസിന്റെ നേതൃത്വത്തിലുള്ള ഭരണകൂടം കൂടുതൽ ശക്തിയാർജ്ജിച്ചിരിക്കുന്നു. അവർ നിരവധി പട്ടാളക്കാരെ തടവിലാക്കി. അതായിരുന്നു അതിന്റെ അവസാനം. പലതരത്തിലുള്ള ആളുകളോടൊപ്പം ചാലൻസലറിയിൽ ഉറക്കം പങ്കിട്ടുവെന്നതിനർത്ഥം, ഞാൻ അവരെക്കുറിച്ച് ഉപരിമേയമായ ഒരു വിലയിരുത്തൽ നടത്തിയെന്നാണ്. കാർലോസ് മാന്വൽ പെല്ലെസർ എന്ന മനുഷ്യനിൽ ഞാനെന്റെ വിലയിരുത്തൽ ആരംഭിക്കാം. എനിക്കു മനസ്സിലാക്കാൻ കഴിഞ്ഞിടത്തോളം, ഉബിക്കോയുടെ ഭരണകാലത്ത് പോളിടെക്നിക്ക് വിദ്യാർത്ഥിയായിരുന്ന അദ്ദേഹം വിചാരണ ചെയ്യപ്പെടുകയും, രാജ്യഭ്രഷ്ടനാക്കപ്പെടുകയുമാണുണ്ടായത്. അവിടെ നിന്നും അദ്ദേഹം മെക്സിക്കോയിലേക്കു പോയി, പിന്നെ ബ്രിട്ടനിലേയും യൂറോപ്പിലേയും ഗ്വാട്ടിമാലൻ എംബസിയിലെ അറ്റാഷെയായി. ആ സമയം അദ്ദേഹം ഒരു കമ്യൂണിസ്റ്റായിത്തീർന്നിരുന്നു. ഗ്വാട്ടിമാലയിൽ അർബെൻസിന്റെ തകർച്ചയുടെ കാലത്ത്, അദ്ദേഹം ഒരു ഡെപ്യൂട്ടിയും കർഷകത്തൊഴിലാളി നേതാവുമായിരുന്നു. വളരെ ബുദ്ധിമാനും ധീരനുമാണ് അദ്ദേഹം. ഇവിടെ അഭയം തേടിയിട്ടുള്ള എല്ലാ സഖാക്കളുടെമേലും അദ്ദേഹത്തിനു അസാധാരണമായ സ്വാധീനമുണ്ട്. അദ്ദേഹത്തിന്റെ വ്യക്തിപരമായ സവിശേഷതകളാണോ, അതോ, അദ്ദേഹം പാർട്ടിയുടെ, സമുന്നതനായ നേതാവായിരുന്നുവെന്നതാണോ അതിന് കാരണമെന്ന് എനിക്കറിഞ്ഞുകൂടാ. അറ്റൻഷനിൽ നിൽക്കുന്നതുപോലെ കാലുകൾ ചേർത്ത്, നേരെയാണ് അദ്ദേഹം നിൽക്കുന്നത്. അദ്ദേഹം ഒരു കവിതാസമാഹാരം പ്രസിദ്ധീകരിക്കുകയുണ്ടായി – ഭൂമിയുടെ ഈ പ്രദേശത്ത് കണ്ടുവരുന്ന ഒരു വ്യാധി. ഞാൻ കണ്ട മറ്റ് വ്യക്തികളുടെയത്ര ഉറച്ചതല്ല അദ്ദേഹത്തിന്റെ കമ്യൂണിസ്റ്റ് വിദ്യാഭ്യാസം. ഒരുതരം അക്ഷമയ്ക്കു കീഴെ അദ്ദേഹം അത് ഒളിപ്പിച്ചുവെച്ചിരിക്കുന്നു. വളരെ ആത്മാർത്ഥതയുള്ള, എന്നാൽ പെട്ടെന്ന് ആവേശിക്കപ്പെടുന്ന ഒരാളുടെ ഭാവമാണ് അദ്ദേഹം എനിക്കു നൽകിയത്. ചില വിഡ്ഢിത്തങ്ങളുടെ അടിസ്ഥാനത്തിൽ തന്റെ ചില വിശ്വാസപ്രമാണങ്ങളിലെത്തി നിൽക്കുന്ന അദ്ദേഹം പക്ഷേ ചില നിശ്ചിത നിമിഷങ്ങളിൽ ഏറ്റവും ആവേശമുണർത്തുന്ന ത്യാഗങ്ങൾ അനുഷ്ഠിക്കുന്നതിന് കഴിവുള്ളവനാണ്. മറ്റ് സംഭാഷണങ്ങൾക്കിടയിൽ, കാർഷിക പ്രശ്നങ്ങളിൽ താൻ ഏറ്റവും മുന്നിൽ തന്നെയാണെന്ന് അദ്ദേഹം എന്നെ ബോധ്യപ്പെടുത്തിയിരുന്നു.

ഈ പരമ്പരയിലെ മറ്റൊരു ദിവസം. ഈ ആഴ്ച വിതരണം ചെയ്യാനുള്ള 120 സാക്ഷ്യപത്രങ്ങൾ തയ്യാറാണെന്നു പറയുന്ന റിപ്പോർട്ട്

പുറത്തു വരുന്നു. അതെന്നെ ബാധിക്കുന്നില്ല, പക്ഷേ ഞാൻ ഹിൽദായുടെ വരവും കാത്തിരിക്കുകയാണ്, ആകാംക്ഷയോടെ. ഇന്നത്തെ എന്റെ വിലയിരുത്തൽ മരിയോ ദെ അർമാസിനെക്കുറിച്ചാണ്. ചിബ്വാസ് സ്ഥാപിച്ച ഓർത്തഡോക്സ് പാർട്ടിയിലെ അംഗമായ അയാൾ ക്യൂബക്കാരൻ; ഒരു കമ്യൂണിസ്റ്റ് വിരുദ്ധനല്ല; ഒരു പാവം സാധാരണ മനുഷ്യൻ. അയാൾ ക്യൂബയിൽ ഒരു റയിൽവേ തൊഴിലാളിയായിരുന്നു. മൊങ്കാടാ സൈനിക ബാരക്കിനു നേരെയുള്ള പാളിപ്പോയ ആക്രമണത്തിൽ അയാൾ പങ്കെടുത്തിരുന്നു. ആദ്യം അയാൾ ഗ്വാട്ടിമാലൻ എംബസിയിൽ അഭയം തേടി, പിന്നെ ഇവിടെ വന്നു. യാതൊരു രാഷ്ട്രീയ പരിശീലനമോ പരിചയമോ ഇല്ലാത്ത അയാൾ എല്ലായ്പ്പോഴും ഒരു ശരാശരി ക്യൂബക്കാരനാണ്. അതിനുമപ്പുറം അയാൾ നല്ലൊരു സഖാവാണ്, സത്യസന്ധനാണെന്നും പറയാം.

വിദേശികൾക്കുമാത്രമേ അഭയപത്രം നൽകൂ എന്ന് ഇന്നലെ പ്രഖ്യാപിച്ചിരിക്കുന്നു. ശരിക്കും ഒരു ലഹള രൂപപ്പെട്ടുകൊണ്ടിരിക്കുന്നു. ഒരു ചെസ് മൽസരം ആരംഭിച്ചിട്ടുണ്ട്. ആദ്യത്തെ രണ്ട് കളികളും ഞാൻ ജയിച്ചു. ഏറ്റവും നല്ല നാലു കളിക്കാരിൽ (അതിൽ ഞാനുമുൾപ്പെടുന്നു) ഒരാൾക്കെതിരായിട്ടായിരുന്നു അതിലൊന്ന്. ഞാൻ ഏറ്റവും ഭയപ്പെട്ടിരുന്നവനെ ഒരു ശരാശരിക്കാരൻ തോല്പിച്ചു കളഞ്ഞു, അത് ഞങ്ങളെ രണ്ടുപേരേയും നല്ല നിലയിലെത്തിച്ചിരിക്കുന്നു.

ചെ ചെ എന്നു വിളിക്കപ്പെടുന്ന ഹോസെ മാമ്വൽ വെസൂറെസ് ആണ് ഇന്നത്തെ കഥാപുരുഷൻ: ഒരു ക്യൂബൻ, കക്കപോലെ പരുക്കൻ, ആൻഡലൂസിയായിൽ ഇട്ട കക്കകൾ പോലെ കിടക്കും. ക്യൂബയിലെ അയാളുടെ ജീവിതത്തെക്കുറിച്ച് എനിക്കൊന്നുമറിഞ്ഞുകൂടാ, പക്ഷേ 'എല്ലാ കളികളും കളിച്ചു'വെന്നതിന്റെ സൂചനകളുണ്ട്. ബത്തിസ്തയുടെ പോലീസ് അയാളെ തല്ലിച്ചതച്ച് റെയിൽപാളത്തിലുപേക്ഷിച്ചു. അയാൾ കമ്യൂണിസ്റ്റ് വിരുദ്ധനായിരുന്നു. ആരേയും മുഷിപ്പിക്കാതെ, അതിശയോക്തികളിലൂടെ അയാൾ ഞങ്ങളെ രസിപ്പിക്കുന്നു. പക്ഷേ സ്വാർത്ഥനും മര്യാദയറിയാത്ത വനുമായ അയാൾ, തന്റെ ഇഷ്ടത്തിന് എല്ലാവരും നിൽക്കണമെന്ന് ശഠിക്കുന്നു. ഒരു വലിയ കുട്ടിയെപ്പോലെയാണ് അയാൾ. ഒരു ബിഗ്വാ[1]യെപ്പോലെയാണ് അയാൾ ഭക്ഷണം കഴിക്കുന്നത്.

അഭയപത്രം വിതരണം ചെയ്യുന്ന വിവരം പ്രഖ്യാപിച്ചിരിക്കുന്നു. അതിൽ രണ്ട് ക്യൂബക്കാരും, സാന്റോസ് വൈനാറ്റാറെസ് എന്ന നിക്കരാഗ്വൻ എഞ്ചിനീയറുമുൾപ്പെടുന്നു. അമേരിക്കൻ വിഷയങ്ങളിൽ വിദഗ്ധനായ ആ എഞ്ചിനീയർ, രാജ്യഭ്രഷ്ടരാക്കപ്പെട്ട നിക്കരാഗ്വൻ നേതൃത്വത്തിൽ ഭാഗമായിരുന്നുവെന്ന് എനിക്കറിയാം. മറ്റൊരു നിക്കരാഗ്വനായ ഫെർണാണ്ടോ ലഫുവന്തെ പറഞ്ഞതിങ്ങനെ.

1. ബിഗ്വാ - റിവൽപ്ലേറ്റ് ഭാഗത്ത് കാണുന്ന ഒരുതരം നീർക്കിളി.

അയാളെ അറസ്റ്റ് ചെയ്തപ്പോൾ അയാൾ ഒരു നിക്കരാഗ്വൻ എഞ്ചിനീയറുടെ പരിചയം പറഞ്ഞു. എഞ്ചിനീയർ അമേരിക്കൻ വിരുദ്ധനാണോ എന്നായിരുന്നു അവരുടെ ചോദ്യം. അതെ എന്നു പറഞ്ഞ ഉടനെ, കൂടുതൽ ചോദ്യങ്ങളൊന്നുമില്ലാതെ അയാൾ ജയിലിലടക്കപ്പെട്ടു. അർബെൻസിന്റെ പതനസമയത്ത് അയാൾ മോചിപ്പിക്കപ്പെട്ടു. പക്ഷേ അയാൾക്കിപ്പോൾ (തിരക്കുപിടിച്ച് രൂപീകരിച്ച ഒരു ധാരണ) ഒരു ചാരന്റെ പരിവേഷമാണ്. താൻ ഒരു പ്രതിഭാശാലിയാണെന്ന് അയാൾ തെളിയിച്ചിരിക്കുന്നു; ഒരു പരിധിവരെ ഒരു മാർക്സിസ്റ്റ് വിശ്വാസി, അന്താരാഷ്ട്രീയ സംഭവ വികാസങ്ങൾ കാണുമ്പോൾ തികഞ്ഞ പക്വത വന്ന ഒരു സന്തുഷ്ടൻ. അവിശ്വാസിയാണെങ്കിലും അയാളൊരു പോരാളിയല്ല. അയാളുടെ സമീപനം മാറിക്കൊണ്ടിരിക്കുന്ന തരത്തിലുള്ളതാണ്. ഏറെ വിലയിരുത്തലുകൾ നടത്തുന്നതുകൊണ്ടാണ് ഇങ്ങനെ സംഭവിക്കുന്നതെന്ന് ഞാൻ വിശ്വസിക്കുന്നില്ല. അയാൾ നല്ലൊരു സഖാവാണ്, ഒരെഞ്ചിനീയറെപ്പോലെ സൂക്ഷ്മനിരീക്ഷണമുള്ള ആൾ. പക്ഷേ വിശകലനം നടത്തുന്നതിനുള്ള ഭ്രമം മൂത്ത്, ചെറിയ കാര്യങ്ങളിൽ പോലും ഏറ്റവും അഗ്രഭാഗത്തെത്തി നിൽക്കുന്നതുകൊണ്ടാണ് അയാൾക്ക് അല്പം മന്ദത അനുഭവപ്പെടുന്നത്. മിച്ചമൂല്യത്തെക്കുറിച്ചുള്ള അയാളുടെ വിശകലനം കൗതുകകരമാണ്; ആ കാര്യം വളരെ സൂക്ഷ്മവും ഗൗരവതരവുമായിത്തന്നെ ഞാൻ പരിഗണിക്കേണ്ടിയിരിക്കുന്നു.

എല്ലാം പൈശാചികമാംവിധം സങ്കീർണ്ണമായിരിക്കുന്നു. ഈ നരകത്തിൽ നിന്നും എങ്ങനെ പുറത്തു കടക്കാനാകുമെന്ന് എനിക്കറിഞ്ഞു കൂടാ, പക്ഷേ ഞാൻ എങ്ങനെയെങ്കിലും അത് സാധിച്ചെടുക്കും. ഹിൽദായുടെ ഒരു കത്തെനിക്കു ലഭിക്കുകയുണ്ടായി. ഹെലേനിറ്റാ ലെയിവാ അറസ്റ്റിലായെന്ന് അവൾ എഴുതിയിരിക്കുന്നു. ഇത് കേൾക്കുമ്പോൾ ഒരു തരത്തിൽ എനിക്ക് സന്തോഷമാണ് തോന്നുന്നത്. ഇനി അവളെക്കുറിച്ച് യാതൊരു സംശയവും വേണ്ട (ഉണ്ടാവില്ല) എന്നാണതിനർത്ഥം (അവൾ സംശയിക്കേണ്ടവളാണെന്ന് കമ്യൂണിസ്റ്റുകാർ കരുതി) ഇതിനിടെ അഭയപത്രങ്ങൾ എത്തിക്കൊണ്ടിരുന്നു. റോബർട്ടോ കാസ്റ്റെനെഡാ ഒരു ഗ്വാട്ടിമാലൻ ഫോട്ടോഗ്രാഫറാണ്, പക്ഷേ തന്റെ തൊഴിലിൽ അയാളൊരു പ്രതിഭാശാലിയല്ല, ബാലെ നർത്തകൻ എന്ന നിലയിലും അയാൾ അങ്ങനെയാണ്. അയാളുടെ കലാപരമായ ഗുണവിശേഷവും, സൂക്ഷ്മതയുള്ള ബുദ്ധിയും, താൻ ചെയ്യുന്നതെല്ലാം പൂർണ്ണമായിരിക്കണമെന്ന ഇഛാശക്തിയും എന്നെ ആകർഷിച്ചു. ഒരു പാർട്ടിയിലും അംഗമായില്ലെങ്കിലും, 'ഇരുമ്പു മറക്കു' പുറകിൽ സഞ്ചരിച്ചിട്ടുള്ള അയാൾ അവിടെയുള്ള കാര്യങ്ങളുടെയെല്ലാം ആരാധകനായിരുന്നു. മാർക്സിസ്റ്റ് ആശയങ്ങളുടെ അറിവിന്റെ കുറവ് അയാൾക്കുണ്ട്. ബൂർഷ്വാ തകരാറുകൾ ഉള്ളതു കാരണം അയാൾക്ക് ഒരു

കടുത്ത പാർട്ടി വിശ്വാസിയാകാനും കഴിയില്ല. പക്ഷേ കർത്തവ്യത്തിനുള്ള സമയമാവുമ്പോൾ അയാൾ അതിനുള്ളിലുണ്ടാവുമെന്നുറപ്പാണ്. തന്റെ ബന്ധങ്ങൾ നിലനിർത്തുന്ന കാര്യത്തിൽ അയാൾ അതിശയകരമായ ഒരു വ്യക്തിത്വമാണെന്ന് എനിക്കു തോന്നുന്നു. ഒരു ബാലെ നർത്തകനുവേണ്ട സ്ത്രൈണ(സ്വ)ഭാവങ്ങളൊന്നും തന്നെ അയാൾക്കില്ല.

എന്റെ കേൾവികേട്ട അലസതക്കുമേൽ യാതൊരു വിജയവും നേടാനാവാത്ത ഒരു ദിവസം കൂടി എന്റെ ശേഖരത്തിലേക്ക് ചേർക്കപ്പെടുന്നു. ഫ്ളോറൻസിയോ മെൻഡെസ്, പി.ജി.ടി. അംഗം പ്രതിരോധിച്ചിരുന്ന പട്ടാളക്കാരുടെ രാജ്യദ്രോഹത്തിലൂടെ ചികിമൂള നഗരം കീഴടക്കപ്പെട്ടപ്പോൾ ഗവൺമെന്റ് സൈന്യത്തിലുണ്ടായിരുന്നു. മഹത്തായ സംസ്കാരമോ പ്രതിഭയോ ഇല്ലാത്ത അയാൾ ഒരു സാധാരണ മനുഷ്യനാണ്. അയാളുടെ മാർക്സിസ്റ്റ് സംസ്കാരം പൂജ്യമാണ്. മുദ്രാവാക്യങ്ങളെ അനുസരിക്കുന്ന യന്ത്രത്തെപ്പോലെ അയാൾ പെരുമാറുന്നു. എല്ലാറ്റിലും സന്തോഷം കണ്ടെത്തുന്ന അയാൾക്ക് ജന്മനാലുള്ള ഒരു തകരാറുണ്ട്. ഞങ്ങളുടെ അഭയകേന്ദ്രത്തിൽ ഒളിഗോ ഫ്രേനിയയുടെ അതിർത്തി രേഖയിൽ കഴിയുന്ന ഒരു സഹോദരനുണ്ട്. തന്റെ കൂസലില്ലാത്ത, യന്ത്രമനുഷ്യസഹജമായ കഴിവിൽ ധീരനും പ്രസ്ഥാനത്തോടു കൂറുള്ളവനുമായ അയാൾക്ക് ആദർശ സാഫല്യത്തിനു വേണ്ടി ത്യാഗത്തിന്റെ കൊടുമുടി യിലെത്താൻ കഴിയും.

നേരത്തേ സൂചിപ്പിച്ച പൊതുവായ കാര്യങ്ങളോട് കൂടുതലൊന്നും ചേർക്കാനില്ലാത്ത രണ്ട് ദിവസങ്ങൾ കൂടി. ലൂയിന് ആർതുറോ പിനേദ: ഇരുപത്തിയൊന്നുകാരനായ ഗ്വാട്ടിമാലൻ, പി.ജി.ടി അംഗം. ഗൗരവം പുലർത്തുന്ന ചെറുക്കൻ, തീവ്രവാദിയെന്ന നിലയിൽ ഫലപ്രദമായി പ്രവൃത്തിക്കാൻ കഴിഞ്ഞതിൽ അഭിമാനിക്കുന്ന ഒരുവൻ. പാർട്ടിയുടെ അപ്രവാദിത്വത്തിൽ ഉറച്ചു വിശ്വസിക്കുന്നു. ഗ്വാട്ടിമാലയിലെ, അല്ലെങ്കിൽ ലാറ്റിൻ അമേരിക്കയിലെ പാർട്ടി സെക്രട്ടറിയാവുക, മലങ്കോവിന് ഷേക്ഹാൻഡ് നൽകുക എന്നതൊക്കെയാണ് അവന്റെ ഏറ്റവും വലിയ ആഗ്രഹം. പാർട്ടി അച്ചടക്കത്തിനു വിധേയമാകാത്ത സകലതിനേയും അവൻ പുച്ഛത്തോടെ നിരീക്ഷിക്കുന്നു. ഞാൻ വലിയ ബുദ്ധിമാനാണെന്ന് അവൻ കരുതുന്നു, സത്യത്തിൽ അങ്ങനെയല്ല – അവൻ വിഡ്ഢിത്തത്തിൽ നിന്നും ഒട്ടും അകലെയല്ല, എങ്കിലും അവന്റെ അർപ്പണബോധം, പാർട്ടിക്കുവേണ്ടി എന്തു ത്യാഗം സഹിക്കാനും അവനെ പ്രാപ്തനാക്കുന്നു.

കഴിഞ്ഞുപോയ രണ്ടു ദിവസങ്ങളിൽ ഹിൽദായുടെ വരവും കാത്തിരിക്കുക എന്നതു മാത്രമായിരുന്നു എന്റെ ശ്രദ്ധ വ്യതിചലിപ്പിച്ച ഒരേയൊരു കാര്യം. രണ്ടുതവണ വാതിലിനടുത്തെത്തിയെങ്കിലും അവൾക്ക് അകത്തേക്കു കടക്കാനായില്ല. ആസ്ത്മമൂലം എനിക്ക്

യാതൊരു സുഖവുമില്ല. ഞാൻ ഇന്ന് വയറിളക്കത്തിനുള്ള മരുന്ന് കഴിക്കും, നാളെ ഉപവാസമെടുക്കും.

ഫെലിസിറ്റോ അലെഗ്രയോ: ശാന്തനായ പാവം മനുഷ്യൻ. പക്ഷേ വളരെ അന്തർമുഖനായതുകൊണ്ട് അയാളുടെ പ്രതിഭയുടെ അളവ് വിലയിരുത്താൻ എനിക്കു കഴിയുന്നില്ല തന്നിലെ പോരാട്ടവീര്യവും ഉറച്ച മനസ്ഥിതിയുംകൊണ്ട് ആഘാതമേല്പിക്കുന്നതിനുതകുന്ന ഒരു ഉപകരണമാണ് അയാളെന്ന് എനിക്കു തോന്നുന്നു. മാർക്കോ തുളിയോ ദാലാ റോക്കാ: 20കാരനായ ഒരു ഗ്വാട്ടിമാലൻ. അയാൾ അൽപം കവിതയെഴുതും. പക്ഷേ അതിന്റെ യാതൊരു ലക്ഷണവും അയാൾ ഇവിടെ കാണിച്ചിട്ടില്ല. ഗൗരവക്കാരനാണെങ്കിലും അയാൾ ശാന്തനാണ്. ചിന്തിക്കുന്ന മസ്തിഷ്കത്തെ ദ്യോതിപ്പിക്കുന്ന, ദുഃഖം പുരണ്ട പുഞ്ചിരി അയാളുടെ മുഖത്തുണ്ട്. ഒരു സമരഭടൻ എന്ന നിലയിൽ, രാഷ്ട്രീയമായി, അയാൾ സജീവമല്ല എന്ന് ഞാൻ വിശ്വസിക്കുന്നു.

ഹെർസീലിയ ന്യൂയോർക്കിൽനിന്നും എന്റെ കത്തിനുള്ള മറുപടി എഴുതിയിരിക്കുന്നു; മരിയാ ലൂയിസായുമായുള്ള ബിസിനസ്സിനെക്കുറിച്ചും അവൾ എഴുതിയിട്ടുണ്ട്, അത് വളരെ ഗൗരവമുള്ള സമീപനമായി എനിക്കു തോന്നുന്നു. ഗില്ലറ്റ് എന്ന ഒരു ധീരനായ പയ്യൻ ആണ് ഇന്നത്തെ കഥാചിത്രം. 18നും 20നും ഇടക്ക് പ്രായം വരുന്ന അവന് മഹത്തായ പ്രതിഭാവിശേഷങ്ങളൊന്നുമില്ല. നല്ലവനും, ലളിതജീവിതം നയിക്കുന്നവനുമായ അവന് നെടുങ്കൻ കവിതകളെഴുതുന്ന സ്വഭാവമുണ്ട്. അതിന്റെ ഉള്ളടക്കം എനിക്കറിയില്ല. അത് മോശമാണെന്ന് എനിക്കു തോന്നുന്നു. സമർത്ഥമായ ചില നിരൂപണങ്ങൾ ഇങ്ങനെ പോകുന്നു: ദിവസവും മരിക്കുന്നത് ഒരു സാധാരണ കാഴ്ച - ഈ നിരൂപണം കൊണ്ട്, ഇതിനകത്ത് അഭയം തേടിയ മറ്റൊരു യുവകവിയെ അവൻ വിമർശിക്കുന്നു. അവന് എത്ര കണ്ട് വിവരമുണ്ട്, അവന്റെ സിദ്ധികൾ എന്തൊക്കെ എന്നൊന്നും ഒരു വ്യക്തമായ ധാരണയുണ്ടാക്കാൻ പോന്നവിധം ഞാൻ അവനുമായി സംസാരിച്ചിട്ടില്ല.

മറ്റൊരു ദിവസം കൂടി പാഴായി. മാർക്കോ അന്റോണിയോ സാൻ ഡോവാൾ, ഗ്വാട്ടിമാലൻ യുവകവി, വിദ്യാർത്ഥി. ഒരു കവിയെന്ന നിലയിൽ, നെരൂദയും, മരണത്തെക്കുറിച്ചുള്ള ധ്യാനവും അവനെ വല്ലാതെ സ്വാധീനിച്ചിരിക്കുന്നു. പലപ്പോഴും നല്ലൊരു കാൽപനിക രൂപവുമായി അവൻ എത്തുന്നു. അവന്റെ സ്വഭാവം മുഴുവനും കാല്പനിക ഭാവങ്ങൾ കൊണ്ടു നിറഞ്ഞിരിക്കുന്നു. അവൻ തന്റെത്തന്നെ ആവേശഭരിതനായ ആരാധകനായി മാറിയിരിക്കുന്നു. തന്നെക്കുറിച്ചുള്ള എല്ലാ കാര്യങ്ങളെക്കുറിച്ചും അസാധാരണമായ ഗൗരവത്തോടെയാണ് അവൻ സംസാരിക്കുന്നത്. അവന് ഉജ്ജ്വലമായ വ്യക്തിത്വമുണ്ട്, പക്ഷേ അതിജീവനം നടത്തുന്ന ഒരു അഭയാർത്ഥിയുടെ നെഞ്ചൂക്കില്ല.

പാതയിലേക്കു വീണ്ടും

ഈ രണ്ടുദിവസങ്ങളിൽ പുതിയ വാർത്തകളൊന്നുമില്ല. പാചകം ചെയ്യാൻ ഞാനൊരു ശ്രമം നടത്തുന്നു. എനിക്കതിനു സാധിച്ചുവെങ്കിലും എന്റെ പേശികൾക്ക് ബലക്ഷയം തോന്നുന്നു - ശാരീരികക്ഷമത യില്ലായ്മയെയാണ് അത് കാണിക്കുന്നത്. ന്യൂനസ് അഗ്വിലാർ ഇന്ന് അർജന്റീനയിലേക്ക് പോകുന്നു. ഞാൻ അദ്ദേഹത്തിന് എന്റെ അച്ഛന്റെ മേൽവിലാസം നൽകിയിട്ടുണ്ട്. ചിലപ്പോൾ അദ്ദേഹം അച്ഛനുമായി സംസാരിച്ചേക്കാം. വാൽഡെസ് - അയാളുടെ പേരിന്റെ ആദ്യഭാഗം ഞാനോർക്കുന്നില്ല - ആ സംഘത്തിലെ മറ്റൊരു യുവകവിയാണ്. അയാളുടെ ഒരു കവിത മാത്രമേ ഞാൻ വായിച്ചിട്ടുള്ളൂ. അത് ഛന്ദോബദ്ധമല്ലാത്ത കവിതയാണ്. അതിന് സാമൂഹ്യസമരത്തിന്റെ സത്തയുണ്ടെങ്കിലും, കവിയെ സാധാരണക്കാരിൽനിന്നും വ്യത്യസ്തനാക്കുന്ന ആ അഗ്നിസ്ഫുലിംഗമില്ല. പതിനെട്ടുകാരനായ അയാളിൽ വളരെ ഗൗരവതരമായ എന്തോ ഒരു സിദ്ധിയുടെ ബീജങ്ങൾ പ്രകടമാണെങ്കിലും, ചെറുപ്പത്തിന്റെ സ്വതസിദ്ധമായ പാരുഷ്യവും പക്വതയില്ലായ്മയും പ്രകടമാണ്. തുറന്നടിക്കുന്ന സ്വഭാവമുള്ള അയാൾക്ക്, അത്ര വലിയ രാഷ്ട്രീയ അഭിലാഷങ്ങളൊന്നുമില്ലെങ്കിലും, ഭാവിയിൽ അത് നേടിയെടുക്കാനുള്ള കഴിവുണ്ട്.

പുതിയ സംഭവങ്ങളൊന്നുമില്ലാതെ മറ്റൊരു ദിവസം കൂടി, മാർക്കോ ആന്റോണിയോ ദെർദോൺ അഥവാ ടെറിമോട്ടോ: ബൗദ്ധികമായ യാതൊരു അനുഗ്രഹങ്ങളുമില്ലാത്ത ഒരു ചെറുക്കൻ. ഈ അഭയാർത്ഥി കേന്ദ്രത്തിൽ വെച്ച് അത് സ്ഥിരീകരിക്കപ്പെട്ടു. അവന് ഹെർണിയാ ബാധിച്ചു, വൃഷണങ്ങളിലൊന്ന് മുകളിലേക്കു കയറിപ്പോയി. രോഗനിദാന സംബന്ധിയായ ഘടകങ്ങളല്ലാതെ മറ്റൊരു സവിശേഷതകളും അവനില്ല. രാഷ്ട്രീയമായ യാതൊരു പ്രത്യേകതയും അവനിൽ ഉണ്ടെന്ന് പറയാൻ എനിക്ക് സാധിക്കുകയില്ല.

ശൂന്യതയുടെ മറ്റൊരു ദിവസം. ആ ദിവസത്തെ വിരസമായ അന്താരാഷ്ട്ര സംഭവം, പ്രസിഡന്റ് വർഗാസിന്റെ ആത്മഹത്യ. അതെന്നെ അൽപം ഉലച്ചു. വൈസ് പ്രസിഡന്റോ അദ്ദേഹത്തിന്റെ അനുചരന്മാരോ ബ്രസീലിന് നൽകാൻ പോകുന്ന മാർഗ്ഗമെന്താണെന്ന് എനിക്കറിയില്ല. എന്തു വന്നാലും ബ്രസീലിയൻ ജനതയുടെ മുന്നിൽ കിടക്കുന്നത് ക്ഷുബ്ധമായ ദിനങ്ങളാണെന്ന് ഞാൻ സംശയിക്കുന്നു. ഇതിനിടെ, ഒരഭയാർത്ഥിമതിലിനു മുകളിലുള്ള കമ്പിയുടെ മുകളിലൂടെ ചാടി ഹ്യൂഗോ രക്ഷപ്പെട്ടിരിക്കുന്നു. ഹ്യൂഗോ, ബ്ലാങ്കോ (കിഴവി) എന്ന യുവകവി. കൊള്ളരുതാത്ത കവി. അവൻ ബുദ്ധിമാനാണെന്നുപോലും ഞാൻ കരുതുന്നില്ല. സഹായ സന്നദ്ധതയാണ് അവനെ ശ്രദ്ധേയനാക്കുന്നത്. ഒരു കൊച്ചു പയ്യന്റെ പുഞ്ചിരി ആ കവിയുടെ മുഖമുദ്രയാണ്.

പുതിയ വിഷയമൊന്നുമില്ലാത്ത മറ്റൊരു ദിവസം. അൽഫോൺസോ റിവാ അരോയോ: ഹെൽത്ത് വർക്കേഴ്സ് യൂണിയന്റെ നേതാവ്. തന്റെ

ബൗദ്ധികമായ ശങ്കകൾ കൊണ്ട് കൗതുകമുണർത്തുന്ന ഒരു മനുഷ്യൻ. ഏതുകാര്യങ്ങളെ സമീപിക്കുന്നതിനും അയാൾക്കൊരു മാർക്സിസ്റ്റ് ശൈലിയുണ്ട്. കമ്യൂണിസ്റ്റുകളുമായി നേരിട്ടുതന്നെ അദ്ദേഹം തർക്കിക്കും. അയാൾക്കു നിദ്രാവിഹീനത്വമുണ്ട്. അത് മനഃശാസ്ത്രപരമാണെന്ന് എനിക്കു തോന്നുന്നു. അയാൾ ഒരു മരപ്പണിക്കാരനാണ് - താൻ നല്ല പണിക്കാരനാണെന്ന് അയാൾ. അയാളുടെ കൈയിൽ ഞാൻ അച്ഛനൊരു കത്തു കൊടുത്തയച്ചു. എംബസിയിലെ പ്രധാന ഹാളിനകത്തുള്ള ആളുകളെക്കുറിച്ചുള്ള വിവരണം ഇതോടെ അവസാനിക്കുകയാണ്.

രണ്ടോ മൂന്നോ ദിവസം കടന്നു പോയിരിക്കുന്നു, ധാരാളം സമയം കടന്നുപോയതുപോലെ തോന്നുന്നു. വളരെ പ്രധാനപ്പെട്ട പുതിയൊരു നയം ആവിഷ്കരിച്ചിരിക്കുന്നു. കുടുംബങ്ങളേയും അഭയാർത്ഥികളായി എടുക്കാമെന്ന് പെറോൺ സമ്മതിച്ചിരിക്കുന്നു. ഏതാണ്ടെല്ലാ അഭയാർത്ഥി കളുടേയും അവസ്ഥയെ അത് മാറ്റിമറിച്ചിരിക്കുന്നു. ഉദാഹരണം. തന്റെ കുടുംബത്തെ പിരിഞ്ഞ് താമസിക്കാൻ കഴിയില്ലെന്ന് പറഞ്ഞ് ഒരു മനുഷ്യൻ നേരിട്ട് പോലീസിനു മുന്നിൽ ഹാജരായി (ഇതെല്ലാം തലേദിവസം തന്നെ അയാൾ ആളുകളോടു പറഞ്ഞിരുന്നു) പക്ഷേ ഒന്നു കളിക്കാൻ തന്നെയാണ് പോലീസ് നിശ്ചയിച്ചത്. അയാളെ അവിടെനിന്നും പോകാൻ സമ്മതിക്കാനോ, കസ്റ്റഡിയിലെടുക്കാനോ പോലീസ് തയ്യാറായില്ല. അങ്ങനെ തന്നോട് യാത്രാമൊഴി പറയാ നെത്തിയ ഭാര്യയോടും കുട്ടികളോടുമൊപ്പം അയാൾ എംബസിക്ക് പുറത്ത് കുറച്ച മണിക്കൂറുകൾ കഴിച്ചുകൂട്ടി. അവസാനം ഇക്കാര്യത്തിൽ പെട്ടുപോയ മന്ത്രി അയാളെ അകത്തുപോയി ഉറങ്ങാനനുവദിച്ചു. അയാൾക്ക് കുടുംബത്തോടൊപ്പം സ്ഥലം വിടാമെന്ന വാർത്തയാണ് വെളുപ്പിന് രണ്ടുമണിക്ക് പുറത്തുവന്നത്. എന്നാൽ അടുത്ത ദിവസം രാത്രി അത്ര അത്ഭുതകരമല്ലാത്ത, പക്ഷേ അത്ര അപ്രധാനമല്ലാത്ത ഒരു കാര്യം സംഭവിച്ചു. തോട്ടത്തിന്റെ മതിൽ ചാടിക്കടന്ന് വിക്ടർ മാന്വൽ ഗുതിയേറസ് എംബസി അഭയകേന്ദ്രത്തിലെത്തി: പക്ഷേ രണ്ട് മണിയോടെ സൈന്യത്തെ വിന്യസിച്ചതുമൂലം ആർക്കും എംബസി ക്കകത്തു കടക്കാനായില്ല. റൗൾ സലാസർ: 30 വയസ്സുള്ള ഒരു അച്ചടി വിദഗ്ധൻ. ലളിതമായ ചിന്താശൈലി, തന്റെ ജോലിയിലല്ലാതെ മറ്റൊന്നും ശ്രദ്ധിക്കാത്ത അൽപം അസാധാരണത്വമുള്ള ഒരു മനുഷ്യൻ. പക്ഷേ പി.ജി.ടിയിൽ അയാൾ അൽപം പ്രസക്തിയുള്ളവനായിരുന്നു. ജനകീയ കോടതിയിൽ (പീപ്പിൾസ് കോർട്ട്) അയാളുണ്ടായിരുന്നു. ഒരു യൂണിയൻ നേതാവുകൂടിയായിരുന്നു അയാൾ - തികഞ്ഞ വിധേയത്വമുള്ള ഒരു മനുഷ്യൻ, അങ്ങനെയാണ് അയാളെക്കുറിച്ചുള്ള എന്റെ വിലയിരുത്തൽ.

കഴിഞ്ഞ രണ്ടുദിവസങ്ങളിൽ ആഹ്ലാദകരമായ ചില കാര്യങ്ങൾ സംഭവിച്ചിട്ടുണ്ട്. ഗുതിയേറസിന്റെ വരവ് എംബസിയിൽ അപായസൂചന

മുഴക്കിയിരിക്കുന്നു. കമ്യൂണിസ്റ്റുകളെ തകർക്കാനായി, രാജ്യഭ്രഷ്ടരാക്കപ്പെട്ടവരുടെ കുടുംബങ്ങൾക്കുകൂടി അഭയം നൽകാനുള്ള നിർദ്ദേശമടങ്ങുന്ന പെറോണിന്റെ മൈതാനപ്രസംഗത്തെക്കുറിച്ച് പിനേദാ മോശമായ പരാമർശം നടത്തി - ഇക്കാര്യം വിശദീകരിക്കാനെത്തിയ പെല്ലെസറിനേയും അയാൾ മോശമായ പരാമർശങ്ങൾ കൊണ്ടു പൊതിഞ്ഞു. അതിനു പിന്നാലെ ഞങ്ങളിൽ പതിമൂന്നു പേരെ ഒരു ഗാരേജിനകത്താക്കി, മറ്റുള്ളവരുമായി സംസാരിക്കുന്നതിൽ നിന്നു വിലക്കി. അതേ സമയം പെല്ലെസറിനേയും ഗുതിയേറസിനേയും വെവ്വേറെ മുറിക്കുള്ളിൽ പാർപ്പിച്ചു. ഈ പ്രവൃത്തിയോടുള്ള പ്രതികരണമെന്ന മട്ടിൽ അന്ന് രാത്രി രണ്ട് ചെറുപ്പക്കാരായ പിനേദാകൾ രക്ഷപ്പെട്ടു.

ഔദ്യോഗിക പാരുഷ്യത്തിന്റെ സുരക്ഷയോടെ ബനാബസ് തന്റെ രോഷം പ്രകടിപ്പിക്കുന്നത് കാണാൻ രസമായിരുന്നു. ആ പതിമൂന്നംഗ ഗ്രൂപ്പിനോടൊപ്പം ഞാൻ തുടരുന്നു. എട്ടുപേർ കൂടി പോയിക്കഴിഞ്ഞതോടെ, ഞാനും ലെൻചോ മെൻഡെസും ലൂയിസ് ആർതുറോ പിനെദായും റോബർട്ടോ കാസ്റ്റിനെഡായും ചെചെ വെഗായുമടക്കം അഞ്ച് പേർ ബാക്കിയായി. പിനെദായുടെ മുതിർന്ന സഹോദരനായ ഹുംബർട്ടോ പിനെദാക്കും അനുജന്റേതുപോലുള്ള മാനസിക ചമയം തന്നെ. പക്ഷേ അനുജന്റേതു പോലെ അസ്വസ്ഥനാണെങ്കിലും, മുതിർന്നവൻ കുറച്ചു കൂടി ഭേദമാണ്. അവരുടെ തലക്കുള്ളിലെ സ്ക്രൂ കൂടുതൽ മുറുകിയിട്ടുണ്ട്. ഹോസെ അന്റോണിയോ ഒച്ചോവ - അച്ചടി വിദഗ്ധൻ, സ്ഥിരമായ അഭിപ്രായം പുലർത്തുന്ന യൂണിയൻ നേതാവ്, പാർട്ടി അംഗമല്ല - പതിമൂന്നംഗ സംഘത്തിൽ പെടുന്നു. അയാളുടെ മേദസ്സുറ്റ ശരീരം പോലെത്തന്നെ, അയാളുടെ സ്വഭാവവും സൗമ്യമാണ്. അയാളുടേത് സ്വച്ഛമായ മനസ്സാണ്. രാഷ്ട്രീയ നിലപാടുകളിൽ സ്ഥിരത പുലർത്തുന്നു. ഉല്ലാസവാനായ അയാൾ ചില സമയത്ത് കുട്ടികളെപ്പോലെ കളികളിലേർപ്പെടുന്നതു കാണാം. ചിലപ്പോൾ അല്പം വ്യാകുലനാകും. ധൈര്യം ആവശ്യമുള്ള കൃത്യങ്ങൾ അയാൾക്കു പറഞ്ഞിട്ടില്ല, അതുപോലെ രാജ്യദ്രോഹവും അയാൾക്ക് ചെയ്യാനാവാത്ത കാര്യമാണ്.

ഞാനിപ്പോൾ പറഞ്ഞതിന്റെ പ്രതികരണമായി ഒക്കോവയെ മറ്റൊരു സ്ഥലത്തേക്ക് മാറ്റിയിരിക്കുന്നു. അവിടെ അയാൾ ശാന്തനും സംതൃപ്തനു മാണ്. ഇനി പത്ത് പേർ മാത്രമേ ലോക്കപ്പിലുള്ളൂ.

യുവജനപ്രസ്ഥാനത്തിന്റെ ഏറ്റവും കഴിവുറ്റവനായ നേതാവെന്ന് പറയാൻ കഴിയുന്ന ആൾ ഒരു പക്ഷേ റിക്കാർഡോ റമീറെസ് ആയിരിക്കും. ചെറുപ്പകാലത്ത് അയാൾക്ക് വീടില്ലായിരുന്നു, പാർട്ടി അതിനുള്ള സംവിധാനമുണ്ടാക്കിക്കൊടുത്തിരിക്കുന്നു. അയാൾ ബ്യൂണസ് അയേഴ്സിലേക്ക് പോവുകയാണ്. അയാളുടെ പാർട്ടിയിലുള്ള പ്രവർത്തന പരിചയം അവിടെ ഉപകാരപ്രദമാവും. അയാളുടെ സംസ്കാരം സാമാന്യം

ഉയർന്നതാണ്. പ്രശ്നങ്ങൾ പരിഹരിക്കുന്ന കാര്യത്തിൽ മറ്റു സഖാക്കളെപ്പോലെ അയാൾ കടുംപിടുത്തക്കാരനല്ല. എംബസിയിൽ ഇപ്പോഴുള്ള ഒരാളെക്കുറിച്ചു മാത്രം ഞാൻ വിവരിച്ചിരുന്നില്ല, അറാന. അമ്പതുകാരനായ അച്ചടി വിദഗ്ധൻ, പാർട്ടി സിദ്ധാന്തങ്ങളിൽ അത്രയധികം അവഗാഹമോ അടിത്തറയോ ഇല്ലാത്തയാൾ; പക്ഷേ പാർട്ടിയോട് നല്ല കൂറുണ്ട്. ഒരു ശരാശരി പ്രതിഭയുടെ ഉടമയായ അയാൾ തൊഴിലാളിവർഗ്ഗത്തിന് ഏറ്റവും അനുയോജ്യമായ മാർഗ്ഗം കമ്യൂണിസമാണെന്നു വിശ്വസിക്കുന്നു.

പുതിയ സംഭവങ്ങളൊന്നുമില്ലാത്ത കുറേ ദിവസങ്ങൾ കൂടി കടന്നുപോയി. അതിനിടയിൽ ചെചെ ഒരു പരിചാരികയുമായി സ്ത്രീവിഷയ സംബന്ധമായ പ്രശ്നങ്ങളുണ്ടാക്കി. അതോടെ അധികാരികൾ ഞങ്ങളെ കർശനമായി അടച്ചുപൂട്ടി. പതിമൂന്ന് മനുഷ്യരിലെ മറ്റൊരാൾ ഫോസ്റ്റിനോ ഫെർമാൻ ടിനോ എന്ന ചെരിപ്പുകുത്തി. പക്ഷേ മറ്റേതൊരു മനുഷ്യനേയും പോലെ ലളിതമായി, ആത്മാർത്ഥമായി ചിന്തിക്കുന്നു. വളരെ ഉല്ലാസ കരമായ വ്യതിചലനങ്ങളില്ലാത്ത വ്യക്തിത്വം; സാങ്കേതികത്തികവുള്ള ഒരു ചെരിപ്പുകുത്തി; അതാണയാളുടെ സവിശേഷത. ഒരു പഴയ സഖാവായ തോമാസ് യാങ്കോസ് നിഗൂഢമായ വ്യക്തിത്വമാണ്. വർഗ്ഗവഞ്ചകനായി മാറിയ റിവാസ് അറോയെപ്പോലെ യാങ്കോസിനും പാർട്ടിയുമായി ചില അഭിപ്രായ വ്യത്യാസങ്ങളുണ്ടായിരുന്നു; പക്ഷേ അവയെല്ലാം പൊതുനിലപാടുകളുമായി പൊരുത്തപ്പെടുന്നവയായിരുന്നു. അത് തെറ്റായി വിലയിരുത്തപ്പെട്ടു. യാങ്കോസ് നായിന്റെ മോനായി മാറി. അയാൾക്ക് അസാധാരണമായ ഒരു സ്വഭാവമുണ്ട്, പാരുഷ്യം കൊണ്ട് ആളുകളെ അകറ്റി നിർത്തുന്ന സ്വഭാവം. പക്ഷേ പലപ്പോഴും അയാൾ പരിഹാസം ജനിപ്പിക്കുന്നു. അയാളുടെ സ്വഭാവം പൊതുവെ സന്തോഷകരമല്ല. അനേകം ദിവസങ്ങൾ കടന്നു പോയിരിക്കുന്നു. അതിനകം പ്രധാനവും അപ്രധാനവുമായ കാര്യങ്ങൾ സംഭവിച്ചു; പക്ഷേ ഞാൻ അവയെല്ലാം മറന്നു കഴിഞ്ഞിരിക്കുന്നു. ആ സംഭവങ്ങളിൽ എന്റെ ഓർമയിൽ തങ്ങി നിൽക്കുന്നത് ലെൻ ചോ മെൻഡെസിന്റേയും, റോബർട്ടോ മുറൈലസിന്റേയും പലായനമാണ്. റോബർട്ടോവിനു ശരിക്കുമൊരു കാടന്റെ സ്വഭാവമാണ്. എടുത്തു ചാട്ടക്കാരനായ അയാൾക്ക് ബുദ്ധിപരമായ അടിത്തറയില്ല. പാർട്ടിയോടുള്ള അയാളുടെ കൂറിനെക്കുറിച്ച് സംശയിക്കേണ്ടതില്ല; പക്ഷേ മറ്റ് യാതൊരു ഗുണവുമില്ല എന്നാണ് എന്റെ തോന്നൽ.

അടുത്ത ദിവസം 118 അഭയാർത്ഥികൾ അവർക്കുള്ള പ്രത്യേക വിമാനത്തിൽ സ്ഥലം വിട്ടു. കാർലോസ് മാന്വൽ പെല്ലെസറും വിക്ടർ മാന്വൽ ഗുതിയേറസും അവരിലുൾപ്പെടുന്നു. എംബസി ഏതാണ്ട് ശൂന്യമായിരിക്കുന്നു. പട്ടിക്കൂട്ടിലെ പതിമൂന്നുപേരിൽ ഞാൻ മാത്രമാണ് ബാക്കി.

ഞാൻ സാഞ്ചെസ് ടൊറോൻസോയുമായി സംസാരിച്ചു. ഇന്ന് ഞാൻ പുറത്തു പോവുകയാണ്. ഗ്വാലോ ഗാർസ്യയുടെ സുഹൃത്തായ വരിസ്കോ വിമാന മാർഗ്ഗം എത്തിയിരിക്കുന്നു. 150 ഡോളറും, രണ്ട് സൂട്ടുകളും, നാലു കിലോഗ്രാം മേറ്റും, കുറേ ഉപയോഗരഹിതമായ സാധനങ്ങളും വീട്ടിൽ നിന്നും എനിക്ക് കൊടുത്തുവിട്ടിരിക്കുന്നു.

പതിമൂന്ന് മനുഷ്യരിൽ ഫിഗാറോ വാസ്ക്വസ് എന്ന മുടിവെട്ടുകാരനെ ഞാൻ പരിചയപ്പെടുത്തിയിട്ടില്ല. സൈദ്ധാന്തികവും ബൗദ്ധികവുമായ അടിത്തറയൊന്നുമില്ലെങ്കിലും, ഭയങ്കര നാട്യമാണയാൾക്ക്. അയാൾ ഒരു ചീത്ത മനുഷ്യനല്ല. പക്ഷേ ആവർത്തിക്കുന്ന എടുത്തു ചാട്ടത്തിന്റെ ശൈലിയാണ് അയാളുടെ പ്രവൃത്തികൾക്ക്. ശരിക്കും ക്ഷോഭിക്കുന്ന മനുഷ്യൻ. പതിമൂന്ന് മനുഷ്യർ സൃഷ്ടിച്ച സൗഹൃദത്തിന്റെ അന്തരീക്ഷത്തിൽ അഭിപ്രായ ഭിന്നതയുടെ അലകൾ പാകിയത് അയാളായിരുന്നു.

അഭയാർത്ഥി സംഘത്തിന്റെ നേതാവായി ഞങ്ങളും എംബസിയും അംഗീകരിച്ചത് ഒരാളെത്തന്നെയായിരുന്നു, ഹുംബർട്ടോ പിനേദയെ. സമാധാനപരവും യുക്തിസഹവുമായ സമീപനം കൈവരിക്കുന്നതിനായി അയാൾ തന്റെ അക്രമോൽസുകമായ എടുത്തു ചാട്ടങ്ങൾ (അയാളുടെ പുത്രൻമാർക്കുണ്ടായിരുന്ന ഒരു ഗുണം!) ഒഴിവാക്കി. അയാളുടെ ബൗദ്ധികമായ കഴിവുകൾ അത്ര ഗംഭീരമൊന്നുമല്ല; പക്ഷേ അയാളിൽ നിന്നും നാം പ്രതീക്ഷിക്കുന്ന തലത്തിലേക്കുയരുവാൻ അയാൾക്കു സാധിക്കും; അയാൾ സമരവീര്യമുള്ളവനാണ്.

അദ്ധ്യാപകനായ എഡ്വാർഡോ കോൺട്രെറാസ് ആകാരംകൊണ്ട് കുറിയവനും, പ്രായംകൊണ്ട് യുവാവുമാണ്. ആഹ്ലാദവാനായ നല്ലൊരു മനുഷ്യൻ. സൈദ്ധാന്തികമായി നല്ല അടിത്തറയുള്ള അയാൾക്ക് പ്രായോഗികമായും നല്ല അടിസ്ഥാനമുണ്ട്. ധീരനും പാർട്ടിയോട് കൂറുള്ളവനുമാണയാൾ. അയാൾ ചിലപ്പോൾ പണ്ഡിതനാണെന്നു നടിക്കാറുണ്ട്. പക്ഷേ ആ പാണ്ഡിത്യപ്രകടനം ഒട്ടും ഉപദ്രവകരമല്ല എന്നതിനു പുറമേ ആർക്കും അസന്തുഷ്ടിയുണ്ടാക്കുന്നില്ല.

യാതൊരു അല്ലലുമില്ലാതെ സ്വതന്ത്രനായി പുറത്തുവന്നശേഷം ഞാനെന്റെ ആദ്യത്തെ സന്ദർശനം നടത്തി. തികഞ്ഞ വൈകാരികത മുറ്റിയ ഒരു സന്ദർശനം. മിസിസ് ലെയിവാ എന്ന വൃദ്ധയുടെ വീട്ടിൽ ഞാൻ ഉറങ്ങാൻ പോയി, ‘എഫ് യു’വിനെ സന്ദർശിച്ചു. അയാൾ എനിക്ക് ലേഖനം അയച്ചു തന്നില്ല. ഇപ്പോൾ എനിക്കെതിരായി വ്യക്തമായ നടപടികളൊന്നുമില്ല. ഇന്ന് പാസ്പോർട്ട് ലഭിക്കുമോ എന്നാണ് ഞാൻ നോക്കുന്നത്. പിന്നെ പുതിയ പ്രശ്നങ്ങളൊന്നുമില്ലെങ്കിൽ നാളെ രാവിലെ ആറ്റിറ്റ്ലാനിലും കെറ്റ്സാൽ തെനാങ്കോയിലും പോകും. ഒരു ക്യാമറ വാങ്ങി കൈയിൽ കരുതണം.

ജൂലായ് 22, 1954

പ്രിയപ്പെട്ട ബിയാട്രീസ് [.............]

വെടിവെപ്പും, ബോംബിങ്ങും, പ്രസംഗങ്ങളും മറ്റ് പല സാധനങ്ങളും ചേർന്ന്, ഞാൻ ജീവിക്കുന്ന ഈ പ്രദേശത്തെ അന്തരീക്ഷത്തിലുണ്ടായിരുന്ന വൈരസ്യത്തെ തകർത്തുകളഞ്ഞത് ഒരുഗ്രൻ തമാശ തന്നെ [...............]

കുറച്ചു ദിവസങ്ങൾക്കകം (എത്രയെന്ന് എനിക്കറിയില്ല) ഞാൻ മെക്സിക്കോയിലേക്കു പോകും. അവിടെ, കഴുത്തിനു ചുറ്റും കെട്ടിത്തൂക്കിയിടാവുന്ന തിമംഗലങ്ങളെ പിടിച്ചു വിറ്റ് അല്പം കാശുണ്ടാക്കുന്ന കാര്യം ഞാൻ ആലോചിക്കുന്നുണ്ട്.

എന്തായാലും അടുത്ത തവണ പോകുമ്പോൾ എന്തെങ്കിലും സംഭവിക്കുമെന്ന് ഉറപ്പുവരുത്താം. അങ്ങനെ സംഭവിക്കുമെന്ന് എനിക്കുറപ്പുണ്ട്. (അടുത്ത തവണ എന്ന ഒന്നുണ്ടെങ്കിൽ) എവിടേയെങ്കിലും ജനാധിപത്യത്തെ അനുകൂലിക്കാതെ യാങ്കികൾക്ക് അധികകാലം മുന്നോട്ട് പോവാനാവില്ല. [...............]

ഒരു സാഹസികനായ സഹോദരീപുത്രനിൽ നിന്നും
ഇതോടൊപ്പം
ആശ്ലേഷങ്ങളിതാ

ആഗസ്റ്റ് 7, 1954

പ്രിയപ്പെട്ട അമ്മക്ക് [..................]

ഗ്വാട്ടിമാലയിലെ എന്റെ ജീവിതത്തിന്, യാങ്കികളുടെ തേർവാഴ്ചയുടെ (കോളനിവാഴ്ചയുടെ) സ്വഭാവമുള്ള ഏകാധിപത്യത്തിന്റെ താളമാണ്. അതിനാൽ ആ ജീവിതത്തെക്കുറിച്ച് എനിക്ക് നിങ്ങളോട് അധികമൊന്നും പറയാനില്ല. ഞാൻ ഇവിടത്തെ കാര്യങ്ങളൊക്കെ അവസാനിപ്പിച്ചു കഴിഞ്ഞു, ഇനി തിടുക്കത്തിൽ മെക്സിക്കോയിലേക്ക് നീങ്ങുകയാണ് [...................]

ആഗസ്റ്റ്, 1954

പ്രിയപ്പെട്ട അച്ഛനും അമ്മക്കും

ഞാൻ അർജന്റീന എംബസിയിൽ അഭയം തേടി. അവിടെയുള്ളവർ എന്നോട് നന്നായി പെരുമാറി, പക്ഷേ അഭയാർത്ഥികളുടെ പട്ടികയിൽ എന്റെ പേരുണ്ടായിരുന്നില്ല. ഇപ്പോൾ പീഡനങ്ങളെല്ലാം തീർന്നിരിക്കുന്നു. വൈകാതെ മെക്സിക്കോയിലേക്കു

പോകുന്ന കാര്യം ഞാൻ ആലോചിച്ചു കൊണ്ടിരിക്കുന്നു - പക്ഷേ ഇനിയൊരറിയിപ്പുണ്ടാകുന്നതുവരെ ഇങ്ങോട്ടുതന്നെ എഴുതുക [..............]

നിങ്ങൾ എനിക്കുവേണ്ടി കുറേ വസ്ത്രങ്ങൾ കൊടുത്തയച്ചു, പണം ചെലവഴിച്ചു. പക്ഷേ ഞാനത് അർഹിക്കുന്നുവെന്ന് എനിക്കു തോന്നുന്നില്ല. (എനിക്ക് മാറ്റം വരുമെന്ന് യാതൊരു സൂചനയുമില്ല) കുറച്ച് സാമാനങ്ങളും കരുത്തുറ്റ കാലുകളും, ഒരു സന്യാസിയുടെ ഉദരവുമാണ് എന്റെ ലക്ഷ്യം. അതിനാൽ നിങ്ങൾ തന്നയച്ച വസ്ത്രങ്ങളെല്ലാം എനിക്ക് ഉപയോഗമുണ്ടാവാൻ വഴിയില്ല. ഗ്വാട്ടിമാലയിൽ നിന്നുള്ള സംഘത്തിന് എന്റെ ആശംസകൾ നേരുക; അവിടെ വരുന്നവരെ കഴിയാവുന്നിടത്തോളം നന്നായി പരിചരിക്കുക.

എല്ലാം ശാന്തമായശേഷം കാര്യങ്ങൾ പുതിയൊരു ക്രമത്തിലെത്തിക്കഴിഞ്ഞാൽ ഞാൻ കൂടുതൽ വിവരിച്ചെഴുതാം. കടിഞ്ഞൂൽകനിയിൽ നിന്നും ഒരാശ്ലേഷം. നിങ്ങളെ ഭയപ്പെടുത്തിയതിന് എനിക്ക് മാപ്പ് തരിക, പിന്നെ എന്നെക്കുറിച്ച് മറക്കുക. എല്ലാം വരുന്നത് ആകാശത്തുനിന്നാണ്. വിശപ്പുകൊണ്ട് അമേരിക്കയിൽ ആരും മരിക്കുന്നില്ല - യൂറോപ്പിലും. അങ്ങനെയാണ് ഞാൻ കരുതുന്നത്.

ചൗ, ഏണസ്റ്റോ

പ്രിയപ്പെട്ട ടിറ്റാ

ഈ കത്തിന്റെ വിധി, ഇത് വഹിക്കുന്നയാളുടെ ലക്ഷ്യം പ്രാപിക്കലിനെ ആശ്രയിച്ചിരിക്കുന്നതിനാൽ, എപ്പോൾ നിനക്കീ കത്ത് ലഭിക്കുമെന്നോ, അല്ലെങ്കിൽ എന്നെങ്കിലും അത് ലഭിക്കുമോയെന്നോ എനിക്ക് പറയാൻ കഴിയില്ല. അതുകൊണ്ട് ഇവിടെ നടക്കുന്ന സംഭവങ്ങളുടെ വിശദവിവരം ഞാൻ ഇതിൽ എഴുതുന്നില്ല. ഇത് കൊണ്ടുവരുന്ന ആളെ പരിചയപ്പെടുത്തുക എന്നത് മാത്രമാണെന്റെ ലക്ഷ്യം [.............] ഗ്വാട്ടിമാലയിൽനിന്നുള്ള നിഷ്കാസനത്തിന്റെ കാലഘട്ടത്തിൽ അർജന്റീനയെ തന്റെ മാതൃരാജ്യമായി കണ്ട ഒരു വൈദ്യശാസ്ത്ര വിദ്യാർത്ഥി. അർബെൻസിന്റെ പതനം വരെ അദ്ദേഹവുമായി സഹകരിച്ച ഒരു ബൂർഷ്വാപാർട്ടിയിൽ അംഗമായ അയാൾ, ഈ പ്രദേശത്തെ പാതി നിഷ്കാസിതരായ അർജന്റീനക്കാരെ ഓർത്ത് ഉൽക്കണ്ഠാകുലനായി, ഈ വക കാരണങ്ങൾകൊണ്ട് ഈ സുഹൃത്തിന് അവശ്യസന്ദർഭങ്ങളിൽ വേണ്ട ഉപദേശം നൽകണമെന്ന് ഞാൻ

നിന്നോടഭ്യർത്ഥിക്കുന്നു. [...............] ആദ്യമായി പാമ്പാസിൽ[1] എത്തിപ്പെടുന്ന ആളുകളെപ്പോലെ, സ്വാഭാവികമായും, അയാളുടെ ചിട്ടകൾ തെറ്റാൻ സാധ്യതയുണ്ട്.

ഈ പരിചയക്കുറിപ്പ് നിന്റെ കൈകളിലെത്തുന്നതിനുമുമ്പേ നിനക്ക് നേരിട്ടെഴുതാൻ എനിക്കു കഴിഞ്ഞേക്കും. അതിൽ ഞാൻ എന്നെക്കുറിച്ചൊന്നും പരാമർശിക്കുകയില്ല. ഏതു തരത്തിലായാലും ഞാനെന്റെ ഇഷ്ടപ്രകാരമുള്ള പ്രവാസം തുടരുകയാണെന്നു പറയട്ടെ. ഞാനിനി മെക്സിക്കോയിലേക്കു പോകുന്നു, അവിടെനിന്നും യൂറോപ്പിലേക്കൊരു കുതിപ്പ്, അതിനുശേഷം, കഴിയുമെങ്കിൽ ചീനയിലേക്കും.

ലോകത്തിന്റെ ഏതെങ്കിലും ഒരു കോണിൽവെച്ച് യാഥാർത്ഥ്യമാകും വരെ, ഇതാ, ഈ കത്തിലൂടെ നിന്റെ സുഹൃത്ത് നൽകുന്ന ഒരാശ്ലേഷം അനുഭവിക്ക്.

ഏണസ്റ്റോ

ആറ്റിറ്റ്ലാൻ, ദക്ഷിണ അർജന്റീനയിലെ തടാകങ്ങളിൽ നിന്നും ഗുണത്തിൽ മേലെയൊന്നുമല്ല - അതിൽ നിന്നും എത്രയോ താഴെ. അവസാന തീരുമാനമെടുക്കുന്നതിന് പറ്റിയ ദിവസമായിരുന്നില്ല അത്. എങ്കിലും വ്യത്യാസം വളരെ വലുതായതുകൊണ്ട് ഞാൻ അങ്ങനെ ചെയ്യാൻ മുതിരുകയാണ്. ആ തടാകം സന്ദർശിച്ചശേഷം ഞാൻ ചിച്ചിക്കോർ തെനാങ്കോയിലേക്കു പോയി. അവിടെവെച്ച് അമേരിന്ത്യന്മാരുടെ ജീവിതത്തിലും അനുഷ്ഠാനങ്ങളിലുമുള്ള രസകരമായ ചില കാര്യങ്ങൾ കാണാനിടയായി. ഞാൻ അല്പം റമ്മും ചവറ് ഭക്ഷണവും കഴിച്ചു. അതിന്റെ ഫലമായി എനിക്ക് ആസ്ത്മ ബാധിച്ചു. ആവശ്യമില്ലാതെ ഞാൻ പണം ചെലവഴിക്കുന്നുണ്ടായിരുന്നു, അതുകൊണ്ട് ഞാൻ ഗ്വാട്ടിമാല സിറ്റിയിലേക്കു തന്നെ മടങ്ങിപ്പോന്നു. അടുത്ത ദിവസം തന്നെ ഞാനെന്റെ പാസ്പോർട്ടും എക്സിറ്റ് വിസയും തപ്പിയെടുത്തു. അതിന്റെ പിറ്റേന്ന് മെക്സിക്കോയിലേക്കുള്ള വിസ സംഘടിപ്പിച്ചു. ഇന്ന് ഞായറാഴ്ച. ഗ്വാട്ടിമാലക്ക് യാത്രാമൊഴി പറഞ്ഞുകൊണ്ട് പകൽ ഉടനീളം ഞാൻ പാഴാക്കി. സാൻജുവാൻ സകാറ്റ പെകെസിലേക്ക് ഒരു ചെറിയ യാത്ര, വികാരഭരിതമായ ആശ്ലേഷങ്ങൾ. വിട പറയാനാശിക്കുന്നവരെ ഞാൻ കാണും. ചൊവ്വാഴ്ച രാവിലെ ഞാനെന്റെ മഹത്തായ മെക്സിക്കൻ സാഹസം ആരംഭിക്കും.

ആ മഹത്തായ സാഹസത്തിന്റെ ആദ്യഘട്ടം നല്ല രീതിയിലായി. ഞാനിതാ മെക്സിക്കോ സിറ്റിയിൽ പ്രത്യക്ഷപ്പെട്ടിരിക്കുന്നു[2]. മുന്നിൽ

1. തെക്കെ അമേരിക്കയിലെ സമതലപ്രദേശം.
2. ചെ മെക്സിക്കോയിൽ എത്തിച്ചേർന്നത് 1954 സെപ്തംബർ 18നാണ്.

എന്തൊക്കെയാണുള്ളതെന്ന് എനിക്കറിഞ്ഞുകൂടാ. എന്റെ ചെറിയ ആശങ്കകളുമായി ഞാൻ അതിർത്തിയിലേക്കുള്ള യാത്രയാരംഭിച്ചു. അതിർത്തി കടക്കുവാൻ എനിക്ക് യാതൊരു ബുദ്ധിമുട്ടുമുണ്ടായില്ല. പക്ഷേ കൈക്കൂലി വിദഗ്ധർ മെക്സിക്കൻ മണ്ണിൽ അവരുടെ ജോലി ശരിക്കും തുടങ്ങിയിരുന്നു. നല്ലൊരു ഗ്വാട്ടിമാലൻ പയ്യനോടൊപ്പം ഞാൻ അതിർത്തി കടന്നു. എഞ്ചിനീയറിങ്ങ് വിദ്യാർത്ഥിയായ ജൂലിയോ റോബർട്ടോ കാകറെസ് വാലെക്കും യാത്രാശങ്കകളുണ്ടെന്ന് തോന്നി. വെറാക്രൂസിലേക്കു പോയശേഷം അവിടെനിന്നും ഒരു വൻ കുതിപ്പു നടത്താമെന്നാണ് അവൻ ആലോചിക്കുന്നത്. മെക്സിക്കോ സിറ്റിയിലേക്ക് ഞങ്ങൾ ഒന്നിച്ചായിരുന്നു യാത്ര, പക്ഷേ ഇപ്പോൾ ഞാൻ ഒറ്റക്കാണ് –

ഒരുപക്ഷേ അവൻ തിരിച്ചുവന്നേക്കാം. ഒക്സാക്കാക്കു സമീപമുള്ള മിറ്റ്ലാ ഖനികളിലേക്കുള്ള കൊച്ചുയാത്രയായിരുന്നു രസകരമായ മറ്റൊരനുഭവം. മിക്സ്ടെക് വർഗ്ഗത്തിന്റെ ഖനികളാണവ, കാണുമ്പോൾ നമുക്ക് അവയെക്കുറിച്ചത്ര പ്രാധാന്യം തോന്നുകയില്ല. ദീർഘചതുരാകൃതിയിലുള്ള നിരവധി കുഴികൾക്കു ചുറ്റുമായി, നാലുഭാഗത്തും കെട്ടിടങ്ങൾ. ഉപരിതലത്തിനു താഴെയായി ഒന്നോ രണ്ടോ കെട്ടിടങ്ങളുണ്ട്. പക്ഷേ അവയുടെ കൃത്യമായ പ്രാധാന്യം എനിക്കറിഞ്ഞുകൂടാ. ഒരു പക്ഷേ അത് പ്രധാന വ്യക്തികൾക്ക് അണിഞ്ഞൊരുങ്ങാനുള്ള മുറിയായിരിക്കാം. ഒരുതരം സിമന്റുകൊണ്ടു നിർമിച്ച അൽപം കോണാകൃതിയിലുള്ള ഉരുണ്ട തൂണുകൾ, ഏറ്റവും കുറഞ്ഞത് പ്രധാന ഭാഗങ്ങളിലെങ്കിലും ആ മേൽപുരയെ താങ്ങി നിർത്തി. ഗ്രാവലും മരവും ചേർത്താണ് കെട്ടിടങ്ങൾ പടുത്തിരിക്കുന്നത്. മച്ചുപിച്ചുവിലെ ആകർഷണീയത അതിനുണ്ടായിരുന്നില്ല. സാൽവദോറിയൻ ഖനികളുടെ വൈകാരികമായ കരുത്ത് അതിനില്ലായിരുന്നു. പക്ഷേ അവയ്ക്കൊരു കൗതുകമുണ്ടായിരുന്നു. മെക്സിക്കോയിൽ കാണാൻ പോകുന്ന കാഴ്ചകളെക്കുറിച്ച് ആ ദൃശ്യങ്ങൾ എനിക്കൊരു മുൻ ധാരണ നൽകി. ഇന്നോ നാളെയോ ഞാൻ യു.പി.[1]യെ കാണും. ഹരോൾഡ് വൈറ്റ് ഇവിടെയില്ല. യു.എസ്സിലേക്കു പോയതായി തോന്നുന്നു.

ജ്വരബാധിതമായ നിഷ്ക്രിയത്വത്തിന്റെ ദിവസങ്ങൾ അവസാനിച്ചു കഴിഞ്ഞു. ഞാൻ പെറ്റിറ്റിനെ സന്ദർശിച്ചു. ഞങ്ങൾ ഒന്നിച്ചു നടക്കാൻ പോയി. ആ വേളയിൽ ഞങ്ങൾ രാഷ്ട്രീയം ചർച്ച ചെയ്തു. പെറ്റിറ്റിനു മിടുക്കിയായ ഒരു മകളുണ്ട്, പക്ഷേ ബൂർഷ്വാ-പൗരോഹിത്യ ശൈലിയിലാണ് അവൾക്ക് വിദ്യാഭ്യാസം നൽകുന്നത്. ഒരു പരിത്യാഗിയുടെ സ്വഭാവമുള്ള പെതിത് പക്ഷേ പോപ്പിന്റെ വചനങ്ങൾ ഉദ്ധരിച്ചുകൊണ്ട് ആ സത്യത്തെ മറച്ചു വെക്കുന്നു, കത്തോലിക്കൻ സ്നേഹത്തിനും

1. യൂളീസസ് പെറ്റിറ്റ് മുറാറ്റ്. ഒരു തിരക്കഥാകൃത്ത്. ചെഗുവേരയുടെ അച്ഛന്റെ സുഹൃത്ത്.

കാരുണ്യത്തിനും മാത്രമാണ് ഇക്കാര്യത്തിൽ ഒരു ഉറച്ച സമീപനമുള്ളതെന്നും മറ്റും അദ്ദേഹം പറഞ്ഞുകൊണ്ടിരുന്നു. ടിയോത്തിഹൂവാകാൻ, അല്ലെങ്കിൽ അങ്ങനെയുള്ള എന്തോ ഒന്നിന്റെ ചരിത്രാവശിഷ്ടങ്ങൾ ഞങ്ങൾ സന്ദർശിച്ചു. കലാമൂല്യമില്ലാത്ത ഭീമൻ പിരമിഡ്സുകൾക്കൊപ്പം കലാചൈതന്യമുള്ള മറ്റ് വസ്തുക്കളു മുണ്ടായിരുന്നു. ഒരിക്കൽകൂടി ഇവിടെ വരണം, കാണുന്ന കാര്യങ്ങൾ വിശദമായി കുറിച്ചുവെക്കണം - ഇത്തവണ ഞാൻ കൊണ്ടുവന്നിരുന്ന പുതിയ ക്യാമറ കൊണ്ട് മാർത്താ പെറ്റിറ്റിന്റെ ഒരു ചിത്രമെടുത്തു: 35 എക്സ്പോസർ ഡോയിസ് 1 കോൺ 1: 35.

ശൂന്യമായ കുറേ ദിവസങ്ങൾ കടന്നുപോയി വളരെ സൗഹൃദപൂർണമായ ഒരു ചർച്ചക്കുശേഷം ഞാൻ പെറ്റിറ്റിന് എന്റെ ടെലിഫോൺ നമ്പർ നൽകി. അയാൾ എന്നോട് തുടർന്ന് സംസാരിച്ചില്ല. ഞാൻ ഹെലേനയെ സന്ദർശിച്ചു; അവർക്ക് രണ്ടുപേർക്കും തമ്മിൽ എന്തോ വ്യത്യാസമുണ്ട്. പക്ഷേ അതെന്താണെന്ന് എനിക്കറിയില്ല. ഞാൻ മെക്സിക്കൻ കലാരൂപങ്ങളുടെ മ്യൂസിയം സന്ദർശിച്ചു. പതിവുപോലെ അത് മുഴുവനും നടന്നു കാണാൻ എനിക്കു കഴിഞ്ഞില്ല. യഥാർത്ഥ കലയുടെ അംശങ്ങൾ ഉൾക്കൊള്ളുന്ന പൗരാണിക സാംസ്കാരിക പ്രദർശനം ഞാൻ കണ്ടു. അസ്ടെക് ശിരസ്സും മയൻ ശിരസ്സും, അലങ്കാരപ്പണികൾ ചെയ്ത മർക്കടരൂപത്തിലുള്ള ഒരു ഒബ്സിഡിയൻ പാത്രവും എനിക്കിഷ്ടമായി. നീഗ്രോ വർഗ്ഗത്തിന്റെ ലക്ഷണങ്ങളുള്ള ഒരു സ്മാരക ശിരസ്സും എന്നിൽ കൗതുകമുണർത്തി. മഹാന്മാരായ നാൽവർസംഘത്തിന്റെ പെയിന്റിംഗുകളാണ്. നമ്മുടെ ശ്രദ്ധ പിടിച്ചു പറ്റുന്ന മറ്റൊരു കാഴ്ച: റിവേര, തമായോ, സെക്വീറോസ്, ഒറോസ്കോ. സെക്വീറോസിന്റെ ചിത്രങ്ങളോട് എനിക്ക് പ്രത്യേകമായ താത്പര്യം തോന്നിയെങ്കിലും അവരുടെ എല്ലാവരുടേയും ചിത്രങ്ങൾ മനോഹരമായിരുന്നു-ചുമർചിത്രങ്ങൾ നോക്കിക്കാണുവാനുള്ള സ്ഥാനം വളരെ അസൗകര്യവും ബുദ്ധിമുട്ടും നിറഞ്ഞതായിരുന്നു.

കടുത്ത ഉദ്യോഗസ്ഥമേധാവിത്വം കൊണ്ട് പ്രാണവേദന അനുഭവിക്കുന്ന ഒന്നാണ് മെക്സിക്കോയിലെ ജീവിതം. പെറ്റിറ്റ് ഗംഭീരമായ രീതിയിൽ വിഡ്ഢിവേഷം കെട്ടിയിരിക്കുന്നു. ഹിൽദാ, മെക്സിക്കോയിലെ തപാച്യലയിൽ (എന്തവസ്ഥയിലാണെന്ന് എനിക്കറിഞ്ഞുകൂടാ) ഉണ്ടെന്നതും ഡോ. ഇഷാർട്ടിയെന്ന, ചെറുപ്പക്കാരൻ പെറുവിയനെ കാണാൻ ഞാൻ പോയതുമായിരുന്നു ഏറ്റവും പുതിയ സംഭവ വികാസങ്ങൾ. എനിക്കുവേണ്ടി അയാൾക്കെന്തെങ്കിലും ചെയ്യാൻ സാധിക്കുമോ എന്ന് എനിക്കറിഞ്ഞുകൂടാ. പാർക്കുകളിൽ നടന്ന് ഞാൻ ഫോട്ടോഗ്രാഫറുടെ പണി ചെയ്യുന്നു. അതുകൊണ്ട് എന്തെങ്കിലും ഗുണമുണ്ടാവുമോ എന്നു ഞാൻ നോക്കട്ടെ.

അവരെനിക്ക് നൂറ്റൊന്ന് കാര്യങ്ങളാണ് വാഗ്ദാനം ചെയ്യുന്നത്.

ദിവസങ്ങളനവധി കടന്നുപോയി. പൊതുവായി എനിക്കു പറയാൻ പറ്റുന്ന ഒരു കാര്യം - ആ ദിവസം മുഴുവൻ മെഡിസിൻ അല്ലാതെ മറ്റൊന്നും എനിക്ക് പഠിക്കാനായില്ല എന്ന നിരാശയൊഴിച്ചാൽ - എന്റെ ലക്ഷ്യങ്ങളെല്ലാം ഞാൻ നിർണ്ണയിച്ചുകഴിഞ്ഞുവെന്നതാണ്. ഒരു ആശുപത്രി ജോലിയെക്കുറിച്ച് ഞാൻ തിങ്കളാഴ്ച പോയി അന്വേഷിക്കുന്നുണ്ട്. ബുധനാഴ്ച മറ്റൊരു ജോലിയെക്കുറിച്ചന്വേഷിക്കണം. ഇതിനിടയിൽ ഫോട്ടോഗ്രാഫി എന്ന പണിയും ചില ആളുകളെ സന്ദർശിക്കുന്നതും ഞാൻ തുടരും.

ഫ്രാൻസിസ്കോ പെട്രോൺ ഒരുതരത്തിലും ഒരു കമ്യൂണിസ്റ്റല്ല, പക്ഷേ ആത്മാർത്ഥതയുള്ളൊരു മനുഷ്യനാണ്. തന്റെ നിലപാട് ശരിയാണെന്ന് അദ്ദേഹത്തിന് നല്ല ഉറപ്പുണ്ട്. നമ്മൾ സാധാരണ പറയുമ്പോലെ അത്രയധികം സംസ്കരിക്കപ്പെട്ട ആളാണ് അദ്ദേഹമെന്ന് ഞാൻ പറയില്ല, പക്ഷേ ഒരു വേദിയിലെത്തുമ്പോൾ അദ്ദേഹം ശരിയായ സ്ഥാനമേറ്റെടുക്കുന്നത് നമുക്ക് കാണാൻ സാധിക്കും. ഞാൻ അദ്ദേഹത്തിന്റെ അഭിപ്രായങ്ങൾ കണ്ടു. അവ കൊള്ളാമെന്ന് എനിക്കു തോന്നുന്നു. അതേസമയം മഹാനായ ആ നായകൻ പാണ്ഡിത്യഗർവ്വു കൊണ്ട് കീറിമുറിക്കപ്പെട്ടു, ബന്ധം പൂർണമായി വിഛേദിക്കുന്ന തരത്തിൽ പെറ്റിറ്റും ഞാനുമായി കലഹങ്ങളുണ്ടായി; ഏറ്റവും കുറഞ്ഞത് അദ്ദേഹം ഇനി എന്നെ ആശ്ലേഷിക്കുകയുണ്ടായില്ല. ഹിൽദായും ഞാനും പൂർവ്വസ്ഥിതിയിലെത്തിയതുപോലെ തോന്നുന്നു - നമുക്കു നോക്കാം.

ഞാനൊരു ഫോട്ടോഗ്രാഫറായി വിവേകപൂർവ്വം ജോലി ചെയ്യുന്നു. പക്ഷേ നമ്മൾ എന്തിനും തയ്യാറായിരിക്കണം. ഞാൻ ആശുപത്രികളിൽ ജോലിക്കു ശ്രമിക്കുന്നു. ആ മേഖലയിൽ എനിക്കെന്തെങ്കിലും ചെയ്യാൻ സാധിക്കുമെന്ന് തന്നെയാണ് എന്റെ വിശ്വാസം. പക്ഷേ ഇൻസ്റ്റിറ്റ്യൂട്ട് ഓഫ് ന്യൂട്രീഷനിൽ പറ്റുകയില്ല. നഗരഹൃദയത്തിലുള്ള ഒരു നല്ല മുറിയിലേക്ക് ഞാൻ താമസം മാറ്റിയിരിക്കുന്നു. അതിന് നൂറ് പെസോ ഞാൻ മാസ വാടക കൊടുക്കുന്നു. അതിൽ ഞങ്ങൾക്ക് രണ്ടുപേർക്കുമായി (എൽ പതോജോ)[1] ഒരു കുളിമുറിയുണ്ട്, അടുക്കളയുണ്ട്. വീട്ടുടമസ്ഥ തടിച്ച് വൃത്തികെട്ട ഒരു രൂപം, കണ്ടാൽ തനി ഏഷണിക്കുന്തം.

ഫോട്ടോഗ്രാഫി അത്ര മോശമല്ല. വൈദ്യവൃത്തിയുടെ കാര്യവും അത്ര മോശമല്ല. അന്നന്നത്തെ അപ്പം കിട്ടുന്നത്... ഇപ്പോൾ എന്റെ ബൗദ്ധിക ജീവിതം നിലവിലുള്ള ഒന്നല്ല - രാത്രിയിൽ അല്പം വായിക്കു മെന്നത് ശരി. ദിവസവും പതിവുള്ള വായനയുടെ തുള്ളികൾ. ഗൊൺ സാലെസ് കാസനോവ ദമ്പതികളെ എനിക്കു കാണാൻ കഴിഞ്ഞിട്ടില്ല;

1. എൽ പതോജോ (മുടന്തൻ) ഉയരം കുറഞ്ഞവൻ എന്നർത്ഥം. ഗ്വാട്ടിമാലയിലെ വിമോചന സമരത്തിൽ പങ്കെടുക്കാനെത്തിയ അയാൾ സമരത്തിൽ കൊല്ലപ്പെടുകയായിരുന്നു. 'എപ്പിസോഡ്സ് ഓഫ് റെവലൂഷണറി വാർ' എന്ന പുസ്തകത്തിൽ ചെ പതോജേയെക്കുറിച്ച് വിവരിക്കുന്നുണ്ട്.

എപ്പോൾ കാണാനാവുമെന്നും എനിക്കറിയില്ല. നാളെ ഞാൻ ഹിൽദായെക്കാണും.

പാലത്തിനടിയിലൂടെ അല്പം വെള്ളം കൂടി ഒഴുകിപ്പോയിരിക്കുന്നു. പൊതുവേ കാര്യങ്ങൾ ഇങ്ങനെ: ഫോട്ടോഗ്രാഫി മാത്രമാണ് എന്റെ ശരിയായ ജീവിതോപാധി. അത് എനിക്കത്രയധികം കാശൊന്നും നേടിത്തരുന്നില്ല. ഈയാഴ്ച ഏതാണ്ട് അറുപത് ഫോട്ടോകളെടുത്തു. ഫിലിമുകൾ മങ്ങിപ്പോയിട്ടില്ലെങ്കിൽ അതിനർത്ഥം അത്രതന്നെ പെസോ എന്നാണ് (അത്രമോശം തുകയല്ല) കുട്ടികളുടെ വാർഡിലും ജനറൽ വാർഡിലുമായി, ഞാൻ ഓരോ ആശുപത്രിയിലും മൂന്നുദിവസം ജോലി ചെയ്യുന്നു. പൊതുവിഭാഗത്തിൽ പിസാനിയുടെ ഭക്ഷണ കലർപ്പുണ്ടാക്കുന്ന സ്ഥലത്താണ് എന്റെ ജോലി. കുട്ടികളുടെ വിഭാഗത്തിൽ അവരെന്നോട് ഒരു പ്രവൃത്തി പദ്ധതിയുണ്ടാക്കാൻ നിർദ്ദേശിച്ചിരിക്കുന്നു (അതിനെക്കുറിച്ച് എനിക്കൊരു ധാരണ ലഭിച്ചിട്ടുണ്ട്) എ.പി.ആർ.എ. അംഗം ഡോ. ഇഷാർദിയെ ഞാൻ ഒരിക്കൽ കാണുകയുണ്ടായി, നാളെ വീണ്ടും അയാളെ കാണാനുള്ള ഏർപ്പാട് ചെയ്തിട്ടുണ്ട്. മെക്സിക്കോ നഗരം ഞാൻ ശരിക്കും കണ്ടിട്ടില്ല, എനിക്ക് അതിനെക്കുറിച്ചൊന്നുമറിയില്ല, അതുകൊണ്ട് അതിനെക്കുറിച്ച് എനിക്കൊന്നും പറയാനാവില്ല.[1]

പെറ്റിറ്റിനേയോ പെട്രോണിനേയോ പിയാസയേയോ കുറച്ചുകാലമായി ഞാൻ കണ്ടിട്ടില്ല.

എന്റെ ജീവിതം കൂടുതൽ ചിട്ടയാർന്നതായിട്ടും, മുകളിൽ താമസിക്കുന്നവരെ ഞാൻ കണ്ടിട്ടില്ല. അവരെ സന്ദർശിക്കുന്നതിൽ യാതൊരു പ്രശ്നവുമില്ല. എന്റെ രാവിലത്തെ സമയം ആശുപത്രി അപഹരിക്കുന്നു (ഞാനവിടെ ഒന്നും ചെയ്യുന്നില്ലെങ്കിൽ പോലും) ഫോട്ടോകൾ വിതരണം ചെയ്യാൻ വൈകുന്നേരത്തെ സമയം മതിയാവുന്നില്ല - അതുകൊണ്ട് എന്നെ സംബന്ധിച്ചിടത്തോളം സമയത്തിന്റെ കാര്യം കമ്മിയാണ്.

എന്റെ പ്രിയപ്പെട്ട അമ്മക്ക്

(തീയതികൊണ്ട് ഞാൻ അമ്മക്ക് കുഴമറിയുണ്ടാക്കി)

[.................]

ബിയാട്രീസും പ്രതികാരം തുടങ്ങിയെന്നു തോന്നുന്നു. അവർ അയക്കാറുണ്ടായിരുന്ന കമ്പി സന്ദേശങ്ങൾ ഒരിക്കലും എത്തിച്ചേരാത്തവയായി മാറിയിരിക്കുന്നു.

എന്റെ ജീവിതത്തെക്കുറിച്ച് പറയുന്നത് ഞാൻ സ്വയം ആവർത്തിക്കുന്നതു പോലെയാണ്. ഞാൻ പുതിയതായി ഒരു കാര്യവും ചെയ്യുന്നില്ല എന്നതാണ് അതിന്റെ കാരണം. ഫോട്ടോഗ്രാഫി

1. 1954 നവംബറിൽ ചെ വീട്ടിലേക്കെഴുതിയ കത്ത് കാണുക.

എനിക്ക് ജീവിക്കാനുള്ള വക തരുന്നുണ്ട്. ആ തൊഴിൽ പെട്ടെന്നു പേക്ഷിക്കാനൊന്നും ഞാൻ ഉദ്ദേശിക്കുന്നില്ല, രണ്ട് ആശുപത്രി കളിൽ ഞാൻ ഗവേഷണം തുടരുന്നുണ്ടെന്നത് മറ്റൊരു കാര്യം. തലസ്ഥാന നഗരത്തിനടുത്തായി ഒരു നാട്ടിൻപുറത്ത് ഡോക്ട റായി ജോലി കിട്ടുന്നതായിരിക്കും എനിക്ക് ലഭിക്കുന്ന ഏറ്റവും നല്ല ജോലി; കുറച്ചു കാലത്തേക്കെങ്കിലും വൈദ്യവൃത്തിയിൽ സ്വയം സമർപ്പിക്കുവാൻ അതെന്നെ സഹായിക്കും. പിസാനിയിൽ നിന്നും അലർജിയെക്കുറിച്ച് എനിക്ക് വളരെയധികം പഠിക്കാൻ കഴിഞ്ഞു. അതുകൊണ്ടാണ് ഞാൻ അങ്ങനെ ആഗ്രഹിക്കാൻ കാരണം. ഇപ്പോൾ തന്നെ, അമേരിക്കയിൽ പഠിച്ചവരുമായി ഞാൻ സ്വയം താരതമ്യം ചെയ്തു നോക്കി. യാഥാസ്ഥിതികമായ അറി വിന്റെ കാര്യത്തിൽ അവർ വിഡ്ഢികളല്ല. പിസാനിയുടെ രീതി അവരുടെയൊക്കെ എത്രയോ മുകളിലാണെന്ന് എനിക്കു തോന്നുന്നു. ആ ചികിൽസാരീതിയുടെ എല്ലാ സൂത്രങ്ങളും മനസ്സി ലാക്കാൻ എനിക്ക് താൽപര്യമുണ്ട്; അങ്ങനെ ഏതെങ്കിലുമൊരു മേഖലയിൽ എനിക്ക് കാലുറപ്പിക്കാനാവും [............]

എന്റെ ജോലിക്ക് ഞാനൊരു രൂപഘടന ഉണ്ടാക്കിക്കഴിഞ്ഞു. രാവിലെ ആശുപത്രിയിൽ എത്തുന്ന ഞാൻ വളരെ തിരക്കിലാണ്. അപരാഹ്നങ്ങളിലും ഞായറാഴ്ചകളിലും ഫോട്ടോ എടുത്ത് ഞാനെന്റെ സമയം ചെലവഴിക്കും, വൈകുന്നേരം അല്പം വായന. ഞാൻ നല്ലൊരു അപ്പാർട്ട്മെന്റിലാണ് താമസിക്കുന്നതെന്ന് നിങ്ങ ളോട് മുമ്പൊരിക്കൽ പറഞ്ഞതായി ഓർക്കുന്നു. ആഹാരം സ്വയം പാകം ചെയ്യുന്നു, സമൃദ്ധമായി ചൂടുവെള്ളം കിട്ടുന്നതു കൊണ്ട് ദിവസവും സുഖമായി കുളിക്കുന്നു. ഇക്കാര്യത്തിൽ ഞാനൊരു പുതിയ മനുഷ്യനാണെന്നു തോന്നുന്നില്ലേ, മറ്റ് കാര്യങ്ങളിൽ ഞാൻ മുമ്പത്തെപ്പോലെയാണ്; ഞാനെന്റെ വസ്ത്രങ്ങൾ കഴുകുന്നില്ല, അലക്കാൻ വേണ്ട പണം കൊടുക്കാൻ എന്റെ പക്കലില്ല.

ധനസഹായം എന്ന സ്വപ്നം ഞാനിപ്പോൾ ഉപേക്ഷിച്ചു കഴിഞ്ഞ കാര്യമാണ്. ഒരു വലിയ രാജ്യത്ത് നമ്മൾ ആവശ്യപ്പെട്ട ഉടൻ തന്നെ കാര്യങ്ങൾ നടക്കുമെന്നായിരുന്നു ഞാൻ കരുതിയത്. തിടുക്കത്തിലുള്ള തീരുമാനങ്ങൾക്ക് എന്നും ഞാൻ അനുകൂല മാണെന്ന് നിങ്ങൾക്കറിയാമല്ലോ, ഇവിടെ ഇതാ അവ ഫലം നൽകാൻ തുടങ്ങിയിരിക്കുന്നു. എല്ലാവരും വായിൽ നോക്കി നടക്കുന്നുണ്ടാകും. പക്ഷേ മറ്റുള്ളവർ ചെയ്യുന്ന കാര്യങ്ങളെ അവരെതിർക്കുകയില്ല, അതുകൊണ്ട് ഇവിടേയും, ഇനി ഞാൻ പോകാനുദ്ദേശിക്കുന്ന നാട്ടിൻപുറത്തും എന്റെ മേഖല തുറന്നു തന്നെ കിടപ്പാണ്. പക്ഷേ എന്തൊക്കെ പ്രതിബന്ധമുണ്ടായാലും ഇത് യൂറോപ്പിലേക്ക് പോകാനുള്ള എന്റെ ദൃഢനിശ്ചയത്തെ

ദുർബലപ്പെടുത്തുന്നില്ല. അമേരിക്കയെക്കുറിച്ച് എന്നിലുള്ള വെറു പ്പിന് അല്പം പോലും കുറവു വന്നിട്ടില്ല, പക്ഷേ ഏറ്റവും കുറ ഞ്ഞത് ന്യൂയോർക്കെങ്കിലും കാണണമെന്ന് എനിക്കാഗ്രഹമുണ്ട്. എനിക്ക് ശകലം പോലും പേടിയില്ല. അവിടെ എത്തിച്ചേരു മ്പോഴുള്ള (ഞാനവിടെ എത്തിച്ചേരുകയാണെങ്കിൽ) അതേ യാങ്കി വിരുദ്ധ വികാരത്തോടെയായിരിക്കും ഞാൻ തിരിച്ചു പോകുന്നത്.

ഏത് ദിശയിലേക്കാണ് അവർ (അർജന്റീന) പോകുന്നതെന്ന് എനിക്കറിയില്ലെങ്കിലും, ആളുകൾ ഉണരുന്നുണ്ട് എന്നറിയുന്നതിൽ എനിക്കു സന്തോഷമുണ്ട്. മിച്ചമുള്ള ഭക്ഷ്യശേഖരം കുന്നുകൂട്ടി ക്കൊണ്ട് യാങ്കികൾ അഴിച്ചുവിട്ട ആപൽസന്ധിക്കെതിരെ അർജന്റീന ശക്തമായ പ്രതിരോധം സൃഷ്ടിക്കുന്നുവെന്നും, വൻ മുന്നേറ്റം നടത്തുന്നുവെന്നും തോന്നുമെങ്കിലും യഥാർത്ഥത്തിൽ അർജന്റീന നിർജ്ജീവാവസ്ഥയിലാണ് [............]

നമുക്കിടയിലുള്ള അതേ സൗഹൃദബോധം കമ്യൂണിസ്റ്റുകാർ ക്കിടയിലില്ല, പക്ഷേ ആ സൗഹൃദത്തിന്റെ ശക്തി നിങ്ങളുടേതിനു സമാനമാണ്. അല്ലെങ്കിൽ അതിനേക്കാളേറെ ശക്തമാണ്. ഞാനിത് വ്യക്തമായി നേരിൽ കണ്ടിട്ടുള്ള ആളാണ്. ഗ്വാട്ടിമാല യുടെ പതനത്തിനുശേഷം നടന്ന മനുഷ്യക്കുരുതിക്കിടയിൽ - അത്തരം സന്ദർഭങ്ങളിൽ എല്ലാവരും സ്വയരക്ഷയെക്കുറിച്ച് മാത്ര മാണ് ശ്രദ്ധിക്കുക - കമ്യൂണിസ്റ്റുകാർ അവരുടെ വിശ്വാസവും സഹവർത്തിത്വവും ജീവസ്സുറ്റതാക്കി, അവിടെ ഇപ്പോൾ പ്രവർത്തി ക്കുന്ന ഏകവിഭാഗവും അവർ മാത്രമാണ്.

അവർ ആരാധ്യരാണെന്ന് ഞാൻ കരുതുന്നു. ഇന്നല്ലെങ്കിൽ നാളെ ഞാൻ പാർട്ടിയിൽ ചേരും. വളരെ കർക്കശമായ പാർട്ടി അച്ചടക്കത്തിൽ പെട്ടു കഴിഞ്ഞാൽ യൂറോപ്പിൽ സഞ്ചരിക്കുവാ നുള്ള എന്റെ ഉൽക്കടമായ ആഗ്രഹം നടക്കാൻ സാധ്യതയില്ല. അതുകൊണ്ടാണ് ഞാൻ ഉടനെത്തന്നെ പാർട്ടിയിൽ ചേരാതിരി ക്കുന്നത്.

നമ്മൾ പാരീസിൽ കണ്ടുമുട്ടുന്നതുവരെ

അമ്മയുടെ മകൻ.

ഇവിടെ പാചക വാതകം തീർന്നിരിക്കുന്നു. അത് ഇനിയും വാങ്ങി ക്കൊണ്ടു വരുവാൻ ആ വൃദ്ധയ്ക്ക് താൽപര്യമില്ല. അതിനാൽ എന്റെ കുടവയർ അപ്രത്യക്ഷമായിക്കൊണ്ടിരിക്കുന്നു. ഞാനിപ്പോൾ ഏജൻസിയാ ലാറ്റിനായുടെ[1] ഫോട്ടോഗ്രാഫറാണ്. പക്ഷേ ആദ്യമായി എനിക്കു ലഭിച്ച പരീക്ഷണഘട്ടം മോശമായാണ് അവസാനിച്ചത്.

---
1. അർജന്റീനാ ഗവൺമെന്റ് ധനസഹായം നൽകുന്ന ലാറ്റിൻ വാർത്താ ഏജൻസി.

അർജന്റീനക്കാരായ പട്ടാളക്കാരുടെ ചിത്രമെടുക്കാനായി വിമാനത്താവള ത്തിൽ കുറച്ചുനേരം കാത്തുനിൽക്കാൻ അവരെന്നോടു നിർദ്ദേശിച്ചു. അതോടെ പാർക്കിലെ ഫോട്ടോ എടുപ്പിനുള്ള അന്നത്തെ അവസരം നഷ്ടപ്പെട്ടു. (അങ്ങനെ വരുമാനത്തിന്റെ കാര്യത്തിൽ ആ ദിവസം എനിക്കു നൽകിയത് ശൂന്യതയായിരുന്നു)

ഹോണ്ടുറാസിലെ റെവലൂഷണറി ഡെമോക്രാറ്റിക് പാർട്ടിയിലെ ചില ആളുകളെയല്ലാതെ പുതിയ ആരേയും ഞാൻ കണ്ടുമുട്ടിയില്ല. അവർ തീവ്ര വലതുപക്ഷക്കാരായിരുന്നു. ഹെലേന അവരെ ന്യായീ കരിക്കുന്നു, പക്ഷേ അങ്ങനെ ചെയ്യുന്നതിൽ യാതൊരു ന്യായീകരണ വുമില്ല. തങ്ങളിലുള്ള അടിസ്ഥാന വർഗ്ഗസ്വഭാവത്തെ അവർ തികഞ്ഞ ബൂർഷ്വാശൈലിയിലേക്ക് മാറ്റിക്കൊണ്ടിരിക്കുകയാണ്.

പുതുതായൊന്നും പറയാനില്ല. എല്ലാം ശാന്തമായി നീങ്ങിക്കൊണ്ടിരി ക്കുകയാണ്. ഫോട്ടോഗ്രാഫിയിൽ നിന്നും എനിക്ക് ആവശ്യമായ വരുമാനമില്ലെന്ന് കണ്ടപ്പോൾ, പുസ്തക ചന്തയിലെ ഒ.എ.എസ്. സ്റ്റാന്റിൽ ഒരുപക്ഷേ എനിക്കൊരു വിൽപനക്കാരന്റെ പണി കണ്ടെത്താ നാവുമെന്ന് പ്യാസാ പറയുന്നു. അതൊഴികെ പുതിയ വർത്തമാന ങ്ങളൊന്നുമില്ല. ഗ്വാട്ടിമാലയിൽ ഇടതുപക്ഷക്കാർ അറസ്റ്റ് ചെയ്യപ്പെടുന്നു, സീലിയ വിവാഹിതയാവുന്നു, ധനാഢ്യനായ ഒരുത്തനെ ഹെർസീലിയ വിവാഹം ചെയ്യുന്നു എന്നൊക്കെയുള്ള വാർത്തകളാണ് എനിക്കു ലഭിക്കു ന്നത്. താത്പര്യം ജനിപ്പിക്കുന്ന ഒരാളെപ്പോലും ഈ ദിവസങ്ങളിൽ ഞാൻ കണ്ടുമുട്ടിയില്ല, ഇത്തരത്തിലുള്ള ജീവിതം തുടരുകയാണെങ്കിൽ അതിനുള്ള സാധ്യതയുമില്ല. കുറച്ചുദിവസം കൂടി കഴിഞ്ഞാൽ എനിക്കൊരു സൈക്കിൾ ലഭിക്കാനുള്ള സാധ്യതയുണ്ടെന്നു തോന്നുന്നു.

കഴിഞ്ഞ കുറച്ചു ദിവസങ്ങളിൽ വളരെ ചില പ്രധാനപ്പെട്ട കാര്യങ്ങൾ സംഭവിച്ചിട്ടുണ്ട്. തെരുവിൽവെച്ച് ഞാൻ ഏജൻസിയാ ലാറ്റിനായുടെ മേധാവിയെ[1] കണ്ടു. ഒരു ഡോക്ടറായ അദ്ദേഹത്തിന് എന്നെ ഇഷ്ട പ്പെട്ടു, ഒരു താൽക്കാലിക ലേഖകനായി അദ്ദേഹം എന്നെ നിയമിച്ചു. പാനമേരിക്കാനയിൽ നിന്നും സാധനങ്ങളുമായി പുറത്തുകടന്നു, അവരെനിക്ക് അല്പം പണം തന്നു, ഏറെയില്ല; പക്ഷേ അതുകൊണ്ടെ നിക്ക് കാര്യങ്ങൾ നടത്താൻ കഴിയും. ഫോട്ടോഗ്രാഫി മെല്ലെമെല്ലെ മുന്നോട്ട് പോകുന്നുണ്ട്. ഞാനിതാ കടത്തിലേക്ക് വീഴുകയാണ്, പക്ഷേ എനിക്ക് പണം കിട്ടാനുണ്ട്. ഞാൻ ആശുപത്രിയിൽ ജോലി ചെയ്യുന്നത്, അതെന്നെ എവിടേക്കു നയിക്കു മെന്നറിയാതെയാണ്.

എന്റെ പ്രോളിറ്റേറിയൻ ജീവിതത്തിന്റെ മുഖമുദ്രയായ ആശയുടേയും നിരാശയുടേയും പതിവ് ശൃംഖലയിലൂടെയാണ് ദിവസങ്ങൾ കടന്നു പോയിരുന്നത്. പുസ്തകച്ചന്തയിലെ ജോലി, കഴിഞ്ഞു പോയൊരു

1. അൽഫോൺസോ പെരെസ്, വിസ്‌ലെയിൻ

സ്വപ്നം പോലെ തോന്നുന്നു. അത്രയധികം സുരക്ഷിതമല്ലെങ്കിലും എനിക്ക് കൂടുതൽ നല്ലൊരു ജോലിയുണ്ട്: ഏജൻസിയാ ലാറ്റിനായുടെ മേധാവി മെക്സിക്കോയിലെ സംഭവങ്ങൾ റിപ്പോർട്ട് ചെയ്യുന്നതിന്, ആഴ്ചയിൽ മൂന്നു ദിവസക്കണക്കിന്, മാസം 500 പെസോ നൽകാമെന്ന് പറഞ്ഞിരിക്കുന്നു[1] ഞാനെന്റെ ഫോട്ടോഗ്രാഫി തുടരുന്നു. പക്ഷേ അതിൽ നിന്നും വളരെ വളരെ കുറവ് വരുമാനമേയുള്ളു. ഞങ്ങളുടെ ഉത്തര വാദിത്വത്തിൽ അത് ചെയ്യാനുള്ള തീരുമാനം ഇപ്പോഴും തീരുമാന മാകാതെയിരിപ്പാണ്. പക്ഷേ അത് ചെയ്യാൻ വേണ്ട പണം എന്റെ കൈയിലില്ല.

ലക്കും ലഗാനുമില്ലാതെ, ദിവസങ്ങൾ ഒന്നിനു പുറകേ ഒന്നായി കടന്നുപോകുന്നു. ഞാനിപ്പോൾ അലർജിയെക്കുറിച്ച് കൂടുതൽ പഠന ങ്ങൾ നടത്തിക്കൊണ്ടിരിക്കുന്നു. എനിക്കിപ്പോൾ ഡോക്ടർമാരുമായി അടുത്ത ബന്ധമുണ്ട്.

ഞാനത് തുടരുമെന്നു തന്നെ കരുതുന്നു.

വിജയത്തോടൊപ്പം ചില തകർപ്പൻ ആഘാതങ്ങളുമുണ്ടാകും. തിങ്കളാഴ്ച ഏജൻസിയാ ലാറ്റിനായിൽ എനിക്ക് ജോലി ചെയ്യാൻ പറ്റുമോ എന്നൊരു പരീക്ഷണം നടത്താൻ പോകുന്നു. ഒരു ഗുണവുമില്ലാതെ നഗരം മുഴുവൻ അലഞ്ഞുതിരിയേണ്ടി വരുന്നതിനാൽ ഞാൻ പടിപടിയായി ഫോട്ടോഗ്രാഫി ഉപേക്ഷിക്കാൻ പോകുന്നു. ഒരുദിവസം കുറച്ച് മണിക്കൂർ മാത്രം ജോലി ചെയ്യുന്നതിന് എനിക്ക് 700 പെസോ എന്ന കണക്കിൽ ശമ്പളം പുതുക്കിയിരിക്കുന്നു; പക്ഷേ ഇപ്പോഴും ഞാൻ ഫോട്ടോഗ്രാഫി തുടരുന്നുണ്ട്. ഒ.എ.എസ്സിൽനിന്നും അതിനെനിക്ക് 150 പെസോ കിട്ടുന്നുണ്ട്. പെറ്റിറ്റിന്റെ പുസ്തകത്തെക്കുറിച്ചുള്ള വിമർശനം വല്ലാതെ പരുഷമായിപ്പോയെന്നു തോന്നുന്നു. പക്ഷേ കാര്യങ്ങൾ എങ്ങനെയാണ് നീങ്ങുന്നതെന്നറിയാനായി ആ പുസ്തക പ്രകാശന ത്തിനു പോകണമെന്ന് ഞാൻ കരുതുന്നു.

അലർജിയെക്കുറിച്ചല്ലാതെ, വൈദ്യശാസ്ത്രമേഖലയിൽ എനിക്ക് യാതൊന്നുമറിയില്ലെന്ന കാര്യം തുടരെ തുടരെ എന്റെ മനസ്സിൽ വരുന്നു ണ്ടെങ്കിലും, ആശുപത്രിയിലെ എന്റെ ജോലി നന്നായി മുന്നോട്ട് പോകുന്നു. ഓരോ ആശുപത്രിയിലും രണ്ട് രോഗികൾ വീതം എന്റെ ചികിൽസയിലുണ്ട്. കുട്ടികളുടെ ആശുപത്രിയിൽ എന്റെ കൈകൾ ബന്ധിക്കപ്പെട്ടിരിക്കുന്നതിനാൽ എനിക്കൊന്നും ചെയ്യാനാവില്ല. പക്ഷേ ജനറലാശുപത്രിയിൽ എനിക്ക് നല്ല സ്വാതന്ത്ര്യമുണ്ട്. ഇലക്ട്രോ ഫൊറേസിസി[2]ൽ ഒരു പരീക്ഷണം നടത്താൻ എനിക്കു താത്പര്യമുണ്ട്. പക്ഷേ അതിന്റെ പരിണാമ മെന്താകുമെന്ന് എനിക്കറിയില്ല. ഞായറാഴ്ച

1. പാനമേരിക്കൻ ഗെയിംസ് കവർ ചെയ്യുന്നതിനായിരുന്നു അത്. 12 മാർച്ച് മുതൽ 16 മാർച്ച് വരെ.
2. വൈദ്യുതിയുടെ സാന്നിദ്ധ്യംകൊണ്ട് പ്രോട്ടീൻ കണികകൾക്ക് സംഭവിക്കുന്ന ചലനം.

ഞാൻ പരിശുദ്ധ ശ്വാദാ ലു പെയുടെ പെരുന്നാൾ കാണാൻ പോയി. ആളുകൾ പറയുമ്പോലെ അത്രയധികം ജനങ്ങൾ തിങ്ങിനിറഞ്ഞ തൊന്നുമായിരുന്നില്ല അത്. എല്ലായ്പ്പോഴത്തെയുംപോലെ വിഗ്രഹാ രാധനയുടേയും മതാനുഷ്ഠാനങ്ങളുടേയും ഒരു മിശ്രിതമായിരുന്നു അത്. പെറുവിലും ബൊളീവിയായിലും കാണുന്നതുപോലെ വളരെ സാധാരണ മായ താളക്രമത്തിലുള്ള സംഗീതത്തിന്റെ അകമ്പടിയോടെ ഒരുപാട് അമേരിന്ത്യന്മാർ, അമേരിന്ത്യന്മാരുടെ വേഷം കെട്ടിയെത്തിയിരുന്നു.

എന്റെ പ്രിയപ്പെട്ട അമ്മക്ക്.

സത്യമാണ്, കത്തെഴുതാൻ എനിക്ക് ഭയങ്കര മടിയായിരുന്നു, പക്ഷേ, എന്നത്തേയുംപോലെ ശ്രീമാൻ പണമായിരുന്നു പ്രതി സ്ഥാനത്ത്. സാമ്പത്തികമായി മോശമായ 1954ന്റെ അവസാനഘട്ടം - എന്നെ നന്നായി പരിചരിച്ച കാലഘട്ടം - ദീർഘകാലമായുള്ള എന്റെ വിശപ്പിന്റെ മറ്റൊരു യാദൃച്ഛികതയായി. എനിക്ക് ഏജൻസി യായ ലാറ്റിനായിൽ 700 പെസോ ശമ്പളമുള്ള ജോലിയുണ്ട്. ആഴ്ചയിൽ മൂന്നു ദിവസം മൂന്നുമണിക്കൂർ മാത്രം ജോലിയുള്ള ഒരു പരിപാടി. അതുകൊണ്ട് പിസാനി ചികിൽസാരീതിയെക്കുറിച്ച് കൂടുതൽ അന്വേഷണം നടത്തുന്നതിനായി രാവിലെ മുതൽ എനിക്ക് ആശുപത്രിയിൽ ചെലവഴിക്കാൻ കഴിയുന്നു. [............]

ഞാനിപ്പോഴും ഫോട്ടോഗ്രാഫി ചെയ്യുന്നുണ്ട്. പിന്നെ വളരെ പ്രാധാന്യമർഹിക്കുന്ന 'പഠനങ്ങളിലും' മറ്റു ചില്ലറ ലൊട്ടുലൊടുക്കു കാര്യങ്ങളിലുമായി ഞാൻ സമയം ചെലവഴിക്കുന്നു. അധികം പണമൊന്നും ബാക്കിയില്ല. പക്ഷേ ഡിസംബറിൽ 2000 പെസോ ഉണ്ടാക്കാമെന്നാണ് എന്റെ പ്രതീക്ഷ. പിന്നെ ഭാഗ്യത്തിന്റെ അല്ലറ ചില്ലറ സഹായത്തോടെ ഈ വർഷമവസാനം അല്പം ഫോട്ടോ ഗ്രാഫി കൂടെ ചെയ്യും (തുടക്കത്തിൽ എന്നാണ് ഞാനുദ്ദേശിച്ചത്) നിങ്ങൾ കരുതുന്നതുപോലെ മറ്റ് പ്രൊഫഷണൽ ഫോട്ടോഗ്രാഫർ മാർക്കിടയിൽ ഞാനത്ര മോശക്കാരനൊന്നുമല്ല. എന്റെ സുഹൃദ് സംഘത്തിലെ ഏറ്റവും നല്ലവനാണ് ഞാൻ - കിരീടം നേടാനായി ഒരു 'കണ്ണു' മാത്രമേ നിങ്ങൾക്കാവശ്യമുള്ളു.

ആറ് മാസത്തോളം മെക്സിക്കോയിൽ താമസിക്കുക എന്ന താണ് എന്റെ ഏറ്റവും അടിയന്തരമായ പരിപാടി (അതെനിക്ക് താത്പര്യമുള്ള കാര്യമാണ് ഞാനത് വളരെ ഇഷ്ടപ്പെടുന്നു) അതിനിടയിൽ, അറിവാലോ പറയുന്നതു പോലെ 'മഹാശക്തി യുള്ള കുട്ടികളെ' ഒന്നു കാണുവാനായി ഒരു വിസക്ക് അപേക്ഷി ക്കണം. അത് ലഭിക്കുകയാണെങ്കിൽ ഞാൻ അവിടെ പോകും. ഇല്ലെങ്കിൽ ഇനിയെന്തൊക്കെയാണ് ഉണ്ടാകാൻ പോകുന്നതെന്ന്

കാതോർത്തിരിക്കും. ഇരുമ്പുമറക്കു പുറകിൽ നടക്കുന്നതെന്താ ണെന്നു കാണാനുള്ള ആഗ്രഹം ഞാൻ ഉപേക്ഷിച്ചിട്ടില്ല. നിങ്ങൾ ക്കറിവുള്ളതുപോലെ മുമ്പത്തേതിൽ നിന്നും പുതുതായൊന്നും സംഭവിച്ചിട്ടില്ല.

ശാസ്ത്രീയ കാര്യങ്ങളിൽ എനിക്ക് നല്ല താത്പര്യമുണ്ട്. ഞാൻ രണ്ട് ഗവേഷണ പദ്ധതികൾ ചെയ്യുന്നുണ്ട്, മൂന്നാമതൊന്ന് ആരംഭിക്കുകയായി - എല്ലാം അലർജിയുമായി ബന്ധപ്പെട്ടവ. അതിന്റെ ഗതി വളരെ പതുക്കെയാണെങ്കിലും ഒരു പുസ്തക ത്തിനാവശ്യമായ അസംസ്കൃത വസ്തുക്കൾ ഞാൻ തിരഞ്ഞു കൊണ്ടിരിക്കുന്നു. 'ലാറ്റിനമേരിക്കയിൽ ഒരു ഡോക്ടറുടെ പ്രവർത്തനങ്ങൾ' എന്ന നാടകീയമായ ശീർഷകത്തിൽ രണ്ടു വർഷത്തിനകം (അല്ലെങ്കിൽ എപ്പോഴെങ്കിലും) ആ പുസ്തകം പ്രത്യക്ഷപ്പെടാനുള്ള സാധ്യതയുണ്ട്. വൈദ്യവിഷയത്തിൽ എനിക്കത്രയധികം അവഗാഹമില്ലെങ്കിലും, ലാറ്റിനമേരിക്കയെ ഞാനെന്റെ ഉള്ളം കയ്യിലിട്ട് അമ്മാനമാടുന്നതിനാൽ അതിനെക്കുറി ച്ചെങ്കിലും ആധികാരികമായിപ്പറയാൻ എനിക്ക് കഴിയും. ഒരു പദ്ധതിയെക്കുറിച്ചുള്ള പൊതുധാരണയും മൂന്നോ നാലോ അദ്ധ്യായങ്ങളുമല്ലാതെ കൂടുതലൊന്നും അതിലുണ്ടാവില്ല, പക്ഷേ അത് ചെയ്യാൻ വേണ്ടതിലധികം സമയമുണ്ട്.

അമ്മക്കറിയാവുന്നതുപോലെ എന്റെ ചിന്തകളിലെ വ്യതി യാനം കൂടുതൽ ശക്തമാവുന്നു. പക്ഷേ അത് കൂടുതൽ നീണ്ടു നിൽക്കില്ലെന്ന് എനിക്ക് ഉറപ്പുതരാൻ കഴിയും. നിങ്ങൾ ഭയക്കുന്ന ആ രണ്ട് വിഷയങ്ങളിലെത്തിച്ചേരാൻ രണ്ട് രീതികളുണ്ട്. നേർപ്രേരണയെന്ന വസ്തുതാപരമായ രീതിയും പൂർണമായ വ്യാമോഹവിമുക്തി എന്ന രീതിയും. രണ്ടാമത്തെ രീതിയിലൂടെ യാണ് ഞാൻ ഇന്നത്തെ അവസ്ഥയിലെത്തിച്ചേർന്നത്. പക്ഷേ ആദ്യമാർഗ്ഗത്തിലൂടെത്തന്നെ എത്തിച്ചേരേണ്ടതായിരുന്നുവെന്ന് ഉടനെത്തന്നെ എനിക്കു മനസ്സിലായി. ഗ്രിങ്കോകൾ അമേരിക്കാ വൻകരയോട് പെരുമാറുന്ന രീതി (ഗ്രിങ്കോകൾ എന്നാൽ യാങ്കികൾ) എന്നിൽ രോഷം പതപ്പിച്ചു. അതേസമയം അവർ അങ്ങനെ ചെയ്യുന്നതിന്റെ വിശദീകരണം ഞാൻ പഠിച്ചു. അത് ശാസ്ത്രീയ മാണെന്ന് എനിക്കു മനസ്സിലായി. വിശദീകരിക്കാൻ ബുദ്ധിമുട്ടുള്ള ഗ്വാട്ടിമാലയും മറ്റ് വിഷയങ്ങളും അതിന്റെ പുറകെ വന്നു. ആ മാന്യന്മാരുടെ തീരുമാനങ്ങൾക്ക് എങ്ങനെ മറ്റാളുകളുടെ ആവേശ മെന്ന യാഥാർത്ഥ്യത്തെ നശിപ്പിക്കാൻ സാധിക്കുമെന്നും, ചുവപ്പൻ കുറ്റങ്ങളുടെയും തെറ്റുകളുടെയും ഒരു ബാലൻസ്ഷീറ്റ് എങ്ങനെ ചമക്കാൻ കഴിയുമെന്നും പുതിയ രാഷ്ട്രീയാവസ്ഥയെ ന്യായീകരി ക്കുന്നതിനായി ഗ്വാട്ടിമാലയിലെ രാജ്യദ്രോഹികൾ പുതിയ

മാർഗ്ഗങ്ങൾ കണ്ടെത്തിയെന്നും എനിക്കു മനസ്സിലാക്കാൻ കഴിഞ്ഞു. എപ്പോഴാണ് ഞാൻ യുക്തിവിചാരം അവസാനി പ്പിച്ച തെന്നും, വിശ്വാസം എന്ന ഒരു വസ്തുത ആർജ്ജിച്ചതെന്നും കൃത്യമായി പറയാൻ എനിക്കു കഴിയില്ല, കാരണം, ആ പാത വളരെ ദൈർഘ്യമേറിയ തായിരുന്നു; ഒട്ടേറെ തിരിച്ചുപോക്കുകൾ നിറഞ്ഞതും [............]

സെപ്തംബർ 24, 1955

പ്രിയപ്പെട്ട അമ്മേ,

എന്റെ ഭീതികൾ യാഥാർത്ഥ്യമായിരിക്കുന്നു, അല്ലെങ്കിൽ എനിക്ക ങ്ങനെ തോന്നുന്നു. കുറേക്കാലമായി നിങ്ങൾ വെറുക്കുന്ന ആ ശത്രു നിലംപതിച്ചിരിക്കുന്നു. അത്തരം പ്രതികരണങ്ങൾ പ്രത്യക്ഷ പ്പെടാൻ അധികം സമയം വേണ്ടി വന്നില്ല; ദിനപ്പത്രങ്ങളും വിദേശ പ്രതിനിധികളും ആ ഇരുണ്ട സ്വേച്ഛാധിപതിയുടെ പതനം ആഘോ ഷത്തോടെ വിവരിച്ചു. അർജന്റീനയിൽ നിന്നും 425 ദശലക്ഷം ഡോളർ പിഴിഞ്ഞെടുക്കാമല്ലോ എന്നാശ്വസിച്ച് അമേരിക്ക നെടു വീർപ്പിട്ടു; മെക്സിക്കോ സിറ്റിയിലെ ബിഷപ്പ് പെറോണിന്റെ തകർ ച്ചയിൽ സംതൃപ്തി പ്രകടിപ്പിച്ചു. ഈ രാജ്യത്തുള്ള, ഞാനറിയുന്ന എല്ലാ വലതുപക്ഷ കത്തോലിക്കരും സംതൃപ്തരായിക്കഴിഞ്ഞി രുന്നു. ഞാനും എന്റെ സുഹൃത്തുക്കളും അങ്ങനെയല്ലായിരുന്നു. പെറോൺ ഭരണകൂടത്തിന്റെ ഭാവിയെക്കുറിച്ചും, ബ്യൂണസ് അയേ ഴ്സിൽ ഷെല്ലാക്രമണം നടത്തുമെന്ന നാവികസേനയുടെ ഭീഷണി യെക്കുറിച്ചും സ്വാഭാവികമായ ഉൽകണ്ഠയോടെ ഞങ്ങൾ ചിന്തിച്ചു. പെറോൺ നിലംപതിച്ചത് അതേ വംശത്തിലുള്ള ആളുകൾ വീഴുന്നതുപോലെത്തന്നെയായിരുന്നു. വർഗാസിന്റെ മരണാനന്തര അന്തസ്സോ, തൂമ്പായെ തൂമ്പായെന്നു വിളിച്ച, അക്രമികളെക്കുറിച്ച് കാർക്കശ്യത്തോടെ തുറന്നടിച്ച അർബൻസിന്റെ ഉജ്ജ്വലമായ വിമർശന ശരങ്ങളോ ഇല്ലാത്ത ഒരു പതനം.

പുരോഗമന ചിന്താഗതിക്കാർ അർജന്റീനയുടെ പതനത്തെ വിശേഷിപ്പിച്ചത് ഇങ്ങനെ: *ഡോളറിനും, വാളിനും, കുരിശിനും മറ്റൊരു വിജയം കൂടി.*

എനിക്കറിയാം, ഇന്ന് നിങ്ങളെല്ലാം അമിതാഹ്ലാദത്തിലായി രിക്കും. നിങ്ങൾ സ്വാതന്ത്ര്യത്തിന്റെ വായു ശ്വസിക്കുകയായിരിക്കും. വംശീയ മേധാവിത്വം നൽകിയില്ലെങ്കിൽ സൈന്യം ജനത്തിന് അധികാരം കൈമാറുകയില്ലെന്ന കാര്യം മറ്റൊരു കത്തിലൂടെ ഞാൻ അമ്മയോട് പറഞ്ഞത് കുറേക്കാലം മുമ്പൊന്നുമല്ല. കാര്യങ്ങളുടെ ഇപ്പോഴത്തെ കിടപ്പനുസരിച്ച് ഡെമോക്രാറ്റിക് പാർട്ടിയോ, അടുത്തിടെ രൂപീകരിക്കപ്പെട്ട സോഷ്യൽ കൃസ്ത്യൻ

ഡെമോക്രാറ്റിക് പാർട്ടിയോ അല്ലെങ്കിൽ ഇനിയും രൂപീകരിക്കപ്പെട്ടിട്ടില്ലാത്ത അർജന്റീനിസ്റ്റ് പാർട്ടിയോ നയിക്കുന്ന ഒരു ഗവൺമെന്റിനു മാത്രമേ അവർ അധികാരം കൈമാറുകയുള്ളൂ.

ഭരണവർഗ്ഗത്തിൽപെട്ട ഒരാളെന്ന നിലക്ക് ശിക്ഷയെ ഭയക്കാനില്ലാത്തതു കൊണ്ട്, ഇനി മനസ്സിൽ തോന്നുന്നതെന്തും എവിടെ വെച്ചും നിങ്ങൾക്ക് വിളിച്ചു പറയാം. പക്ഷേ ആട്ടിൻകൂട്ടത്തിൽ നിങ്ങൾ മാത്രമാണ് കറുത്ത കുഞ്ഞാട്. പെറോണിന്റെ പതനം എന്നെ വല്ലാതെ വിഷപ്പിക്കുന്നുവെന്ന് ഞാൻ തുറന്നു പറയട്ടെ. അത് പെറോണിനോടുള്ള അനുഭാവത്തേക്കാൾ അമേരിക്കക്കാർക്ക് അതിൽനിന്നും ലഭിക്കാനിടയുള്ള മേൽക്കോയ്മയെക്കുറിച്ചോർത്താണ്. ഈ ആശയത്തെ നിങ്ങൾ എത്ര എതിർത്താലും, അടുത്തിടെ ഇതിന് ഏറെ എതിർപ്പ് നേരിടേണ്ടി വന്നെങ്കിലും 'വടക്കനാണ്' (യു.എസ്.) ശത്രുവെന്ന് കരുതുന്നവർക്കെല്ലാം അർജന്റീന ജേതാവായിരുന്നു. ഗ്വാട്ടിമാലയിലെ കടുത്ത പരീക്ഷണ ഘട്ടങ്ങൾ കടന്നുപോന്ന എനിക്ക് തോന്നുന്നത് അർജന്റീനക്ക് സംഭവിച്ചത് അതിന്റെ കുറച്ചപ്പുറത്തുള്ള ഒരു പകർപ്പിന്റെ തുടർച്ചയാണെന്നാണ്, കൂറു പുലർത്തുന്ന ഒരു വാർത്താമാധ്യമത്തിലൂടെ (അങ്ങനെ വിളിക്കുന്നത് അനുചിതമാണ്) ഞാനത് നിരീക്ഷിച്ചുകൊണ്ടിരുന്നപ്പോൾ, കൊർഡോബയുടെ ശബ്ദം കേട്ടതോടെ - സൈദ്ധാന്തികമായി അധിനിവേശിക്കപ്പെട്ട നഗരം - ആ അവസ്ഥയെക്കുറിച്ചുള്ള വ്യക്തമായ ചിത്രം എനിക്ക് നഷ്ടപ്പെട്ടു തുടങ്ങിയിരുന്നു. അതിനുശേഷം സംഭവിച്ചതെല്ലാം ഒരു പോലെയായിരുന്നു, പ്രസിഡന്റ് രാജിവെച്ചു, പ്രതിരോധത്തിൽ നിലയുറപ്പിച്ചു കൊണ്ട് ഒരു ജുണ്ടാ ഭരണകൂടം വില പേശലാരംഭിച്ചു. അതിനുശേഷം അത് തകർന്നു, സൈനിക മേധാവി ഒരു നാവികോദ്യോഗസ്ഥനോടൊപ്പം വേദിയിലെത്തി (ഗ്വാട്ടിമാലക്കു ശേഷം ചേർത്ത ഒരേയൊരു വിശദാംശം) പുതിയ ഭരണകൂടത്തിനു കീഴിൽ തന്റെ കച്ചവടം എത്രത്തോളം പുരോഗമിക്കുമെന്ന് കണക്കുകൂട്ടി, കർദ്ദിനാൾ കാപല്ലോ അതിഗംഭീരമായ ശൈലിയിൽ രാഷ്ട്രത്തോട് സംസാരിച്ചു; ലോകത്തിലെ സകല മാധ്യമങ്ങളും - ഭൂമിയുടെ ഈ പ്രദേശത്തെ - പതിവ് ബഹളങ്ങൾ കെട്ടഴിച്ചു; പെറോണിന് പാസ്പോർട്ട് നൽകാൻ ജുണ്ടാ ഭരണകൂടം വിസമ്മതിച്ചു, പക്ഷേ സ്വാതന്ത്ര്യം അനുവദിച്ചു. നിങ്ങളെപ്പോലുള്ള ആളുകൾ കരുതുന്നത് പുതിയ പ്രഭാതം പിറക്കുന്നത് നിങ്ങൾക്ക് കാണാൻ കഴിയുമെന്നാണ്; ഫ്രോണ്ടിസിക്ക് അത് കാണാൻ കഴിയില്ലെന്ന് ഞാൻ ഉറപ്പിച്ചു പറയുന്നു. റാഡിക്കൽസ് (വിപ്ലവകാരികൾ) അധികാരത്തിലെത്തുകയാണെങ്കിൽ, നേടുന്നത് അയാളായിരിക്കുകയില്ല. സൈന്യത്തിന്റെ സഹായത്തോടെ യദറോളയോ, സാൻറ്റാൻഡറോ, യാങ്കികളുടേയും പുരോഹിത വർഗ്ഗത്തിന്റേയും

താത്പര്യങ്ങൾ സംരക്ഷിക്കുന്ന മറ്റാരെങ്കിലുമോ ആയിരിക്കും അധികാരത്തിലെത്തുന്നത്. ഒരുപക്ഷേ ആദ്യമൊന്നും നിങ്ങൾക്ക് അക്രമം കാണാനാവില്ല, പക്ഷേ നിങ്ങളിൽനിന്നും അകലെയുള്ള ഒരു വലയത്തിനകത്ത് അത് അരങ്ങേറുന്നുണ്ടായിരിക്കും.

കാലാന്തരത്തിൽ കമ്യൂണിസ്റ്റ് പാർട്ടിയുടെ പ്രചാരം നഷ്ടപ്പെട്ടേക്കാം. ഒരു പക്ഷേ പപ്പയ്ക്കുപോലും തനിക്കു തെറ്റുപറ്റിയെന്ന് തോന്നുന്ന ഒരു ദിവസം വരും. അലഞ്ഞുതിരിയുന്ന നിങ്ങളുടെ മകന് ഇതിനിടയിൽ എന്തു സംഭവിക്കുമെന്ന് ആർക്കറിയാം. ഒരു പക്ഷേ തന്റെ ജന്മനാട്ടിൽ ഒരു പീടിക തുടങ്ങാൻ അയാൾ നിശ്ചയിച്ചിരിക്കാം. (ആകെയുള്ള ഒരു സാധ്യത) അല്ലെങ്കിൽ യഥാർത്ഥ പോരാട്ടത്തിന്റെ ജീവിതം തുടങ്ങാൻ അയാൾ തീരുമാനിച്ചിട്ടുണ്ടാവാം. [............]

കരീബിയൻ ദ്വീപുകളിൽ സർവ്വസാധാരണമായ വെടിയുണ്ട എന്റെ ദിനങ്ങൾക്ക് അന്ത്യം കുറിച്ചേക്കാം. (ഇത് ഒരു വിടുവായത്തമോ ഒരു ഉറച്ച സാധ്യതയോ അല്ല. അവിടെ ധാരാളം വെടിയുണ്ടകൾ പാഞ്ഞു നടക്കുന്നു എന്നതൊരു സത്യം മാത്രം) ആദർശങ്ങൾക്കുവേണ്ടി സ്വയം സമർപ്പിക്കുന്നതിനു മുമ്പായി, ഉറച്ച വിദ്യാഭ്യാസം ലഭിക്കുന്നതിനും, എന്റെ ജീവിതത്തിന് ഞാൻ തന്നെ നൽകിയ സുഖങ്ങളാസ്വദിക്കുന്നതിനുമായി ഒരു പക്ഷേ ഒരു നീണ്ട കാലയളവ് ഞാൻ അലഞ്ഞു നടന്നേക്കാം. കാര്യങ്ങൾ സംഭവിക്കുന്നത് അസാധാരണ വേഗത്തിലാണ്. അടുത്തവർഷം ഞാൻ എവിടെയാകുമെന്ന് ആർക്കും പ്രവചിക്കാനാവില്ല. എന്റെ വിവാഹത്തെക്കുറിച്ചുള്ള ഔപചാരിക പ്രഖ്യാപനവും പുതിയൊരു അതിഥിയുടെ (അവകാശിയുടെ) വരവും അമ്മ അറിഞ്ഞിട്ടുണ്ടോയെന്ന് എനിക്കറിഞ്ഞുകൂടാ — ബിയാട്രീസിന്റെ കത്ത് വായിച്ചാൽ തോന്നുക നിങ്ങളൊന്നും അറിഞ്ഞിട്ടില്ലെന്നാണ്, അങ്ങനെയാണെങ്കിൽ ഔദ്യോഗികമായി ഞാൻ നിങ്ങളെ അറിയിക്കുകയാണ്, മറ്റുള്ളവരോട് നിങ്ങൾക്കീ കാര്യം പറയാം: ഞാൻ ഹിൽദാ ഗാദിയായെ വിവാഹം ചെയ്തിരിക്കുന്നു. താമസിയാതെ ഞങ്ങൾക്കൊരു കുഞ്ഞു പിറക്കും. ബിയാട്രീസ് അയച്ച പത്രങ്ങൾ എനിക്കു കിട്ടി; അവയെനിക്ക് വല്ലാത്ത ആനന്ദം നൽകി. കഴിഞ്ഞ ദിവസങ്ങളിലെ സംഭവവികാസങ്ങളെക്കുറിച്ചുള്ള കത്തുകൾകൂടി എനിക്കുവേണം. അതുകൂടാതെ ന്യൂവെസ്ട്രാ പലബ്രാറയുടെ[1] ഒരു വാരാന്തപ്പതിപ്പും വേണം.

ചൗ

കുടുംബാംഗങ്ങൾക്കെല്ലാം എന്റെ ചുംബനം; ഹിൽദായുടെ ആശംസകൾ

1. അർജന്റീനാ കമ്യൂണിസ്റ്റ് പാർട്ടിയുടെ ഔദ്യോഗിക പത്രം.

ഏണസ്റ്റോ ചെ ഗുവേര

വർഷത്തിന്റെ അവസാന ദിവസങ്ങൾ രൂപപ്പെട്ട് വരികയാണ്. സാമ്പത്തികമായ എന്തോ മാറ്റങ്ങൾ രൂപപ്പെടുന്നതുപോലെ കാണുന്നു. ദഹിച്ചു കഴിഞ്ഞ ഭക്ഷണത്തെക്കുറിച്ചും, രക്തത്തിലുള്ള ഇലക്ട്രോ ഫോറേസിസിനെക്കുറിച്ചും, അർബാക് ഉപകരണത്തെക്കുറിച്ചുമുള്ള പഠനത്തിലും ഗവേഷണത്തിലുമാണ് ഞാനേർപ്പെട്ടിരിക്കുന്നത്. കുട്ടികളുടെ ആശുപത്രിയിൽ, പ്രതിഫലം ലഭിക്കുന്ന തരത്തിലുള്ള പ്രധാനപ്പെട്ട ചില ജോലികൾ ചെയ്യാൻ അവർ എന്നോട് നിർദ്ദേശിച്ചിരിക്കുന്നു. പണമൊന്നും കിട്ടിയില്ലെങ്കിലും ഏജൻസിയാ ലാറ്റിനാക്കുവേണ്ടി ഞാനിപ്പോഴും ജോലി ചെയ്യുന്നു. എന്റെ പഠനങ്ങൾ ഇപ്പോൾ നിശ്ചലാവസ്ഥയിലാണ്: വൈദ്യശാസ്ത്രത്തെക്കുറിച്ചുള്ള എന്റെ വായന ശുഷ്കം, സാഹിത്യം കുറച്ചുകൂടി വായിക്കുന്നുണ്ട്, പക്ഷേ അല്പംപോലും ഞാൻ എഴുതുന്നില്ല. ഇനി ബന്ധങ്ങളുടെ കാര്യം പറയുകയാണെങ്കിൽ എല്ലാം പഴയതുപോലെത്തന്നെ; ബൗദ്ധികമോ ലൈംഗികമോ ആയ, ഗുണപ്രദമായ യാതൊരു സൗഹൃദവും എനിക്കു കണ്ടെത്താനായില്ല. 'ക്രിസ്മസ് ഈവ്'ന്റെ രാത്രി ആരും കാണാതെ ഞാൻ സ്ലീപ്പിംഗ് ബാഗിൽ കഴിച്ചുകൂട്ടും. ഫോട്ടോഗ്രാഫി ഞാൻ ഉപേക്ഷിച്ചു കഴിഞ്ഞു. പലപ്പോഴും പ്രതിഫലം കിട്ടാത്തതിനെക്കുറിച്ച് (ഇടയ്ക്ക് പ്രതിഫലം കിട്ടാറുള്ളതിനെക്കുറിച്ചോർത്ത്) ഞാൻ പശ്ചാത്തപിക്കാറുണ്ട്. ഇപ്പോഴും മറ്റ് കാര്യങ്ങൾക്കായി നീക്കിവെക്കാനുള്ള സമയം എനിക്കുണ്ട്. പുതുവർഷത്തിൽ എല്ലാ കാര്യങ്ങളും ഞാനൊന്നു ചിട്ടപ്പെടുത്തിയെടുക്കും. വിദ്യാഭ്യാസ രംഗത്ത് ഞാനൊരു മുത്തച്ഛനാണെന്ന് എനിക്കു തോന്നുന്നു. എന്റെ ഉപദേശം ചെവിക്കൊണ്ട്, ഗ്വാട്ടിമാലയിലേക്കു തിരിച്ചുപോയി തന്റെ അമ്മയെ സഹായിക്കാൻ എൽ പതോജോ തീരുമാനിച്ചിരിക്കുന്നു.

രാഷ്ട്രീയ നിലപാടുകൾ വെച്ചുനോക്കിയാൽ ഡോൺ എദൽബർട്ടോ ടൊറസിന്റേയും, അയാളുടെ മകന്റേയും വിധിയിലുണ്ടായ വ്യതിയാനം ശ്രദ്ധേയമായിരുന്നു. ഒരാൾ മോചിപ്പിക്കപ്പെട്ടശേഷം രാജ്യഭ്രഷ്ടനാക്കപ്പെട്ടു, മറ്റൊരാൾ അഭയാർത്ഥിയായി രാജ്യം വിട്ടു.

അവസാനിച്ചുകഴിഞ്ഞ ഒരു വർഷത്തിന്റെ പഴങ്കഥയല്ലാതെ പുതുതായി ഒന്നും പറയാനില്ല. ഹിൽദായുടെ കൂടെ ഒരു പാർട്ടിക്കു പോവാൻ ഞാൻ വിസമ്മതിച്ചപ്പോൾ പതിവുപോലെ അവൾ രോഷം കൊണ്ടു. ഒ.എ.എസ്. കെട്ടിടത്തിന്റെ തുറസ്സിലിരുന്ന് നഗരത്തെ നിരീക്ഷിച്ച് ഞാൻ പുതുവർഷത്തലേന്ന് കഴിച്ചുകൂട്ടി. പുതുതായി ഒന്നും വിവരിക്കാനില്ല. ഏജൻസിയാ ലാറ്റിനാ എനിക്ക് പണം തന്നില്ല. അവർ പണം തരാൻ കുറച്ച് വൈകുമെന്നു തോന്നുന്നു. ഒരുപക്ഷേ ബ്യൂണസ് അയേഴ്സിൽ നിന്നും പണം വരുന്നതേ ഉണ്ടാവുകയുള്ളൂ, അല്ലെങ്കിൽ പണം വരുന്നുണ്ടാവില്ല.

സദുപദേശം നൽകുന്ന ഒരു മുത്തച്ഛനെപ്പോലെയാണ് ഞാനെന്ന് എനിക്ക് തോന്നുന്നു; ഒരു സഹോദരന്റെ 'ഇളക്കത്തോടെ' എൽ

പതോജോ ഗ്വാട്ടിമാലയിലേക്കു പോയിരിക്കുന്നു. പോരാടുന്നതിനു പകരം അയാൾ എന്തിൽനിന്നോ ഒളിച്ചോടുകയാണെന്ന് ഞാൻ പറഞ്ഞതു കൊണ്ടാണ് അത് സംഭവിച്ചത്. (അയാളുടെ അമ്മ എഴുതിയ കത്ത് അയാൾ എന്നെ വായിച്ചു കേൾപ്പിച്ചു) അടുത്ത ദിവസം അയാൾ രാജ്യം വിടാനൊരുങ്ങി. മുമ്പ് ഞാൻ നൽകിയിരുന്ന പണത്തിനു പുറമേ പിയാസ എനിക്കു തന്ന 150 പെസോ കൂടി ഞാൻ അയാൾക്കു കൊടുത്തു. ഞാനൊരു അസാധാരണമായ അവസ്ഥയിലാണ്: ഏജൻസിയാ ലാറ്റിനാ തരാനുള്ള ശമ്പളത്തിൽ കണ്ണുംനട്ടിരിപ്പാണ് ഞാൻ, പക്ഷേ വാഗ്ദാന ങ്ങൾ തരുന്നതല്ലാതെ അവർ യാതൊന്നും വ്യക്തമായി പറയുന്നില്ല. യാഥാർത്ഥ്യങ്ങൾ ന്യായീകരിക്കുന്നില്ലെങ്കിലും ശാസ്ത്രമേഖലയിൽ എനിക്ക് നല്ല പ്രതീക്ഷയുണ്ട്. അരിപ്പു കടലാസിലൂടെ എലക്ട്രോ ഫൊറേസിസ് ചെയ്യുന്നതെങ്ങനെയെന്ന് ഞാൻ മനസ്സിലാക്കിക്കഴിഞ്ഞു, ഒന്നോ രണ്ടോ ആഴ്ചക്കകം ഞാനതിന്റെ ഗവേഷണ ജോലികളാ രംഭിക്കും. വീട്ടിലേക്ക് ഞാൻ അധികം എഴുതാറില്ല, അതുകൊണ്ട് അവിടത്തെ പുതിയ കുറേ കാര്യങ്ങൾ എനിക്കറിഞ്ഞുകൂടാ.

എനിക്ക് ആദ്യമാസത്തെ ശമ്പളം കിട്ടി, അത് ചെലവ് ചെയ്തു കഴിഞ്ഞു - കൊടുക്കാനുള്ള പണത്തിന്റെ കാര്യം ഞാൻ പറയുന്നില്ല, കിട്ടാനുള്ളതിന്റെ കാര്യമേ പറയുന്നുള്ളു. താഴെപ്പറയുന്ന കാരണങ്ങൾ കൊണ്ട് എനിക്കതിനെക്കുറിച്ച് വേവലാതിയില്ല. ഡോ: കോർത്തെ സിനോടൊപ്പം ഞാനൊരു രോഗിയെ ചികിൽസിക്കുന്നുണ്ട്. ഒരു ദിവസം നാലുനേരം പരിശോധിക്കുന്നതിന് അവരെനിക്ക് ഇരുപത് പെസോ തരു ന്നുണ്ട്. ഏജൻസിയാ ലാറ്റിനാ പണം തരുന്നതുവരെ എനിക്ക് ഭക്ഷണ ത്തിനുള്ള വകയായി, ഡോ.പെരെസ് എന്നെ ഒന്നളക്കാൻ നോക്കി യെങ്കിലും ഏജൻസിയുമായി എനിക്ക് നല്ല ബന്ധമാണുള്ളത്. എന്നെ ഹോസെ ഫിഗ്വാറസിന്റെ കോസ്റ്ററിക്കയിലേക്കയക്കണമെന്ന് ഒരു തമാശയ്ക്ക് ഞാൻ അദ്ദേഹത്തോട് പറഞ്ഞു. എൽ പതോജോയിൽ നിന്നോ, എന്റെ വീട്ടിൽ നിന്നോ യാതൊരു വിവരവുമില്ല. ഗ്വാട്ടിമാലയിൽ എന്തു സംഭവിക്കുമെന്നാണ് ഞാൻ കരുതുന്നതെന്ന് ചോദിച്ചുകൊണ്ട് ഒരു പെറുവിയൻ വിദ്യാർത്ഥി എനിക്കെഴുതിയിരിക്കുന്നു. എന്റെ സന്നിഗ്ദ്ധാവസ്ഥ മൂലം ശാസ്ത്രമേഖലയിലെ പ്രവർത്തനങ്ങൾ നിശ്ചലാ വസ്ഥയിലാണ്; എനിക്കീ വീട്ടിൽനിന്നും പുറത്തു പോവണം, പക്ഷേ എവിടേക്കു പോവണമെന്ന് എനിക്കറിയുകയില്ല.

താമസപ്രശ്നം ഇപ്പോഴും അപരിഹാര്യമായി തുടരുന്നു, എല്ലാതര ത്തിലും ഞാനിപ്പോൾ വായുവിലാണ്. വീട്ടിൽ നിർമ്മിച്ച എലക്ട്രോ ഫൊറേസിസ് യന്ത്രം വളരെ പതുക്കെയാണ് പ്രവർത്തിക്കുന്നത്, മറ്റ് കാര്യങ്ങൾ ഇപ്പോൾ നിശ്ചലാവസ്ഥയിലാണ്. കോർതേസിനോടൊപ്പം ഞാനൊരു രോഗിയെ പരിശോധിക്കുന്നുണ്ട്, അയാളുടെ രോഗം ഭേദമാകുമെന്ന് ഞാൻ കരുതുന്നു. ഞാനവരിൽ നിന്നും 20 പെസോ

പരിശോധനാ ഫീസായി ഈടാക്കുന്നുണ്ട്. അടുത്തയാഴ്ച കൂടുതൽ സംഭവബഹുലമാകുമെന്ന് ഞാൻ കരുതുന്നു. [.................]

എന്റെ രോഗിക്ക് ദീനം വർദ്ധിച്ചിരിക്കുന്നു. ഞാൻ കുറച്ച് പരിശോധനകൾ കൂടി നടത്തി, പല ആഹാരസാധനങ്ങളോടും അവർക്ക് അലർജിയുണ്ട്. അവർക്കത് നൽകുന്നത് ഞാൻ വിലക്കി. ഇങ്ങനെയൊക്കെയായിട്ടും എനിക്ക് പണം ലഭിച്ചിട്ടില്ല. രണ്ടറ്റം കൂട്ടിമുട്ടിക്കുന്നതെങ്ങിനെയെന്ന് എനിക്കറിഞ്ഞു കൂടാ. ഏജൻസിയാ ലാറ്റിനാ പണം നൽകുന്നില്ല എന്നതാണ് എന്നെ വല്ലാതെ അലട്ടുന്ന പ്രശ്നം. പുതിയ വലിയ പദ്ധതികളൊന്നുമില്ല. അവർ ആവശ്യപ്പെട്ടതുപോലെ ഗ്വാട്ടിമാലയെക്കുറിച്ചൊരു ലേഖനം ഞാൻ നാളെത്തന്നെ അവർക്കു കൊടുക്കും, പിന്നെ ഒരാഴ്ച മുഴുവൻ കത്തെഴുത്ത് തന്നെ. കത്തെഴുതുന്ന കാര്യത്തിൽ ഈയിടെയായി ഞാൻ വളരെ പുറകിലാണ്.

എല്ലാം വായുവിലാണ്, അനിശ്ചിതത്വത്തിന്റെ ദിവസങ്ങൾ. എനിക്ക് ജനുവരിയിലെ ശമ്പളം ലഭിച്ചു, അത് ചെലവായിക്കഴിഞ്ഞു (ഇപ്പോൾ ഫെബ്രുവരി അവസാനമായിരിക്കുന്നു) പാനമേരിക്കൻ ഗെയിമിന്റെ വരവായി, എനിക്കിനി അടിമയപ്പോലെ പണിയെടുക്കേണ്ടി വരും, ആശുപത്രിയിലെ ജോലി മാറ്റിവെക്കേണ്ടിവരും. എന്റെ രോഗിയുടെ നില ഗുരുതരമല്ല, ഞാൻ തുടങ്ങിയിടത്തേക്ക് അവരെത്തിക്കഴിഞ്ഞു. സ്തോഭജനകമായ ഒരു രംഗത്തിനുശേഷം ഞാൻ ഹിൽദായുമായി തെറ്റിപ്പിരിഞ്ഞിരിക്കുന്നു, അത് നല്ലതിനാണ്. ആ കെമിസ്റ്റിനോട് (പെൺകുട്ടിയാണവൾ) എനിക്ക് അടുപ്പം തോന്നി; അവളത്ര ബുദ്ധിമതിയൊന്നുമല്ല, അത്രക്കറിവുമില്ല, പക്ഷേ അവൾക്ക് നല്ല വശ്യതയും, മനോഹരമായ കണ്ണുകളുമുണ്ട്. ഏപ്രിലിൽ നടക്കുന്ന അലർജി കോൺഗ്രസ്സിൽ, ദഹിച്ച ഭക്ഷണവും ചർമ്മവും സംബന്ധിച്ച പരീക്ഷണങ്ങളെക്കുറിച്ച് ഞാനൊരു പ്രബന്ധം അവതരിപ്പിക്കും.

എന്റെ ഏറ്റവുമവസാനത്തെ ഡയറിക്കുറിപ്പിനുശേഷം ഒരു മാസം പിന്നിട്ടിരിക്കുന്നു. ഒരുപാട് കാര്യങ്ങൾ സംഭവിച്ചിരിക്കുന്നു, അല്ല, അത്രയധികമെന്നൊന്നും പറയാനാവില്ല - അത് നിങ്ങളുടെ വീക്ഷണത്തെ ആശ്രയിച്ചിരിക്കുന്നു. പാനമേരിക്കൻ ഗെയിം എനിക്ക് വല്ലാത്ത ബുദ്ധിമുട്ടുണ്ടാക്കുന്നു, യാതൊന്നും കിട്ടുകയില്ലെന്ന അവസ്ഥയായപ്പോൾ അതാവരുന്നു, എന്തെങ്കിലും ലഭിച്ചേക്കാമെന്ന ഒരു വാഗ്ദാനം. ഏതായാലും പണത്തിന്റെ ഞെരുക്കംമൂലം ഏജൻസിയാ ലാറ്റിനാ പൂട്ടുകയാണെന്നു കേട്ടു. രണ്ടുമാസത്തെ ശമ്പളവും മൂന്നുമാസത്തെ നഷ്ടപരിഹാരവും ഫോട്ടോഗ്രാഫുകൾക്ക് 2000 പെസോയും അവരെനിക്കു തരുമെന്നാണ് ഇപ്പോൾ കേൾക്കുന്നത്, അതിനർത്ഥം, അവരെനിക്ക് 5000 പെസോ നൽകുമെന്നാണ്. അതെനിക്ക് വളരെ ഉപകാരപ്രദമാവും. ഇവിടത്തെ കടങ്ങൾ തീർക്കാനും, മെക്സിക്കോയിൽ ഒന്നു ചുറ്റിയടിക്കാനും, ഇവിടെ നിന്നുള്ള യാത്രക്കും അതു മതിയാവും.

ജോലി എനിക്ക് ചില പ്രശ്നങ്ങളുണ്ടാക്കുന്നു. പക്ഷേ അതേസമയം എനിക്ക് നല്ല രണ്ട് സുഹൃത്തുക്കളെ ലഭിച്ചു: ഫെർനാണ്ടോ മർഗോളെസ്, സെവിറിനോ റോസ്സൽ എൽ ഗ്വാജിറോ.[1] ഞാനിപ്പോൾ പുതിയൊരു സ്ഥലത്താണ് താമസിക്കുന്നത്. വാടക കൊടുക്കുന്ന കാര്യത്തിൽ പതിവു പോലെ എനിക്കു ചില പ്രശ്നങ്ങളുണ്ടായിക്കൊണ്ടിരിക്കുന്നു.

[............] അലർജി കോൺഗ്രസിൽ അവതരിപ്പിക്കുന്നതിനായി ശാസ്ത്രീയാടിത്തറയുള്ള ഒരു പദ്ധതി ഞാൻ ഏറ്റെടുത്തിരുന്നു. എനിക്കത് ചെയ്യാൻ കഴിയുമെന്ന് ഞാൻ വിശ്വസിക്കുന്നു. ഗ്രിങ്കോകളോടൊപ്പം അവരെന്നെ ന്യൂവോ ലോറെത്തോയിലേക്ക് ക്ഷണിച്ചിരിക്കുന്നു. രണ്ടു വർഷം അവിടെ ജോലി ചെയ്യേണ്ടിവരും. അത്രയധികം കാലം അവിടെ ജോലി ചെയ്യാൻ ഞാൻ തയ്യാറല്ല. എന്റെ പരിപാടി വളരെ ലളിതമാണ്. മാർച്ച് വരെ ഞാൻ അലർജി സംബന്ധമായ ജോലികൾ ചെയ്യും, അതിനു ശേഷം പ്രബന്ധം സമർപ്പിക്കും. മെയ്, ജൂൺ, ജൂലായ് മാസങ്ങളിൽ ഞാൻ മെക്സിക്കോയുടെ കിഴക്കുനിന്ന് പടിഞ്ഞാറോട്ടും, വടക്കുനിന്ന് തെക്കോട്ടും സഞ്ചരിക്കും. ജൂലായ്, ആഗസ്റ്റോടെ വെറാക്രൂസിലേക്കു പോകും. ക്യൂബയിലേക്കോ യൂറോപ്പിലേക്കു പോകാനുള്ള ഒരു ബോട്ടിനായി ഞാൻ കാത്തിരിക്കും - അത് നടന്നില്ലെങ്കിൽ ഡിസംബറോടെ ഞാൻ കാരക്കാസിലെത്തും. ഇതെല്ലാം എങ്ങനെ സംഭവിക്കുമെന്ന് നോക്കാം.

പാലത്തിനടിയിലൂടെ ഒരുപാട് വെള്ളം ഒഴുകിപ്പോയിരിക്കുന്നു; ഇപ്പോൾ [............] ഒരു ആശുപത്രിയിലെ 'ഇന്റേൺ' ആയി ഞാൻ നിയമിക്കപ്പെട്ടിരിക്കുന്നു. ഇങ്ങനെയാണ് കാര്യങ്ങൾ സംഭവിക്കുന്നത്. ലിയോൺ, ഗ്വാനാജാട്ടോ എന്നിവിടങ്ങളിൽ ചെന്ന് ഞാനെന്റെ പ്രബന്ധം അവതരിപ്പിച്ചു: 'പകുതി ദഹിച്ച ഭക്ഷണത്തിലെ ആന്റിജനുകളിൽ നടത്തിയ ചർമ്മസംബന്ധമായ പരീക്ഷണങ്ങൾ' എന്ന പ്രബന്ധം വളരെയധികം ശ്രദ്ധിക്കപ്പെട്ടു. മെക്സിക്കോയിലെ അലർജി വിദഗ്ധനായ സലാസർ മല്ലെൻ ആ പ്രബന്ധത്തെക്കുറിച്ച് ചില നല്ല പരാമർശങ്ങൾ നടത്തി. 'അലർജിയ' എന്ന മെഡിക്കൽ ജേണലിൽ അത് പ്രസിദ്ധീകരിക്കപ്പെടും. ഗവേഷണ പരിപാടികൾക്കായി ധനസഹായം നൽകാമെന്ന് സാലസർ മല്ലെൻ എനിക്ക് വാക്കു തന്നു. കൂടാതെ ജനറലാശുപത്രിയിലെ ഡോക്ടറുദ്യോഗവും വാഗ്ദാനം ചെയ്തിട്ടുണ്ട്. പക്ഷേ എന്തു സംഭവിക്കുമെന്ന് കാത്തിരുന്ന് കാണാം.

ഏജൻസിയാ ലാറ്റിനാ തരാനുള്ള പണത്തെക്കുറിച്ച് വ്യക്തമായ യാതൊരു വിവരവുമില്ല. മെക്സിക്കോയിലെ വോട്ടർ പട്ടികയിൽ എന്റെ പേര് ചേർത്തു എന്നതാണ് ശ്രദ്ധേയമായ കാര്യം; മറ്റ് യാതൊരു പരിശോധനകളുമില്ലാത്തതുകൊണ്ട് അത് നടന്നു. അവരുടെ മുന്നിൽ

1. കൃഷീവലൻ

ചെന്നുനിൽക്കുക, പേരും മേൽവിലാസവും നൽകുക, അത്രമാത്രം. തെരഞ്ഞെടുപ്പുകളും അതുപോലെത്തന്നെയായിരിക്കും.

ഗ്വാജാന്റോയിൽ സെർവാന്റീസിനെ അടിസ്ഥാനമാക്കിയുള്ള പ്രസിദ്ധമായ ചെറുപ്രഹസനങ്ങൾ ഞാൻ കണ്ടു. നാട്ടുകാരായ, പ്രത്യേക പരിശീലനമൊന്നും ലഭിച്ചിട്ടില്ലാത്ത ചില അഭിനേതാക്കളാണ് അത് അവതരിപ്പിച്ചത്. ഒരു പള്ളിയുടെ സ്വാഭാവികമായ പശ്ചാത്തലത്തിലാണ് അത് അവതരിപ്പിക്കപ്പെട്ടത്. മിക്ക അഭിനേതാക്കൾക്കും നിലവാരമുണ്ടായിരുന്നില്ല. പശ്ചാത്തലം വളരെ സ്വാഭാവികമായിരുന്നതിനാൽ ആ ന്യൂനതകൾ ആരും ശ്രദ്ധിച്ചില്ല.

കുറേ സാഹസങ്ങൾക്കുശേഷം ഞാനിതാ ജനറൽ ആശുപത്രിയിൽ താവളമടിച്ചിരിക്കുന്നു. അടുക്കും ചിട്ടയുമൊന്നുമില്ലെങ്കിലും ഞാനവിടെ കഠിനമായി അദ്ധ്വാനിക്കുന്നു. അവിടുത്തെ ഭക്ഷണം എനിക്കു പറ്റുന്നില്ല: അത് കഴിച്ചാൽ എനിക്ക് ആസ്ത്മ വരും; കഴിച്ചില്ലെങ്കിൽ വിശന്നു പൊരിയും. സലാസർ മല്ലെൻ എനിക്ക് 150 പെസോ നൽകുന്നുണ്ട് [...............] ഏജൻസിയാ ലാറ്റിനാ പറയുന്നത് അവരെനിക്ക് പണം തരുമെന്ന് തന്നെയാണ്. അതായത് 5000 പെസോ – അത് യാഥാർത്ഥ്യമാവുമോ എന്ന് നോക്കാം. ഹിൽദായോടൊപ്പം മെക്സിക്കോ സിറ്റി ചുറ്റി നടന്നുകണ്ട് ഞാനെന്റെ സമയം ചെലവഴിക്കുന്നു. ഒരു കാർഷിക കോളേജിൽ റിവേരയുടെ മനോഹരമായ ചില ചുമർചിത്രങ്ങൾ കാണുവാനായി പോയിരുന്നു. അതോടൊപ്പം പ്യൂബ്ലയും സന്ദർശിച്ചു.

നല്ലതും ചീത്തയുമായ കുറേകാര്യങ്ങൾ സംഭവിച്ചുകൊണ്ടിരിക്കുന്നു. എന്റെ ഭാവി എങ്ങനെയുള്ളതായിരിക്കുമെന്ന് എനിക്ക് യാതൊരു നിശ്ചയവുമില്ല. ഏജൻസിയാ ലാറ്റിനാ പണം തന്നിട്ടുണ്ട്, പക്ഷേ മുഴുവനുമില്ല, ചില ബാദ്ധ്യതകൾ തീർക്കാനും സമ്മാനങ്ങൾ വാങ്ങാനുമായി എനിക്ക് 2000 പെസോ മാത്രമാണ് ബാക്കിയുണ്ടാവുക. അവരെന്നെ യുവജനോൽസവത്തിനു ക്ഷണിച്ചു. പണം കൊടുക്കാൻ എന്റേതായ വഴി കണ്ടെത്തേണ്ടതുണ്ട്. പണം കിട്ടുമെന്ന് ഞാൻ ഇപ്പോഴും പ്രതീക്ഷിച്ചുകൊണ്ടിരിക്കുന്നു. ജൂലായ് എട്ടിന് സ്പെയിനിൽ പോകുമെന്ന് സകല മനുഷ്യരോടും ഞാൻ പറഞ്ഞിരിക്കുന്നു. യാതൊന്നും നടന്നില്ല. സെപ്തംബർ ഒന്നു മുതൽ മെക്സിക്കോയിലുടനീളം ചുറ്റിയടിക്കാനുള്ള പദ്ധതിയുമായി ഞാൻ മുന്നോട്ടു പോകുന്നു. ഒരു കായിക വിനോദമെന്ന നിലക്ക് പോപ്പോ കാറ്റപെൽ പർവ്വതത്തിന്റെ ഉയരം കുറഞ്ഞ ഭാഗത്തുകൂടെ. ധീരരായ ഒരു പർവ്വതാരോഹകരുടെ സംഘം (അവരിൽ ഞാനും ഉൾപ്പെടുന്നു) മല കയറിയ കാര്യം ഞാൻ വിവരിച്ചേ തീരൂ. അത് വളരെ രസകരമായിരുന്നു. ഇടക്കിടെ അങ്ങനെ ചെയ്താൽ കൊള്ളാമെന്ന് എനിക്കു തോന്നുന്നു. മുകളിലെത്തുന്നതിന് തൊട്ടുമുമ്പായി പാസകൽ ലുസാനോ എന്ന വെനിസ്വേലക്കാരൻ വീണുപോയി. അവസാനം ഞങ്ങൾ അയാളെ കെട്ടിവലിച്ചു കൊണ്ടുപോവുകയായിരുന്നു.

അർജന്റീനയിൽ നടന്ന വിപ്ലവമായിരുന്നു ശ്രദ്ധേയമായ മറ്റൊരു വിഷയം. എന്റെ സഹോദരൻ നാവികസേനയിലായിരുന്നതിനാൽ എനിക്കല്പം അസ്വസ്ഥത തോന്നിയിരുന്നു. ഹിൽദായേയും എന്റെ പെറൂവിയൻ സുഹൃത്തിനേയും ഒരു ഫുട്ബോൾ മൽസരം കാണുന്നതിനായി ഞാൻ ക്ഷണിച്ചതായിരുന്നു രസകരമായ മറ്റൊരു വിഷയം. പാറ്റ ഗുളികകൾ കത്തിച്ചുകൊണ്ട് ഗംഭീരമായി തുടങ്ങിയ പരിപാടി അവസാനം 'വെള്ള ത്തിൽ' അവസാനിച്ചു. ഞങ്ങൾക്ക് മൂന്നു പേർക്കും നല്ല ഏറ് കിട്ടി.

ക്യൂബൻ വിപ്ലവകാരി ഫിദൽ കാസ്ട്രോയും ഞാനും കണ്ടുമുട്ടിയ തായിരുന്നു വളരെ പ്രധാനപ്പെട്ട രാഷ്ട്രീയ സംഭവം. ഫിദൽ ബുദ്ധി മാനാണ്. തന്നെക്കുറിച്ച് നല്ല ധാരണയുള്ളയാൾ, അസാധാരണമാംവിധം ധാർഷ്ട്യമുള്ളവൻ; ഞങ്ങളുടെ സമാഗമം ഗംഭീരമായെന്ന് എനിക്ക് തോന്നുന്നു.

വിജയകരമല്ലാത്ത പർവ്വതാരോഹണമായിരുന്നു (പോപ്പോയുടെ മുകളിൽ) മറ്റൊരു വിഷയം. മർഗാലസിന്റെ കാൽ മരവിച്ചപ്പോൾ മുകളിലേക്കു കയറാൻ ഞങ്ങൾ ഭയന്നു. കൊടുമുടിക്ക് അല്പം വാരകൾ മാത്രം അകലെവെച്ച് ഞങ്ങൾ യാത്ര അവസാനിപ്പിച്ചു. മർഗലോസ് അമേരിക്കയിലേക്കു തിരിച്ചതായിരുന്നു യാത്രയുമായി ബന്ധപ്പെട്ട ഒരു സംഭവം.

എന്റെ ഒരു ശാസ്ത്രലേഖനം ആദ്യമായി ഒരു പ്രസിദ്ധീകരണത്തിൽ അച്ചടിച്ചു വന്നതായിരുന്നു ശാസ്ത്ര വിഷയവുമായി ബന്ധപ്പെട്ട ഒരു സംഭവം. അലർജിയാ ജേണൽ: 'പകുതി ദഹിച്ച ഭക്ഷണവും ചർമ്മവു മായി ബന്ധപ്പെട്ട രോഗങ്ങളും, ഒരു പഠനം.' കൊള്ളാം.

ശരീരശാസ്ത്രത്തിൽ ഞാനൊരു 'പൂച്ചസർജൻ' ആയി.

മാസങ്ങൾ കടന്നുപോയി. ഞാൻ ഹിൽദായെ വിവാഹം കഴിച്ചിരി ക്കുന്നു; അടുത്തമാസങ്ങളിൽ ഭാവി ജീവിതം കരുപ്പിടിപ്പിക്കാനുള്ള ശ്രമത്തിലായിരിക്കും ഞങ്ങൾ.

പെറോണിന്റെ അന്തസ്സുകെട്ട പതനവും, മദ്ധ്യവർത്തി കക്ഷികളും, മതമേലധ്യക്ഷൻമാരും കൈകോർക്കുന്ന സംഘവുമായി ബന്ധമുള്ള ഒരു സൈനിക സംഘം അധികാരം പിടിച്ചടക്കിയതുമായിരുന്നു രാഷ്ട്രീയ പ്രാധാന്യമുള്ള സംഭവങ്ങൾ. എന്റെ പഠനങ്ങൾ ഞാൻ കുറച്ചുകൂടി ചുരുക്കി; അലർജിയെക്കുറിച്ചു മാത്രമേ ഞാൻ വായിക്കുന്നുള്ളു, അതോടൊപ്പം അല്പം ആൾജിബ്രയും ഇംഗ്ലീഷും ഞാൻ പഠിക്കുന്നുണ്ട്. മൂന്ന് വിഷയങ്ങളിൽ മാത്രമാണ് എന്റെ പഠനം കേന്ദ്രീകരിച്ചിരിക്കുന്നത്. അതിലൊന്ന് ഭാവിയെ ലക്ഷ്യം വെച്ചുള്ളതാണ്. വിഷയങ്ങൾ താഴെ പ്പറയുന്നവയാണ്: രക്തത്തിലുള്ള ഹിസ്റ്റമിൻ, ശ്വാസകോശങ്ങളിലെ ഹിസ്റ്റമിൻ പ്രൊജസ്റ്ററോൺ; സിറം എലക്ട്രോ ഫൊറേസിസ് ചെയ്യുന്ന കാര്യവും ഞാൻ ആലോചിക്കുന്നുണ്ട്. മറ്റൊരു കാര്യം; എന്റെ കൈയിൽ

നിന്നും മോഷ്ടിക്കപ്പെട്ട ക്യാമറക്കുപകരം മറ്റൊന്ന് ഞാൻ വാങ്ങിച്ചിരിക്കുന്നു, ഞാൻ ടച്ച് ടൈപ്പിങ്ങ് പഠിക്കുന്നുണ്ട്. ഐക്യരാഷ്ട്ര സംഘടനയിൽ ജോലി ചെയ്യാൻ പോകണോ എന്ന കാര്യത്തിലും തീരുമാനമായില്ല. ഈ ആശയം എന്നെ അനാകർഷിക്കുന്നു, പക്ഷേ പണം ആകർഷിക്കുന്നു. ഒടുവിൽ ഞാൻ പെപ്പോയുടെ നെറുകയിൽ എത്തിച്ചേർന്നുവെന്നതൊഴികെ മറ്റൊന്നും എനിക്ക് എഴുതിച്ചേർക്കാനില്ല. വളരെ ആയാസരഹിതമായ ആരോഹണമായിരുന്നു അത്, ഏറെ പ്രശ്നങ്ങളില്ലാത്ത ഒന്ന്. 6.30ന് ഞങ്ങൾ താഴെയുള്ള ചെരുവിലെത്തി. (കൂടുതൽ ഉയരത്തിലേക്കു ഞങ്ങൾ പോയില്ല). ആകെ മഞ്ഞ് മൂടിയിരുന്നതുമൂലം എനിക്ക് ഫോട്ടോയെടുക്കാനായില്ല. മയൻ പ്രദേശത്തെക്കുറിച്ച് നേരിട്ട് കണ്ട് മനസ്സിലാക്കുന്നതിനായി, യുകാതാനിലേക്കു പോകുന്ന കാര്യം ഞാൻ ആലോചിക്കുന്നുണ്ട്. പെറോണിനെ അനുകൂലിച്ചതിന് എന്നെ എതിർത്തുകൊണ്ട് എന്റെ വീട്ടിൽനിന്നും ചുട്ടുപഴുത്ത കത്തുകൾ വന്നുകൊണ്ടിരിക്കുന്നു എന്നല്ലാതെ മറ്റ് രാഷ്ട്രീയ വാർത്തകളൊന്നുമില്ല[1].

പെറോണിന്റെ പതനത്തെക്കുറിച്ചുള്ള ചർച്ച നടക്കുന്ന ഒരു യോഗത്തിൽ ഞാൻ പങ്കെടുത്തു; സെനോർ ഓർഫിലായായിരുന്നു റിപ്പോർട്ടർ. ഫോണ്ടോ ഡികൾച്ചറാ എക്കണോമിക്കായുമായി (ഓർഫിലാ അതിന്റെ ഡയറക്ടറായിരുന്നു) പെറോൺ നടത്തിയ കലഹമായിരുന്നു ഓർഫിലാക്ക് പെറോണിനോടുള്ള വിദ്വേഷത്തിനാധാരമെന്ന് ഞാൻ പിന്നീട് മനസ്സിലാക്കി. യോഗത്തിന്റെ അവസാനഭാഗംവരെ കാര്യങ്ങൾ ഭംഗിയായി നടന്നു; അവർ സഖാക്കളുടെ മെക്കിട്ടു കയറുവാൻ തുടങ്ങിയതോടെ ഞാൻ ചാടിയെഴുന്നേറ്റ് എന്റെ അഭിപ്രായം പറയാൻ തുടങ്ങി. ഞാൻ ശരിക്കും തകർന്നു പോയിരുന്നു. ഞാനുദ്ദേശിച്ച കാര്യങ്ങൾ സുസംഘടിതമായി അവതരിപ്പിക്കാൻ എനിക്കു കഴിഞ്ഞില്ല. സാമ്പത്തികരംഗത്തിന്റെ നിയന്ത്രണം, തൊഴിലാളി യൂണിയനുകളുടെ ജനാധിപത്യം എന്നീ മേഖലകളിൽ പുതിയ ഭരണകൂടം എന്തെങ്കിലും നേട്ടമുണ്ടാക്കുന്നതുവരെ, അഭിനന്ദന സന്ദേശമയക്കുന്ന കാര്യം മാറ്റിവെക്കണമെന്ന് ഞാൻ നിർദ്ദേശിച്ചു. 'വിനിമയ നിയന്ത്രണവുമായി ബന്ധപ്പെട്ട കാര്യങ്ങൾ പ്രാഥമികമല്ലാത്തതിനാൽ, തങ്ങൾക്കതിൽ ശ്രദ്ധ കൊടുക്കാൻ കഴിയില്ലെന്ന് ഓർഫിലാ ശഠിച്ചു. സോഷ്യലിസ്റ്റുകൾ മലം നിറഞ്ഞ ഉൾക്കടലിലേക്കാണ് നീങ്ങുന്നത്. മെക്സിക്കോയുടെ തെക്കുകിഴക്കു പ്രദേശത്തു കൂടെയുള്ള, ഞാനേറെ കാത്തിരുന്ന, വിടചൊല്ലലിന്റെ യാത്ര ഞാൻ പൂർത്തിയാക്കിക്കഴിഞ്ഞു. ഭാഗികമായാണെങ്കിലും ആ മയൻ പ്രദേശത്തുകൂടെ ഞാൻ സഞ്ചരിച്ചു. തീവണ്ടി മാർഗ്ഗമാണ് ഞങ്ങൾ വെറാക്രൂസിലേക്കു പോയത്. പൂർണമായും വിരസമായ ഒരു യാത്ര. ജീവചലനങ്ങളില്ലാത്ത ചെറിയൊരു തുറമുഖമാണ് വെറാക്രൂസ്. സ്പാനിഷ് ശൈലിയുള്ള ഒരു പട്ടണത്തിന്റെ എല്ലാ സവിശേഷതകളും

1. 1955 സെപ്തംബറിൽ അമ്മക്കെഴുതിയ കത്ത്.

അതിനുണ്ട്. വൃത്തിയുള്ള നിരപ്പായ കടൽത്തീരം; ഊഷ്മളതയുള്ള കടൽ.

അവിടെ ഞങ്ങളൊരു അർജന്റീനാ കപ്പൽ കണ്ടു. എൽ ഗ്രാനാ ദെറോ. അവിടെനിന്നും എനിക്ക് കുറച്ച് മേറ്റ് കിട്ടി. വെറാക്രൂസിൽ നിന്നും ഏകദേശം പത്ത് കിലോമീറ്റർ തെക്കുമാറിയുള്ള, ഒരു മൽസ്യബന്ധന കേന്ദ്രം കൂടിയായ, പട്ടണമാണ് ബൊകാദെൽ റിയോ. റോസന്റേ റോസാ ദോയുടെ ലാ ടാനിനാ എന്ന ബോട്ടിൽ ഒരു ദിവസം ഞാൻ മീൻപിടുത്തം കാണാൻ പോയി; മുക്കുവന്മാരുടെ ജീവിതവും അവരുടെ പ്രശ്നങ്ങളും കൗതുക കരമാണ്.

വെറാക്രൂസിൽ അഞ്ചുദിവസം താമസിച്ചശേഷം തെക്കോട്ടു പോകുന്ന ഒരു ബസ്സിൽ ഞങ്ങൾ കയറി. ആദ്യത്തെ രാത്രി കാറ്റെറാകോ തടാകത്തിലാണ് ഞങ്ങൾ കഴിച്ചുകൂട്ടിയത്. ഒരു മഴ ദിവസമായിരുന്ന തിനാൽ അവിടെ ചുറ്റിനടന്നു കാണുവാൻ ഞങ്ങൾക്കു സാധിച്ചില്ല. ഞങ്ങൾ മുന്നോട്ടുള്ള യാത്ര തുടർന്നു. അന്ന് രാത്രി കോറ്റസോ കോവാൽകോസിൽ ഞങ്ങൾ താമസിച്ചു, അതേ പേരുള്ള ഒരു നദിക്ക് ഓരം ചാരിയാണ് ആ പട്ടണം സ്ഥിതി ചെയ്യുന്നത്. ഞാൻ ആസ്ത്മയും കൊണ്ടാണ് അവിടെ എത്തിച്ചേർന്നത്. അടുത്ത ദിവസം ഞങ്ങൾ പുഴ കടന്നു. മറുകര അലൻഡെ എന്നാണ് അറിയപ്പെടുന്നത്. അവിടെനിന്നും തീവണ്ടി മാർഗ്ഗം, വൈകുന്നേരത്തോടെ പലാൻക്വെയിലെത്തിച്ചേർന്നു. റെയിൽവേ സ്റ്റേഷനിൽ നിന്നും ഹോട്ടലിലേക്ക് ഒരു ജീപ്പിലാണ് പോയത്.

പലാൻക്വെയിലെ ചരിത്രാവശിഷ്ടങ്ങൾ മനോജ്ഞമാണ്. കുന്നിന്റെ ഒരു വശത്താണ് പഴയ ജനസംഖ്യാകേന്ദ്രം നിലകൊള്ളുന്നത്. അവിടെ നിന്ന് നാലുകിലോമീറ്റർ വീതിയും ആറു കിലോമീറ്റർ നീളവുമുള്ള ഒരു കരയിടുക്ക് കാട്ടിനകത്തേക്കു നീണ്ടു കിടക്കുന്നു. ഇനിയും പര്യ വേഷണം നടന്നിട്ടില്ലാത്ത സ്ഥലം, തിങ്ങിവിങ്ങുന്ന സസ്യജാലം അതിരി ടുന്ന പ്രദേശം.

അധികാരികളുടെ അവഗണന എതാണ്ട് പൂർണവും വ്യക്തവുമാണ്. അമേരിക്ക വൻകരയിലെ പുരാവസ്തുക്കളിൽ ഏറ്റവും അമൂല്യമായ രത്നമെന്നു കരുതപ്പെടുന്ന പ്രധാനപ്പെട്ട ശവക്കല്ലറ വെടുപ്പാക്കി യെടുക്കാൻ നാലുവർഷമെടുത്തു. അവിടത്തെ പ്രധാനപ്പെട്ട കെട്ടിടങ്ങൾ: കല്ലിൽ കൊത്തുപണികളുള്ള, നിരവധി ഗ്യാലറികളും മട്ടുപ്പാവു കളുമുള്ള, കുമ്മായചാന്തുപയോഗിച്ചുള്ള, കലാമേന്മയുള്ള ശില്പ വേലകൾ നിറഞ്ഞ ഒരു കൊട്ടാരം. ശവകുടീരങ്ങളുടെ ക്ഷേത്രം എന്നു വിളിക്കപ്പെടുന്ന ആലേഖനങ്ങളുടെ ആ ക്ഷേത്ര സമുച്ചയത്തിൽ അമേരിക്ക വൻകരയിൽ എവിടെയും കാണാത്ത അസാധാരണ രീതിയി ലുള്ള ശവകുടീരങ്ങളുണ്ട്. പിരമിഡ്ഡിന്റെ മുകളിലൂടെ പ്രവേശിക്കാവുന്ന തരത്തിലുള്ള ഒന്നാണത്. ട്രപ്പീസിയത്തിന്റെ ആകൃതിയിലുള്ള

മേൽപുരക്കു താഴെ നീളത്തിൽ ഒരു തുരങ്കമുണ്ട്. ആ തുരങ്കത്തിലൂടെ ചെന്നാൽ വിശാലമായൊരു അറയിലെത്തും. അവിടെ 3.80 മീറ്റർ നീളവും 2.2 മീറ്റർ വീതിയും .27 മീറ്റർ കനവുമുള്ള ഒരു ഒറ്റക്കൽ പ്രതിമയുണ്ട്. അതിന്മേൽ സൂര്യനേയും ചന്ദ്രനേയും ശുക്രനേയും പ്രതിനിധീകരിക്കുന്ന ഹെറോഗ്ലിഫിക് രൂപങ്ങൾ കാണാം.

ഒരു വിശിഷ്ടവ്യക്തിയുടെ ശവശരീരമടക്കാനുപയോഗിച്ച ശവ പേടകമാണ് ആ പീഠത്തിനു താഴെ. അതിനു മുകളിൽ ധാരാളം കൊത്തു പണികൾ ചെയ്തിട്ടുണ്ട്.

പല ആകൃതിയിലുള്ള രത്നങ്ങൾ അവിടെയുണ്ടായിരുന്നു. പക്ഷേ അവയെല്ലാം മങ്ങിയിരിക്കുന്നു. പിച്ചളയിലെ കൊത്തുപണികളാണ് കൂടുതൽ ശ്രദ്ധേയമാകുന്നത്. മൂന്നാം സാമ്രാജ്യത്തിന്റെ അധിനിവേശ വേളയിൽ ആ സംസ്കാരവും തകർന്നു. ടോൾ ടെക് സ്വാധീനം ഇവിടെ പ്രകടമാണ്, പക്ഷേ ശില്പവേലയുടെ കാര്യത്തിൽ അത് ശുഷ്കമാണ്.

ഇവിടത്തെ ശില്പശൈലി അസ്ടെക്, ടോൾടെക് സംസ്കാരത്തേ ക്കാൾ കൂടുതൽ മാനുഷിക സ്വഭാവമുള്ളതാണ്. ചരിത്രസംഭവങ്ങൾക്കും സ്മാരകങ്ങൾക്കുമിടയിൽ പൂർണ്ണകായ പ്രതിമകൾക്കൊപ്പം പ്രധാന ആരാധനാമൂർത്തികളെയും കാണാം. സൂര്യൻ, ചന്ദ്രൻ, ശുക്രൻ, ജലം മുതലായവ.

വൈകുന്നേരത്തോടെ പാലെക്വിൽ നിന്നും തെക്കുകിഴക്കൻ ഭാഗ ത്തുള്ള തുറമുഖപട്ടണമായ കാപെച്ചെയിലേക്ക് ഞങ്ങൾ തീവണ്ടി കയറി. അവിടെ ഞങ്ങൾ ഒരു ദിവസം താമസിച്ചു. ഏറെ ചരിത്രാവശിഷ്ട ങ്ങളൊന്നും അവിടെയില്ല, കടൽക്കൊള്ളക്കാരുടെ ആക്രമണം തടയാ നായി പണിത ഒരു കോട്ട മാത്രം. രണ്ടു മണിക്കൂറോളം ബസിൽ യാത്ര ചെയ്തപ്പോൾ ഞങ്ങൾ മെറീദയിലെത്തി. വലിയൊരു പട്ടണമാണെ ങ്കിലും തികച്ചും നാടൻ ജീവിതശൈലിയാണവിടെ. മെറീദ ഒരു തുറമുഖമല്ല; കടൽതീരത്തുനിന്നും 500 കിലോമീറ്റർ അകലെ കിടക്കുന്ന (30 കിലോമീറ്ററല്ല) ഒരു നഗരത്തിന്റെ സ്വഭാവമാണ് അതിനുള്ളത്. പകൽ അവിടെ അനുഭവപ്പെടുന്ന ചൂട് കണക്കാക്കുമ്പോൾ, രാത്രി ഭയങ്കര തണുപ്പാണ്. പട്ടണത്തിലെ മ്യൂസിയം വളരെ മോശം, പക്ഷേ അതിന് ചില രസകരമായ കാരണങ്ങളുണ്ട്. മയൻ നഗരങ്ങളുടെ ചരിത്രാവശിഷ്ട ങ്ങളാണ് പ്രധാന ആകർഷണം. അവയിൽ ഏറ്റവും പ്രധാനപ്പെട്ട രണ്ടെണ്ണം ഞങ്ങൾ സന്ദർശിച്ചു: ഉക്സ്മാൽ, ചിൻചെൻ-ഇറ്റ്സാ[1].

ചുമായേലിലെ 'ചിലാംബാലാം' പാരമ്പര്യമനുസരിച്ച്, നാലാം നൂറ്റാ ണ്ടോടെ മയൻ സാമ്രാജ്യം വികസിച്ചപ്പോഴാണ് ചിചെൻ ഇറ്റ്സാ കണ്ടു പിടിക്കപ്പെട്ടതും ജനവാസയോഗ്യമായിത്തീർന്നതും. പക്ഷേ അവിടെ

1. ഗുവേര ചിചെൻ ഇറ്റ്സായുടെ ചിത്രങ്ങൾ എടുക്കുകയുണ്ടായി. ഉക്സ്മാലിന്റെ ചിത്രമെടുത്തത് ചെയുടെ മകനാണ്.

എഴുതിയിട്ടുള്ളത് എ.ഡി. 878 എന്നാണ്. ആ സമയത്താണ് പഴയ സാമ്രാജ്യങ്ങളുടെ നഗരങ്ങൾ ഉപേക്ഷിക്കപ്പെട്ടതും പുതിയ സാമ്രാജ്യത്തിന്റെ ചട്ടക്കൂടിനകത്തുനിന്നുകൊണ്ട് ചിചൻ ഇറ്റ്സായുടെ നിർമാണം ആരംഭിക്കുന്നതും. 692ലാണ് ഇറ്റ്സൻ നഗരത്തിൽനിന്നും പിൻവലിഞ്ഞത്. പിന്നീട് കപേച്ചേ പ്രദേശം താവളമാക്കി. അവർ 997 മുതൽ 1194 വരേയുള്ള ഏതാണ്ട് ഇരുന്നൂറ് വർഷത്തോളം നീണ്ടുനിന്ന മയൻ നവോത്ഥാന കാലഘട്ടത്തിൽ മയാപ്പൻ കൂട്ടായ്മ എന്ന പ്രസ്ഥാനത്തിന്റെ ഉദയം കണ്ടു. ഈ കാലഘട്ടത്തിലാണ് നമ്മൾ ഇന്നു കാണുന്ന ചക്മൂൽ രൂപങ്ങളും, ചിറകുള്ള സർപ്പങ്ങളുടെ രൂപങ്ങളും ഉള്ള ഹർമ്യങ്ങൾ നിർമ്മിക്കപ്പെടുന്നത്. ഈ കെട്ടിടങ്ങൾ നിർമ്മിക്കപ്പെട്ടത് മയൻ കാലഘട്ടത്തിൽ നിർമ്മിക്കപ്പെട്ട കെട്ടിടങ്ങളുടെ അടിത്തറയുടെ മുകളിലായിരുന്നു. മെക്സിക്കോയുടെ മധ്യഭാഗത്തെ സമതല പ്രദേശങ്ങളിൽനിന്നും ക്വെറ്റ്സാൽ കോടെൽ വർഗ്ഗത്തിന്റെ അധിനിവേശമാണ് ഈ പുനരുദ്ധാനം സാധ്യമാക്കിയത്. ആ പ്രദേശത്തെ ഗോത്ര ചിഹ്നങ്ങളായ കഴുകനേയും സർപ്പത്തേയും അവർ പുതിയ താവളത്തിലേക്കു കൊണ്ടുവന്നു. മയാപ്പൻ വർഗ്ഗവുമായുള്ള യുദ്ധം പരാജയപ്പെട്ടതോടെ ഇറ്റ്സാ വർഗ്ഗം ക്ഷയിക്കാൻ തുടങ്ങി - ഈ രണ്ടു വർഗ്ഗക്കാരും ഉക്സ്മാൽ വർഗ്ഗവും കൂടിച്ചേർന്ന് മയൻ വർഗ്ഗക്കൂട്ടായ്മയുടെ ഒരു ഭരണകൂടമുണ്ടാക്കി. മയാപ്പൻ വംശം മെക്സിക്കൻ കൂലിപ്പട്ടാളക്കാരുടെ സഹായത്തോടെ എതിരാളികളുടെ ശക്തി ചോർത്തിക്കളഞ്ഞശേഷം അവരെ തങ്ങളുടെ ഇടയിൽ ജീവിക്കാനനുവദിച്ചു. ആഭ്യന്തരയുദ്ധം കോകോ മിന്നിലെ മയാപ്പൻ ആധിപത്യം അവസാനിപ്പിച്ചതോടെ 1441ൽ യുക്കാററാന് വടക്ക് യാതൊരു കേന്ദ്രീകൃത ഭരണസംവിധാനവും നിലവിലില്ലാതാക്കി.

അവിടത്തെ ക്ഷേത്രങ്ങളെയും മറ്റ് കെട്ടിടങ്ങളെയും കുറിച്ചുള്ള വിവരങ്ങൾ: നഗരത്തിന്റെ വടക്കുഭാഗത്തുള്ള ത്യാഗങ്ങളുടെ ഗുഹയിൽ നിന്ന് ആരംഭിക്കാം. ഇപ്പോൾ ആ ഗുഹക്കകത്ത് നിറയെ പച്ചനിറമുള്ള വെള്ളമാണ്. അതിന്റെ ഇടതുഭാഗത്തായി ഒരു അൾത്താരയുണ്ട്. ആ അൾത്താരയിൽ നിന്നുകൊണ്ടായിരിക്കും ശിക്ഷ വിധിക്കപ്പെട്ട മനുഷ്യർ മ്ലാനവദനരായി, പൂജാവസ്തുക്കളുമണിഞ്ഞ് താഴേക്ക് നോക്കി നിന്നിട്ടുണ്ടാവുക. ആ വെള്ളത്തിൽനിന്നും ഒരുപാട് സാധനങ്ങൾ ഉയർത്തിയെടുത്തിരുന്നു. അതിനകത്ത് സൂക്ഷിക്കപ്പെട്ടിരുന്ന രത്നങ്ങൾ തികച്ചും മനോഹരമായിരിക്കണം. ആ ഗുഹക്ക് 40-60 മീറ്റർ വ്യാസവും 10 മീറ്റർ ഉയരവും 20 മീറ്റർ ആഴവുമുണ്ട്. തെക്കുഭാഗത്തായി മറ്റൊരു ഗുഹ കാണുന്നു. ക്സാടോലോക് എന്നു വിളിക്കപ്പെടുന്ന ആ ഗുഹയിൽ നിന്നുമാണ് കുടിവെള്ളം കോരിയിരുന്നത് - പക്ഷേ ഇതിനകത്ത് ജലോപരിതലം വരെ ഒരു ചെരിവിറക്കമുണ്ട്. കോട്ടയെന്നു വിളിക്കപ്പെടുന്ന നഗരത്തിലെ പിരമിഡ്, ഇതിന് 500 മീറ്റർ തെക്കായി സ്ഥിതിചെയ്യുന്നു. ഇതിനോടനുബന്ധിച്ച് ഗുഹക്കഭിമുഖമായി ഒരു പാലമുണ്ട്. ഇപ്പോൾ

നിലവിലുള്ള ഏറ്റവും വലിയ പിരമിഡാണിത്; അതിന്റെ ഓരോ ഭാഗത്തും 91 പടികളുണ്ട് (ആകെ 364 പടികൾ). അത് ഒരു വർഷത്തിലടങ്ങിയിട്ടുള്ള ആകെ ദിവസങ്ങളെയാണ് സൂചിപ്പിക്കുന്നത്. അവസാനത്തെ പടികൂടി കൂട്ടിയാൽ ആകെ 365 പടികളായി. കെട്ടിടത്തിന്റെ മുകൾഭാഗം അലങ്കരിക്കുന്നത് ശില്പവേലകളുള്ള താഴികക്കുടമല്ല. പക്ഷേ താഴേക്കിറങ്ങുന്ന ചെരിവുപടികളിൽ പുരാവസ്തുമൂല്യമുള്ള കൊത്തുപണികളുണ്ട്. താഴെ, നിലവറയിലേക്കു പോകുന്ന ഗോവണിപ്പടിയിലാണ് അമേരിക്കൻ വൻകരയിലെ പൗരാണികമൂല്യമുള്ള വസ്തുക്കളെന്ന് മോർലി പറയുന്നു. (അത് അതിശയോക്തിയാണെന്ന് ഞാൻ പറയും). ഒരു കടുവയുടെ പൂർണ്ണകായ രൂപത്തിന്മേൽ പച്ചനിറമുള്ള 43 പുള്ളികൾ. 100 മീറ്റർ കിഴക്കുമാറി യോദ്ധാക്കളുടെ ക്ഷേത്രം, ചിച്ചെൻ ഇറ്റ്സായിലെ ഏറ്റവും ആകർഷകവും രാജകീയവുമായ നിർമ്മിതി. ഇടക്കിടെയുള്ള തൂണുകളിന്മേൽ ചിറകുള്ള സർപ്പത്തിന്റെ രൂപങ്ങൾ കൊത്തിവെച്ചിരിക്കുന്നു. അന്തസ്സുറ്റ ഒരു രൂപം. വീരയോദ്ധാക്കളുടെ ക്ഷേത്രത്തിനടുത്തായി ആയിരം സ്തംഭങ്ങളെന്നറിയപ്പെടുന്ന കുറേ സ്തംഭങ്ങളുടെ ഒരു നീണ്ട നിരയാണ്. അതിനടുത്തായി രണ്ടോ മൂന്നോ പെലോട്ട[1] കളിത്തട്ടുകളും, ആവികൊണ്ടു കുളിക്കാനുള്ള ഒരു കുളിമുറിയും കാണാം. 146 മീറ്റർ നീളവും 36 മീറ്റർ വീതിയുമുള്ള ഏറ്റവും വലിയ കളിത്തട്ട് കോട്ടയുടെ ഏകദേശം 200 മീറ്റർ പടിഞ്ഞാറു ഭാഗത്തായി സ്ഥിതി ചെയ്യുന്നു. അതിന്റെ ചുമരിൽ ഇപ്പോഴും കല്ലുകൊണ്ടുള്ള ക്രീഡാവളയങ്ങൾ കാണാം. അതിലൂടെയാണ് കളിക്കാർ കട്ടിയുള്ള റബ്ബർ പന്തുകൾ കളിത്തട്ടിലേക്കെറിഞ്ഞിരുന്നത്. പന്തുകൾ കൈകൊണ്ടെറിയാൻ പാടില്ലായിരുന്നു; കൈമുട്ടോ കാൽമുട്ടോ ഉപയോഗിച്ചു മാത്രമേ അത് ചെയ്യാൻ അനുവാദമുണ്ടായിരുന്നുള്ളു. വളരെ ബുദ്ധിമുട്ടുള്ള ഒരുദ്യമമായിരുന്നു അത്; അതിൽ വിജയം വരിക്കുന്നയാൾക്ക് സമ്മാനമായി, അവിടെ സന്നിഹിതരായിരിക്കുന്നവരുടെ ആഭരണങ്ങൾ ഊരിക്കൊടുക്കാനുള്ള അവകാശമുണ്ടായിരുന്നു. കളിത്തട്ടിന്റെ കിഴക്കു വശത്തായി, ദരിദ്രാവസ്ഥയിലെത്തിയ ചുമർ ചിത്രങ്ങളുള്ള, കടവുകളുടെ ക്ഷേത്രമാണ്. കോട്ടയുടെ വടക്കുഭാഗത്തിനഭിമുഖമായി, യാതൊരു പുരാവസ്തു താത്പര്യവുമുണർത്താത്ത കുറേ മണ്ഡപങ്ങൾ സ്ഥിതി ചെയ്യുന്നു; കഴുകന്മാരുടെ സങ്കേതമെന്നറിയപ്പെടുന്ന ആ സ്ഥലത്തെ ത്സോംപാൻലി എന്നു വിളിക്കുന്നു (ബലി കൊടുക്കപ്പെടുന്നവരുടെ തലയോട്ടികൾ സൂക്ഷിക്കുന്ന സ്ഥലം എന്നർത്ഥം). മെറീദായിലേക്കു പോകുന്ന പാതയോരത്തുകൂടെ അല്പദൂരം തെക്കോട്ട് പോയാൽ, 'മുഖ്യ പുരോഹിതന്റെ ശവക്കല്ലറ'യെന്ന് മോർലി വിശേഷിപ്പിക്കുന്ന, 'അസ്ഥിമാട'മെന്ന് മെക്സിക്കൻ നരവംശ ശാസ്ത്രജ്ഞർ വിശേഷിപ്പിക്കുന്ന കല്ലറകൾ കാണാം; മുത്തുകൾ കണ്ടെത്തിയ അപൂർവ്വം സ്ഥലങ്ങളിലൊന്നാണിത്.

---
[1]. പെലോട്ട - ഒരുതരം സ്പാനിഷ് വിനോദം.

(പലാങ്കെയിലെ ശവക്കല്ലറകളിലൊന്നിന് കണ്ണീർതുള്ളിയുടെ ആകൃതിയാണ്) ചിറകുള്ള സർപ്പങ്ങളുടെ രണ്ട് ശിരസ്സുകളും, ദീർഘചതുരാകൃതിയിലുള്ള ചില സ്തംഭങ്ങളും മാത്രമാണ് ഇപ്പോഴവിടെയുള്ള അവശിഷ്ടങ്ങൾ. അടുത്തതായി കുറേ കൊച്ചുക്ഷേത്രങ്ങളാണ് കാണാനുള്ളത്. ആൺമാനുകളുടെ ക്ഷേത്രം ചക്മൂൽ ക്ഷേത്രം (മുൻകാലങ്ങളിൽ അവ ചുവപ്പു ഭവനം എന്നറിയപ്പെട്ടു) എന്നിവ. അവസാനം നമ്മളെത്തിച്ചേരുന്നത് ഒരു പിരിയൻ കെട്ടിടത്തിൽ അഥവാ വാനനിരീക്ഷണകേന്ദ്രത്തിലാണ്; മയൻ ഗോത്രവർഗ്ഗക്കാർ വാനനിരീക്ഷണവും, ജ്യോതിശാസ്ത്ര ഗവേഷണവും നടത്തിയിരുന്നത്, ഏറ്റവും ഉയരമുള്ള രണ്ടു തറകളുടെ മുകളിലായിരുന്നു (അവ ഏതാണ്ട് നാശത്തിന്റെ വക്കത്തെത്തിയിരിക്കുന്നു). ഗോപുരത്തിന്റെ മുകളിലേക്കു കയറുന്നതിനായി ഒരിടുങ്ങിയ പിരിയൻ ഗോവണിയുണ്ട്. സൂര്യന്റേയും ചന്ദ്രന്റേയും രശ്മികൾക്കും വസന്തത്തിന്റേയും ശിശിരത്തിന്റേയും വിഷുരേഖകൾക്കും ഗോപുരത്തിനുള്ളിലേക്ക് പ്രവേശിക്കുന്നതിനായി ചെറിയൊരു പ്രവേശന ദ്വാരമിട്ടിട്ടുണ്ട്. ചിചെൻ ഇറ്റ്സായുടെ ഏറ്റവും തെക്ക് ഭാഗത്തായി ചുമർ ചിത്രങ്ങളും മറ്റു ശില്പവേലകളുമുൾക്കൊള്ളുന്ന ലാസ് മൊഞ്ചാസ് (കന്യാസ്ത്രീകൾ) എന്നറിയപ്പെടുന്ന കെട്ടിടവും, ചുമർ ചിത്രങ്ങളുടെ ചെറിയ ശേഷിപ്പുകളുള്ള അക്കാബ് ദ്സിബ് എന്നറിയപ്പെടുന്ന നിസ്സംഗഭാവമുള്ള മറ്റൊരു കെട്ടിടവും സ്ഥിതി ചെയ്യുന്നു.

ക്സിയു രാജകുടുംബത്തിലെ പ്രധാനിയായിരുന്ന ആഹ് സൂയ്തോക്ക് തുതൽ ക്സിയു പത്താം നൂറ്റാണ്ടിൽ സ്ഥാപിച്ച ഉക്സ്മാൽ നഗരം ചിചെൻ ഇറ്റ്സായെക്കാൾ പഴക്കം കുറഞ്ഞ നഗരമാണ്. ചിചെൻ-മയാപ്പൻ സാമ്രാജ്യങ്ങൾ തമ്മിലുള്ള പോരാട്ടങ്ങളിൽ ഉക്സ്മാൽ നിഷ്പക്ഷത പാലിച്ചുവെങ്കിലും, 1441ൽ മയാപ്പൻ സാമ്രാജ്യത്തെ അട്ടിമറിക്കാൻ ഉക്സ്മാൽ സഹായം നൽകിയിരുന്നു. (ഉക്സ്മാൽ സ്വയം ഉപേക്ഷിക്കപ്പെടുകയായിരുന്നുവെന്നത് മറ്റൊരു കാര്യം) പലാങ്കെയുടെ കലാസംബന്ധിയായ മനോഹാരിതയും, പ്രസക്തിയുമൊന്നുമില്ലെങ്കിലും, ചിചെൻ ഇറ്റ്സായേക്കാൾ സൗമ്യത അനുഭവപ്പെടുന്ന മനോഹരമായ നഗരമാണ് ഉക്സ്മാൽ. മയൻ പ്രദേശത്തെ ഏറ്റവും മനോഹരമായ ഹർമ്യമായി കരുതപ്പെടുന്ന, ഗവർണ്ണറുടെ കൊട്ടാരം പോലുള്ള നിരവധി കെട്ടിടങ്ങളുണ്ടായിരുന്നിട്ടും, ഉക്സ്മാലിന്റെ പുനർനിർമ്മാണത്തിൽ ചരിത്രാന്വേഷികൾ വേണ്ടത്ര ശ്രദ്ധ പതിപ്പിച്ചില്ലെന്നത് ദുഃഖകരമാണ്. ലാസ്മൊഞ്ചാസിലെ ചതുർമാന ഹർമ്യങ്ങളോടാണ് വ്യക്തിപരമായി എനിക്കിഷ്ടം തോന്നുന്നത്. 95 മീറ്റർ നീളവും, 12 മീറ്റർ വീതിയും 8 മീറ്റർ ഉയരവുമുള്ള ഗവർണ്ണറുടെ കൊട്ടാരം നിർമ്മിച്ചിരിക്കുന്നത് മഹത്തായ സാംസ്കാരിക ചാരുതയോടെ യാണ്. അസ്ടെക് ഗോത്രവർഗ്ഗക്കാരുടെ ചിറകുള്ള സർപ്പരൂപങ്ങളോ, മറ്റ് ഗോത്രരൂപങ്ങളോ ഇവിടെ

യധികം കാണുന്നില്ല. പക്ഷേ എന്റെ കാഴ്ചപ്പാടിൽ, മിത്‌ലാ-ഒക്സാകാ പ്രദേശത്തെ സപോട്ടെക് മിൽടെക് വർഗ്ഗക്കാരുടെ ശില്പവേലകളുടെ അവശിഷ്ടങ്ങളുമായി ഇതിന് സാമ്യം തോന്നുന്നു. ഗവർണ്ണറുടെ കൊട്ടാരത്തിനു വടക്കായി പുരാവസ്തുക്കൾക്കിടിയിലെ രത്നമെന്നറിയപ്പെടുന്ന ആമ ക്ഷേത്രം സ്ഥിതി ചെയ്യുന്നു. 80 വാര നീളവും 65 വാര വീതിയുമുള്ള ലാസ് മൊഞ്ചാസിലെ ചതുർമാന ഹർമ്യം നാല് ചിറകുകൾക്കുള്ളിലാണ്. ട്രപ്പീസിയത്തിന്റെ ആകൃതിയുള്ള രണ്ട് താഴികക്കുടങ്ങളലങ്കരിക്കുന്ന കവാടത്തിലൂടെയാണ് നമ്മൾ അതിനകത്തേക്ക് കടക്കുന്നത്. അകത്തേക്കു കടന്നു ചെല്ലുമ്പോൾ നേരെ കാണുന്നതാണ് വാസ്തുവിദ്യയുടെ മനോഹാരിതക്ക് നിദാനമായ വീനസ് ദേവതയുടെ ക്ഷേത്രം (ആധുനിക സംജ്ഞ) അതിന്റെ കിഴക്കും പടിഞ്ഞാറും ഭാഗങ്ങളിലായി ഓരോ ചിറകുകൾ. ഈ കെട്ടിടത്തിന്റെ അടുത്താണ് നഗരത്തിലെ ഏറ്റവും മനോഹരമായ കെട്ടിടം, സന്ന്യാസിമാരുടെ ക്ഷേത്രം സ്ഥിതി ചെയ്യുന്നത്. ഇവിടെയുള്ള ചരിത്രാവശിഷ്ടങ്ങളിൽ ഏറ്റവും ശ്രദ്ധയോടെ പരിരക്ഷിക്കപ്പെടുന്ന ശേഷിപ്പുകളാണിവയെങ്കിൽ, മറ്റ് നിരവധി കെട്ടിടങ്ങൾ ശുചിത്വവും സുരക്ഷിതത്വവുമില്ലാതെ തുടരുന്നു: സ്മാരക മന്ദിരങ്ങൾ, പിരമിഡുകൾ പെലോട്ട് കളിത്തട്ടുകൾ, സിമിത്തേരികൾ മുതലായവ.

അടുത്ത ദിവസം (അല്ലെങ്കിൽ അന്ന് വൈകീട്ട് തന്നെ) അനാഗ്രാസിയേല എന്ന 150 ടൺ കേവ് ഭാരമുള്ള യാത്രക്കപ്പലിൽ ഞങ്ങൾ വെറാക്രൂസിലേക്ക് പുറപ്പെട്ടു. ആദ്യത്തെ ദിവസം യാത്ര നന്നായിരുന്നു. പക്ഷേ പിറ്റേന്ന് വടക്കുനിന്നും വീശിയ കാറ്റ് ഞങ്ങളെ പറത്തിക്കളഞ്ഞു. ഞങ്ങൾ വെറാക്രൂസിൽ ഒരു ദിവസം വിശ്രമിച്ചു, പിന്നെ റോഡ് മാർഗ്ഗം കൊൽഡോവ വഴി മെക്സിക്കോ സിറ്റിയിലേക്കു തിരിച്ചു; അവിടെ ഒന്നു ചുറ്റിനടന്നു കാണാൻ ഏകദേശം ഒരു മണിക്കൂർ ചിലവഴിച്ചു. അത്ര വലിയതൊന്നു മല്ലെങ്കിലും ഉല്ലാസദായകമായ പട്ടണം, സമുദ്രനിരപ്പിൽ നിന്നും 800 മീറ്റർ ഉയരത്തിൽ സ്ഥിതി ചെയ്യുന്നു. ഉഷ്ണമേഖലാ പ്രദേശത്തെ അവസ്ഥയാണെങ്കിലും നല്ല തണുത്ത കാറ്റ് വീശുന്നുണ്ട്. ധാരാളം കാപ്പിത്തോട്ടങ്ങളുണ്ട്. തൊട്ടടുത്തുള്ള ഒറിസാബാ പട്ടണം ഏതാണ്ട് ആൻഡിസ് പോലെയാണ്. വളരെ തണുപ്പുനിറഞ്ഞതും മൂടിക്കെട്ടിയതുമായ ഒരു പ്രദേശം. പട്ടണത്തിന്റെ വാൽക്കഷണം പോലെ തൊട്ടപ്പുറത്ത് ബാങ്കോനദി. യാങ്കി കമ്പനിയുടെ ചൂഷണത്തിനെതിരായി സമരം ചെയ്ത തൊഴിലാളികളെ കൂട്ടക്കൊല ചെയ്ത സ്ഥലം - ഏതു വർഷത്തിലാണ് ആ സംഭവമെന്ന് ഞാനോർക്കുന്നില്ല.

രണ്ട് പ്രധാന സംഭവങ്ങൾ. അവയിൽ ഒന്ന് സൂചിപ്പിക്കുന്നത് ഞാൻ വയസ്സനായെന്നാണ്: ഒരു പെൺകുട്ടിയെ തിസീസെഴുതാൻ ഞാൻ സഹായിച്ചു. ഞാൻ അവളുടെ ഗൈഡാണെന്ന് അവൾ അതിൽ സൂചിപ്പിച്ചിരിക്കുന്നു (ലോകത്തിലെ നേർപകുതിക്ക് നിങ്ങളുടെ തിസീസ്

സമർപ്പിക്കുകയെന്നത് ഇവിടത്തെ ഒരു രീതിയാണ്) എനിക്കതിൽ സന്തോഷം തോന്നി. മറ്റൊന്ന് വളരെ ഹൃദ്യമായ അനുഭവമായിരുന്നു. മെക്സിക്കോയിലെ ഏറ്റവും വലിയ മൂന്നാമത്തെ അഗ്നിപർവ്വതമായ ഇസ്റ്റാസി ഹ്വാൾട്ടിലേക്ക് ഞാനൊരു യാത്ര നടത്തി. ദൂരം ഒരുപാടുണ്ടായിരുന്നു. കുതിരപ്പുറത്ത് ധാരാളം ആളുകൾ യാത്ര ചെയ്യുന്നുണ്ടായിരുന്നു എന്നതായിരുന്നു അവിടത്തെ ഒരു പ്രത്യേകത. ആദ്യമൊക്കെ എനിക്ക് വേഗത്തിൽ നടക്കാൻ കഴിഞ്ഞു. പക്ഷേ ഒരു ഘട്ടം കഴിഞ്ഞപ്പോൾ ഒരു പരുവിന് മരുന്ന് വെയ്ക്കുന്നതിനായി ഞാൻ അഞ്ച് മിനിറ്റ് വിശ്രമിച്ചു. വീണ്ടും നടന്നു തുടങ്ങിയപ്പോൾ മറ്റുള്ളവരുടെ ഒപ്പമെത്തുന്നതിനായി ഞാൻ കൊണ്ടുപിടിച്ചു നടന്നു. എനിക്കവരുടെ ഒപ്പമെത്താൻ കഴിഞ്ഞു. എന്റെ ശരീരത്തിൽ പലയിടത്തും ഉരഞ്ഞുപൊട്ടിയിരുന്നു. അവസാനമായപ്പോൾ എനിക്ക് ക്ഷീണം തോന്നിത്തുടങ്ങിയിരുന്നു. പക്ഷേ ഭാഗ്യവശാൽ മുകളിലേക്ക് അതിവേഗം കയറാൻ സാധിക്കാത്ത ഒരു പെൺകുട്ടിയെ ഞാൻ കണ്ടുമുട്ടി. അവളെ സഹായിക്കുകയാണെന്ന് ഭാവിച്ച് (അവൾ കുതിരപ്പുറത്തായിരുന്നു). കുതിരപ്പുറത്തിരിക്കുന്നയാൾ കാൽവെക്കുന്ന ഭാഗത്ത് തൂങ്ങിപ്പിടിച്ച് ഞാൻ മുന്നോട്ട് നടന്നു. ആ രാത്രി താമസിക്കാനായി ഒരുക്കിയിരുന്ന തമ്പിലേക്ക് അവസാനം ഞങ്ങൾ എത്തിപ്പെട്ടു. അവിടെ ഞാൻ തണുത്തു വിറങ്ങലിച്ചു കിടന്നു. മതികെട്ടുറങ്ങി. ഞങ്ങളവിടെ എത്തിച്ചേരുമ്പോൾ ഭൂമി വരണ്ടതായിരുന്നു. പക്ഷേ അടുത്തദിവസം രാവിലെ ആയപ്പോഴേക്കും തറയിൽ മുപ്പത് മുതൽ നാൽപത് സെന്റിമീറ്റർ വരെ മഞ്ഞ് മൂടിക്കിടക്കുന്നുണ്ടായിരുന്നു, മഞ്ഞ് അപ്പോഴും വീണു കൊണ്ടിരുന്നു. എന്തായാലും മുകളിലേക്കുപോകാൻ തന്നെ ഞാൻ തീരുമാനിച്ചു. പക്ഷേ അഗ്നിപർവ്വതത്തിന്റെ പിടലിയിൽ പോലും എത്തിച്ചേരാൻ ഞങ്ങൾക്ക് സാധിച്ചില്ല. പതിനൊന്ന് മണിയോടെ ഞങ്ങൾ തിരിച്ചിറങ്ങാൻ തുടങ്ങി.

മുകളിലേക്കു കയറുമ്പോൾ ആ മലമ്പാത മുഴുവൻ കല്ലും പൊടിയുമായിരുന്നെങ്കിൽ തിരിച്ചിറങ്ങുമ്പോൾ അവിടെ മഞ്ഞു മൂടിക്കിടന്നു. കാലിൽ രക്തയോട്ടം കുറവുള്ള ഞാൻ അഞ്ച് ജോടി സോക്സ് ആണ് ധരിച്ചിരുന്നത്. അതിനാൽ എനിക്ക് സാവധാനം മാത്രമേ നടക്കാൻ കഴിഞ്ഞുള്ളൂ. പക്ഷേ ഭാരം ചുമക്കുന്ന ഒരു കഴുതയോടൊപ്പം ഒരു മുള്ളാറ്റ (സങ്കരവർഗ്ഗക്കാരൻ) അനായാസം നടക്കുന്നതു കണ്ടപ്പോൾ എനിക്ക് എല്ലാതരത്തിലുമുള്ള തോന്നലുകളുമുണ്ടായി. മരങ്ങൾ തിങ്ങി നിറഞ്ഞ ഭാഗത്തെത്തിയപ്പോഴാണ് പ്രകൃതിയുടെ ചാരുത എന്നെ വളരെ ആകർഷിച്ചത്. പൈൻമരങ്ങൾക്കിടയിൽ പരന്നുകിടക്കുന്ന മഞ്ഞ് ഒരു മനോഹര ദൃശ്യമായി. മഞ്ഞ് വീണുകൊണ്ടിരുന്നത് അതിന്റെ സൗന്ദര്യം വർദ്ധിപ്പിച്ചു. തിരികെ വീട്ടിലെത്തുമ്പോൾ ഞാനാകെ ക്ഷീണിച്ചിരുന്നു. നിരവധി പരാജയങ്ങൾക്കുശേഷം ഒരു തവണ കൂടി ഇസ്റ്റാസി ഗ്വാൾട്ടിലേക്ക് കയറാൻ ഞാൻ നിശ്ചയിച്ചു. ഇത്തവണ ഇങ്ങനെയായിരുന്നു കാര്യങ്ങൾ:

ചെരുവിന്റെ താഴ്വാരത്തിൽ നേരം വെളുക്കുമ്പോഴാണ് ഞങ്ങൾ ഒമ്പതുപേർ എത്തിച്ചേർന്നത്. ഞങ്ങളുടെ കാലൊന്നു നിവർത്തുവാനും വിശ്രമിക്കാനുമായി ലാ ഗൂബിയായുടെ ഓരത്തുകൂടെ ആഗോ എന്ന ക്യാമ്പിലേക്ക് കയറുകയായിരുന്നു. ഞങ്ങൾ മഞ്ഞിനെ ആക്രമിച്ചു കൊണ്ടിരുന്നപ്പോൾ രണ്ടുപേർ തിരിഞ്ഞുനിന്നു. അവസാനത്തെ സംഘ ത്തിലായിരുന്നു ഞാൻ. മഞ്ഞ് പാളിയെ ആക്രമിച്ചുകൊണ്ടിരുന്നപ്പോൾ എന്റെ കൂടെയുണ്ടായിരുന്ന മനുഷ്യൻ തിരിച്ചുപോന്നു. അത് ശുദ്ധമായ ഐസ് തന്നെയായിരുന്നു. ഞാൻ ഒറ്റക്ക് തന്നെ മുന്നോട്ട് നീങ്ങി ചുമലിടിച്ച് ഐസിൽ വീഴുന്നതുവരെ ആ നടത്തം തുടർന്നു. വീഴ്ച എന്നെ ജാഗരൂകനാക്കി. പിന്നെ ഞാൻ മുന്നോട്ട് നീങ്ങിയത് വളരെ പതുക്കെയായിരുന്നു. എങ്ങനെയാണ് മുകളിലേക്ക് കയറേണ്ടതെന്ന് കാണിച്ചു തന്നുകൊണ്ട് വഴികാട്ടി എന്നെ പ്രോത്സാഹിപ്പിച്ചു, പക്ഷേ ഇതിനിടക്ക് അയാൾ താഴേക്കുരുണ്ടു വീണു. മഞ്ഞിൽ തന്റെ കൈയിലിരുന്ന മഴുകൊണ്ട് വെട്ടിപ്പിടിക്കാൻ ശ്രമിച്ചുകൊണ്ടിരുന്ന അയാൾ ഒരു മഞ്ഞിൻപന്തുപോലെ എന്റെ അടുത്തുകൂടെ ഉരുണ്ടു പോയി. ഏകദേശം 80 മീറ്റർ അങ്ങനെ നീങ്ങിയശേഷം ഒരു കിഴുക്കാം തൂക്കിൽ ആ പന്ത് തങ്ങി നിന്നു. അവിടെ നിന്നും താഴേക്ക് അഗാധമായ ഒരു ഗർത്തമായിരുന്നു. വഴികാട്ടിയുടെ വീഴ്ചക്കുശേഷം ഞങ്ങൾ വളരെ ശ്രദ്ധയോടെ താഴേക്കിറങ്ങാൻ തുടങ്ങി. മുകളിലേക്കു പോകുന്നതിനേ ക്കാളധികം ദൂരം താഴേക്കിറങ്ങാനാണെന്ന് ഞങ്ങൾ മനസ്സിലാക്കി. വഴികാട്ടി ക്ഷീണിച്ചവശനായിരുന്നു. താഴേക്കുള്ള ഒരു വഴിയിലൂടെ അയാൾ സ്ഥലം വിട്ടു. ഞങ്ങൾ മലഞ്ചെരിവിന്റെ അടിയിലെത്തുമ്പോൾ സമയം ആറുമണി.

ഒരുപാട് സമയം കടന്നുപോവുകയും ഒരുപാട് കാര്യങ്ങൾ സംഭവി ക്കുകയും ചെയ്തിരിക്കുന്നു. ഏറ്റവും പ്രധാനപ്പെട്ട കാര്യം ഞാൻ കുറിച്ചു വെക്കാം.

1956 ഫെബ്രുവരി 15 മുതൽ ഞാനൊരു പിതാവായിക്കഴിഞ്ഞിരുന്നു. ഹിൽദാ ബിയാട്രീസ് ഗുവേര എന്നാണ് എന്റെ കന്നി സന്തതിയുടെ പേര്. മെക്സിക്കോയിലെ റോക്കാ ദേൽ സി.ഇ. ഗ്രൂപ്പിൽ അംഗമാണ് ഞാൻ. അഞ്ച് തൊഴിലവസരങ്ങൾ എനിക്ക് കിട്ടി. ഒരു ചെറിയ കമ്പനിക്കുവേണ്ടി ക്യാമറാമാൻ ആയി ഞാൻ ജോലി ചെയ്തു തുടങ്ങി; സിനിമോട്ടോഗ്രാഫിയിൽ ഞാൻ അതിവേഗം പുരോഗതി ആർജിച്ചു കൊണ്ടിരുന്നു. ഭാവിയെക്കുറിച്ചുള്ള എന്റെ പദ്ധതികൾ അവ്യക്തമാണ്, പക്ഷേ ഇതിനിടക്ക് രണ്ട് ഗവേഷണ പദ്ധതികൾ തീർത്തു കൊടുക്കാ നാവുമെന്ന് ഞാൻ പ്രത്യാശിക്കുന്നു. ആശുപത്രിക്കാര്യം ഞാൻ ഉപേക്ഷിച്ചുകഴിഞ്ഞു. അതിനെക്കുറിച്ച് വിശദമായി ഞാൻ പിന്നീടെ ഴുതാം.

മെക്സിക്കോ സിറ്റി
ജൂലായ് 15, 1956 [1]

അമ്മേ,

അമ്മയുടെ കത്ത് കിട്ടി. വളരെ കടുത്ത വിഷാദരോഗമായിരുന്നു അമ്മക്കുണ്ടായിരുന്നതെന്ന് ഞാൻ മനസ്സിലാക്കുന്നു. അതിൽ കുറേ ധാരണകളും അമ്മയെക്കുറിച്ച് ഞാൻ മനസ്സിലാക്കാത്ത കാര്യങ്ങളും ഉൾപ്പെടുന്നു.)

അമ്മേ, ഞാൻ ക്രിസ്തുവോ സഹാനുഭൂതിയുള്ള ഒരു പുണ്യ വാളനോ അല്ല; ഞാൻ ക്രിസ്തുവിന്റെ തികഞ്ഞ വൈരുദ്ധ്യമാണ്. സഹാനുഭൂതി എനിക്ക് ചേരുന്ന ഒന്നല്ല [...................] ഞാൻ വിശ്വസിക്കുന്ന കാര്യങ്ങൾക്കുവേണ്ടി, എന്റെ കൈയിൽ കിട്ടുന്ന ആയുധങ്ങൾകൊണ്ട് ഞാൻ പോരാടുന്നു. കുരിശിലോ അല്ലെങ്കിൽ മറ്റെന്തെങ്കിലും സംവിധാനത്തിലോ തറക്കുവാൻ അനുവദിക്ക പ്പെടുന്നതിനു മുമ്പ് ഞാൻ എതിരാളിയെ നിലംപരിശാക്കുന്നു. നിരാഹാരസമരത്തിന്റെ കാര്യത്തിൽ അമ്മയുടെ നിലപാട് തെറ്റാണ്. ഞങ്ങൾ രണ്ടുപേരായി തുടങ്ങി: തടവിലാക്കിയിരുന്ന 24 പേരിൽ 21 പേരെ അവർ ആദ്യം മോചിപ്പിച്ചിരിക്കുന്നു. രണ്ടാം ഘട്ടത്തിൽ പ്രസ്ഥാനത്തിന്റെ നേതാവായ ഫിദൽ കാസ്ട്രോയെ നാളെ മോചിപ്പിക്കുമെന്നാണ് പ്രഖ്യാപിച്ചിരിക്കുന്നത്. ഇങ്ങനെ സംഭവിക്കുകയാണെങ്കിൽ, അഴികൾക്കു പിന്നിൽ ഞങ്ങൾ രണ്ടുപേർ മാത്രമാവും. ഹിൽദാ പറയുന്നതുപോലെ ബാക്കിയുള്ള ആ ഞങ്ങൾ രണ്ടുപേർ ത്യജിക്കപ്പെട്ടവരാണെന്ന് നിങ്ങൾ കരുതു വാൻ ഞാനാഗ്രഹിക്കുന്നില്ല. ഞങ്ങൾ രണ്ടുപേരുടേയും രേഖകൾ (മോശമാണ്) ശരിയായിക്കൊണ്ടിരിക്കുകയാണ്. അതുകൊണ്ട് ഞങ്ങളുടെ സഖാക്കൾ ഉപയോഗിച്ച മാർഗ്ഗങ്ങൾ ഞങ്ങൾക്കുപ യോഗിക്കാനാവില്ല. ഞങ്ങൾക്ക് അഭയം തരുമെന്നു പ്രതീക്ഷിക്ക പ്പെടുന്ന ഏറ്റവും അടുത്തുള്ളൊരു രാജ്യത്തേക്ക് കടക്കുകയെന്ന താണ് എന്റെ പരിപാടി. അമേരിക്കൻ വൻകരയിലുള്ള രാജ്യ ങ്ങളിൽ എനിക്കുള്ള 'പ്രസിദ്ധി' അവർ മുദ്രയിട്ടു കഴിഞ്ഞതിനാൽ അതത്ര എളുപ്പമാവില്ല - അവിടെ നിന്നും എന്റെ സേവനങ്ങൾ ആവശ്യമുള്ളിടത്തേക്ക് എനിക്ക് പോകാം. അധിക കാലമൊന്നും എനിക്കിങ്ങനെ എഴുതാനാവില്ലെന്ന കാര്യം ഞാൻ ഒന്നുകൂടെ എടുത്തു പറയുകയാണ്.

അമ്മ എന്നെക്കുറിച്ച് ശരിക്ക് മനസ്സിലാക്കാത്തതും, മിതവാദ ത്തെക്കുറിച്ചും അഹംബോധത്തെക്കുറിച്ചും ഉപദേശം നൽകു ന്നതുമൊക്കെ എന്നെ ശരിക്കും ഇടിച്ചു താഴ്ത്താനുപകരിക്കുന്ന

1. ഒറിജിനൽ കത്തിന്റെ പകർപ്പ് ചെയുടെ വ്യക്തിശേഖരത്തിലുണ്ട്. ചതുര ബ്രാക്കറ്റിൽ കൊടുത്തി രിക്കുന്ന ഭാഗം ചില തിരുത്തലുകൾ വരുത്തിയിട്ടുള്ളതാണ്.

കാര്യങ്ങൾ മാത്രം. ഇപ്പോൾ ഞാൻ മിതവാദത്തിലേക്കു തിരിച്ചു വരില്ല എന്നതിനുപുറമേ, ഭാവിയിൽ അങ്ങനെ ആകാനും ഉദ്ദേശിക്കുന്നില്ല. ആ നേർച്ചയുടെ മിന്നായത്തിനു മുന്നിൽ എന്റെയുള്ളിലെ പരിപാവനമായ ശലാക കീഴടങ്ങുന്നതായി തോന്നുകയാണെങ്കിൽ എന്റെ മുഖത്ത് തന്നെ കാറിത്തുപ്പുകയേ എനിക്കു ചെയ്യാനുള്ളു. മിതവാദത്തെക്കുറിച്ചും അഹംബോധത്തെക്കുറിച്ചുമുള്ള അമ്മയുടെ അഭ്യർത്ഥനക്ക്, പൊതുവേ നിലവിലുള്ള തരള ഹൃദയ വ്യക്ത്യാധിഷ്ഠിത വിശേഷങ്ങളെ (ഗുണവിശേഷങ്ങൾ) തൂത്തെറിയാൻ ഞാൻ ഒരുപാട് ശ്രമിച്ചിട്ടുണ്ട്. തടവറയിലെ ദിവസങ്ങളിലും അതിനുമുമ്പുള്ള പരിശീലനത്തിന്റെ ദിവസങ്ങളിലും ഞാനെന്റെ സഖാക്കളുടെ ഭാഗമായി മാത്രമേ അറിയപ്പെട്ടിരുന്നുള്ളൂ. ഒരു കാലഘട്ടത്തിൽ വിഡ്ഢിത്തമെന്നോ ഭ്രമാത്മകതയെന്നോ ഞാൻ കരുതിയിരുന്ന, പോരാളികളുടെ കൂട്ടായ്മയെ പ്രതിനിധീകരിക്കുന്ന ഒരു സംഘരൂപമായ 'നമ്മൾ' പ്രത്യക്ഷപ്പെട്ടതോടെ 'ഞാൻ' 'നമ്മൾക്ക്' വഴി മാറിക്കൊടുത്തുകൊണ്ട് അപ്രത്യക്ഷമായി. അതൊരു കമ്യൂണിസ്റ്റ് സന്മാർഗ്ഗസംജ്ഞയായിരുന്നു. ഒരുപക്ഷേ അത് കേവലം സിദ്ധാന്തപരമായ അത്യുക്തിയായി തോന്നാനും മതി. പക്ഷേ യഥാർത്ഥത്തിൽ നമ്മൾ എന്ന തോന്നലിന്റെ ഉദ്ബോധനം തികച്ചും സുന്ദരമായ അനുഭവമാണ്.

(ഈ കറകൾ ചോരത്തുള്ളികളുടേതല്ല, തക്കാളി നീരിന്റേതാണ്)

ഏറ്റവും വലിയ കണ്ടുപിടുത്തങ്ങളും മഹത്തായ കലാസൃഷ്ടികളും മിതവാദത്തിന്റെ പരിണതഫലമാണെന്ന് വിശ്വസിക്കുക വഴി നിങ്ങൾ ഗുരുതരമായ തെറ്റിലേക്ക് വഴുതി വീണിരിക്കുന്നു. (മോഡറേറ്റ് ഇഗോയിസം). ഏതൊരു മഹത്തായ സൃഷ്ടിക്കും വികാരം അടിസ്ഥാനപരമായ ആവശ്യമാണ്, വിപ്ലവത്തിന്റെ കാര്യത്തിലായാലും വികാരവും ധാർഷ്ട്യവും വലിയൊരളവിൽ ആവശ്യമാണ് - മനുഷ്യവംശത്തിനു മുഴുവനുമുള്ള സവിശേഷതകളാണിവ. മറ്റൊന്ന് 'പിതാവായ ദൈവം' എന്ന നിങ്ങളുടെ ആവർത്തിച്ചുള്ള പറച്ചിലാണ്. നിങ്ങൾ താരുണ്യത്തിന്റെ മടക്കുകളിലേക്കല്ല മടങ്ങുന്നതെന്ന് ഞാൻ വിശ്വസിക്കട്ടെ. എസ്.ഒ.എസ്സിന്റെ പരമ്പര ഒരു സമയം പാഴാക്കൽ മാത്രമാണെന്ന് ഞാൻ നിങ്ങൾക്ക് മുന്നറിയിപ്പ് തരികയാണ്. പെറ്റിറ്റിന്റെ പരിപാടി അവസാനിച്ചു. ലെസികാ തന്ത്രപൂർവ്വം വിഷയം മാറ്റിയിരിക്കുന്നു. ഹിൽദായ്ക്ക് (എന്റെ ഉത്തരവിന് വിരുദ്ധമായി അവൾ പ്രവർത്തിച്ചു) രാഷ്ട്രീയാഭയത്തിന്റെ കടപ്പാടുകളെക്കുറിച്ചു ഞാനൊരു സാരോപദേശം നൽകി. അകലം പാലിച്ചുകൊണ്ട് റാവുൾ ലിൻച് നന്നായി പെരുമാറി. പാവില്ലെ നെർവോ പറഞ്ഞത് അവ വ്യത്യസ്ത മന്ത്രാലയങ്ങളാണെന്നാണ്. എന്റെ ആദർശങ്ങൾ ഞാൻ ഉപേക്ഷി

ക്കുകയാണെങ്കിൽ അവൾക്കെന്നെ സഹായിക്കാൻ കഴിയും. തന്റെ കടമ നിർവ്വഹിക്കുന്നതിനുള്ള ശ്രമത്തിനിടയിൽ മരണം വരിച്ച ബറാബസിനേക്കാൾ ജീവിച്ചിരിക്കുന്ന മകനെ അമ്മ ഇഷ്ടപ്പെടുമെന്ന് ഞാൻ കരുതുന്നില്ല. സഹായിക്കാനുള്ള ശ്രമങ്ങൾ എനിക്കും അവർക്കും പ്രശ്നങ്ങളുണ്ടാക്കുവാനേ ഉപകരിക്കുകയുള്ളു.

(പക്ഷേ നിങ്ങൾക്ക് സമർത്ഥമായ ചില ആശയങ്ങളുണ്ട്, ഏറ്റവും കുറഞ്ഞത് എന്റെ ചിന്താധാരകളിലെങ്കിലും. ഗോളാന്തര റോക്കറ്റിന്റെ വ്യാപാരമാണ് അവയിലേറ്റവും മികച്ചത് - ഞാനേറെ ഇഷ്ടപ്പെടുന്ന ഒരു പദം) ഇതിനൊക്കെപ്പുറമേ ക്യൂബയിൽ ചില തെറ്റുകൾ (ശരികൾ) കൂടി സ്ഥാപിച്ചു കഴിഞ്ഞാൽ ഞാൻ മറ്റെവിടേക്കെങ്കിലും പോകും. ഏതെങ്കിലും സർക്കാർ ഓഫീസിലോ, അലർജി ക്ലിനിക്കിലോ അടക്കപ്പെട്ടിരുന്നെങ്കിൽ ഈ ഞാൻ എന്നോ അവസാനിക്കുമായിരുന്നു. ഇതെല്ലാം പറഞ്ഞും ചെയ്തും കഴിഞ്ഞാലും, ആ വേദന - വാർദ്ധക്യത്തിലേക്കു നീങ്ങുന്ന അമ്മ തന്റെ മകൻ ജീവിച്ചിരിക്കുന്നത്, കാണാനാഗ്രഹിക്കുന്നതിന്റെ വേദന - ആദരിക്കപ്പെടേണ്ടതും, ഞാൻ വകവെച്ചു കൊടുക്കേണ്ടതും, യഥാർത്ഥത്തിൽ ഞാൻ വകവെച്ചു കൊടുക്കാനാഗ്രഹിക്കുന്നതുമായ ഒരു വികാരമാണ്. എനിക്ക് അമ്മയെ കാണണമെന്നുണ്ട്. അമ്മയെ സാന്ത്വനിപ്പിക്കുന്നതിനോടൊപ്പം, ഇടക്കിടെ ഉണരുന്ന, ഏറ്റു പറയാനാകാത്ത എന്റെ ആശകൾക്ക് അതൊരു സാന്ത്വനം കൂടിയാവും.

അമ്മേ ഞാനൊരു ഉമ്മ നൽകട്ടെ. പുതുതായി ഒന്നും സംഭവിച്ചില്ലെങ്കിൽ ഞാൻ അമ്മയുടെ അടുത്തെത്തും.

അമ്മയുടെ മകൻ

'എൽ. ചെ'

മെക്സിക്കോ സിറ്റി,
15 (മിക്കവാറും നവ: 1956)

പ്രിയപ്പെട്ട മമ്മാ,

ഇപ്പോഴും മെക്സിക്കോയിൽനിന്നു തന്നെയാണ് ഞാൻ അമ്മയുടെ കത്തുകൾക്ക് മറുപടിയെഴുതുന്നത്. ഞാൻ അല്പം വ്യായാമം ചെയ്യുന്നു. ഒരുപാട് വായിക്കുന്നു (വിശിഷ്യാ അമ്മക്ക് സങ്കൽപിക്കാവുന്ന വിഷയങ്ങൾ) എന്നതൊഴിച്ചാൽ കൂടുതലായി ഒന്നും എനിക്കെഴുതാനില്ല. ചില വാരാന്ത്യങ്ങളിൽ ഞാൻ ഹിൽദായെ കാണാറുണ്ട്.

നിയമപരമായ വഴിയിലൂടെ എന്റെ പ്രശ്നം പരിഹരിക്കുന്ന കാര്യം ഞാൻ ഉപേക്ഷിച്ചു കഴിഞ്ഞു, അതുകൊണ്ട് മെക്സിക്കോയിലെ എന്റെ താമസം താൽക്കാലികമായിരിക്കും. എന്തായാലും

മോളേയും കൊണ്ട് പുതുവർഷാഘോഷത്തിൽ പങ്കെടുക്കാനായി ഹിൽദാ അവളുടെ വീട്ടിലേക്കു പോകുന്നു. ഒരു മാസം അവളവിടെയായിരിക്കും, പിന്നെ എന്തുവേണമെന്ന് അപ്പോൾ നോക്കാം. യൂറോപ്പിലൂടെ സഞ്ചരിക്കുകയെന്നതാണ് ദീർഘകാലമായുള്ള എന്റെ ഒരു ലക്ഷ്യം, സാധ്യമെങ്കിൽ അവിടെ താമസമാക്കും. പക്ഷേ അതെല്ലാം കൂടുതൽ കൂടുതൽ ബുദ്ധിമുട്ടായിക്കൊണ്ടിരിക്കുന്നു. എനിക്കുള്ള രോഗം വെച്ചുനോക്കുമ്പോൾ കാര്യങ്ങൾ കൂടുതൽ മോശമാവാനാണ് സാധ്യത. ശവക്കുഴിയിൽ മാത്രമേ ആ രോഗത്തെ എനിക്ക് കുടഞ്ഞുകളയാനാവൂ.

പത്ത് വർഷത്തെ അലച്ചിൽ, കുറച്ചുകാലത്തെ വൈദ്യശാസ്ത്ര പഠനം, ബാക്കി സമയമുണ്ടെങ്കിൽ ഭൗതിക ശാസ്ത്രത്തിലെ ചില സാഹസങ്ങൾ എന്നൊക്കെയായിരുന്നു എന്റെ ജീവിത പദ്ധതി.

ഇപ്പോൾ എല്ലാം അവസാനിച്ചിരിക്കുന്നു. അലച്ചിൽ പത്തുവർഷത്തേക്കാൾ കൂടുതൽ കാലം വേണ്ടി വരുമെന്നതാണ് ആകെ വ്യക്തതയുള്ള ഒരു കാര്യം (മുൻകൂട്ടിക്കാണാനാവാത്ത എന്തെങ്കിലും സംഭവങ്ങൾ എന്റെ അലച്ചിലിനെ അവസാനിപ്പിച്ചില്ലെങ്കിൽ) പക്ഷേ ഞാൻ സങ്കൽപ്പിച്ചിരുന്നതിൽ നിന്നും അത് തികച്ചും വ്യത്യസ്തമാണെന്ന് എനിക്കു തോന്നുന്നു. ഇനി ഞാനൊരു പുതിയ രാജ്യത്ത് കടന്നു ചെല്ലുമ്പോൾ അവിടത്തെ ചരിത്രാവശിഷ്ടങ്ങളും പുരാവസ്തുക്കളും നോക്കി നടക്കുന്നുണ്ടാവില്ല. (അതിപ്പോഴും എന്റെയൊരു കൗതുകമാണ്) ജനകീയ സമരങ്ങളിൽ പങ്കെടുക്കുകയെന്നതായിരിക്കും ഇനിയെന്റെ ദൗത്യം.

അർജന്റീനായിലെ മൂന്നു പാർട്ടികൾക്കും കമ്യൂണിസ്റ്റ് പാർട്ടിയുടെ ശേഷിപ്പിനും നിയമസാധുത നിഷേധിച്ചതിനെക്കുറിച്ചുള്ള വാർത്ത ഞാൻ വായിച്ചു. അപ്രതീക്ഷിതമെങ്കിലും അർജന്റീനയിൽ കുറച്ചുകാലമായി നടക്കുന്ന കാര്യങ്ങൾ പരിഗണിക്കുമ്പോൾ, ഈ രോഗലക്ഷണം ശക്തമായ ഒന്നല്ല. അവിടത്തെ പ്രവൃത്തികളെല്ലാം ഒരു പ്രവണതയെ - ഒരു ജാതിയേയോ വർഗ്ഗത്തേയോ പ്രീണിപ്പിക്കുക എന്ന പ്രവണതയെ - അർത്ഥശങ്കക്കിടയില്ലാത്തവിധം വ്യക്തമാക്കുന്നു. വിദേശ നിക്ഷേപകരുമായി ബന്ധമുള്ള ഭൂവുടമകളാണ് മേൽപറഞ്ഞ ആ വർഗ്ഗം.

ഇത്രയും തീവ്രമായ യാഥാർത്ഥ്യങ്ങൾ ഞാൻ നിങ്ങളോട് പറയുമ്പോൾ 'നിങ്ങളെ ഞാൻ സ്നേഹിക്കുന്നു. അതുകൊണ്ട് ഞാൻ നിങ്ങളെ തല്ലുന്നു' എന്ന പോലെയാവും. ഇതാ വരുന്നു ഒരാശ്ലേഷം. മെക്സിക്കോയിൽനിന്നുമുള്ള എന്റെ അവസാനത്തെ ആശ്ലേഷം. ഞാൻ നിരന്തരമായി ഉപദേശം നൽകിക്കൊണ്ടിരിക്കുന്ന പരമ്പരയിലെ അവസാനത്തേതാണിത്: ക്യൂബക്ക് നൽകുവാനായി തനിക്കിനിയും മക്കളില്ലല്ലോയെന്ന് മാസിയോ സഹോക്കളുടെ അമ്മ ആവലാതി പറയുന്നു. ഞാൻ നിങ്ങളിൽനിന്നും

അധികമൊന്നും ആവശ്യപ്പെടുന്നില്ല - എന്റെ വില അല്ലെങ്കിൽ എന്നെ കാണുന്നതിനുള്ള വില മാത്രം. ഇതിന്റെ പേരിൽ അമ്മയുടെ വിശ്വാസങ്ങൾ ലംഘിക്കപ്പെടരുത്; അമ്മ ദുഃഖിക്കാനിട വരരുത്.

ഏ്ചേ

പ്രിയപ്പെട്ട് അമ്മക്ക്[1]

മെക്സിക്കോയിലെ ഏതോ ഒരു സ്ഥലത്തുനിന്നാണ് ഞാനീ കത്തെഴുതുന്നത്. കാര്യങ്ങൾ ശരിയാകുന്നതിനായി കാത്തിരിക്കുകയാണ് ഞാൻ. സത്യം പറഞ്ഞാൽ, ആ സ്വാതന്ത്ര്യത്തിന്റെ വായു ഒളിച്ചു താമസത്തിന്റേതായിരുന്നു. പക്ഷേ യാതൊരു പ്രശ്നവുമില്ല: ഇത് എന്റെ ജീവിതത്തിന് കൗതുകകരമായൊരു നിഗൂഢസ്പർശം കൂടി നൽകുന്നു.

എന്റെ ആരോഗ്യം മെച്ചപ്പെട്ടിരിക്കുന്നു, ശുഭാപ്തി വിശ്വാസം അതിലുമേറെ മെച്ചപ്പെട്ടിരിക്കുന്നു. വിമോചകരെക്കുറിച്ചുള്ള നിങ്ങളുടെ ന്യായവാദങ്ങളിൽ നിങ്ങൾക്ക് വിശ്വാസം കുറഞ്ഞുവരുന്നതായി, അങ്ങനെ നിങ്ങൾ ആഗ്രഹിക്കുന്നില്ലെങ്കിൽ കൂടി, അല്പാല്പമായി ഞാൻ മനസ്സിലാക്കുന്നുണ്ട്. (വിശ്വാസത്തെക്കുറിച്ച് നിങ്ങളുന്നയിച്ച സംശയവും, ഉറച്ച എതിർപ്പും, നിങ്ങളെഴുതിയ ദുഃഖകരമായ കാര്യങ്ങളിലൊന്നാണ്. പക്ഷേ അമ്മ വിഷമിക്കേണ്ട. ഞാനിതാരേയും കാണിക്കുകയില്ല. ഉദാഹരണത്തിന് ഈജിപ്ഷ്യൻ പത്രങ്ങൾ എന്തൊക്കെയാണ് പറയുന്നതെന്ന് സങ്കൽപിച്ചു നോക്കൂ. 'പടിഞ്ഞാറിന്റെ വിശ്വാസത്തകർച്ച' സ്വാശ്രയത്വം നേടാനുള്ള ഒരു പദ്ധതിയല്ലെങ്കിൽ പോലും, സ്വന്തം രാജ്യത്തിലുള്ളതിനേക്കാൾ അവർക്ക് വിശ്വാസം അവരുടെ യുദ്ധഭൂമിയിലാണ്)

എണ്ണ അർജന്റീനയുടേതു മാത്രമായിരിക്കില്ല. പെറോൺ നൽകുമെന്ന് പുതിയ ഭരണകൂടം ഭയപ്പെട്ടിരുന്ന ആ താവളങ്ങൾ ഇനി അവർ തന്നെ നൽകും; അല്ലെങ്കിൽ അവർ അത്തരം സൗജന്യങ്ങൾ നൽകിത്തുടങ്ങും. അഭിപ്രായ സ്വാതന്ത്ര്യം ഒരൈതിഹ്യം മാത്രമായിത്തീർന്നിരിക്കുന്നു. നമുക്കൊരു പെറോണിസ്റ്റ് ഐതിഹ്യ(വിശ്വാസം)മുണ്ടായിരുന്നു, ഇപ്പോഴത് വിമോചകരുടെ ഐതിഹ്യമായി [..................] പൊതു തിരഞ്ഞെടുപ്പെത്തുന്നതോടെ അവർ കമ്യൂണിസ്റ്റ് പാർട്ടിയെ നിരോധിക്കും, അർജന്റീനയുടെ ഏറ്റവും വലിയ പ്രത്യാശയായ ഫ്രോണ്ടിസിയെ അവർ നിഷ്ക്രിയനാക്കും. അമ്മേ. അവസാനം ഞാൻ കാണുന്നത് അർജന്റീനയിലെ ദരിദ്രർക്കു വേണ്ടിയുള്ള ഒരു പ്രസ്ഥാനത്തിന്റെ;

1. 1956 ആഗസ്റ്റിലോ സെപ്തംബറിലോ ആണ് ഈ കത്തിന്റെ തീയതി. ഏണസ്റ്റോയുടെ വിമോചനത്തിനുശേഷമുള്ള കത്ത്.

ജനസംഖ്യയുടെ ഭൂരിഭാഗം വരുന്ന ദരിദ്രർക്കുവേണ്ടിയുള്ള ഒരു പ്രസ്ഥാനത്തിന്റെ ഒറ്റപ്പെടലായിരിക്കും.

ശരി, എനിക്കിനി എഴുതാൻ സമയമേറെ ബാക്കിയില്ല, അത്തരം കാര്യങ്ങൾക്കുവേണ്ടി സമയം പാഴാക്കാൻ ഞാനാഗ്രഹിക്കുന്നില്ല. വ്യായാമം ചെയ്തും വായിച്ചും ജീവിതം മുന്നോട്ട് നീങ്ങുന്നതിനാൽ അതിനെക്കുറിച്ചും ഞാൻ അധികമെഴുതുന്നില്ല. ഹൃദയസ്പന്ദനമളക്കാനും, അവയവങ്ങൾക്കുള്ളിലെ ശബ്ദങ്ങൾ മനസ്സിലാക്കാനും (ഞാനതൊന്നും ഒരിക്കലും ശരിയായി ചെയ്തിട്ടില്ല) ഞാൻ മറന്നുപോയെങ്കിലും, സാമ്പത്തിക ശാസ്ത്രത്തിലുള്ള എന്റെ അറിവ് വർദ്ധിച്ചു വരുന്നുണ്ട്. വൈദ്യശാസ്ത്ര രംഗത്തു നിന്നും എന്റെ ജീവിതം മെല്ലെമെല്ലെ മറ്റൊരു രംഗത്തേക്ക് നീങ്ങിക്കൊണ്ടിരിക്കുകയാണ്, പക്ഷേ ആശുപത്രിയോടുള്ള ഗൃഹാതുരത്വമില്ലാതാക്കാൻ തക്കവണ്ണമുള്ള വ്യതിയാനം അതിനു സംഭവിച്ചിട്ടില്ല. ശരീരശാസ്ത്രത്തിൽ എനിക്കൊരു പ്രൊഫസറുടെ ജോലി കിട്ടുമെന്ന് ഞാൻ അമ്മയോട് പറഞ്ഞിരുന്നെങ്കിലും അതൊരു നുണയാണ്, പക്ഷേ അത്ര വലിയ നുണയല്ല. ആ ജോലി ഞാൻ സ്വീകരിക്കാൻ തയ്യാറില്ലായിരുന്നുവെന്നതിനാൽ അതൊരു നുണയായി, പക്ഷേ അത്തരമൊരു വാഗ്ദാനം എനിക്കു ലഭിച്ചിരുന്നു, കൂടിക്കാഴ്ചയും മറ്റും നടന്നു, പക്ഷേ അതൊക്കെ ഇപ്പോൾ ചരിത്രം മാത്രം. സെയിന്റ് കാൾ[1] പുതിയൊരാളെക്കൂടി കണ്ടെത്തിയിരിക്കുന്നു.

ഭാവിയെക്കുറിച്ച് എനിക്കൊന്നും പറയാൻ കഴിയില്ല. കുടുംബ വിശേഷങ്ങളെക്കുറിച്ച് എനിക്കെഴുതുക. ഇത്തരം അവസ്ഥയിൽ അതെനിക്ക് ഉണർവ്വേകും.

അമ്മക്ക്, ഒരു വലിയ ആശ്ലേഷം കൂടി.

ഒളിച്ചു പാർക്കുന്ന നിങ്ങളുടെ മകൻ

(ഏകദേശം ഒക്ടോബർ 1956)

പ്രിയപ്പെട്ട മമ്മാ,

പരുപരുക്കനായ നിങ്ങളുടെ മകൻ, ഏറെ വില കുറഞ്ഞവൻ, ഒന്നിനും കൊള്ളാത്തവൻ. പ്രത്യേകം ചിട്ടപ്പെടുത്തിയ സംഗീതത്തിന്റെ പശ്ചാത്തലത്തിലൂടെ ഇരുണ്ട ഛായയിലൂടെ നടക്കുന്ന ദുഃഖപുത്രൻ പോൾ മൂനിയെ[2]പ്പോലെയാണ് അവൻ. എന്റെ ഇപ്പോഴത്തെ പണി, ഇന്ന് ഇവിടെയാണെങ്കിൽ നാളെ മറ്റൊരിടത്ത് - അതുകൊണ്ട് എന്റെ ബന്ധുക്കളെ കാണുവാൻ എനിക്കു

1. കാൾ മാർക്സ്
2. അയാം എ ഫ്യുജിറ്റീവ് ഫ്രം എ ചെയിൻ ഗാങ് എന്ന ചിത്രത്തിലെ നായകൻ

കഴിഞ്ഞിട്ടില്ല (ഒരു കാര്യം ഞാൻ കുമ്പസാരിക്കട്ടെ. താത്പര്യങ്ങളെ സംബന്ധിച്ചിടത്തോളം വിവാഹിതരായ ബൂർഷ്വാ ദമ്പതികളേക്കാൾ ഞാനിഷ്ടപ്പെടുന്നത് ഒരു തിമിംഗലത്തെയായിരിക്കും. ഇത് വെറുമൊരു ഒഴിഞ്ഞുമാറലല്ല; അടിസ്ഥാനപരമായ അവിശ്വാസമാണ്. ലെസിക്കാ ഒരു കാര്യം കാട്ടിത്തന്നു. വിഭിന്ന ഭാഷ സംസാരിക്കുന്നതിനാൽ ഞങ്ങൾ തമ്മിൽ ബന്ധത്തിന്റെ യാതൊരു കാര്യവുമില്ലെന്ന്) ഞാനിത് ബ്രാക്കറ്റിൽ കൊടുക്കാൻ ഒരു കാരണമുണ്ട്. ഞാനൊരു ബൂർഷ്വാ ആയിക്കൊണ്ടിരിക്കുകയാണെന്ന് നിങ്ങൾ വിചാരിക്കാനുള്ള സാദ്ധ്യതയുള്ളതിനാൽ, ഒന്നുകൂടി വായിച്ച് ആ ഖണ്ഡിക നീക്കം ചെയ്യുവാൻ എനിക്ക് മടി തോന്നി. ആയതുകൊണ്ട് എനിക്കു തന്നെ അതിൽ വിശ്വാസമില്ലെങ്കിലും ഒരു നീണ്ട വിശദീകരണം ഞാൻ നിരത്തിയിരിക്കുന്നു. പൂർണ്ണ വിരാമം. പുതിയ ഖണ്ഡിക.

ഒരു മാസത്തിനകം ഹിൽദാ പെറുവിലുള്ള അവളുടെ വീട്ടിലേക്കു പോകുന്നു. അവളൊരു രാഷ്ട്രീയ കുറ്റവാളിയല്ലെന്നും, എ.പി.ആർ.എ. എന്ന കമ്യൂണിസ്റ്റ് വിരുദ്ധ രാഷ്ട്രീയ പാർട്ടിയുടെ, തെറ്റായ ദിശയിൽ നയിക്കപ്പെട്ട ഒരു പ്രതിനിധി മാത്രമാണെന്നുമുള്ള പരിഗണന അവൾക്കു ലഭിക്കും. പഠനകാര്യത്തിലുള്ള എന്റെ മുറകൾ മാറ്റുന്നതിൽ ഏർപ്പെട്ടിരിക്കുകയാണ് ഞാൻ. മുമ്പൊക്കെ, ഗുണത്തിനോ ദോഷത്തിനോ ആവട്ടെ, വൈദ്യശാസ്ത്രത്തിൽ ഞാൻ സ്വയം സമർപ്പിച്ചിരുന്നു. ബാക്കിയുള്ള സമയം അനൗപചാരികമായി സെയിന്റ് കാളിനെ പഠിക്കാൻ ഉപയോഗിച്ചു. ജീവിതത്തിലെ മാറിയ സാഹചര്യങ്ങൾ ജീവിത മുറകൾ മാറുന്നതിന് എന്നെ നിർബന്ധിക്കുന്നു: ഇപ്പോൾ 'സെയിന്റ് കാളി'നാണ് മുൻഗണന. എന്റെ ജീവിതത്തിന്റെ ഇപ്പോഴത്തെ അച്ചുതണ്ട് അദ്ദേഹമാണ്. ഈ ഗോളം അതിന്റെ ബാഹ്യശൽക്കത്തിൽ എത്രകാലം എനിക്ക് താമസിക്കാനിടം തന്നാലും എന്റെ ജീവിതത്തിന്റെ അച്ചുതണ്ട് കാൾ തന്നെയായിരിക്കും: വൈദ്യശാസ്ത്രം തികച്ചും ചെറിയൊരു വ്യതിചലനം മാത്രമാണ്. അതിന്റെ ചെറിയൊരു അംഗത്തെക്കുറിച്ചു മാത്രമാണ് ഞാൻ വിശദമായൊരു പഠനത്തിനുപയോഗിക്കുന്നത്. - പുസ്തക വിൽപനശാലയിലെ കലവറകളെ വിറപ്പിക്കുന്ന തരത്തിൽ ഭാരമുള്ള ഇനത്തിൽ പെടുന്നത്. നിങ്ങൾ ഓർക്കുന്നതുപോലെ - അഥവാ ഓർമ്മയില്ലെങ്കിൽ ഞാനോർമ്മിപ്പിക്കുകയാണ് - ഒരു ഡോക്ടറുടെ കടമയെ പ്രവർത്തനത്തെക്കുറിച്ചുള്ള ഒരു പുസ്തകമെഴുതാനുള്ള ഒരു പരിപാടി എനിക്കുണ്ടായിരുന്നു. അതിന്റെ കുറച്ചദ്ധ്യായങ്ങൾ എഴുതിത്തീർക്കാൻ എനിക്കു കഴിഞ്ഞു. അതിനു പത്രത്താളുകളിൽ കാണുന്ന - ശരീരവും ആത്മാവും പോലുള്ള - തറ നിലവാരമുള്ള പരമ്പരകളുടെ മണമായിരുന്നു.

മോശമായി എഴുതപ്പെട്ട, അജ്ഞത മുഴുവൻ വിശദമാക്കുന്ന ഒരു സാധനം. അതുകൊണ്ട് അതിനെക്കുറിച്ച് വിശദമായി പഠിക്കാൻ ഞാൻ നിശ്ചയിച്ചു. ആയതിനാൽ എന്റെ പതിവ് സാഹസിക സമീപനത്തെ ഞാൻ മാറ്റി നിർത്തി. ആദ്യം പ്രധാനപ്പെട്ട ലക്ഷ്യങ്ങൾ പൂർത്തീകരിക്കുവാൻ തീരുമാനിച്ചു, കൈയിൽ ഒരു പരിചയുമായി കാര്യങ്ങളെ സമീപിക്കാൻ ഞാൻ നിശ്ചയിച്ചു. (തികച്ചും ഒരു ഫാന്റസി) കാറ്റാടിയന്ത്രങ്ങൾ എന്റെ ഏപ്പുകൾ തകർത്തില്ലെങ്കിൽ, എഴുത്തു തുടരുവാൻ തന്നെയാണ് എന്റെ തീരുമാനം.

സീലിയായോട് ഞാൻ കടപ്പെട്ടിരിക്കുന്നു. ഇതിനുശേഷം എനിക്ക് മതിയായ സമയമുണ്ടെങ്കിൽ സീലിയായെ പ്രകീർത്തിച്ചുകൊണ്ട് അവൾക്ക് ഞാനൊരു കത്തെഴുതും. മറ്റെല്ലാവരും എന്നോടാണ് കടപ്പെട്ടിരിക്കുന്നത്. അവർക്കെല്ലാം ഞാനെന്റെ അവസാനത്തെ കത്തെഴുതിയിരിക്കുന്നു, ബിയാട്രീസിനുപോലും. പത്രങ്ങളെല്ലാം എനിക്കു ശരിയായി ലഭിക്കുന്നുണ്ടെന്നും ഭരണകൂടത്തിന്റെ ഗംഭീരമായ ചെയ്തികളെക്കുറിച്ച് എനിക്കു വ്യക്തമായ ചിത്രം ലഭിക്കുന്നുണ്ടെന്നും ബിയാട്രീസിനെ അറിയിക്കുക. അതിൽ നിന്നും ഞാൻ കാര്യങ്ങൾ രൂപപ്പെടുത്തിയെടുത്തിരിക്കുന്നു, അച്ഛന്റെ പ്രവൃത്തികളെ പിന്തുടരുന്നു. ഹിൽദാ അവളുടെ അമ്മയുടെ മാതൃക പിന്തുടരുന്നു. എല്ലാവർക്കും ചുംബനങ്ങൾ. ഗ്വാട്ടിമാലയിൽ നടന്ന സംഭവങ്ങളെക്കുറിച്ച് വിശദമായൊരു റിപ്പോർട്ടും (അനുകൂലമോ പ്രതികൂലമോ ആകട്ടെ, തികച്ചും വിശ്വസനീയമായ ഒന്ന്) ഇതോടൊപ്പം ചേർത്തിരിക്കുന്നു.

ഇനി ആകെ ബാക്കിയുള്ളത് സംഭാഷണത്തിന്റെ അവസാന ഭാഗമാണ്: 'ഇനിയെന്ത്?' എന്ന ശീർഷകം അതിനു യോജിക്കും. അടുത്തത് ഏറ്റവും കടുത്ത ഭാഗമാണ്. ഒരിക്കലും ഞാൻ ഉപേക്ഷിച്ചിട്ടില്ലാത്ത, ആസ്വദിക്കുന്ന ഒരു ഭാഗം. ആകാശം ഇരുണ്ടിട്ടില്ല, സൗരയൂഥം തകർന്നു വീണിട്ടില്ല, പ്രചണ്ഡമായ പ്രളയമോ കൊടുങ്കാറ്റോ ഉണ്ടായിട്ടില്ല; എല്ലാം ശുഭസൂചനകൾ. അവ വിജയത്തെ സൂചിപ്പിക്കുന്നു. പക്ഷേ അത് തെറ്റാണെങ്കിൽ - അവസാനം ഏത് ശരിയും തെറ്റാകാം - നിങ്ങൾക്കു മനസ്സിലാകാത്ത ഒരു കവിയെപ്പോലെ എനിക്കു പാടാനാകും. "അവസാനിക്കാത്ത ഒരു ഗീതകത്തിന്റെ വ്യാകുലത മാത്രമാണ്, ഞാൻ ഭൂമിയുടെ അടിയിലേക്ക് വഹിക്കുന്നത്" മരണത്തിന് തൊട്ടുമുമ്പുള്ള കരുണരസമൊഴിവാക്കാൻ ഈ കത്ത് ഉപകാരപ്രദമായിത്തീരും. സൂര്യപ്രഭയിൽ മുങ്ങിക്കുളിച്ച അമേരിന്ത്യന്മാരുടെ ഏതെങ്കിലും ഭൂമിയിൽ, മുറിവേറ്റവരെ ചികിൽസിക്കാൻ തക്കവണ്ണം ശസ്ത്രക്രിയ പരിശീലിക്കാൻ കഴിയാതിരുന്നതിന് നിങ്ങളുടെ മകൻ സ്വയം ശപിക്കുന്നുണ്ടാകും. തന്റെ ആരാധ്യമായ കഴിവുകൾ ഉപയോഗിക്കാൻ സമ്മതിക്കാത്തതിന് അയാൾ

മെക്സിക്കൻ ഭരണകൂടത്തെയും ശപിക്കുന്നുണ്ടാകും. സങ്കീർത്തനങ്ങളിൽ പറയുമ്പോലെ മരണംവരെ അല്ലെങ്കിൽ വിജയം വരെ പോരാടുക.

സമ്പൂർണ്ണമാകാൻ സമ്മതിക്കാത്ത ഒരു യാത്രാമൊഴിയുടെ വാൽസല്യത്തോടെ ചുംബനങ്ങൾ.

പ്രിയപ്പെട്ട ടിറ്റാ

നിനക്ക് കത്തെഴുതിയിട്ട് ഒരുപാട് നാളായി. പതിവായി വന്നു കൊണ്ടിരുന്ന കത്തുകളിൽനിന്നും ലഭിച്ചിരുന്ന ആത്മവിശ്വാസം എനിക്കു നഷ്ടപ്പെട്ടിരിക്കുന്നു. (എന്റെ കത്തിനെക്കുറിച്ച് നിനക്ക് കൂടുതൽ മനസ്സിലാക്കാനാവില്ലെന്ന് എനിക്കറിയാം - അല്പാല്പമായി ഞാനെല്ലാം വിശദീകരിക്കാം).

ഒന്ന്: എന്റെ അമേരിന്ത്യൻ പെൺകൊച്ചിന് ഒമ്പത് മാസം പ്രായമായി. സുന്ദരി, മിടുക്കി, ചുറുചുറുക്കുള്ളവൾ.

രണ്ട്: ഒരു പ്രധാനപ്പെട്ട കാര്യം. അല്പം മുമ്പ് ചില ക്യൂബൻ വിപ്ലവകാരികൾ, എന്റെ വൈദ്യശാസ്ത്രപരമായ അറിവും വൈദഗ്ധ്യവും കൊണ്ട് അവരെ സഹായിക്കാമോ എന്ന് ചോദിച്ചു. ഞാനത് സമ്മതിച്ചു - എനിക്കിഷ്ടപ്പെട്ട ജോലി എന്താണെന്ന് നീ മനസ്സിലാക്കിയിരിക്കണം. മലമ്പ്രദേശത്തെ മേച്ചിൽ പുറങ്ങളിൽ പോരാളികൾക്ക് കായികപരിശീലനം നൽകുന്ന സ്ഥലത്ത് ഞാൻ പോയിരുന്നു. ആ പോരാളികൾക്ക് കുത്തിവെയ്പുകളും മറ്റും നൽകുന്നതിനായിരുന്നു അത്. പക്ഷേ നിർഭാഗ്യം എന്നെ പിടികൂടി. പോലീസ് ഞങ്ങളെ വളഞ്ഞു. എന്റെ കൈയിൽ ആവശ്യമായ രേഖകളില്ലാതിരുന്നതു കൊണ്ട്, കുറച്ചു മാസങ്ങൾ ഞാൻ തടവിൽ കഴിഞ്ഞു. ലൊട്ടുലൊടുക്കു സാധനങ്ങൾക്കൊപ്പം അവർ എന്റെ ടൈപ്പ്റൈറ്ററും മോഷ്ടിച്ചിരിക്കുന്നു. അതു കൊണ്ടാണ് ഈ കത്ത് എന്റെ കൈപ്പടയിൽ തന്നെയായത്. എന്റെ വാക്കുകൾ വിശ്വസിച്ച്, ഞാനൊരു മര്യാദക്കാരനാണെന്നു പരിഗണിച്ച്, പത്ത് ദിവസത്തിനകം ഞാൻ രാജ്യം വിട്ടിരിക്കണമെന്ന ഉപാധിയിന്മേൽ എന്നെ തടവിൽനിന്നും മോചിപ്പിക്കുകയെന്ന ഒരു വലിയ അബദ്ധം ആഭ്യന്തര മന്ത്രാലയം ചെയ്യുകയുണ്ടായി. അതിനുശേഷം മൂന്നുമാസം കഴിഞ്ഞിരിക്കുന്നു. യാതൊരു ഉപകാരവുമില്ലാതെ ഞാനിപ്പോൾ മെക്സിക്കോയിൽ ഒളിച്ചു നടക്കുന്നു. വിപ്ലവം കൊണ്ട് എന്താണ് സംഭവിക്കുകയെന്നറിയാൻ കാത്തിരിക്കുകയാണ് ഞാൻ: കാര്യങ്ങളുടെ പോക്ക് നല്ല രീതിയിലാണെങ്കിൽ ഞാൻ ക്യൂബയിലേക്കു പോകും; അതല്ലെങ്കിൽ എനിക്ക് താവളമാക്കാൻ പറ്റിയ ഏതെങ്കിലും രാജ്യത്തേക്ക് ഞാൻ കടക്കും. ഈ വർഷം എന്റെ ജീവിതത്തിലെ ഒരു ദുരന്തമായേക്കാം,

പക്ഷേ ഇത്തരം ദുരന്തങ്ങൾ - കുറെയേറെ നേരിട്ടതുകൊണ്ട് അതെന്നെ അലട്ടുകയോ ഭയപ്പെടുത്തുകയോ ചെയ്യുന്നില്ല.

എല്ലാ ശാസ്ത്രീയ പദ്ധതികളും തുലഞ്ഞു പോയിരിക്കുന്നു. ഞാനിപ്പോൾ ചാർളിയുടേയും ഫ്രെഡ്ഡിയുടേയും[1] അതുപോലുള്ള മറ്റു ചിലരുടേയും ആർത്തി പൂണ്ട വായനക്കാരനാണ്. പോലീസ് എന്നെ അറസ്റ്റ് ചെയ്തപ്പോൾ റഷ്യൻ ഭാഷയിലുള്ള നിരവധി ലഘുലേഖകളും, കണ്ടീഷൻഡ് റിഫ്ളക്സസിനെ (നിയന്ത്രിക്കപ്പെടുന്ന പ്രതിപ്രവർത്തനങ്ങൾ)ക്കുറിച്ച് പഠിക്കുന്നതിന് റഷ്യൻ ഭാഷ മനസ്സിലാക്കുന്നതിനായി, മെക്സിക്കൻ റഷ്യൻ വിനിമയത്തിന്റെ ഭാഗമായുള്ള ഒരു കാർഡും അവർ കണ്ടെടുത്തു.

എന്റെ വിവാഹം തകർന്നിരിക്കുന്നുവെന്നു കേൾക്കാൻ നിനക്കു താത്പര്യമുണ്ടാകും. കഴിഞ്ഞ എട്ടുവർഷമായി പെറുവിലുള്ള അവളുടെ കുടുംബവുമായി ബന്ധമില്ലാത്ത എന്റെ ഭാര്യ അടുത്ത മാസം അവളുടെ വീട്ടിലേക്കു പോകുന്നതോടെ ഈ ദാമ്പത്യത്തകർച്ച ശുഭപര്യവസായിയായിത്തീരുന്നു. പക്ഷേ ആ വേർപാട് അല്പം പാരുഷ്യം ശേഷിപ്പിക്കുന്നു. അവളൊരു വിശ്വസ്തയായ സഖാവായിരുന്നു. അവളുടെ വൈപ്ലവിക സ്വഭാവം കുറ്റമറ്റതായിരുന്നു. എങ്കിലും ഞങ്ങളുടെ മനസ്സ് തികച്ചും വിഭിന്ന ദിശകളിലായിരുന്നു. പക്ഷേ ഞാനിപ്പോഴും പുതിയ ചക്രവാളങ്ങൾ ഉദിക്കുന്നതും പാബ്ലോ[2] പറഞ്ഞതുപോലെ "കൈത്തണ്ടകൾ കൊണ്ടുള്ള കുരിശും ആത്മാവിന്റെ ഭൂമിയും" ലഭിക്കുന്നതും കാത്ത്, അരാജകത്വത്തിന്റെ ഊർജ്ജത്തിൽ ജീവിക്കുകയാണ്.

ഇതെന്റെ യാത്രാമൊഴിയാണ്. ഞാൻ വിട പറയുകയാണ്. എന്റെ അടുത്ത കത്ത് കിട്ടുന്നതുവരെ നീയെനിക്ക് കത്തെഴുതരുത്. അടുത്ത കത്തിൽ കൂടുതൽ വാർത്തകളും, ഏറ്റവും കുറഞ്ഞത് ഒരു സ്ഥിരം മേൽവിലാസവും കാണും.

എന്നും പതിവുള്ളതുപോലെ നിന്റെ സുഹൃത്ത് നൽകുന്ന വാൽസല്യ ത്തിന്റെ ഒരാശ്ലേഷം.

ഏണസ്റ്റോ

■

1. കാറൽ മാർക്സ് ഫ്രെഡറിക് ഏംഗൽസ്
2. പാബ്ലോ നെരൂദ. ചിലിയൻ കവി, അദ്ദേഹത്തിന്റെ ഈ കാൻസിയോൺഡസ് പരാദോ എന്ന കവിത.

നദിഭീമന്റെ കരയിൽനിന്ന്[1]

തന്റെ പോഷകനദികൾ കൂടി അണിചേരുന്നതോടെ ആമസോൺ അമേരിക്കയുടെ മദ്ധ്യഭാഗത്തുള്ള മറ്റൊരു വലിയ വൻകരയുടെ രൂപമെടുക്കുന്നു. ദൈർഘ്യമേറിയ വർഷക്കാലമാസങ്ങളിൽ ആമസോൺ കര കവിഞ്ഞൊഴുകാൻ തുടങ്ങുന്നു. അത് കാട്ടിനകത്തേക്കു കയറി ച്ചെന്ന്, വായുവിലും ജലത്തിലും ജീവിക്കുന്നവയുടെ ഒരു താവളമാക്കി ആ പ്രദേശത്തെ മാറ്റുന്നു. ഇരുണ്ട ജലപാളികളോടെ പുറത്തേക്കുന്തി നിൽക്കുന്ന ഭൂവൽക്കത്തിൽ മാത്രമേ കരയിൽ ജീവിക്കുന്ന ജന്തുക്കൾക്ക് താമസിക്കാനിടമുള്ളു. കാട്ടുപൂച്ചക്കും, പുള്ളിപ്പുലിക്കും, കാട്ടുപന്നിക്കും പകരം പുതിയ അതിഥികളായ മുതലകളും പിരാനകളും കാനെറോകളും സ്ഥലം പിടിക്കുന്നു. മനുഷ്യൻ ആ വനത്തിൽ കാലുകുത്തുന്നത് തടയുകയെന്ന ദൗത്യം പുതിയ അതിഥികൾ ഏറ്റെടുക്കുന്നു.

പുരാതനകാലത്ത് തന്നെ, ഒറെല്ലാന[2]യുടെ വിശന്നു വലഞ്ഞ ആതിഥേയർ താൽക്കാലികമായി കെട്ടിയുണ്ടാക്കിയ വള്ളങ്ങളിൽ ചളിയിൽ കുഴഞ്ഞ ഈ ജലധിയെ പിന്തുടരുമ്പോൾ, പലവട്ടം ഈ ഭീമന്റെ ഉറവിടത്തെക്കുറിച്ച് പല അനുമാനങ്ങളും നടത്തി. ഏറെക്കാലം മറാനെൺ ആണ് ഇതിന്റെ സ്രോതസ്സെന്ന് കരുതപ്പെട്ടു; പക്ഷേ ആധുനിക പര്യവേഷണങ്ങളും ഗവേഷണങ്ങളും, മനുഷ്യശ്രദ്ധയെ ഇതിന്റെ ഏറ്റവും ശക്തമായ പോഷകനദിയായ ഉകയാലിയുടെ നേർക്ക് നയിച്ചു. ഇതിന്റെ കരകളിലൂടെ നടത്തിയ യാത്രകളും പുതിയ കൈവഴികളുടെ കണ്ടുപിടുത്തങ്ങളും നയിച്ചത് അപൂരിമാക് നദിയുടെ ഉത്ഭവസ്ഥാനമായ ഒരു തടാകത്തിലേക്കാണ്. ആദ്യം കിലുകിലെ കിണുങ്ങുന്ന അരുവിയായും പിന്നെ മലയുടെ കരുത്തുറ്റ ശബ്ദമായും അപൂരിമാക് മാറുന്നു. അപൂരിമാക് എന്ന ക്വെച്ചാ പദത്തിനർത്ഥം മഹാഗർജനം എന്നാകുന്നു. ഇവിടെയാണ് ആമസോൺ ജനിക്കുന്നത്.

പക്ഷേ ഈ മലനിരകളിലെ തെളിമയുടെ അരുവികളെ ആരോർക്കാൻ - തന്റെ ഭീമാകാരമായ രൂപത്തിൽ വനത്തിലെ രാത്രിയെ രൗദ്രപൂർണ്ണമായ നിശ്ശബ്ദതയിലേക്കു നയിക്കുന്ന ആ നദിഭീമന്റെ അവസാന

1. പനാമ അമേരിക്കയുടെ ഞായറാഴ്ച പതിപ്പിൽ (22-11-1953) പ്രസിദ്ധീകരിച്ച ഗുവേരയുടെ ലേഖനം.
2. ഫ്രാൻസിസ്കോ ഒറെല്ലാന. ആമസോൺ നദി കണ്ടുപിടിച്ച സ്പെയിൻകാരനായ പര്യവേഷകൻ. ആമസോൺ എന്ന സ്ത്രീ യോദ്ധാക്കളെ അടിസ്ഥാനപ്പെടുത്തി നദിക്ക് ആമസോൺ എന്ന് പേരിട്ടു.

ഘട്ടത്തെക്കുറിച്ച് ആരോർക്കാൻ? ഞങ്ങൾ സാൻ പാബ്ലോയിലെത്തിയിരിക്കുന്നു. പെറൂവിയൻ ഗവൺമെന്റ് അവരുടെ അഭയാർത്ഥി പ്രദേശത്ത് കുഷ്ഠരോഗികൾക്കായി സ്ഥാപിച്ച ഒരു കോളനിയാണീ സ്ഥലം. കാടിന്റെ ഹൃദയത്തിലേക്ക് പ്രവേശിക്കുന്നതിനായി ഞങ്ങളതിനെ ഒരു താവളമാക്കുന്നു.

കാട്ടിനകത്തെ ശബ്ദവൈവിധ്യത്തിനോ ഹഡ്സന്റെ ഗീതകങ്ങൾക്കോ ഹോസെറിവേറയുടെ സംഗീതത്തിനോ ഞങ്ങളുടെ ഏറ്റവും പ്രധാന ശത്രു ഭീകരനെ കുറച്ചു കാണാനാവില്ല: കൊതുക്. ജലപ്പരപ്പിനു മുകളിലൂടെ ഒരു മേഘക്കൂട്ടമായി മാറി മാറി പറന്നു നടക്കുന്ന ഇവർ, അതിലൂടെ കടന്നുപോകുന്ന എന്തിനേയും ആക്രമിക്കുന്നു. ഈ കാടിനകത്തേക്ക് ആയുധമില്ലാതെ പ്രവേശിക്കുന്നതിലും ദുഷ്കരം ഒരു കൊതുകുവലയില്ലാതെ പ്രവേശിക്കുന്നതായിരിക്കും. കാട്ടിലെ മാംസഭുക്കുകൾ മനുഷ്യനെ നേരിട്ടാക്രമിക്കുകയില്ല. കയ്മാൻ എന്ന മുതലകളോ, പിരാന എന്ന മൽസ്യങ്ങളോ ആ ചതുപ്പിലൂടെ കടന്നു പോകുന്ന, എല്ലാ മനുഷ്യരേയും ആക്രമിച്ചെന്നു വരില്ല, വിഷപ്പാമ്പുകൾ വിഷം കുത്തിവെച്ചെന്നുവരില്ല, പക്ഷേ കൊതുകുകൾ യാതൊരു ദാക്ഷിണ്യവുമില്ലാതെ മനുഷ്യനെ ആക്രമിക്കും. നിങ്ങളുടെ ശരീരം മുഴുവൻ കടിച്ചു പറിക്കുന്ന കൊതുകുകൾ നിങ്ങളുടെ രക്തമൂറ്റിയെടുക്കുമ്പോൾ അവശേഷിപ്പിക്കുന്നത് നിങ്ങളുടെ ശരീരവും മഞ്ഞപ്പനിയുടേയോ മലമ്പനിയുടേയോ രോഗാണുക്കളേയുമായിരിക്കും.

ഒരു ശത്രുവിനെ കണ്ടെത്താൻ സൂക്ഷ്മ നിരീക്ഷണം നടത്തുകയേ നിവൃത്തിയുള്ളു. നഗ്നനേത്രങ്ങൾ കൊണ്ട് കാണാനാകാത്ത ശക്തനായ ആൻ സൈക്ലോസ്റ്റോമ എന്ന പരാന്നഭോജിയായ പുഴു, പാദരക്ഷകൾ ഉപയോഗിക്കാതെ നടക്കുന്നവരുടെ പാദചർമ്മം തുളച്ച് ശരീരത്തിനകത്ത് കയറി ദഹനേന്ദ്രിയത്തിലെത്തി മനുഷ്യരക്തം ഊറ്റിക്കുടിക്കുന്നു. ഇത് വളരെ ഗൗരവതരമായ രക്തക്കുറവുണ്ടാക്കുന്നു. ആമസോൺ പ്രദേശത്ത് മിക്കവാറും ആളുകൾക്ക് ഇത് കാണപ്പെടുന്നു.

നിരവധി വളവുകളുള്ള കാട്ടുവഴികളിലൂടെ യാത്ര ചെയ്ത് ഞങ്ങൾ ആ പ്രദേശത്തെ യുഗ്വാസ് എന്ന വനവാസികൾ താമസിക്കുന്ന പ്രദേശത്തെത്തിച്ചേർന്നു. ആ പർവ്വതം ഒരു ഭയങ്കരനാണ്. അതിന്റെ ശബ്ദങ്ങളും മൗനങ്ങളും ഇരുണ്ട ജലമൊഴുകുന്ന ചാലുകളും ഇലയിൽ നിന്നിറ്റുവീഴുന്ന കണ്ണീർപോലെ തെളിഞ്ഞ വെള്ളത്തുള്ളികളും, അതിന്റെ സുസംഘടിതമായ മറ്റ് വൈരുദ്ധ്യങ്ങളും ചേർന്ന് സഞ്ചാരിയെ അവന്റെ ചിന്താമണ്ഡലത്തിലേക്കൊതുക്കുന്നു. അതിശക്തമായ ഈ സ്വാധീനത്തിൽനിന്നും രക്ഷപ്പെടുവാൻ നിങ്ങൾക്ക് വഴികാട്ടിയുടെ വിയർക്കുന്ന കഴുത്തിലേക്കോ, പുല്ലിൽ പതിഞ്ഞു കിടക്കുന്ന മനുഷ്യസാന്നിദ്ധ്യത്തിന്റെ തെളിവുകളായ കാട്ടുവഴികളിലേക്കോ കണ്ണുംനട്ട് സഞ്ചരിക്കുകയെന്ന ഏക മാർഗ്ഗമേയുള്ളു. ആ ഒരൊറ്റ അനുഭവത്തിലൂടെ നിങ്ങൾക്ക് കാട്ടിനകത്തെ സമൂഹത്തിന്റെ കരുതൽ മനസ്സിലാകും.

അരുവിയുടെ ജലകണങ്ങൾ നമ്മുടെ ശിരസ്സിലൂടെ ഇക്കിളിയിട്ട് ഒഴുകി വീഴുമ്പോൾ, വസ്ത്രങ്ങൾ ശരീരത്തിൽ ഒട്ടിപ്പിടിക്കുമ്പോൾ നമ്മൾ ഒരു കുടിയേറ്റ പ്രദേശത്തെത്തുന്നു: കാട് വെട്ടിത്തെളിച്ച ഒരു വെളിമ്പ്ര ദേശത്ത് കാലുകൾ കുഴിച്ചിട്ട് അതിന്മേൽ കെട്ടിയുണ്ടാക്കിയ കുടിലുകൾ, മാനിയോക്ക് വേരുപടല(ഇവിടുത്തെ അമേരിന്ത്യന്മാരുടെ മുഖ്യാ ഹാരം)ങ്ങൾ കൊണ്ടുള്ള ഒരു വേലിക്കെട്ട്. പക്ഷേ ഇവയെല്ലാം താൽക്കാ ലിക സൗഭാഗ്യങ്ങളാണ്. മഴക്കാലമെത്തുന്നതോടെ കാട്ടിനകത്തെ ഭൂമിക്കടിയിലുള്ള നീരുറവകൾ നിറഞ്ഞു കവിയുന്നു. അതോടെ ഇവിടത്തെ നിവാസികൾക്ക് എല്ലാമുപേക്ഷിച്ച് ഉയരമുള്ള പ്രദേശങ്ങളിൽ കുടിയേറി പ്പാർക്കേണ്ടതായി വരും.

പനയോലകളുടെ മേൽപുരയുള്ള, ഭൂമിയിലെ ഈർപ്പം ബാധിക്കാത്ത വിധം ഉയരത്തിൽ കെട്ടിക്കയറ്റിയുള്ള തറയുള്ള, തുറസ്സായ കുടിലു കളിലാണ് പകൽസമയം ഇവർ താമസിക്കുന്നത്. പക്ഷേ രാത്രിയാകുന്ന തോടെ അവരുടെ കട്ടിയുള്ള, ദുർഗന്ധമുള്ള, എണ്ണ പുരട്ടിയ ചർമ്മത്തി നേക്കാൾ കരുത്തുള്ള കൊതുകുകളിൽനിന്നും രക്ഷപ്പെടുന്നതിനായി, വായുപോലും കടക്കാത്ത വിധം ചുറ്റും അടച്ചു പൂട്ടിയ കുടിലുകൾ ക്കകത്ത് അവർ അഭയം പ്രാപിക്കുന്നു. ഇരുട്ട് നിലനിൽക്കുന്ന സമയം മുഴുവൻ അവർ കുടിലിനകത്ത് അടച്ചു പൂട്ടിക്കഴിയുന്നു. ഈ സങ്കര ജീവിതം അവരുടെ വൈകാരികമായ ആവശ്യങ്ങൾക്ക് വിഘാതമാവു ന്നില്ല. നമ്മുടെ സമൂഹത്തെ നിയന്ത്രിക്കുന്ന സാന്മാർഗ്ഗിക നിയമങ്ങൾ ഈ ആദിവാസികളുടെ സമൂഹത്തിന് ബാധകമല്ല. ഞാനൊരു വാതിലി ലൂടെ അകത്തേക്കെത്തി നോക്കി. കടുത്ത ഗന്ധമുള്ള തൈലങ്ങളും വിയ ർപ്പും കൂടിക്കുഴഞ്ഞ ശരീരങ്ങളുടെ ഗന്ധം എന്നെ അവിടെനിന്നും തുരത്തി.

പ്രകൃതി മഴയിലൂടെ നൽകുന്ന ഉത്തരവുകൾ അനുസരിക്കുന്ന നിലയിലേക്കു ഈ വർഗ്ഗത്തിന്റെ ജീവിതം ചുരുങ്ങുന്നു. വേനൽക്കാലത്ത് സംഭരിച്ച ഉരുളക്കിഴങ്ങും മാനിയോക്ക് പഴങ്ങളും ഭക്ഷിച്ചും, ചെറിയ മരത്തടികൾ കൊണ്ടുണ്ടാക്കിയ ചാളത്തടികളുപയോഗിച്ച് ചതുപ്പുകളിൽ നിന്നും മീൻ പിടിച്ചുമാണ് ഇവർ വർഷകാലം കഴിച്ചുകൂട്ടുന്നത്. അവരെ നിരീക്ഷിക്കുകയെന്നത് അസാധാരണമായ ഒരനുഭവമാണ്: യാതൊന്നിനും ശല്യപ്പെടുത്താനാവാത്ത ജാഗ്രത്തിന്റെ നിശ്ചലാവസ്ഥ. അപ്പോൾ വലതു കൈയിൽ ഒരു ചാട്ടുളി ഉയരുന്നു. ഇരുണ്ട നിറമുള്ള ജലം ഒട്ടും സുതാര്യ മല്ല; പെട്ടെന്ന് ആ ചാട്ടുളി വെള്ളത്തിലേക്കു എയ്തെറിയപ്പെടുന്നു. അല്പനേരത്തേക്ക് വെള്ളം ഇളകുന്നു. ചാട്ടുളിയുടെ ഒന്നോ രണ്ടോ മീറ്റർ അകലെയായി പൊന്തി കിടക്കുന്ന ഒരു ചെറിയ വടിക്കഷണം മാത്രമേ ദൃശ്യമാവുകയുള്ളൂ. പങ്കായം ചാളത്തടിയെ നിശ്ചലമാക്കി നിർത്തുന്നു. തളരുന്നതോടെ മൽസ്യം അതിന്റെ ബഹളം അവസാനിപ്പിക്കുന്നു.

സമയം അനുകൂലമാണെങ്കിൽ വേട്ടയാടിയും ഇവർ ജീവിക്കും. നഗരവാസികളിൽ നിന്നും എന്തിനെങ്കിലും പ്രതിഫലമായി ഇവർക്കു കിട്ടുന്ന കൈത്തോക്കുകൊണ്ട് ഏതെങ്കിലും മൃഗത്തിനെ വെടിവെച്ച്

പിടികൂടുമെങ്കിലും പൊതുവേ അവർക്കിഷ്ടം ഊത്തുകുഴൽ പ്രയോഗിച്ച് വേട്ടയാടുന്നതാണ്. പച്ചിലപ്പടർപ്പിലെവിടെയെങ്കിലും ഒരുകൂട്ടം കുരങ്ങന്മാർ പ്രത്യക്ഷപ്പെടുമ്പോൾ അവയിലൊന്നിന്റെ മുതുകിൽ എവിടെനിന്നോ പാഞ്ഞുവരുന്ന മയക്കുമരുന്നു പുരട്ടിയ അമ്പ് തുളഞ്ഞു കയറുന്നു. ആ കുരങ്ങൻ അത് എടുത്തുമാറ്റിയ ശേഷം മുന്നോട്ടു നീങ്ങുന്നു. കുറച്ചുദൂരം മുന്നോട്ടു നീങ്ങുന്നതോടെ അവൻ തളർന്നു വീഴുന്നു. ബഹളം വെച്ചു നീങ്ങുന്ന ആ സംഘത്തിനു നേരെ ഊത്തുക്കുഴലിൽ നിന്നും വിഷം പുരട്ടിയ അമ്പ് വീണ്ടും പറന്നു ചെല്ലുന്നു. എവിടെയൊക്കെയാണ് ഇര നിലംപതിക്കുന്നതെന്ന് സൂക്ഷ്മനിരീക്ഷണം നടത്തുന്ന ഒരു ജോടി കണ്ണുകൾ വ്യക്തമായി നിരീക്ഷിച്ചു കൊണ്ടിരിക്കുന്നുണ്ടാവും. ദുരന്തത്തിൽ നിന്നും അവസാനത്തെ ഇരയും രക്ഷപ്പെട്ടു പോകുന്നതോടെ വേട്ടക്കാരൻ വേട്ടമുതലുമായി തിരികെ താവളത്തിലേക്കു തിരിക്കുന്നു.

വെള്ളക്കാരായ അതിഥികളുടെ സന്ദർശനം ആഘോഷിച്ചുകൊണ്ട് ഞാൻ മുകളിൽ വിവരിച്ച വിധം ലഭിച്ച ഒരു കുരങ്ങനെ അവൾ ഞങ്ങൾക്കു സമ്മാനിക്കുകയുണ്ടായി. അർജന്റീനയിലെ പാമ്പാസ് ശൈലിയിൽ ആ മൃഗത്തെ പൊരിക്കുന്നതിന് ഞങ്ങളൊരു ബാർബെക്യു ഉണ്ടാക്കി. വന്യമായ ഗന്ധമുള്ള, തീക്ഷ്ണമായ സ്വാദുള്ള ഒരു രീതിയാണത്. ഞങ്ങളുടെ ഈ പാചകശൈലി അവർ കൗതുകപൂർവ്വം നിരീക്ഷിക്കുന്നുണ്ടായിരുന്നു.

ഈ സമ്മാനത്തിനു പകരമായി രണ്ടുകുപ്പി മദ്യം ഞങ്ങൾ അവർക്കു സമ്മാനിച്ചു. അമേരിന്ത്യന്മാർ ആ മദ്യം ആർത്തിയോടെ കുടിച്ചു. മതപരമായ ഒരുതരം തൈലാഭിഷേകത്തിനുശേഷം, തങ്ങളുടെ പ്രധാനപ്പെട്ട കൈമുതലുകളെല്ലാം നിറച്ച, നാരുകൊണ്ടു നിർമ്മിച്ച ഒരു സഞ്ചി അവർ കഴുത്തിൽ തൂക്കി: ഒരു മന്ത്രച്ചരട്, കൈത്തോക്കിലുപയോഗിക്കുന്ന തിരകൾ, കാട്ട് കായ് കൊണ്ടുണ്ടാക്കിയ ഒരുതരം മാല, ഒരു പെറൂവിയൻ നാണയം എന്നിവ.

രാത്രി സമീപിച്ചുകൊണ്ടിരുന്നതിനാൽ മടക്കയാത്രയെക്കുറിച്ചോർത്ത് ഞങ്ങൾ വിഷമിക്കുന്നുണ്ടായിരുന്നു. അവരിലൊരാൾ ഞങ്ങളെ, കുറുക്കുവഴികളിലൂടെ നയിച്ചു. ഞങ്ങൾ തകരംകൊണ്ടു മേഞ്ഞ ഒരു കുടിലിനടുത്തെത്തിച്ചേർന്നു. പിരിയാൻനേരം യൂറോപ്യൻ ശൈലിയിൽ ഞങ്ങൾ ഹസ്തദാനം ചെയ്തു. ഒരു സമ്മാനമെന്ന നിലയ്ക്ക് ആ വഴികാട്ടി അയാളുടെ ഉടുപ്പിൽനിന്നും ഒരു നാരിളക്കിയെടുത്ത് എനിക്ക് നൽകി. (യുഗ്വാസ് ആകെക്കൂടി ധരിക്കുന്ന ഒരു വസ്ത്രമാണത്).

മലനിരകളിൽ പതിയിരിക്കുന്ന അപായങ്ങളെക്കുറിച്ചും ദുരന്തങ്ങളെക്കുറിച്ചും ഒരുപാട് അതിശയോക്തികളുണ്ട്, പക്ഷേ ഞങ്ങളുടെ അനുഭവത്തിൽനിന്നു ഒരുകാര്യം ഉറപ്പിച്ചു പറയാനാകും. കാട്ടുപാതയിൽ നിന്നും അല്പം മാറിപ്പോയാലുള്ള അപകടത്തെക്കുറിച്ചു നൽകുന്ന മുന്നറിയിപ്പ് ശരിയായ ഒരു കാര്യമാണ്. ഒരു ദിവസം ഞങ്ങളുടെ താവളത്തിൽ വളരെ അടുത്തായി ഞങ്ങൾക്ക് തിരിച്ചുപോരാനുള്ള വഴി

ഒരു നിമിഷംകൊണ്ട് മാഞ്ഞ് പോയത് സംഭ്രമത്തോടെ ഞങ്ങൾ കണ്ടു. ഒരാൾ ഒരു പ്രത്യേക സ്ഥലത്ത് നിലയുറപ്പിച്ചശേഷം, ബാക്കിയുള്ളവർ വിവിധ ദിശകളിൽ പോയി നിന്നുകൊണ്ട് ശബ്ദമുണ്ടാക്കിയെങ്കിലും ഫലമുണ്ടായില്ല. ഭാഗ്യവശാൽ ഇത്തരം സന്ദർഭങ്ങളെക്കുറിച്ച് ഞങ്ങൾക്ക് മുന്നറിയിപ്പ് ലഭിച്ചിരുന്നു. ഇത്തരം സന്ദർഭങ്ങളിൽ, പലതായി പിരിയുന്ന കനത്ത വേര് പടലമുള്ള ഒരുതരം മരത്തിനെ ശ്രദ്ധിക്കുവാൻ ഞങ്ങൾക്ക് നിർദ്ദേശം ലഭിച്ചിരുന്നു. പുറത്തേക്ക് ഒരുപാട് തള്ളിനിന്നിരുന്ന ആ വേരു പടലം വൃക്ഷത്തിന് കൂടുതൽ താങ്ങ് നൽകുന്നതുപോലെയായിരുന്നു.

സാധാരണ വലിപ്പമുള്ള ഒരു വടികൊണ്ട് ആ വേരിന്മേൽ സകല ശക്തിയുമെടുത്ത് ഞങ്ങൾ ആഞ്ഞടിച്ചു. ഒരു പതിഞ്ഞ ശബ്ദമാണ് അതിൽനിന്നും ഉയർന്നതെങ്കിലും അകലേക്ക് അത് കേൾക്കാമായിരുന്നു. കുറച്ചു കഴിഞ്ഞപ്പോൾ കൈത്തോക്കേന്തിയ ഒരു അമേരിന്ത്യൻ ചിരിച്ചു കൊണ്ട് ഞങ്ങളുടെ മുന്നിൽ പ്രത്യക്ഷപ്പെട്ടു. അയാൾ ഞങ്ങളെ ശരി യായ വഴിയിലേക്കു നയിച്ചു. എന്ത് ചെയ്യണമെന്നറിയാതെ ഏകദേശം 500 മീറ്ററോളം ഞങ്ങൾ യഥാർത്ഥ വഴിയിൽ നിന്നും മാറിപ്പോയിരുന്നു. ആഹാരത്തിന്റെ കാര്യത്തിൽ കാട് ഒരു പറുദീസയാണെന്നാണ് പൊതു വേയുള്ള ധാരണ. അങ്ങനെയല്ല. അതിനകത്തെ ഒരു വനവാസി ഒരി ക്കലും പട്ടിണി കിടന്ന് മരിക്കുകയില്ല, പക്ഷേ കാട്ടിനകത്തെത്തിപ്പെടുന്ന വർക്ക് അശ്രദ്ധമൂലം വലിയ പ്രശ്നങ്ങൾ നേരിടേണ്ടി വരും. നമുക്കു സുപരിചിതമായ, ഉഷ്ണമേഖലാ പ്രദേശങ്ങളിൽ കണ്ടുവരുന്ന കായ്കനികളൊന്നും കാട്ടിനകത്ത് വളരുന്നില്ല. സസ്യജാലങ്ങളിൽനിന്നും എന്തെങ്കിലും ഭക്ഷണം ലഭിക്കുവാനായി ചില വേരുകളേയോ പനമ്പഴ ങ്ങളേയോ ആശ്രയിക്കേണ്ടി വരും. എങ്കിൽ തന്നെ ഇവയിൽ ഏതിലാണ് വിഷാംശമുള്ളത് ഏതിലാണ് വിഷാംശമില്ലാത്തത് എന്നു മനസ്സിലാക്കു വാൻ ഏറെ അനുഭവ സമ്പത്തുള്ളവർക്കു മാത്രമേ സാധിക്കുകയുള്ളൂ. വേട്ടയാടുകയെന്നത് വളരെ ബുദ്ധിമുട്ടുള്ളൊരു കാര്യം തന്നെ. ഒരു കാട്ടുപന്നിയുടെ മോന്തയും മറ്റൊരു മൃഗത്തിന്റെ മോന്തയും തിരിച്ചറി യാൻ കഴിയില്ലെങ്കിൽ വേട്ട വളരെ ബുദ്ധിമുട്ടുള്ള ഒരു കാര്യമാണ്. നീരൊ ഴുക്കുള്ള സ്ഥലങ്ങളെക്കുറിച്ചോ, ചതുപ്പുകളിലൂടെ ശബ്ദമുണ്ടാക്കാതെ തെന്നി നീങ്ങുന്നതിനെക്കുറിച്ചോ ധാരണയില്ലെങ്കിൽ മീൻപിടുത്തം ഒട്ടുമേ വിജയകരമാവില്ല. ജലജീവികളുടെ പെരുപ്പം വല്ലാതെയുള്ളതുകൊണ്ട് അവയെ ചൂണ്ടയിട്ട് പിടിക്കുക എളുപ്പമല്ലാത്ത ഒരു വിദ്യയാണ്. പക്ഷേ കൃഷി: എന്തൊരു ഭീമൻ കൈതച്ചക്ക! എന്തൊരു വലിയ പപ്പായ! എത്ര വലിയ നേന്ത്രപ്പഴങ്ങൾ! ചെറിയ അദ്ധ്വാനത്തിന് ഉജ്ജ്വലമായ പ്രതിഫലം. കാടിന്റെ ആത്മാവ് അതിനകത്ത് താമസിക്കുന്ന വരെ കീഴടക്കുന്നു. അവരെ തന്നിൽ ലയിപ്പിക്കുന്നു. ഭക്ഷിക്കാനല്ലാതെ ആരും അദ്ധ്വാനി ക്കുന്നില്ല. നാളെയെക്കുറിച്ച് യാതൊരു ചിന്തയുമില്ലാതെ വൃക്ഷക്കൊമ്പു കൾ മുറിച്ചിടുന്ന കുരങ്ങനെപ്പോലെ, തന്റെ വിശപ്പടക്കാൻ മാത്രം ജീവി കളെ കൊല്ലുന്ന കാട്ടുപൂച്ചയെപ്പോലെ ആദിവാസിയും തന്റെ വിശപ്പടക്കാൻ മാത്രം കൃഷി ചെയ്യുന്നു.

ശാസ്ത്രവിഷയവുമായി ബന്ധപ്പെട്ട ജോലികൾക്കും, വിനോദയാത്ര കൾക്കും, വേട്ട വിരുന്നുകൾക്കുമിടയിലൂടെ ദിവസങ്ങൾ അതിവേഗം കടന്നുപോയി. വിട പറയാനുള്ള നേരമായി. ഞങ്ങളുടെ മടക്കയാത്രയുടെ തൊട്ട് തലേന്ന് രാത്രി രണ്ട് ചെറുവള്ളങ്ങൾ നിറയെ കുഷ്ഠരോഗികൾ ഞങ്ങളോട് നന്ദി പ്രകടിപ്പിക്കുന്നതിനായി അവിടെ എത്തിച്ചേർന്നു. പന്തം കൊണ്ട് പ്രകാശപൂരിതമായ ആ ആമസോണിയൻ രാവിൽ, സിംഹ ലക്ഷണങ്ങളുള്ള അവരുടെ മുഖങ്ങൾ കാണുകയെന്നത് തികച്ചും കൗതുകകരമായിരുന്നു. ഒരു അന്ധഗായകൻ ഹ്വായ്നോസും മാരിനെ റാസും ആലപിച്ചപ്പോൾ, ആ വന്യഗായക സംഘം അയാൾക്കൊപ്പം ഏറ്റ് പാടിയെത്താൻ പാടുപെട്ടു. അവരിലൊരാൾ യാത്രയയപ്പ് പ്രഭാഷണം നടത്തി. യാതൊരു മറയുമില്ലാത്ത ആഴത്തിൽ സ്പർശിക്കുന്ന വാക്കു കൾ ആ രാത്രിയെ ആവേശിച്ചു. അവരോട് ഏറെ അടുത്ത് പെരുമാറി യതിന് അവർ നന്ദി പ്രകടിപ്പിക്കുന്നു. ഹസ്തദാനത്തിലൂടെ നൽകാനാ വാത്ത നന്ദി (ആരോഗ്യമുള്ള ചർമ്മവും രോഗാതുരമായ ചർമ്മവും തമ്മിലുള്ള സ്പർശം വിലക്കപ്പെട്ടതാണ് എന്ന ചട്ടം നിലവിലുള്ളതു കൊണ്ട്) തങ്ങളുടെ വികൃതമായ നോട്ടങ്ങളിലൂടെ പ്രേമ സംഗീത ത്തിലൂടെ യാത്രാമൊഴിയിലൂടെ അവർ നൽകുന്നു. ആ സംഗീതവും യാത്രാമൊഴിയും ഞങ്ങൾക്ക വരോട് ഒരു കടപ്പാട് ശേഷിപ്പിച്ചു.

ഞങ്ങളുടെ തോണി നിറയെ സമ്മാനങ്ങളായിരുന്നു. ഏറ്റവും വലിയ കൈതച്ചക്ക, ഏറ്റവും മധുരമുള്ള പപ്പായ, ഏറ്റവും മുഴുത്ത കോഴി എന്നിവ ഞങ്ങൾക്കു സമ്മാനിക്കുന്നതിൽ അവർ പരസ്പരം മൽസരിച്ചു. ആ നദിയുടെ മാറിലേക്ക് ചെറിയൊരു തള്ള്. ഞങ്ങൾ ആമസോണിനോട് ഒറ്റക്ക് സംസാരിച്ചു.

നദിയുടെ പുറകിൽനിന്നും
കാടിന്റെ ഗീതവും
സാന്ത്വനത്തിന്റെ വേദനയും
ആ തോണിയിലേക്ക് കടന്നു വരുന്നു
വെയിലേറ്റ് തൊലി കറുത്ത തോണിക്കാർ
സർപ്പിളമായ നദിയുടെ
ചോരയുടെ കൈവഴികളിലൂടെ,
അവരുടെ ദുഃഖവും പേറി വരുന്നു.

ആ ഒഴുക്കിലൂടെ രണ്ട് ദിവസത്തോളം ഞങ്ങൾ തെന്നി നീങ്ങി. കൊളംബിയൻ പട്ടണമായ ലെറ്റിക്കാ എന്ന ഞങ്ങളുടെ ലക്ഷ്യം കണ്ടെ ത്തുകയെന്നതായിരുന്നു ഞങ്ങളുടെ ഉദ്യമം. പക്ഷേ ഒതുക്കമില്ലാത്ത ഞങ്ങളുടെ യാനപാത്രത്തെ ലക്ഷ്യത്തിലേക്ക് നയിക്കുകയെന്ന വലിയ പ്രശ്നം ഞങ്ങൾ നേരിടുന്നുണ്ടായിരുന്നു. നദിയുടെ മദ്ധ്യഭാഗത്തുവെച്ച് പ്രശ്നങ്ങളുണ്ടായില്ല, പക്ഷേ കരയോടടുക്കുമ്പോൾ വൻപ്രവാഹങ്ങൾ ഞങ്ങളെ തടസപ്പെടുത്തി. എപ്പോഴും ആ ഒഴുക്കുകൾ തന്നെ വിജയം വരിച്ചു. ഒഴുക്കിന്റെ ഇഷ്ടത്തിനനുസരിച്ച് പലപ്പോഴും ഞങ്ങളുടെ തോണി

ഏതൊക്കെയോ കരകളിലടുത്തു. മൂന്നാംദിവസം വൈകുന്നേരം കുറച്ച കലെയായി വെളിച്ചം കാണാൻ ഞങ്ങൾക്കു സാധിച്ചു. പക്ഷേ എത്ര ശ്രമിച്ചിട്ടും ഞങ്ങളുടെ തോണി കരക്കടുത്തില്ല. ഞങ്ങളുടെ അദ്ധ്വാനം വിജയം വരിച്ചുവെന്നാവുമ്പോൾ ആ തോണി തിരിഞ്ഞു കളിക്കാൻ തുടങ്ങും, അത് നദിയുടെ മദ്ധ്യഭാഗത്തേക്ക് മുഖം തിരിക്കും. ഇരുട്ട് പരക്കുന്നതുവരെ ഞങ്ങൾ അദ്ധ്വാനിച്ചു, അതിനുശേഷം ഞങ്ങൾ കൊതുകുവലക്കുള്ളിലേക്ക് കടന്ന്, ഊഴമിട്ട് പതിവുള്ള പാറാവ് പരിപാടി തുടർന്നു. അപ്പോൾ ഞങ്ങളുടെ തോണിയിലുണ്ടായിരുന്ന അവസാനത്തെ കോഴി (ഞങ്ങളതിനെ ശരിപ്പെടുത്തി ഭക്ഷിക്കാൻ വേണ്ടി തയ്യാറെടുക്കുകയായിരുന്നു) പേടികൊണ്ട് നദിയിലേക്ക് പറന്നുവീണു. ഞങ്ങളുടെ തോണിയെ കൊണ്ടുപോവുന്നതിനേക്കാൾ വേഗത്തിൽ ഒഴുക്ക് അതിനെ വലിച്ചുകൊണ്ടുപോയി, വസ്ത്രമുരിഞ്ഞ് ഞാൻ നദിയിലേക്ക് ചാടാനൊരുങ്ങി, ഒന്നു രണ്ട് കുതിപ്പുകൊണ്ട് അതിനെ എത്തിപ്പിടിച്ച് തിരികെ എനിക്ക് തോണിക്കടുത്തേക്കെത്താമായിരുന്നു. പക്ഷേ എന്തു സംഭവിച്ചുവെന്ന് എനിക്കറിഞ്ഞുകൂടാ: ആ രാത്രി, നിഗൂഢയായ നദി ഏതോ ഒരു മുതലയെക്കുറിച്ചുള്ള ഓർമ്മ (ഉപബോധമനസ്സിലെ രൂപങ്ങൾ മാത്രമായിരിക്കാം, അല്ലായിരിക്കാം). ആ കോഴിയെ ഒഴുക്കിക്കൊണ്ടിരിക്കുന്നു. രോഷാകുലനായ ഞാൻ പുഴയിലേക്കു കുതിക്കാനൊരുങ്ങി, വീണ്ടും പിൻവാങ്ങി. അവസാനം ഞാനാ ശ്രമം ഉപേക്ഷിച്ചു. തുറന്നു പറഞ്ഞാൽ ആമസോൺ എന്ന ആ നിശാചരി എന്നെ ഭയപ്പെടുത്തി: പ്രകൃതിയുടെ മുന്നിൽ ഞാനൊരു ഭീരുവായി. കോഴിയുടെ വിധിയോർത്ത് പരിതപിച്ചതോടൊപ്പം ഞങ്ങൾ പരസ്പരം ആശ്വസിപ്പിച്ചു.

ലെറ്റിക്കായിൽനിന്നും അനേകം മണിക്കൂറുകൾ തോണിയാത്ര വേണ്ടി വരുന്ന ഏതോ ഒരു ബ്രസീലിയൻ തീരത്ത് തോണിയടുത്തപ്പോൾ ഞങ്ങൾ ഉണർന്നു. ആ നദി ഭീമന്റെ തീരത്ത് ജീവിക്കുന്നവരുടെ പഴമൊഴിക്കനുസൃതമായ സൗഹൃദം കൊണ്ടുമാത്രമാണ് ഞങ്ങളവിടെ എത്തിച്ചേർന്നത്.

ഒരു കൊളംബിയൻ സൈനിക വിമാനത്തിൽ അതിനു മുകളിലൂടെ പറക്കുമ്പോൾ ആ കൊടുംകാടിനെ ഞങ്ങൾ നിരീക്ഷിച്ചു. വല്ലപ്പോഴും കറുക്കുന്ന വലിയ നദിപ്പാടുകൾ പിളർത്തുന്ന, ആയിരക്കണക്കിനു കിലോമീറ്റർ നീണ്ടുകിടക്കുന്ന, മണിക്കൂറുകൾ വിമാനയാത്ര വേണ്ടി വരുന്ന വിസ്തൃതിയുള്ള ഒരു പച്ച കോളിഫ്ളവർ – അതു തന്നെ ആ ആമസോണിയൻ വൻകരയുടെ ഒരു ചെറിയഭാഗം മാത്രമേ വരുന്നുള്ളൂ. മാസങ്ങളോളം സൗഹൃദത്തോടെ ഞങ്ങൾ കഴിഞ്ഞുകൂടിയ, തന്റെ തുറന്ന സമീപനത്തിലൂടെ ഞങ്ങളെക്കൊണ്ട് ആദരവിന്റെ ശിരസ്സു കുനിപ്പിച്ച ആമസോൺ!

താഴെ ആ വന്യതയുടെ പച്ചിലച്ചാർത്തുകൾക്കിടയിൽനിന്ന്, നദിയുടെ പ്രവാഹത്തിൽ നിന്നുകൊണ്ട്, കനൈമ എന്ന വനദേവതയുടെ ആത്മാവ് ഞങ്ങളെ നോക്കി യാത്രാമൊഴി സൂചകമായി കൈവീശി. ■

മച്ചു പിച്ചു എന്ന ശിലാനിഗൂഢത

വന്യമായ മലഞ്ചെരിവുകളുടെ മീതെ, സമുദ്രനിരപ്പിൽനിന്നും ഏകദേശം 2800 മീറ്റർ മുകളിലായി, ആ പർവ്വതനിരയുടെ അടിവാരത്തിന്റെ മൂന്നുഭാഗവും കുളിപ്പിച്ചുകൊണ്ടൊഴുകുന്ന ഉറുബാമ്പ നദിക്കു മുകളിലായി നിങ്ങൾക്കൊരു ശിലാ നഗരം കാണാൻ കഴിയും. ആ നഗരത്തെ സുരക്ഷിതമായി സൂക്ഷിക്കുന്ന സ്ഥലത്തിന്റെ പേര് തന്നെയാണ് അതിനു നൽകിയിട്ടുള്ളത്: മച്ചു പിച്ചു.

ഇതു തന്നെയാണോ ഇതിന്റെ പൗരാണിക നാമം? അല്ല. കെച്ചുവാ ഭാഷയിൽ ഇതിന്റെയർത്ഥം പഴയ കുന്ന് എന്നാകുന്നു. നഗരത്തിൽനിന്നും കുറച്ചപ്പുറത്തായി, സൂചിപോലെ ഉയർന്നു നിൽക്കുന്ന പാറക്കെട്ടുകളുടെ എതിർദിശയിലാണ് ഇതിന്റെ സ്ഥാനം. ഹുസിനാ പിച്ചു എന്നാണ് അതിന്റെ പേര് - ചെറിയ കുന്ന് എന്നർത്ഥം. രൂപപരമായ ഈ രണ്ട് വിശേഷണങ്ങളും ആ പ്രദേശത്തിന്റെ ഭൂമിശാസ്ത്രപരമായ സവിശേഷതകളിലേക്കാണ് വിരൽ ചൂണ്ടുന്നത്. അങ്ങനെയെങ്കിൽ എന്താണ് ഇതിന്റെ ശരിയായ പേര്. ഈ വിഷയം സംബന്ധിച്ച് നമുക്ക് ഭൂതകാലത്തിന്റെ ഉള്ളറകളിലേക്ക് നൂണ്ടുകയറി നോക്കാം.

അമേരിക്കാ വൻകരയിലെ തദ്ദേശീയർക്ക് പതിനാറാം നൂറ്റാണ്ട് വളരെ ദുഃഖകരമായ ഒന്നായിരുന്നു. താടിയുള്ള അധിനിവേശക്കാർ ആ വൻകരക്കു മുകളിൽ ഒരു മഹാപ്രളയം പോലെ പെയ്തിറങ്ങി, അവർ ആ സാമ്രാജ്യത്തത്തെ ഭസ്മമാക്കി. തെക്കേ അമേരിക്കയുടെ മദ്ധ്യഭാഗത്ത് ഹുയാനാ കപാക് സാമ്രാജ്യത്തിന്റെ പൈതൃകമവകാശപ്പെട്ട് അത്വാൽഡാ, ഹ്വാസ്കാർ എന്നീ രാജാക്കന്മാർ തമ്മിൽ നടന്ന വിനാശകരമായ യുദ്ധം. ആ വൻകരയിലെ ഏറ്റവും പ്രബലമായ സാമ്രാജ്യത്തിന്റെ തകർച്ച വളരെ എളുപ്പമാക്കിത്തീർത്തു.

കുസ്കോ നഗരത്തെ അപകടകരമാംവിധം പൊതിഞ്ഞു കൊണ്ടിരുന്ന ജനക്കൂട്ടത്തെ ശാന്തരാക്കുന്നതിനായി ഒരു തീരുമാനമുണ്ടായി - ഹ്വസ്കാറിന്റെ മകനും യുവരാജാവുമായ മാൻകോ രണ്ടാമനെ ചക്രവർത്തിയാക്കുക. ഈ കൗശലപ്രയോഗത്തിന് അപ്രതീക്ഷിതമായ ഒരു പരിണാമമുണ്ടായി: സ്പാനിഷ് ഭരണത്തിനു കീഴിൽ സാധ്യമാവുന്ന രീതിയിൽതന്നെ, ഇൻകാകളുടെ ഗോത്ര നിയമമനുസരിച്ചുള്ള കിരീടധാരണവും, സ്പാനിഷ് അധിനിവേശക്കാർക്ക് സ്വന്തം

ഇഷ്ടത്തിനനുസരിച്ച് തുള്ളിക്കാനാവാത്ത ഒരു രാജാവിനേയും അവർക്കു ലഭിച്ചു. ഒരു രാത്രിയിൽ തന്റെ ഏറ്റവും വിശ്വസ്തരായ അനുചരവൃന്ദവുമായി, സൂര്യന്റെ പ്രതീകമായ മഹത്തായ പാരമ്പര്യമുള്ള വെള്ളിത്തളികയുമെടുത്തുകൊണ്ട് ആ രാജകുമാരൻ അപ്രത്യക്ഷനായി. ആ നിമിഷം മുതൽ സാമ്രാജ്യത്തിന്റെ പഴയ തലസ്ഥാനത്ത് സമാധാനം നിലനിൽക്കാതെയായി.

ആശയവിനിമയം ഒട്ടും സുരക്ഷിതമല്ലായിരുന്നു. സൈനികർ പരമാധികാരത്തെ ഭീഷണിപ്പെടുത്തി. നഗരത്തെപ്പോലും അവർ ഉപരോധിച്ചു, കുസ്കോയെ സംരക്ഷിച്ചിരുന്ന സാക്സാ ഹ്വാമാപൻ വംശത്തിന്റെ പഴയ കോട്ടയെ ആക്രമിക്കാനുള്ള ഒരു താവളമാക്കി അവരാ നഗരത്തെ ഉപയോഗപ്പെടുത്തി. 1536ലാണ് ഇത് സംഭവിച്ചത്.

ആ മഹത്തായ വിപ്ലവശ്രമം പരാജയപ്പെട്ടു. കുസ്കോയുടെ മേലുള്ള ഉപരോധം അവസാനിച്ചു. ഉറുബാമ്പാ നദിക്കരയിലെ മതിൽക്കെട്ടിത്തിരിച്ച 'ഒലാൻ ടായി ടാമ്പോ' എന്ന പോർക്കളത്തിൽ വെച്ചു നടന്ന യുദ്ധത്തിൽ നാട്ടുരാജാവിന്റെ സൈന്യം പരാജയപ്പെട്ടു. ആ നാട്ടുരാജാവിന് ഗറില്ലാ യുദ്ധമുറയെ ആശ്രയിക്കേണ്ടി വന്നു. സ്പാനിഷ് ഭരണാധികാരികളെ അത് പരിഭ്രാന്തരാക്കി. സോമപാനോപചാരത്തിന്റെ ദിനം വന്നു. പലായനം ചെയ്ത രാജകുമാരനും ആറ് അനുചരന്മാരും രാജ്യസദസ്സിൽ സ്വീകരിക്കപ്പെട്ടു. ആ ചക്രവർത്തി വധിക്കപ്പെട്ടു - അനുചരന്മാരും വധിക്കപ്പെട്ടു. വളരെ കിരാതമായ രീതിയിലാണ് അമേരിന്ത്യന്മാർ അവരുടെ ശിക്ഷ നടപ്പാക്കിയത്. ഒരു ശിക്ഷാമാതൃകയായോ, വെല്ലുവിളിയായോ വധിക്കപ്പെട്ടവരുടെ ശിരസ്സുകൾ കുറ്റികളിൽ നാട്ടി വഴിയോരത്ത് പ്രദർശനത്തിനുവെച്ചു. ചക്രവർത്തിയുടെ മൂന്ന് മക്കൾ - സെറിടുപാക്, ടിറ്റോ കുസി, ടുപാക് അമാരു - ഊഴമനുസരിച്ച് ഭരണം നടത്തി. ഭരണത്തിലിരിക്കുമ്പോൾ തന്നെ അവർ മരിച്ചു. പക്ഷേ മൂന്നാമൻ മരിക്കുമ്പോൾ അദ്ദേഹം ഒരു സാധാരണ രാജാവിനേക്കാൾ ഉയർന്ന പദവിയിലെത്തിയിരുന്നു. അദ്ദേഹത്തിന്റെ മരണത്തോടെയാണ് ഇൻകാ സാമ്രാജ്യത്തിന്റെ തകർച്ച ആരംഭിച്ചത്.

നിഷ്കരുണമായ രീതിയിൽ തന്റെ ഭരണപാടവം തെളിയിച്ച വൈസ്റോയ്, ഫ്രാൻസിസ്കോ തൊലേഡോ, 1572ൽ അവസാനത്തെ ഇൻകാ ചക്രവർത്തിയെ തടവിലാക്കിയശേഷം, കുസ്കോയിലെ പ്ലാസാ ദെ അർമാവിൽവെച്ച് അദ്ദേഹത്തെ വധിച്ചു. കുറച്ചുകാലം മാത്രം ഭരണം നടത്തിയ ആ ഇൻകാ ചക്രവർത്തി, തന്റെ അവസാന നിമിഷങ്ങളിൽ, ദുരന്തപൂർണ്ണമായ അന്ത്യത്തിനു തൊട്ടുമുമ്പായി, തന്റെ ബലഹീനതകളെക്കുറിച്ച് ധീരോദാത്തമായൊരു പ്രസംഗം നടത്തി. അമേരിക്കൻ സ്വാതന്ത്ര്യത്തിന്റെ പൂർവ്വഗാമികൾ പ്രതീകാത്മകമായി അദ്ദേഹത്തിന്റെ പേര് തങ്ങളുടെ വംശനാമമാക്കി: ഹോസെ ഗബ്രിയേൽ കോണ്ടോറാൻകി, ടുപാക് അമാരു രണ്ടാമൻ.

സ്പാനിഷ് ചക്രവർത്തിയുടെ പ്രതിനിധികളെ സംബന്ധിച്ചിടത്തോളം അപായം ഒഴിവായിക്കഴിഞ്ഞിരുന്നു. തന്റെ കീഴടങ്ങലിന് തൊട്ടു മുമ്പായി ആ ചക്രവർത്തി ഉപേക്ഷിച്ചുപോയ വിൽകാ പാമ്പാ എന്ന താവളത്തെക്കുറിച്ച് ആരും ഗൗരവമായി അന്വേഷിച്ചിരുന്നില്ല. ഏകദേശം മൂന്ന് നൂറ്റാണ്ടുകളോളം ആ നഗരത്തിനുമീതെ മൗനം ഉറഞ്ഞു നിന്നു.

പത്തൊമ്പതാം നൂറ്റാണ്ടിന്റെ ഉത്തരാർദ്ധത്തിൽ ഇറ്റാലിയൻ ശാസ്ത്രജ്ഞനായ അന്റോണിയോ റെയ്മോണി, ഏകദേശം 19 വർഷത്തോളം പെറുവിൽ അങ്ങോളമിങ്ങോളം സഞ്ചരിക്കുന്നതുവരെ യൂറോപ്യൻ രൂപകല്പനാശൈലി പെറുവിൽ അന്യമായിരുന്നു. റെയ്മോണി വിദഗ്ധനായ ഒരു പുരാവസ്തു ഗവേഷകനായിരുന്നില്ലെങ്കിലും അദ്ദേഹത്തിന്റെ അഗാധമായ പാണ്ഡിത്യവും ശാസ്ത്ര സംബന്ധിയായ കഴിവുകളും ഇൻകാകളുടെ ഭൂതകാലത്തെക്കുറിച്ച് പഠിക്കുവാനുള്ള ഒരു പ്രേരകശക്തിയായി മാറി. അദ്ദേഹത്തിന്റെ 'മാസ്റ്റർ പീസ്' എന്നു വിശേഷിപ്പിക്കാവുന്ന 'എൽ പെറു' എന്ന ഗ്രന്ഥം പെറുവിയൻ വിദ്യാർത്ഥി സമൂഹത്തെ, തങ്ങൾക്കേറെ അറിവില്ലാത്ത ഒരു രാജ്യത്തിന്റെ ആഴങ്ങളിലേക്ക് നയിച്ചു. ഒരിക്കൽ മഹത്തായ സംസ്കാരത്തിന്റെ ഉടമകളായിരുന്ന ഒരു ജനതതിയെ ക്കുറിച്ചറിയാൻ ഇത് ജനങ്ങൾക്കിടയിൽ താത്പര്യം ജനിപ്പിച്ചു.

ഇരുപതാം നൂറ്റാണ്ടിന്റെ ആദ്യഘട്ടത്തിൽ വടക്കേ അമേരിക്കൻ ചരിത്രകാരനായ പ്രൊഫസർ ബിൻഗാം, ബൊളിവറെക്കുറിച്ചുള്ള പഠനത്തിനായി പെറുവിലെത്തി. ആ പ്രദേശത്തിന്റെ പൗരാണികമായ ചാരുതയും ഇൻകാ സംസ്കാരത്തിന്റെ വശ്യതയും കണ്ട് അദ്ദേഹം അതിശയിച്ചു. തന്റെയുള്ളിലെ ചരിത്രകാരനേയും സാഹസിക കുതുകിയേയും സംതൃപ്തിപ്പെടുത്തിക്കൊണ്ട്, അനേകം ചക്രവർത്തിമാരുടെ താവളമായിരുന്ന ആ വിസ്തൃതമായ നഗരത്തെ കണ്ടെത്താനുള്ള ശ്രമം അദ്ദേഹം ആരംഭിച്ചു.

ഫാദർ കലാൻചയുടേയും മറ്റു പലരുടേയും വിവരണങ്ങളിൽനിന്ന് ഇൻകാകൾക്ക് വിറ്റ് കോഡ് എന്ന പേരിൽ സൈനികവും രാഷ്ട്രീയവുമായ തലസ്ഥാനമുണ്ടായിരുന്നുവെന്നും വിൽകാ പാമ്പാ എന്ന പേരിൽ മറ്റൊരു വിദൂരമായ, മുമ്പൊരിക്കലും ഒരു വെള്ളക്കാരൻ കാലെടുത്തു കുത്തിയിട്ടില്ലാത്ത സ്ഥലമുണ്ടായിരുന്നുവെന്നും ബിൻഗാം മനസ്സിലാക്കി. ആ പ്രദേശത്തെക്കുറിച്ച് അല്പമെങ്കിലും അറിയാവുന്ന ആർക്കും ആ ദൗത്യത്തിന്റെ വലിപ്പത്തെക്കുറിച്ച് വ്യക്തമായി അറിയാം. കൊടുങ്കാടുകളാൽ ചുറ്റപ്പെട്ട, അപകടകരമാംവിധം തലങ്ങും വിലങ്ങുമൊഴുകുന്ന നദികളുള്ള ആ മലനിരകളിലേക്കു പ്രവേശിച്ച ബിൻഗാമിന് ആ പ്രദേശത്തെ ഭാഷയോ, ആളുകളുടെ സ്വഭാവത്തെക്കുറിച്ചോ അറിയില്ലായിരുന്നു. അദ്ദേഹത്തിന്റെ പക്കൽ ആകപ്പാടെ മൂന്ന് ശക്തമായ ആയുധങ്ങളാണ് ഉണ്ടായിരുന്നത്: സാഹസത്തിനുള്ള അടങ്ങാത്ത വാഞ്ഛ, അഗാധമായ അവബോധം, കയ്യിൽകരുതിയിട്ടുള്ള കുറച്ചധികം ഡോളർ.

പാതയിലേക്കു വീണ്ടും

വലിയ വില കൊടുത്ത് ഓരോ രഹസ്യവും വർത്തമാനങ്ങളും മനസ്സിലാക്കി, അന്യമായിക്കഴിഞ്ഞിരുന്ന ആ നാഗരികതയുടെ ഹൃദയത്തിലേക്ക് അദ്ദേഹം നടന്നു കയറി. മൂന്നുവർഷത്തെ കഠിനാദ്ധ്വാനത്തിനു ശേഷം 1911ലെ ഒരു ദിവസം, പുതിയതരം കല്ലുകൾ വിറ്റുകൊണ്ടിരുന്ന ഒരു അമേരിന്ത്യനെ അദ്ദേഹം പിന്തുടർന്നു. ഒരൊറ്റ വെള്ളക്കാരൻ പോലും കൂട്ടിനില്ലാതെ ബിൻഗാം ഒറ്റക്ക്. കുറ്റിക്കാടുകൾ കൊണ്ടു മൂടപ്പെട്ടിരുന്ന ആ ചരിത്രാവശിഷ്ടങ്ങളുടെ കാഴ്ച അദ്ദേഹത്തെ ആഹ്ലാദത്തിലേ ക്കെത്തിച്ചു.

പിന്നീടാണ് ദുഃഖകരമായ വിഷയമെത്തുന്നത്. ചുറ്റുമുള്ള കാട് വെട്ടിത്തെളിച്ച് ആ ചരിത്രാവശിഷ്ടങ്ങളെക്കുറിച്ച് വിശദമായ പഠനം നടത്തിയതോടൊപ്പം പര്യവേഷകരുടെ കൈകളിലെത്തിപ്പെട്ട വസ്തുക്കൾ കാണാനില്ലാതായി. ഏകദേശം ഇരുനൂറിലധികം പെട്ടികളിലാക്കി ആ പുരാവസ്തുമൂല്യമുള്ള വസ്തുക്കൾ അവർ തങ്ങളുടെ രാജ്യത്തേക്ക് കടത്തി. ബിൻഗാം അതിൽ കുറ്റക്കാരനല്ല, ശരിക്കു പറഞ്ഞാൽ വടക്കേ അമേരിക്കക്കാരും കുറ്റക്കാരല്ല. മച്ചു പിച്ചു കണ്ടുപിടിച്ച് പര്യവേഷണം നടത്തിയവരുടെ സംഘടനാശക്തിക്കും സാമ്പത്തിക ബലത്തിനുമൊപ്പം നിന്നുകൊണ്ട്, അതിനുവേണ്ടി പണം മുടക്കാൻ കഴിയാത്ത ഒരു സർക്കാരിനെ കുറ്റപ്പെടുത്താൻ ആർക്കുമാവില്ല. അപ്പോൾ ആരുമാരും തെറ്റുകാരല്ല? അതുമായി നമുക്ക് പൊരുത്തപ്പെടാനാവില്ല. നമ്മുടെ സാംസ്കാരിക പൈതൃകത്തെക്കുറിച്ച് വിശദമായി പഠിക്കാനും അഭിമാനിക്കാനും എവിടെവെച്ചാണ് നമുക്ക് സാധിക്കുക? ഉത്തരം വളരെ ലളിതം. വടക്കേ അമേരിക്കയിലെ കാഴ്ച ബംഗ്ലാവുകളിൽ!

ബിൻഗാമിനെ സംബന്ധിച്ചിടത്തോളം മച്ചു പിച്ചു മറ്റേതെങ്കിലുമൊരു കണ്ടുപിടുത്തം പോലെയല്ല. തന്റെ മുതിർന്ന കുട്ടികളുടെ വിജയഹ്ലാദം പോലെയാണ് - കുട്ടികളെന്നാൽ ഈ മേഖലയിലുള്ള ശാസ്ത്രകാരന്മാർ എന്നർത്ഥം. വിജയങ്ങളുടേയും പരാജയങ്ങളുടേയും പരമ്പരകൾ ഔന്നിത്യത്തിലെത്തുകയായിരുന്നു. നിരവധി വർഷങ്ങൾ നീണ്ട അന്വേഷണങ്ങൾ ആ സാധാരണ ചരിത്രകാരനെ പുരാവസ്തു ഗവേഷകനാക്കി. തന്റെ യാത്രകളിലൂടെ നേടിയെടുത്ത അനുഭവസമ്പത്തുകൂടി ചേർന്നതോടെ അദ്ദേഹത്തിന്റെ അവകാശവാദങ്ങൾക്ക് അക്കാദമിക് ലോകത്തിൽ പ്രസക്തിയേറി.

ബിൻഗാമിന്റെ അഭിപ്രായത്തിൽ മച്ചു പിച്ചു കെച്ചുവാ വർഗ്ഗത്തിന്റെ ആദ്യത്തെ അധിവാസ കേന്ദ്രമായിരുന്നു. കുസ്കോ നഗരം സ്ഥാപിക്കുന്നതിനു മുമ്പുള്ള ഇൻകാകളുടെ ആസ്ഥാന നഗരമായിരുന്നു അത്. ഇൻകാകളുടെ മനഃശാസ്ത്രത്തിലേക്ക് ബിൻഗാം ഏറെ ആഴത്തിൽ ഇറങ്ങിച്ചെന്നു. ഇവിടെയാണ് അയില്ലു സഹോദരങ്ങളെ പ്രതിനിധീകരിക്കുന്ന മൂന്ന് ജനാലകൾ അദ്ദേഹം കണ്ടെത്തിയത്. പുതുതായി

കണ്ടെത്തിയ നഗരത്തിലെ വൃത്തഗോപുരവും കുസ്കോയിലെ സൂര്യക്ഷേത്രവും തമ്മിലുള്ള സാമ്യം അദ്ദേഹം വിലയിരുത്തി. ഓരോ സാധ്യതകളെക്കുറിച്ചും അദ്ദേഹം പുതിയ കണ്ടെത്തലുകൾ നടത്തിയ തോടൊപ്പം, മൂന്ന് നൂറ്റാണ്ടുകൾക്കുമുമ്പും ഈ നഗരത്തിന്റെ പേര് വിൽകാ പാമ്പാ - സായുധ കലാപത്തിനൊരുങ്ങുന്ന രാജാക്കന്മാരുടെ താവളം - എന്നായിരുന്നുവെന്ന് അദ്ദേഹം കണ്ടെത്തി. ഈ സാമ്രാജ്യ ങ്ങൾ രൂപീകരിക്കുന്നതിനു മുമ്പു തന്നെ ഈ സ്ഥലം ഇൻകാകളുടെ സൈന്യത്തിന്റെ അഭയകേന്ദ്രമായിരുന്നു - ചിൻ ചാ സൈന്യം ഇൻകാ പച്ചകുടിയുടെ (അദ്ദേഹത്തിന്റെ ശവശരീരം ഇവിടെയാണ് സൂക്ഷി ച്ചിരുന്നത്) സൈന്യത്തെ തോല്പിച്ചപ്പോൾ അവർ അഭയം തേടിയത് ഇവിടെയായിരുന്നു. ചരിത്രകാരനായ സാവിയന്റോ ദെ ഗംബോവ പറയുന്നത് വൈസ്റോയ് തൊലേദോ അമേരിന്ത്യൻ പോരാളികളെ ചോദ്യം ചെയ്തിരുന്നത് കുസ്കോക്കടുത്തുള്ള പക്കാരു താംബുവി ലാണെന്നും, താംബു താക്കോയിലായിരുന്നില്ലെന്നുമാണ്. ആധുനിക ഗവേഷകർ ഈ അമേരിക്കൻ പുരാവസ്തു ഗവേഷകനുമായി യോജിക്കു ന്നില്ലെങ്കിലും മച്ചു പിച്ചുവിന്റെ പ്രസക്തിയെക്കുറിച്ച് അവർക്കൊരു അവസാന നിഗമനത്തിൽ എത്താനായിട്ടില്ല.

ഉറുബാമ്പാ നദിയുടെ അടുത്തുകൂടെ കടന്നു പോകുന്നതിനു മുമ്പായി, ഒരു അരുവി മുറിച്ചു കടന്ന് കളിവണ്ടിപോലുള്ള, ആസ്ത്മാ രോഗിക്കു സമാനമായ ആ തീവണ്ടിയിൽ മണിക്കൂറുകൾ യാത്ര ചെയ്ത്, ഒല്ലാർ ടായ് താംബോയും കടന്ന് ഞങ്ങൾ നദിക്കു കുറുകേയുള്ള ആ പാലത്തിനടുത്തെത്തി. നദിയുടെ മുകളിലേക്ക് 400 മീറ്റർ നീളമുള്ള ഒരു പിരിയൻ പാത ഞങ്ങളെ നയിച്ചു. അവശിഷ്ടങ്ങൾക്കിടയിലുള്ള ഒരു ഹോട്ടലിലേക്ക് ഞങ്ങൾ എത്തപ്പെട്ടു. ഇൻകാകളുടെ കാര്യത്തിൽ അഗാധ പാണ്ഡിത്യമുള്ള സെനർ സോത്തോയുടെ സംഗീത സദസ്സ് കൂടി അകമ്പടിയായപ്പോൾ ആ ഉഷ്ണമേഖലാ രാവുകൾ ചരിത്രാവശിഷ്ട ങ്ങൾക്ക് അസാധാരണമായ വശ്യത നൽകി.

കുന്നിൻ നെറുകയിൽ രണ്ടു കിലോമീറ്റർ ചുറ്റളവിലാണ് മച്ചു പിച്ചു നിർമ്മിക്കപ്പെട്ടിരിക്കുന്നത്. അതിനെ മൂന്ന് വിഭാഗങ്ങളായി തിരിച്ചിരി ക്കുന്നു: ക്ഷേത്രങ്ങൾ, പ്രധാന വ്യക്തികളുടെ പാർപ്പിട പ്രദേശം, സാധാരണ ജനങ്ങളുടെ പാർപ്പിട പ്രദേശം എന്നിങ്ങനെ.

ബിൻഗാമിന്റെ മഹത്തായ അനുമാനങ്ങൾക്ക് കാരണമായ ജനാല കളുള്ള ആ ക്ഷേത്രത്തിന്റെ ആരാധനാകേന്ദ്രത്തിൽ വെണ്ണക്കല്ലു കൊണ്ടുള്ള വൻ സ്തൂപങ്ങൾ കാണാനുണ്ട്. വലിയ കെട്ടിടങ്ങളുടെ മുകളിൽ ശില കൊണ്ടുള്ള 60 മീറ്റർ ഉയരമുള്ള വിരൽ രൂപം, ഇൻ വാത്താനാ (സൂര്യസ്ഥാനം) കാണാം. പടിപടിയായുള്ള സ്പാനിഷ് അധിനിവേശത്തെ അതിജീവിച്ച ഇൻകാകളുടെ അനുഷ്ഠാന രൂപങ്ങളിലൊന്നായിരുന്നു അത്.

ആഭിജാത വർഗ്ഗത്തിനായി നീക്കിവെച്ചിരിക്കുന്ന പാർപ്പിട കേന്ദ്രത്തിൽ അസാധാരണ കലാമൂല്യമുള്ള വസ്തുക്കൾ കാണാം. വൃത്ത ഗോപുരങ്ങളും, കല്ലിൽകൊത്തിയെടുത്ത പാലങ്ങളും, തോടുകളും നിരവധി വീടുകളും ആ കാലഘട്ടത്തിലെ കലാനൈപുണ്യത്തെ അനുസ്മരിപ്പിക്കുന്നു.

നേരേമറിച്ച് സാധാരണക്കാർ താമസിക്കുന്ന വീടുകൾ മിനുസമില്ലാത്ത പാറക്കല്ലുകൾ കൊണ്ട് നിർമ്മിച്ചവയാണ്. മതാചാരാനുഷ്ഠാനങ്ങൾ നടക്കുന്ന സ്ഥലങ്ങളിൽനിന്നും ഈ പ്രദേശം വേർതിരിച്ചിരിക്കുന്നു, അവിടെയായിരുന്നു ഇവരുടെ പ്രധാന ജലസംഭരണികൾ. ഈ ജലസ്രോതസ്സുകൾ വറ്റി വരണ്ടതുമൂലമായിരിക്കാം ഈ പ്രദേശം ഒരു സ്ഥിരവാസ കേന്ദ്രമല്ലാതെ ഉപേക്ഷിക്കപ്പെട്ടു.

മച്ചു പിച്ചു കൽപടവുകളുടെ നഗരമാണ്. പല തട്ടിലുള്ള കെട്ടിടങ്ങളും പടികൾ കൊണ്ട് യോജിപ്പിക്കപ്പെട്ടിരിക്കുന്നു. ശില്പവേലകളുള്ളവയും അല്ലാത്തവയും. കാലാവസ്ഥയുടെ പീഡനം അതിജീവിച്ചിട്ടുണ്ട് - ഇത്തരത്തിൽ അതിജീവിച്ച ഒന്നു തന്നെയാണ് ആ നഗരം മുഴുവനും - വൈക്കോലും മരവും അടങ്ങുന്ന മേൽപുരയൊഴികെ.

പച്ചക്കറി കൃഷിയിലൂടെയാണ് അവർ ആഹാരാവശ്യങ്ങൾ നിറവേറ്റിയിരുന്നത്. ഇപ്പോഴും അത് സംരക്ഷിക്കപ്പെട്ടിട്ടുണ്ട്.

നഗരത്തിന്റെ പ്രതിരോധം സംഘടിപ്പിക്കുകയെന്നത് വളരെ എളുപ്പമായിരുന്നു; നഗരത്തിന്റെ രണ്ടു പാർശ്വങ്ങൾ വളരെ ചെങ്കുത്തായി താഴേക്കിറങ്ങുന്നവയാണ്. മൂന്നാമത്തെ ഭാഗം ഇടുങ്ങിയ പാതയാണ്. നാലാമത്തെ ഭാഗം ഹ്വായി പിച്ചു എന്നറിയപ്പെടുന്നു. തന്റെ സഹോദര സ്ഥാനത്തുള്ള കൊടുമുടിയേക്കാൾ 200 മീറ്ററോളം ഇതിന് ഉയരക്കൂടുതലുണ്ട്. അതിൽ കയറിപ്പറ്റുകയെന്നത് വളരെ ദുഷ്കരമാണ്, ഒരു സഞ്ചാരിയെ സംബന്ധിച്ചിടത്തോളം അത് മിക്കവാറും അസാദ്ധ്യമായ വിഷയമാണ്. ഇൻകാകളുടെ ശേഷിപ്പുകൾ ഇല്ലായിരുന്നെങ്കിൽ കിഴുക്കാംതൂക്കായ ആ ഭാഗത്തേക്ക് ഒരു നടവഴിപോലും ഉണ്ടാവില്ലായിരുന്നു. മറ്റുപല ഉദ്ദേശങ്ങളെക്കാളും അതുപയോഗിച്ചിരുന്നത് പരിസര നിരീക്ഷണത്തിനായിരുന്നു. അവിടെ വലിയ കെട്ടിടങ്ങളൊന്നുമില്ല. ഉറുബാമ്പാ നദി ഈ രണ്ടു കുന്നുകളെ മിക്കവാറും പൂർണ്ണമായിത്തന്നെ ചുറ്റിക്കൊണ്ട് ഒഴുകുന്നതിനാൽ, നഗരത്തെ ആക്രമിക്കാനെത്തുന്നവർക്ക് ഈ നഗരത്തിലേക്ക് പ്രവേശിക്കുകയെന്നത് തികച്ചും അസാദ്ധ്യമായ ഒരു ദൗത്യമായി മാറുന്നു. നമ്മൾ കണ്ടതുപോലെ, പുരാവസ്തുവെന്ന നിലക്കുള്ള മച്ചു പിച്ചുവിന്റെ പ്രാധാന്യം ഒരു തർക്കവിഷയമാണ്. ആ നഗരത്തിന്റെ ഉറവിടം ഒട്ടും പ്രാധാന്യമുള്ള കാര്യമല്ല - ഒരർത്ഥത്തിൽ വിദഗ്ദ്ധരുടെ ചർച്ചക്കായി അത് വിട്ടുകൊടുക്കുകയായിരിക്കും ഉചിതം. അമേരിക്കാ വൻകരയിലെ ഏറ്റവും ബൃഹത്തായ, മഹത്തായ, സംസ്കാരത്തിന്റെ രൂപഭാവമാണീ ശേഷിപ്പുകൾ. അധിനിവേശങ്ങളും

കീഴടക്കലുകളും നടന്നിട്ടും, ആ മനോഹരമായ സ്ഥലത്ത്, ആ കെട്ടിട സമുച്ചയത്തിനുള്ളിൽ ഒരു മഹാസംസ്കാരത്തിന്റെ അമൂല്യശേഖരം മറഞ്ഞു കിടപ്പുണ്ടെന്നതാണ് യാഥാർത്ഥ്യം. ഒരു സ്വപ്നജീവിയായ സഞ്ചാരിയെ, അല്ലെങ്കിൽ മൺമറഞ്ഞുപോയ ആദിവാസികളും അവരും തമ്മിലുള്ള വ്യത്യാസം മനസ്സിലാക്കാതെ, ഇതിനെക്കുറിച്ചൊക്കെ ഉൽകണ്ഠാകുലനാകുന്ന ഒരു യാങ്കിയെ ഉന്മാദത്തിലെത്തിക്കാൻ പോന്ന നിരവധി വസ്തുക്കൾ ഇവിടെയുണ്ട്. ഒരു പകുതി നാട്ടുകാരനായ ലാറ്റിനമേരിക്കക്കാരനു മാത്രമേ അതുൾക്കൊള്ളാനാകൂ.

ഈ നഗരത്തിനു രണ്ടർത്ഥങ്ങളുണ്ടെന്ന് ഇപ്പോഴെങ്കിലും നമുക്ക് സമ്മതിക്കാം. ഭാവിയിലേക്ക് നീട്ടിപ്പിടിച്ച കൈകളും, ലോകത്തെമ്പാടു മെത്തുന്ന ശിലാശബ്ദവുമുള്ള ചിമേരാ[1] വിളിച്ചു പറയുന്നത് ഇതാണ്: 'ഇന്തോ അമേരിക്കയിലെ പൗരന്മാരേ, ഭൂതകാലത്തെ വീണ്ടും കീഴടക്കുക.' ഈ 'ലൗകിക മർമ്മരങ്ങളെ' അവഗണിച്ച് മുന്നോട്ട് നീങ്ങുന്നവർക്കായി ഹോട്ടലിലെത്തുന്ന സഞ്ചാരികൾക്ക് അഭിപ്രായം രേഖപ്പെടുത്താനുള്ള പുസ്തകത്തിൽ, ഈ സാമ്രാജ്യത്തെ പ്രതിയുള്ള ഒരു ബ്രിട്ടീഷ് പ്രജയുടെ ഗൃഹാതുരത്വം ഇങ്ങനെ പ്രതികരിക്കുന്നു: കൊക്കക്കോളയുടെ പരസ്യം കാണാനില്ലാത്ത ഒരു സ്ഥലം കണ്ടെത്താനായതിൽ ഞാൻ ഭാഗ്യവാനാണ്.

■

1. അസാധാരണമായ ഒരു സാങ്കൽപിക ജന്തു

ഗ്വാട്ടിമാലയുടെ ത്രിശങ്കു

അമേരിക്കൻ വൻകരയിലൂടെ യാത്ര ചെയ്യുന്ന ഏതൊരാൾക്കും ജനാധിപത്യ മൂല്യങ്ങൾ നിലനിൽക്കുന്ന, ജനാധിപത്യ പ്രചോദിതമായ, രാജ്യങ്ങളെക്കുറിച്ച് കേൾക്കാൻ സാധ്യതയുള്ള വെറുപ്പു ജനിപ്പിക്കുന്ന ചില കഥകളുണ്ട്.

ജോട്ടാ നൃത്തം ചെയ്യാൻ മാത്രമറിയാവുന്ന അലസവർഗ്ഗമാണ് സ്പാനിഷ് റിപ്പബ്ലിക് സ്ഥാപിച്ചതെന്നും, കമ്യൂണിസത്തെ അവിടെ നിന്നും പിഴുതെറിഞ്ഞ് കാര്യങ്ങൾ നേരെയാക്കിയത് ജനറൽ ഫ്രാങ്കോ ആണെന്നുമാണ് ആ കഥകളിലൊന്ന്. കാലം ആ കാഴ്ചപ്പാടുകളെ മിനുക്കിയെടുക്കുകയും അപ്രത്യക്ഷമായിക്കഴിഞ്ഞ ജനാധിപത്യ സംവിധാനത്തെ ശാസിക്കുന്നതിനായി പുതിയ പ്രയോഗങ്ങൾ ഉപയോഗത്തിൽ വരുത്തുകയും ചെയ്തു: "അത് സ്വാതന്ത്ര്യമായിരുന്നില്ല വിമോചനമായിരുന്നു." അമേരിക്കൻ വൻകരക്ക് പുതുസ്വപ്നങ്ങൾ സമ്മാനിച്ച വെനിസ്വേല, ക്യൂബ, പെറു എന്നിവിടങ്ങളിലെ ഭരണ കൂടങ്ങളെക്കുറിച്ചുള്ള നിർവ്വചനം അതായിരുന്നു. പക്ഷേ ആ ജനാധിപത്യവിശ്വാസികൾക്ക് എതിരാളികളെ അടിച്ചമർത്തുന്നതിനായി പുതിയ വിദ്യകൾ പരിശീലിക്കേണ്ടതായി വന്നു; വിദേശ മുതലാളിപ്പടയുടേയും മാടമ്പി ബൂർഷ്വാകളുടേയും താത്പര്യങ്ങൾ സംരക്ഷിക്കുന്നതിനായി അനേകം നിരപരാധികളെ കുരുതി കൊടുക്കേണ്ടിവന്നു. വിജയത്തെ രക്തവും വെടിയുണ്ടയുമുപയോഗിച്ച് തകർക്കാനാവുമെന്നും, രാജ്യദ്രോഹികൾക്ക് മാപ്പു കൊടുക്കാനാവില്ലെന്നും, പിന്തിരിപ്പന്മാരുടെ ഉന്മൂലനത്തിലൂടെ മാത്രമേ അമേരിക്കാ വൻകരയിൽ നീതിയുക്തമായ ഭരണം സാധ്യമാകൂ എന്നും രാജ്യസ്നേഹികൾ കരുതി.

ഗ്വാട്ടിമാലയുടെ കാര്യത്തിൽ വിമോചനം എന്ന പദം വീണ്ടും കേൾക്കാനിടയായപ്പോൾ ആ ചെറിയ റിപ്പബ്ലിക്കിനെ പ്രതി എനിക്ക് ഉൾഭയം തോന്നി. ഗ്വാട്ടിമാലയിലും ബൊളീവിയായിലും പുനർജനിച്ച അമേരിക്കാ വംശ സ്വപ്നങ്ങൾക്ക് അതിന്റെ മുൻഗാമികളുടെ ദുരന്തഗതി തന്നെയായിരിക്കുമോ? ഇവിടെയാണ് ഗ്വാട്ടിമാലയുടെ ത്രിശങ്കു.

ഭരണകൂടത്തിന്റെ അടിസ്ഥാനം നാല് വിപ്ലവപാർട്ടികളാണ്. അവയെല്ലാം – പി.ജി.ടി.എ. ഒഴികെ രണ്ടോ അതിലധികമോ വിഭാഗങ്ങളായി

ത്തിരിഞ്ഞ് പാരമ്പര്യ മാടമ്പി വർഗ്ഗത്തെ നേരിടുന്നതിനേക്കാൾ വളരെ രൂക്ഷമായി, ഗ്വാട്ടിമാല എന്ന സങ്കല്പത്തെ മറന്ന് പരസ്പരം ഏറ്റുമുട്ടി. അതേസമയം പിന്തിരിപ്പന്മാർ അവരുടെ കെണിയുമായി കാത്തിരിപ്പാണ്. അമേരിക്കൻ ആഭ്യന്തര വകുപ്പും യുനൈറ്റഡ് ഫ്രൂട്ട് കമ്പനി എന്ന ഭീമനും - ഇവയിലേതാണ് അമേരിക്കൻ താത്പര്യമെന്ന് ആർക്കും തിരിച്ചറിയാനാവില്ല - ഗ്വാട്ടിമാലൻ ഭൂവുടമകളുമായും ദൈവഭയമുള്ള ബൂർഷ്വാവർഗ്ഗവുമായും കൈകോർത്തിരിക്കുന്നു. കരീബിയൻ മടിത്തട്ടിൽ വളർന്നു വരുന്ന തന്റെ നികൃഷ്ടനായ ശത്രുവിനെ നിശബ്ദനാക്കാനുള്ള പദ്ധതികൾ അവർ ആവിഷ്കരിച്ചുകൊണ്ടിരിക്കുന്നു. നാണംകെട്ട ഇടപെടലിനായി, കൂടുതൽ വിവരങ്ങൾക്കായി കാരക്കാസ് കാത്തിരിക്കുന്നു, അധികാരം പോയ സൈന്യാധിപന്മാരും, ഭയവിഹ്വലരായ കാപ്പി കൃഷിക്കാരും അയൽരാജ്യങ്ങളിലെ പൈശാചികഭാവമുള്ള ഏകാധിപതികളെ ആശ്രയിക്കുന്നു.

അയൽരാജ്യങ്ങളിലെ വായ് മൂടപ്പെട്ട പത്രങ്ങൾക്ക് ഒരു ശൈലി മാത്രമേ അനുവദിക്കപ്പെട്ടിട്ടുള്ളൂ, 'നേതാക്കളുടെ പ്രകീർത്തനങ്ങൾ'. സ്വതന്ത്രമെന്നു സ്വയം വിശേഷിപ്പിക്കുന്ന പത്രങ്ങൾ, അവരുദ്ദേശിക്കുന്ന തരത്തിലുള്ള ഒരന്തരീക്ഷം സൃഷ്ടിക്കാനായി, ഭരണകൂടത്തെപ്പറ്റിയും, അവരുടെ അനുകൂലികളെക്കുറിച്ചും നുണയുടെ കൊടുങ്കാറ്റഴിച്ചു വിടുന്നു. ജനാധിപത്യ വ്യവസ്ഥിതിയാണെങ്കിലോ ഇതെല്ലാം അനുവദിച്ചു കൊടുക്കുകയും ചെയ്യുന്നു.

സ്വാതന്ത്ര്യത്തിന്റേയും ചാതുര്യത്തിന്റേയും മനോഹരമായ ഉദാഹരണങ്ങൾ നൽകിക്കൊണ്ട് 'കമ്യൂണിസ്റ്റ് താവളങ്ങൾ' ആ രാജ്യങ്ങളുടെ ദേശീയതയെ തുരങ്കം വെയ്ക്കുന്നതിന് അനുവദിക്കുന്നു.

സഖാക്കളെ, സമീപഭൂതകാലത്തിലേക്കൊന്നു തിരിഞ്ഞുനോക്കൂ. ക്യൂബയിൽ നടന്ന മഹാസാഹസത്തിൽ പങ്കെടുത്ത് ബത്തിസ്തയുടെ അടിച്ചമർത്തലിൽ അഭയാർത്ഥികളാക്കപ്പെട്ട, തടവിലാക്കപ്പെട്ട, വധിക്കപ്പെട്ട പെറുവിലെ അപ്ര (എ.പി.ആർ.എ) നേതാക്കളുടേയും വെനിസ്വേലയിലെ ആസിയോൺ ഡെമോക്രാറ്റിക്കാ നേതാക്കന്മാരുടേയും, വിപ്ലവ കവിയായ പോരാളി റൂയിസ് പിനെദായുടെയും ശരീരത്തിലേല്പിക്കപ്പെട്ട ഇരുപത് ദ്വാരങ്ങളിലേക്കൊന്നെത്തി നോക്കുക, ദുർഗന്ധം വമിക്കുന്ന വെനിസ്വേലയിലെ തടവറകളിലേക്കൊന്നെത്തി നോക്കുക. ഭയരഹിതമായി ഈ ഉദാഹരണങ്ങൾ നോക്കിക്കണ്ടതിനുശേഷം, ഇതാണോ ഗ്വാട്ടിമാലയുടെ ഭാവി എന്ന ചോദ്യത്തിന് ഉത്തരം നൽകുക.

ഈ പോരാട്ടങ്ങളെല്ലാം ഇതിനുവേണ്ടിയായിരുന്നുവോ? ലാറ്റിനമേരിക്കയുടെ ആഗ്രഹങ്ങൾ നിറവേറുന്നവർ ഒരു വലിയ ചുമതലയാണ് വഹിക്കുന്നത്. മൃദുസ്വരങ്ങളുടെ കാലഘട്ടം കഴിഞ്ഞുപോയിരിക്കുന്നു. കൊലക്കയറിനെ കൊലക്കയർ കൊണ്ടുതന്നെ നേരിടണം - ഇതിനുവേണ്ടി മരിക്കേണ്ടി വന്നാൽ അത് സാന്റിനോയെപ്പോലെയാകണം,

അസാനയെപ്പോലെയാകരുത് ഗ്വാട്ടിമാലക്കാർ വഞ്ചിക്കപ്പെടരുത് സ്വാതന്ത്ര്യത്തെ കശാപ്പു ചെയ്യണമെന്നാണെങ്കിൽ അവരത് സ്വയം നിർവ്വഹിക്കട്ടെ. അതിനോടാരും മൃദുസമീപനം കൈക്കൊള്ളരുത്. വഞ്ചന ഒരിക്കലും മാപ്പർഹിക്കുന്നില്ല. ഒരു രാജ്യദ്രോഹിയുടെ രക്തത്തിന്, ഒരിക്കലും ജനപ്രതിരോധത്തിന്റെ ഒരായിരം ഭടന്മാരുടെ രക്തത്തിനേക്കാൾ പ്രസക്തി കല്പിക്കരുത്. ഹാംലറ്റിലെ പഴയൊരു ചേർച്ചക്കേട് ഒരു അമേരിക്കാ കവിയുടെ കവിതയായി എന്റെ ചുണ്ടിലുയരുന്നു.

"അത് നിങ്ങളാണ്
അത് നിങ്ങളല്ല
അല്ലെങ്കിൽ
ആരാണ് നിങ്ങൾ?"

അതെ. ഭരണകൂടത്തെ അനുകൂലിക്കുന്നവരുടെ വാക്കുകൾ. ∎

www.ingramcontent.com/pod-product-compliance
Lightning Source LLC
LaVergne TN
LVHW012019060526
838201LV00061B/4373

* 9 7 9 8 1 8 8 5 8 2 2 8 9 *